VŨ QUÝ KỲ

NHỮNG VẤN ĐỀ THAM LUẬN

Nhân Ảnh

2023

NHỮNG VẤN ĐỀ THAM LUẬN
Vũ Quý Kỳ

Nhân Ảnh xuất bản **2023**
ISBN: *978-1-990434-61-7*
Copyright © Vu Quy Ky 2023

LỜI GIỚI THIỆU

Cuốn sách này gồm 11 chương, nhằm trình bầy một số chủ đề độc lập nhưng có liên hệ với nhau, đôi khi trong tương quan nhân quả, đôi khi trong tương quan mâu thuẫn, và đôi khi trong tương quan xác suất (tình cờ lịch sử). Vì thế, độc giả sẽ không tìm thấy điểm khởi đầu để đi tới một điểm kết thúc của một chủ đề lớn, bởi vì mỗi chủ đề trong cuốn sách tự nó có tính độc lập.

Độc giả sẽ khám phá thấy nhiều chủ đề trong Phần 1 tình cờ đi sâu vào lịch sử hơn hai ngàn năm của nhân loại, và trình bầy một bức tranh vĩ mô về chính trị, văn hóa, khoa học, và kỹ thuật. Mặt khác, nhiều chủ đề trong Phần 2, tình cờ trình bầy một bức tranh với những biến cố lớn gần đây hơn, trong khoảng mấy chục năm trở lại.

Mặc dầu tác giả nhắm trình bầy những sự kiện khách quan, nhưng trong sự diễn đạt không tránh khỏi những khuyết điểm chủ quan, và xin độc giả niệm tình tha thứ. Mặt khác, những chủ điểm trình bày chỉ là những "vấn đề tham luận" với một nhân quan phân tích thực tiễn, chứ không có tính cách lập thuyết.

Ngoài ra, khi trình bày cuốn sách bằng Việt Ngữ, tác giả nghĩ rằng đại đa số người đọc có thể là đồng bào trong nước. Đó là một niềm vui lớn của tác giả khi cho xuất bản cuốn sách này.

Tác giả rất hân hạnh kính chào quý độc giả.

Vũ Quý Kỳ
20 Tháng 7, năm 2021

MỤC LỤC

PHẦN MỘT

NHỮNG VẤN ĐỀ THAM LUẬN VỀ DÂN CHỦ VÀ NỀN TẢNG VĂN HÓA TƯ TƯỞNG ĐÔNG TÂY

CHƯƠNG I:
LỊCH SỬ CỦA TƯ TƯỞNG DÂN CHỦ

Tóm lược

Nền dân chủ hiện đại có nguồn gốc khá sâu xa từ căn bản văn hóa Hy Lạp vào khoảng thế kỷ thứ năm trước Tây lịch và La Mã mấy thế kỷ sau. nhưng hạt giống dân chủ chưa gặp đất tốt và thời tiết thích hợp để nẩy mầm và phát triển. Vì thế trong suốt 20 thế kỷ, phải đợi cho tới thời đại Phục Hưng của Âu Châu, qua cuộc cách mạng khoa học kỹ thuật và cuộc khai phóng tư tưởng của thời đại Mạc Khải, tư tưởng dân chủ mới bừng nở và bén rễ.

Trong hai trăm năm qua, cuộc cách mạng dân chủ cùng với cuộc cách mạng khoa học kỹ thuật đã làm thay đổi bộ mặt thế giới, nhiều hơn là những thay đổi của ba bốn ngàn năm trước.

Mặt khác, cuộc cách mạng dân chủ còn có những liên hệ mật thiết với nền tảng luật pháp La Mã. Ý niệm về công lý, về tinh thần pháp trị của luật pháp La Mã đã có ảnh hưởng sâu rộng ở Tây Phương trong thời gian 25 thế kỷ đã qua. Khi làn sóng dân chủ lan ra ở Tây Phương, căn bản pháp trị đã đóng góp một cách tích cực cho nền tảng dân chủ thêm bền vững.

Tài liệu tham luận dưới đây tóm lược tiến trình dân chủ tại ba quốc gia đầu tiên trong lịch sử cách mạng dân chủ và có mục đích cung cấp một bối cảnh cho bài tham luận về Nền Tảng Dân Chủ Pháp Trị để phát triển của cùng một tác giả.

1. NGUỒN GỐC CỦA TƯ TƯỞNG DÂN CHỦ

Ý niệm về dân chủ và sinh hoạt dân chủ bắt đầu ở Hy Lạp thuở còn sơ khai, khoảng thế kỷ thứ 5 trước Tây lịch, dưới hình thức bầu cử những người đại diện của dân, gọi là "democrats", vào cơ quan lãnh đạo.

Hiểu theo nghĩa "chiết tự"

Từ ngữ "dân chủ" (tiếng Việt), mới xuất hiện kể từ khi Ông Tôn Dật Tiên khởi sự cuộc Cách Mạng Tân Hợi với Tam Dân Chủ Nghĩa: Dân Tộc, Dân Quyền, Dân Sinh, đề cao "dân chủ" là quyền làm chủ của người dân. Cuộc đấu tranh chống lại đế quốc thực dân đã sử dụng ý niệm "quyền làm chủ đất nước" của người dân làm sức đẩy cho phong trào giành độc lập. Đối với các dân tộc bị trị Á Đông vào lúc đó, ý niệm "dân chủ" là một ý niệm mới mẻ và mang một màu sắc chống thực dân, thích hợp với không khí đấu tranh giành độc lập của thế kỷ thứ 20.

Vậy, từ ngữ "dân chủ" theo tiếng Việt, mới xuất hiện trong vòng 100 năm nay, qua cuộc cách mạng bên Tàu, và chắc có thể chịu ảnh hưởng của cuộc cách mạng dân chủ của Hoa Kỳ, của Anh, và của Pháp, nhất là qua sự tiếp xúc với văn hóa Tây Phương. Do đó, từ ngữ dân chủ được dịch từ "democracy", cũng hiểu theo nghĩa chiết tự, có gốc từ cách ghép chữ Hy Lạp "demos", có nghĩa là "nhân dân" với chữ "kratis" có nghĩa là "đa số". Và "democracy" có nghĩa một nền chính trị dựa trên ý kiến của đa số người dân, và có thể được hiểu là trong nền chính trị đó, người dân làm chủ.

Hiểu theo nghĩa "định chế"

Nền dân chủ là một quy mô tổ chức của người dân dựng lên, do người dân điều khiển, và nhằm phục vụ quyền lợi của người dân. Muốn đạt được ba mục tiêu nói trên, người ta có thể xây dựng nền dân chủ dựa trên nhiều định chế khác nhau, như: định chế Cộng Hòa (Republican), định chế Đại Nghị (Parliamentary), hoặc những biến thể của hai định chế dân chủ nói trên như Quân Chủ Lập Hiến (Constitutional Monarchy), v.v... Do đó, khi nói rằng Hoa Kỳ là một "nền Cộng Hòa" chứ không phải là một "nền Dân Chủ" thì cũng giống như nói rằng "chế độ Đại Nghị" không phải là một "nền Dân Chủ". Và khi người ta nói như vậy, thì người ta đã phạm phải một sự lầm lẫn giữa danh xưng và bản chất của định chế "dân chủ".

Hiểu theo nghĩa "danh xưng", ta có một thí dụ về "Việt Nam Dân Chủ Cộng Hòa", đó là danh xưng cho chế độ do Hồ Chí Minh dựng lên sau khi cướp chính quyền vào năm 1946. Điều nực cười thứ nhất là Hồ Chí Minh dùng nhãn hiệu dân chủ cho một chế độ cực kỳ "phản dân chủ", cho thấy sự lẫn lộn cố ý giữa "danh xưng" và "bản chất". Điều nực cười thứ hai là họ Hồ đã dùng danh xưng "Dân Chủ" đi đôi với "Cộng Hòa" mà tự nó cũng có nghĩa là "dân chủ", chỉ có cái khác biệt giữa cơ chế (mechanism) "trực trị" (direct democracy) và cơ chế "đại diện" (representative democracy).

Sự hiểu nhầm theo danh xưng nhiều khi là một sự vô tình. Ví dụ, tại Úc Đại Lợi, đảng "Liberal" của Úc là một đảng chính trị lớn theo khuynh hướng "bảo thủ" (conservative), trong khi đảng "Liberal" tại nhiều quốc gia khác trên thế giới lại mang đặc tính cấp tiến (thiên tả). Và nếu có sự hiểu nhầm theo danh xưng của đảng Liberal tại Úc, thì cũng là một việc ngẫu nhiên và bình thường. Như vậy, một đảng chính trị mang danh xưng "Dân Chủ" không nhất thiết đại diện cho tinh thần dân chủ hơn là là một đảng chính trị khác.

Mặt khác, sự lẫn lộn giữa "danh xưng" và "bản chất" nhiều khi là một sự "đánh tráo" cố ý của những tổ chức chính trị như đảng Cộng Sản, một số đảng xã hội cực tả, vì mục đích lừa gạt. Sự lẫn lộn này nhiều khi có thể là vô tình, ví dụ một đảng chính trị ban đầu có bản chất dân chủ, nhưng lâu dần họ có thể biến chất để trở thành phi dân chủ.

1.1. Nền Dân Chủ Trực Trị Của Hy Lạp

Nền dân chủ trực trị và nền dân chủ đại diện là hai thí dụ tiêu biểu về định chế chính trị cùng phát xuất ở Hy Lạp 25 thế kỷ trước đây.

Lúc đó, nước Hy Lạp mới chỉ gồm có ba bốn thị xã lớn và một số thị xã nhỏ. Cơ quan lãnh đạo khi thì gồm 400 đại diện, khi thì gồm 500 đại diện tùy giai đoạn và tùy nơi. Trung tâm của nền dân chủ lúc đó là thị xã Athens.

Pericles là một nhà lãnh đạo tên tuổi của nền dân chủ Athens, và trong thời kỳ ông ta lãnh đạo (bắt đầu vào khoảng năm 440 trước Tây lịch), người dân vừa có quyền lựa chọn đại diện, vừa có bổn phận phải tham gia vào việc công, không phân biệt giầu nghèo, sang hèn. Mỗi thị xã lúc đó là một nước độc lập nhỏ, có một hội đồng lãnh đạo gọi là Boule (city council), gồm 500 đại diện do dân bầu với nhiệm kỳ một năm. Mỗi người chỉ được ngồi ở vị trí đại diện trong hội đồng thị xã tối đa là hai nhiệm kỳ, cho nên phần lớn người công dân có cơ hội tham gia việc lãnh đạo. Điều này có nghĩa là người dân có cơ hội và bổn phận trực tiếp lãnh đạo đất nước. Nhà hiền triết Socrates là một đại diện dân cử trong hội đồng lập pháp vào năm 406-405 trước Tây lịch.

Cơ quan dân cử tối cao gọi là quốc hội, trong đó mỗi công dân có lá phiếu ngang nhau. Những chính sách quan trọng được thảo luận công khai với một số lớn công dân tham dự, đôi khi với điều kiện phải đủ túc số (quorum) là 6,000. Nền dân chủ của Athens là một giai đoạn hoàng kim ngắn trong lịch sử Hy Lạp, tượng trưng cho một nền dân chủ trực trị (direct democracy), dễ thực hiện trên quy mô nhỏ của một thị xã hay một tiểu quốc. Và tinh thần dân chủ đó được thể hiện trong cơ chế cũng như trong sự vận hành của nền chính trị Athens.

Socrates là một nhà hiền triết nổi tiếng của Hy Lạp thời đó, nhưng ông ta không hề viết một tác phẩm nào về dân chủ. Người ta chỉ biết về ông qua những tác phẩm của Plato thuật lại những cuộc "đối thoại" (Dialogues) với Socrates, hoặc Plato mượn lời Socrates để nói lên ý của mình. Tư tưởng của Plato về dân chủ đặt trọng tâm trên sự phối hợp và dung hòa giữa quyền kiểm soát của người dân với thẩm quyền của người lãnh đạo. Người lãnh đạo, theo Plato, phải là một "philosopher-king" (tạm dịch là "bậc minh quân"), được giáo dục để có đạo đức và thông suốt những vấn đề căn bản nhất của triết học. Nền dân chủ, theo Plato, phải được sự hỗ trợ của một hệ thống luật pháp nghiêm minh.

1.2. Quan Niệm Về Nền Dân Chủ Đại Diện Của Plato

Quan niệm về định chế chính trị của Plato là "republic", một nền dân chủ "đại diện" (representative democracy) chứ không "trực trị", nghĩa là người dân không trực tiếp tham gia mà chọn người đại diện cho mình để lãnh đạo chính quyền. Quan niệm về "Cộng Hòa" và "Dân Chủ" sẽ được thảo luận kỹ hơn trong tiểu đoạn 1.3.3.2 của chương II. Những thí dụ về nền Cộng Hòa của Pháp cũng được thảo luận trong tiểu mục 1.1 của chương II để cho thấy "bản chất dân chủ" của một nền Cộng Hòa.

Quan niệm về luật pháp của Plato có ảnh hưởng tới hệ thống pháp lý sau này của La Mã, nhưng không có tác dụng gì đối với chính trị dân chủ tại Hy Lạp trong thời của ông cũng như những thế kỷ về sau. Mặt khác, học trò của Plato là Aristotle có ảnh hưởng lớn lao trên nền văn minh của Tây Phương trong suốt 2,000 năm, nhưng ảnh hưởng này lại không đóng góp gì cho tư tưởng dân chủ.

Quan niệm thần quyền của Aristotle về một "đấng toàn năng" đã hỗ trợ mạnh cho tư tưởng Thiên Chúa Giáo từ thế kỷ thứ 5 cho tới thời đại Phục Hưng (Renaissance) vào thế kỷ 15 sau Tây Lịch.

Trước Socrates một thế kỷ, ở Trung Hoa có Lão Tử với triết lý chính trị chú trọng vào con người tự do, và bác bỏ những gò bó của cơ chế và quy tắc phức tạp, và chống lại sự can thiệp của chính quyền. Nếu hiểu theo nghĩa ôn hòa thì tinh thần của Lão Tử giống như tinh thần dân chủ của khuynh hướng "laisser-faire, laisser-passer" của thế kỷ 19. Nếu hiểu theo nghĩa quá khích, tư tưởng của Lão Tử gần với tư tưởng vô chính phủ của Pierre Proudhon bên Pháp vào cuối thế kỷ 19.

Sau Lão Tử thì có Trang Tử là người phát huy cao độ tinh thần tự do, chống lại sự can thiệp của chính quyền. Tuy nhiên, tư tưởng của Lão Tử cũng như Trang Tử không có ảnh hưởng tới những cơ chế chính trị cũng như sự vận hành của những cơ chế này trong thời của các ông cũng như trong nhiều thế kỷ tiếp theo.

Tại Việt Nam qua nhiều thế kỷ, sự hiện diện của chế độ xã thôn tự trị trong đó dân làng tự bầu những người có uy tín lên để lãnh đạo cho thấy khát vọng dân chủ của người dân được thể hiện khi gặp cơ hội và hoàn cảnh thuận tiện. Về đời nhà Trần, khi quân Nguyên sang đánh Việt Nam, vua Trần Nhân Tông triệu tập các bô lão và dân gian để hỏi ý kiến nên hoà hay nên đánh giặc Nguyên. Sự tích trên vẫn hay được nhắc nhở để cho thấy sức mạnh của ý dân. Tuy nhiên, ý niệm dân chủ, cơ chế dân chủ và sự vận hành còn ở trạng thái thô sơ, chưa phát triển rõ ràng trong xã hội Việt Nam từ thời đó.

Nói tóm lại, kể từ sau thời đại của Lão Tử, Trang Tử, Socrates, Plato, nhân loại từ Đông sang Tây đã trải qua một khoảng trống hơn 20 thế kỷ không có dân chủ và không nói về dân chủ, cho tới khi có trào lưu cách mạng tại Tây Âu và Hoa Kỳ.

1.3. Tinh Thần Pháp Trị Trong Chế Độ Dân Chủ

Mặt khác, tinh thần pháp trị của nền dân chủ có nguồn gốc sâu xa từ ảnh hưởng văn hóa La Mã qua 25 thế kỷ tại Tây Phương. Luật pháp Tây Phương mang đặc tính La-Mã trên toàn bộ ba phương diện: cấu trúc, các phân loại căn bản (categories), và phương pháp suy nghĩ tổng quát. Hệ thống luật pháp của các nước Tây Phương ngày nay, trừ ba nước thuộc khối Scandinavian, được phân ra hai nhóm chính: Một nhóm được gọi là có nguồn gốc La Mã (Roman origin), và nhóm kia được gọi là Anglo-saxon, gồm Hoa Kỳ và các lãnh thổ liên hiệp Anh. Nhưng chính hệ thống pháp luật Anglo-saxon cũng chịu ảnh hưởng của luật La-Mã. Phần lớn luật pháp của Tô-Cách-Lan bắt nguồn từ luật La-Mã. Hệ thống luật của Quebec và phần lớn các nước thuộc Châu Mỹ La Tinh theo đúng như luật của nước Pháp, và cũng bắt nguồn từ luật La-Mã.

Vì thế, trong những phần thảo luận dưới đây, nếu có cơ hội, ảnh hưởng của luật La Mã sẽ được nhắc nhở, tuy không đi sâu vào chi tiết.

2. BỐI CẢNH CỦA CUỘC CÁCH MẠNG DÂN CHỦ

Cuộc cách mạng dân chủ đã khởi đầu tại ba nước Anh, Pháp, và Hoa Kỳ với những đặc tính khác nhau, mặc dầu cả ba nước nói trên cùng thoát thai từ một bối cảnh chung: thời đại Phục Hưng (Renaissance), thời đại Mạc Khải (Enlightenment) với cuộc cách mạng khoa học kỹ thuật.

Sự nghiên cứu cuộc cách mạng dân chủ tại ba nước này cho chúng ta một ý niệm khái quát về những yếu tố hình thành cuộc cách mạng, phương hướng theo đuổi cuộc cách mạng, kết quả của cuộc cách mạng, và một số bài học hữu ích mà ta có thể rút tỉa được nếu chúng ta theo đuổi mục tiêu dân chủ cho Việt Nam.

2.1. Hoàn Cảnh Lịch Sử, Văn Hóa Và Xã Hội

Trước khi Tây Phương bước vào thời đại Phục Hưng, vai trò của vị Chúa tể toàn năng trong triết học của Aristotle rất phù hợp với giáo lý Thiên Chúa Giáo (Christian), đã gián tiếp giúp sự phát triển của tôn giáo này ra khắp Âu Châu. Thomas Aquinas (một vị thánh của Thiên Chúa Giáo) vào thế kỷ 13 đã khai triển triết lý của Aristotle để làm thành nền tảng của triết học thiên chúa giáo.

Qua sự phối hợp triết học của Aristotle với triết lý Thiên Chúa Giáo thời trung cổ, nền văn minh tinh thần giữ một địa vị cao cả, và khoa học cũng như nền văn minh vật chất giữ một địa vị thấp kém. Nền văn minh tinh thần của Thiên Chúa Giáo đã xây dựng được một giai đoạn huy hoàng trong lịch sử nhân loại tại Tây Phương và để lại nhiều di tích trên các lãnh vực kiến trúc, hội họa, âm nhạc, và thi ca.

Vai trò đại diện thần quyền của Thiên Chúa Giáo hợp tác cùng với chế độ quân chủ để lãnh đạo về mọi mặt chính trị, kinh tế, văn hóa. Tùy từng thời kỳ, và tùy từng quốc gia, khi thì Thiên Chúa Giáo làm chủ tể, khi thì nhà vua minh định chủ quyền thế tục (temporal sovereignty) của mình.

Kể từ cuối thế kỷ 15, người Tây Phương mới bắt đầu tách dần khỏi ảnh hưởng của Aristotle và Thiên Chúa Giáo trong những nỗ lực tìm hiểu vũ trụ và khám phá thế giới khoa học vật lý, nhờ sự giúp đỡ của toán học và thiên văn học. Những biến cố cực kỳ quan trọng trong lãnh vực kỹ thuật, khoa học, văn hóa, và kinh tế từ thế kỷ 15 tới thế kỷ 18 đã xây dựng một nền tảng xã hội chuẩn bị cho cuộc cách mạng dân chủ.

Vậy cuộc cách mạng dân chủ không phải một sớm một chiều có thể xảy ra, mà nó là hậu quả của một chuỗi biến cố có liên hệ mật thiết với nhau tại Âu Châu mà ta có thể tóm tắt một cách sơ lược dưới đây:

Chương I

- Sự phát triển kỹ thuật in ấn giúp phổ biến kiến thức và tư tưởng.

- Sự phát triển tinh thần khoa học và cuộc cách mạng kỹ nghệ.

- Những biến thái của chế độ phong kiến tại Âu Châu.

- Chủ nghĩa trọng thương và chủ nghĩa quốc gia.

- Cuộc chiến tranh giữa hai giáo phái của đạo Thiên Chúa.

- Giai đoạn thoái trào của chế độ quân chủ chuyên chế.

2.1.1. *Kỹ Thuật In Ấn Và Việc Phổ Biến Văn Hóa Tư Tưởng*

Việc sử dụng kỹ thuật in ấn trên giấy mỏng[1] được bắt đầu tại Âu Châu vào khoảng thế kỷ 15 (1450?) là bước khởi đầu cho cuộc cách mạng tin học thứ nhất. Kỹ thuật in ấn trước hết giúp cho các tu sĩ Thiên Chúa Giáo có thể phổ biến rộng rãi giáo lý qua thánh kinh "cầm tay" (portable Bible), đồng thời cũng giúp cho việc phổ biến văn hóa, khoa học và tư tưởng.

Các tu sĩ thiên chúa giáo ban đầu mở trường học để dậy cho con cái của các vị vua chúa, hoàng tộc, cùng con cái của những nhà lãnh đạo. Nội dung giáo dục lúc đó được tập trung vào bảy môn học chính là văn phạm, lý luận hùng biện, biện chứng pháp, hình học, số học, thiên văn học, và âm nhạc. Sự học vấn từ đó mới lan ra một cách rất chậm chạp trong quần chúng.

Riêng những môn học về biện chứng, toán học và thiên văn học đã huấn luyện cho con người biết suy nghĩ theo tinh thần thuần lý và sử dụng lý luận một cách khách quan và hữu hiệu. Mặt khác sự đào tạo về toán học và thiên văn học ban đầu giúp cho con người tìm hiểu về vũ trụ bên ngoài và về sau giúp cho con người phát triển khoa học kỹ thuật.

Cả hai hướng phát triển trí tuệ nói trên đều vô tình có tác dụng giảm dần ảnh hưởng độc tôn của Thiên Chúa Giáo như ta sẽ thấy trong những thế kỷ sau này, dĩ nhiên hoàn toàn ngoài ý muốn của các tu sĩ thiên chúa giáo.

2.1.2. *Tinh Thần Khoa Học Và Cuộc Cách Mạng Kỹ Nghệ Thứ Nhất*

Nhà thiên văn học Galileo đã đánh dấu một giai đoạn quan trọng trong sự phát triển tinh thần khoa học thuần lý, độc lập với giáo điều Thiên Chúa Giáo khi ông quả quyết trái đất đi quanh mặt trời, và khởi đầu một cuộc cách mạng tư tưởng sau 20 thế kỷ dưới ảnh hưởng của Aristotle.

Sau Galileo tới ông Newton là người đã mở ra một kỷ nguyên mới về vật lý và cơ học cổ điển (classical mechanics) giúp cho sự phát triển khoa học kỹ thuật. Cùng với nền tảng cơ học của Newton, các nhà toán học và khoa học khác từ thế kỷ 15 tới thế kỷ 18 như Laplace, Pascal, Leibniz, Kepler, Napier, Huygens, và các triết gia như Kant, Descartes (còn là một nhà toán học), Bacon, Hobbes, v.v... đã đem lại một sinh khí mới mẻ cả về nội dung tư tưởng lẫn phương pháp suy luận.

Không khí mới của triết học và khoa học đã làm nổi bật và đề cao tinh thần thuần lý, óc suy luận, và tinh thần thực nghiệm. Hậu quả trực tiếp của tinh thần mới này là sự khai sinh ra cuộc cách mạng kỹ nghệ tại Âu Châu.

Mấy đặc tính căn bản của cuộc cách mạng kỹ nghệ lần thứ nhất gồm việc sử dụng năng lượng thiên nhiên thay thế cho sức người và sức loài vật, việc thay thế khả năng khéo tay của con người bằng máy móc, việc phát minh ra các phương pháp chế biến vật liệu, và việc tổ chức công việc sản xuất một cách quy mô.

Cuộc cách mạng kỹ nghệ đã bắt đầu từ Anh Quốc vì một số ưu thế thiên nhiên cũng như hoàn cảnh thuận lợi về chính trị, xã hội. Nước Anh khai thác nhiều tài nguyên thiên nhiên như muối để chế biến thành chất kiềm (alkaline) và acid, đất sét trắng làm đồ sứ, các quặng mỏ sắt hoặc kim loại khác, và nhất là than đá cho năng lượng cũng như pha chế với sắt để làm thép. Địa thế nước Anh tương đối nhỏ lại có biển bao quanh nên giúp cho sự tiếp cận thị trường nội địa cũng như quốc tế được dễ dàng.

Cuộc cách mạng kỹ nghệ bắt đầu tại Anh nhờ sự kích thích của một thị trường rộng lớn. Biến cố đầu tiên của cuộc cách mạng kỹ nghệ là sự phát minh ra máy hơi nước[2] để trước hết khai thác than đá với năng xuất cao, và sau đó ứng dụng vào đầu máy xe lửa. Trước kia, khi còn dùng sức loài vật, người ta phải sử dụng 500 con ngựa trong một xưởng kỹ nghệ, riêng trong công tác kéo những thùng nước. Tới năm 1767, người ta đã có thể sử dụng 57 máy hơi nước với sức kéo bằng 5,000 con ngựa (5,000 horsepowers).

Sau sự phát minh ra máy hơi nước là sự phát minh ra máy kéo sợi và máy dệt[3], cũng tại Anh Quốc. Với máy kéo sợi và máy dệt, trị giá xuất cảng sợi bông của Anh Quốc gia tăng trên 100 lần, từ 212,000 bảng Anh vào năm 1769 tới 37,269,000 bảng Anh vào năm 1829.

Những tiến bộ tương tự đã diễn ra trong nhiều lãnh vực khác của kỹ nghệ, như kỹ nghệ luyện thép, làm đường rầy xe lửa, máy làm giấy, máy chế biến kim loại và máy làm đồ gỗ, khiến cho năng xuất gia tăng, phí tổn sản xuất giảm xuống và lợi tức đầu người (per capita income) gia tăng.

Và dĩ nhiên cuộc cách mạng kỹ nghệ tại Anh Quốc đã lan dần ra Âu Châu, rồi tới Mỹ Châu với những hậu quả vô cùng quan trọng trên lãnh vực kinh tế, xã hội, văn hóa, và chính trị.

2.1.3. Những Biến Thái Của Chế Độ Phong Kiến
Tại Lục Địa Âu Châu

Khung cảnh chính trị và xã hội của lục địa Âu Châu trước cuộc cách mạng kỹ nghệ có nhiều sắc thái khác với đảo quốc của nước Anh. Cho tới thế kỷ 16 và 17, nước Đức còn gồm khoảng 2,000 lãnh chúa phong kiến lớn nhỏ. Nhiều lãnh chúa chịu thần phục một ông lãnh chúa mạnh hơn, làm thành một nước nhỏ độc lập.

Nước Pháp lúc đó cũng bị phân chia ra nhiều địa phương ngăn cách nhau bằng những hàng rào quan thuế như thuế đường bộ, thuế đường thủy, thuế nhập cảng giữa các vùng khác nhau trong nước.

Sở dĩ có tình trạng "ngăn sông cấm chợ" nói trên giữa các vùng trong nước Pháp là vì tình trạng phong kiến phát triển tại các địa phương, bắt đầu từ thời trung cổ cho tới thời cận đại.

Trong thời đại kinh tế nông nghiệp lạc hậu, các lãnh chúa phong kiến là những ông vua nhỏ nắm giữ một vùng đất đai, có quân đội, có tổ chức hành chánh, luật pháp riêng. Những ông lãnh chúa yếu thì đóng vai trò chư hầu, phục tùng một ông lãnh chúa mạnh để được bảo vệ. Ông vua là vị lãnh chúa mạnh nhất.

Tuy vậy, ông vua nước Pháp vào thời phong kiến không có quyền hành tuyệt đối trên toàn nước Pháp, mà phải thông qua các chư hầu. Do đó, trên thực tế, nguồn lợi tức của vua cũng giới hạn. Và bắt đầu từ thế kỷ 16, để gia tăng lợi tức, nhà vua phải bán các chức tước cho những người giàu có, và những người này biến thành giai cấp quý tộc mới với quyền thừa kế chức tước cho con cháu.

Năm chức tước trong hàng quý tộc gồm có: công tước (duc), hầu tước (marquis), bá tước (comte), tử tước (vi-comte), và nam tước (baron).

Những người giàu cũng có cơ hội mua những chức vụ công quyền trong các lĩnh vực hành chánh hoặc chuyên môn, hoặc những chức sĩ quan chỉ huy một đơn vị quân đội. Người ta ước lượng trong thế kỷ 16, nhà vua đã bán khoảng 50,000 chức vụ công quyền cho dân chúng.

Song song với sự hiện diện của giai cấp quý tộc và phong kiến là thế lực của giáo quyền Thiên Chúa Giáo. Trong lịch sử Pháp có hai vị Hồng y Giáo Chủ có quyền thế nhất là Richelieu và Mazarin đã chia sớt nhiều quyền hành và lợi lộc của vua Pháp. Các vị giáo chủ này có quân đội riêng, và trong giai đoạn các giáo chủ này lộng hành, lính của giáo chủ thường đánh nhau với lính của nhà vua (gọi là ngự lâm quân).[4]

Chế độ phong kiến tại lục địa Âu Châu với các lãnh chúa làm chủ từng khu vực đất đai đưa đến tình trạng "ngăn sông cấm chợ" để thâu thuế đánh trên hàng hóa di chuyển từ vùng này sang vùng khác.

Tình trạng trên có tác dụng cản trở giao thương buôn bán giữa các địa phương, và những sắc thuế đánh trên hàng hóa làm giá sinh hoạt trở nên đắt đỏ. Vì thế mặc dầu lợi tức trên đầu người của dân Pháp vào lúc đó cao hơn lợi tức đầu người của dân Anh, nhưng mãi lực của người dân Anh vẫn cao hơn. Và đó là một trong những yếu tố quan trọng giúp cho nền kỹ nghệ và kinh tế của nước Anh cạnh tranh với Âu Châu ở thế tay trên.

2.1.4. *Chủ Nghĩa Trọng Thương (Mercantilism)*
Và Chủ Nghĩa "Quốc Gia"

Trong giai đoạn từ thế kỷ 16 tới 18, các thuyền buôn của một số nước Âu Châu như Bồ Đào Nha (Portugal), Tây Ban Nha (Spain), Ý (Italia), Hoà Lan (Netherland), Anh, và Pháp đã tìm ra châu Mỹ, bờ biển phía tây rồi phía đông của châu Phi, và sau đó cập các bến tầu buôn bán của Ấn Độ, Đông Nam Á, và Đông Á. Trong khung cảnh phát triển buôn bán đó, các nước Tây Âu cạnh tranh ráo riết với nhau trong nỗ lực đi tìm thị trường và xuất cảng những sản phẩm nông nghiệp cũng như kỹ nghệ, để đổi lấy vàng.

Vào giai đoạn này, các chính phủ chủ trương rằng càng xuất cảng nhiều thì càng mang nhiều vàng bạc và quý kim về cho quốc gia. Tư tưởng này gọi là tư tưởng "trọng thương" (mercantilism), nghĩa là coi thương mại (mậu dịch) là nguồn gốc làm cho quốc gia giàu mạnh. Với tư tưởng nói trên, các quốc gia theo đuổi chính sách bảo vệ thị trường bằng cách dựng lên các hàng rào thuế nhập cảng để ngăn chặn sự cạnh tranh của hàng ngoại quốc.

Những người đại diện cho khuynh hướng trọng thương này gồm có Colbert của Pháp, Becher của Áo, von Schroder của Đức.

Jean-Baptiste Colbert là Tổng trưởng tài chánh dưới thời vua Louis 14, đã nỗ lực tổ chức và tăng cường cho khả năng ngoại thương của nước Pháp bằng cách đóng tầu, xây dựng lực lượng hải quân Pháp, giành giựt với nước Anh độc quyền buôn bán tại Đông Ấn và Tây Ấn (East and West India), đào tạo nhân sự cho lực lượng hải thuyền, khuyến khích đóng tàu trong nước, đánh thuế trên các tàu chế tạo ở ngoại quốc, cưỡng bách nô lệ, tù chính trị, và tín đồ đạo Tin Lành gia nhập lực lượng lao công cho các hải thuyền.

Colbert là người có công lớn với nhà vua, giúp cho sự phát triển, làm giàu cho vua Pháp, nhưng không có nghĩa là làm cho người dân Pháp sướng hơn. Sự thành công về kinh tế của chế độ tập quyền nói trên không giúp phát triển những quyền căn bản của người dân, nghĩa là không đem lại hạnh phúc cho người dân.

Các nước Tây Âu nói chung, với chủ nghĩa trọng thương nói trên, đề cao chủ quyền lãnh thổ, củng cố chủ quyền trung ương trong bối cảnh suy yếu của nền phong kiến. Tình trạng suy yếu của các lãnh chúa địa phương và sự củng cố chính quyền trung ương của nhà vua được các nhà viết sử gọi là trào lưu của "chủ nghĩa quốc gia" (nationalism) tại Tây Âu.

Với sự phát triển của chủ nghĩa quốc gia, khuynh hướng chung là một số nước mạnh đã gom những nước nhỏ và yếu vào trong lãnh thổ của mình để thành một nước lớn. Các nhà viết sử đã ước lượng từ thế kỷ 16 tới thế kỷ 20, con số các nước độc lập tại Âu Châu đã giảm từ khoảng 500 xuống xấp xỉ 25 nước.

Song song với sự xuất hiện của chủ nghĩa quốc gia, cuộc cách mạng kỹ nghệ đã giúp làm tăng gia lợi tức của một số người trước kia vốn nghèo nhưng vì tinh thần năng nổ tháo vát đã có thể tạo nên một tài sản nho nhỏ. Đây là giai cấp tư sản (petit bourgeois và grand bourgeois) mới xuất hiện. Giai cấp tư sản tuy có tiền bạc để dành nhưng chưa được gọi là giàu.

Một tình trạng mâu thuẫn mới cũng xuất hiện giữa giai cấp tư sản và giai cấp quý tộc. Những chức vụ cao trong quân đội được dành cho giới quý tộc (noblesse d'épée, nghĩa là giới quý tộc có đeo gươm hay là "quan võ"). Trong giáo hội Công Giáo vào năm 1789 trước cuộc cách mạng, các vị giám mục và phần lớn các linh mục cai quản họ đạo đều thuộc giới quý tộc. Và những vị quý tộc "không đeo gươm" được gọi là "noblesse de robe" (quý tộc mang nhung trang hay là "quan văn").

Vì chỉ những người thật giàu có mới được mua những chức vụ chỉ huy trong quân đội, nên những công dân thuộc giai cấp tư sản không được chấp nhận vào những chức vụ này, nghĩa là không được chia sẻ quyền lực chính trị.

Tóm lại, cuộc cách mạng kỹ nghệ đem lại sự phát triển vật chất, và giới nghèo của Pháp có trở nên dễ thở hơn về cơm áo. Nhưng sự tiếp tục đàn áp của một giai cấp đặc quyền đặc lợi quý tộc đã gây nên tình trạng mâu thuẫn sâu sắc giữa giai cấp tư sản và giai cấp phong kiến.

Và đó là nguyên nhân sâu xa nhất của cuộc cách mạng 1789 mà người ta gọi là cuộc cách mạng tư sản dân quyền.

Mặt khác, mặc dầu giai cấp tư sản Pháp chống lại giới quý tộc vì tình trạng bất bình đẳng, nhưng giữa giai cấp tư sản với nhau cũng xảy ra sự phân biệt kỳ thị giữa tiểu tư sản với đại tư sản. Đồng thời, chính giai cấp tư sản cũng có thái độ kỳ thị đối với giai cấp thợ thuyền nghèo hèn bị khinh miệt (les sans-culottes).

2.1.5. Cuộc Chiến Tranh Giữa Giáo Phái Tin Lành Và Công Giáo

Sự du nhập của giáo phái Tin Lành vào đất Pháp đóng góp một phần vào cuộc cách mạng dân chủ 1789 tại đây. Những người được gọi là Tin Lành (Protestantist) cũng là những tín đồ Thiên Chúa Giáo (Christian) giống như các tín đồ Công giáo. Nhưng những tín đồ Tin Lành gồm mấy khuynh hướng phát xuất từ Hòa Lan, Anh và Pháp đều không phục tòng giáo quyền Công Giáo tại La Mã (Roman Catholic Church).

Về căn bản, giáo phái Tin Lành chủ trương rằng con người có thể trực tiếp được cứu rỗi (giải thoát) bằng lòng tin và sự mạc khải (revelation) trực tiếp từ Thiên Chúa mà không cần qua trung gian của các tu sĩ trong hàng giáo phẩm công giáo. Sở dĩ giáo phái này đưa ra chủ trương nói trên là vì có một số lạm dụng và chuyên quyền về tín ngưỡng.

Dưới thời Pháp thuộc danh từ "tin lành" được dịch là "thệ phản" (protestant). Về sau này các giáo hội "protestant" thay thế tên gọi "thệ phản" bằng tên gọi "tin lành" có nghĩa là "tin lành của Chúa từ sách Phúc Âm'"(good news from God through the Bible).

Tư tưởng Tin Lành đã xâm nhập vào Pháp từ khuynh hướng Luther và phát triển trong giai cấp nghèo khổ. Những người đại diện cho giáo phái Tin Lành tại Pháp vào lúc đó là Calvin và Huguenot. Vào đầu thế kỷ 16, mặc dầu các vua Pháp đều theo đạo Công giáo, nhưng giáo phái Tin Lành được hoạt động công khai và em gái của vua Francis I đã theo đạo Tin Lành. Nhưng kể từ năm 1534, vua Pháp đã bỏ chính sách ôn hòa đối với Tin Lành. Từ đó đã xẩy ra những xung đột đổ máu.

Một cuộc nội chiến vì tín ngưỡng đã kéo dài nhiều thập niên và đưa nước Pháp tới bên bờ vực thẳm của tan rã. Mặt khác, trên phương diện xã hội, những sự mâu thuẫn về tín ngưỡng đưa đến phản ứng của giới cầm quyền qua sự tăng cường đàn áp, làm gia tăng sự bất mãn của quần chúng. Sang tới thế kỷ 16, giáo hội Công Giáo Pháp trở nên mạnh hơn nhờ quyền lực thế tục của nhà vua (theo đạo Công Giáo) đã phục hồi, nhất là với vua Louis 14. Những người theo đạo Tin Lành phải lui về hoạt động một cách bí mật.

2.1.6. Giai Đoạn Thoái Trào Của Chế Độ Quân Chủ Chuyên Chế

Vua Louis 14 là một ông vua dám cai trị với một bàn tay thép và đã củng cố thế lực của nước Pháp đối với các nước Tây Âu. Mặt khác, tuy ông ta cũng minh định vương quyền do thiên mệnh (tức là do Chúa chỉ định), nhưng vua Pháp tự cho mình có quyền chủ tể thế tục (temporal sovereignty) đối với nước Pháp, đồng thời giáo hội Công Giáo Pháp cũng độc lập với giáo hội La Mã. Và vua Pháp có quyền chỉ định các vị giám mục tại các địa phương.

Mặc dầu vua Louis 14 vẫn thường ký giấy tống giam không cần xét xử (trường hợp của hai nhà văn hào Voltaire và Diderot), nhưng quyền chuyên chế của vua không được hành xử tới mức tuyệt đối. Và bên cạnh vua còn có Nghị Viện (Parlement).

Các Nghị viên của Pháp dưới thời quân chủ phong kiến không phải do dân bầu, cũng không phải do vua chỉ định, mà do họ bỏ tiền ra mua chức nghị viên, và họ được làm nghị viên suốt đời. Mặc dầu vua có quyền giải tán Nghị Viện, nhưng thường thì nhà vua ngần ngại không muốn sử dụng quyền này, vì sự đóng góp của các nghị viên là một phần lợi tức quan trọng của nhà vua.

Và, do quyền làm nghị viên suốt đời, các ông nghị mọc rễ ngày càng sâu và kể từ giữa thế kỷ 18, các nghị viên đã tự đẻ ra những lý thuyết chính trị và pháp lý để bênh vực sự hiện diện cũng như sự tồn tại của mình.

Nghị Viện của Pháp vào thời đó không phải là một cơ quan lập pháp mà chỉ là một nơi xét xử các vụ tranh tụng, phần lớn là về chủ quyền đất đai giữa các đại địa chủ hoặc các vị công hầu phong kiến. Các nghị viên vừa đóng vai hội thẩm vừa đóng vai quan tòa, nên các vụ xử án thời đó cũng lem nhem gần bằng các vụ xử án dưới triều đại xã hội chủ nghĩa ngày nay ở Việt Nam. Những vụ tranh tụng về đất đai giữa nông dân và giai cấp quý tộc thời đó thường đưa tới kết quả là ruộng đất dần dần chui vào quyền sở hữu của giới quý tộc. Dân Oan Khiếu Kiện thường là thua.

Các nghị viên đã trở thành một giai cấp quý tộc mới và cản trở những nỗ lực cải cách nếu những cải cách này có hại cho quyền lợi cá nhân của họ.

Trong khung cảnh nói trên, những phát triển mới của tinh thần khoa học, tinh thần thuần lý, tinh thần cá nhân chủ nghĩa, ý niệm về quyền căn bản của con người đã được các nhà tư tưởng của thời đại "mạc khải" (enlightenment) phổ biến cho người dân. Những tư tưởng này đánh thẳng vào giới đặc quyền đặc lợi của chế độ phong kiến.

Vào giai đoạn thoái trào của chế độ phong kiến, những tư tưởng nói trên có một phần ảnh hưởng làm giảm uy tín của chế độ quân chủ. Những vị vua kế vị vua Louis 14 là Louis 15 và Louis 16 là những nhà lãnh đạo kém cỏi. Thêm vào đó cuộc chiến tranh với nước Anh kéo dài 7 năm (từ 1756 tới 1763), cùng với cuộc viễn chinh giúp Hoa Kỳ giành độc lập làm cho ngân quỹ nước Pháp kiệt quệ.

Để có tiền cho nhà vua tiêu xài, nhiều thứ thuế được ban hành, khiến người dân Pháp càng trở nên bất mãn với chế độ quân chủ. Để xoa dịu tâm trạng bất mãn của quần chúng, vua Louis 16 đã ban hành những biện pháp cải cách nửa vời. Những biện pháp này gặp sự chống đối của giới quý tộc. Với tài ba hạn chế, nhà vua không đủ uy tín và khả năng để giải quyết những mâu thuẫn giữa chế độ và nhân dân. Trong khung cảnh đen tối nói trên, cuộc cách mạng đã bùng nổ.

2.2. Sự Khai Sinh Ra Tư Tưởng Dân Chủ

Cuộc cách mạng khoa học khởi đầu vào thế kỷ 16, và 17 đã xây dựng nền tảng vững chắc cho một thời đại tư tưởng mới, trong đó có những sự phát triển triết lý Thiên Chúa Giáo, đồng thời có những tư tưởng cạnh tranh với Thiên Chúa Giáo và thách đố chế độ quân chủ chuyên chế. Giai đoạn này được gọi là thời đại "Mạc Khải" (Enlightenment), một thời đại "trăm hoa đua nở" về tư tưởng và học thức.

Thời đại Mạc Khải chẳng những chứng kiến cuộc cách mạng khoa học đẩy theo cuộc cách mạng kỹ nghệ, mà còn chứng kiến cả sự phát triển của hệ thống tư tưởng Âu Châu trên lãnh vực triết học, chính trị, văn hóa và kinh tế, cuối cùng đưa đến hai cuộc cách mạng tại Pháp và Hoa Kỳ.

Thời đại Mạc Khải kéo dài trong hai thế kỷ 17, và 18 rồi được thay thế bởi những tư tưởng của thế kỷ 19, và 20. Các thế hệ sau đã coi thời đại Mạc Khải là một thời đại ngây thơ (naive epoch).

Tư tưởng chính trị của thế kỷ 19 ở Tây Phương đã trưởng thành hơn qua kinh nghiệm đụng với thực tế, và trở nên có hệ thống mạch lạc. Vì tính chất hệ thống mạch lạc nói trên nên mỗi khuynh hướng tư tưởng đã biến thành một "ý thức hệ", hay còn gọi là "chủ nghĩa" với cái đuôi "ism" gắn theo sau mỗi hệ thống tư tưởng.

Các nhà viết sử đã phân loại tư tưởng của thế kỷ 19 ra làm ba khuynh hướng: chủ nghĩa cấp tiến (tạm dịch từ danh từ "liberalism" hoặc "progressivism"), chủ nghĩa bảo thủ (conservatism), và chủ nghĩa xã hội (socialism).

Chủ nghĩa cấp tiến của thế kỷ 19 đề cao "cá nhân" và mục tiêu đi tìm hạnh phúc cho cá nhân. Chủ nghĩa này thực hiện mục tiêu nói trên bằng phương thức hiến chế (constitutional), bằng chủ trương kinh tế tự do (laissez-faire economics), và bằng nền dân chủ đại nghị (parliamentary democracy). Như vậy, chủ nghĩa cấp tiến được hiểu theo nghĩa khai phóng, đối nghịch với chủ nghĩa bảo thủ.

Khác với khuynh hướng lãng mạn của thế kỷ 18 đi tìm những biện pháp cực đoan để thay đổi xã hội, khuynh hướng cấp tiến chủ trương cá nhân chia sẻ những quyền lợi giống nhau và hợp tác để đạt tới được quyền lực chính trị trong nghị trường (parliament). Trong lãnh vực kinh tế, khuynh hướng "cấp tiến" của thế kỷ 19 chủ trương tự do cạnh tranh giữa các cá nhân và tuân theo quy luật cung cầu của thị trường, hạn chế sự can thiệp của chính phủ ở mức tối thiểu.

Khuynh hướng "cấp tiến" của thế kỷ 19 gồm phần lớn những người thuộc giai cấp trung lưu đang đi lên. Trong nửa thế kỷ đầu, giới trung lưu (bourgeois) phải đối phó với giới quý tộc và địa chủ và họ phải phấn đấu dần dần tới cuối thế kỷ 19 mới đạt tới địa vị ưu thắng. Giai cấp trung lưu và phong trào cấp tiến sau khi nắm được địa vị ưu thắng trong lãnh vực kỹ nghệ đã làm chủ được chính quyền, đồng thời kiểm soát được giới truyền thông và giới đại học.

Lực lượng cấp tiến đã gặp sự phản kháng của giới công nhân trong giai đoạn phát triển kỹ nghệ, khi công nhân bị giới chủ bóc lột. Các chính quyền của phe cấp tiến đã biết nhân nhượng, chấp nhận những cải cách xã hội một cách hạn chế nhưng đủ để tránh không cho cách mạng xẩy ra.

Từ ngữ "cấp tiến" có một ý nghĩa tương đối. Khi trào lưu tư tưởng cấp tiến ra đời, những người tư sản đòi hỏi những sự thay đổi để cải tiến quyền lợi của giai cấp tư sản. Khi họ đã đạt được sự cải tiến trong một cơ chế mới, thì họ có khuynh hướng muốn duy trì nguyên trạng của cơ chế mới, trong khi xã hội không ngừng thay đổi. Nghĩa là sau một giai đoạn nào đó những người cấp tiến của thế kỷ 19 sẽ trở thành những người bảo thủ của thế kỷ 20.

Điều nói trên áp dụng cả trong lãnh vực chính trị lẫn kinh tế.

Những người cấp tiến của thế kỷ 19 không đề cao cá nhân, và họ cũng không đề cao xúc động tình cảm thuần túy như giới lãng mạn. Họ đề cao truyền thống, đề cao giáo hội và vương quyền là sức mạnh chính của xã hội. Họ cho rằng xã hội cần có ổn định và trật tự, và luôn luôn lấy lịch sử làm phương hướng bảo thủ. Và họ chủ trương rằng hạnh phúc và sự thịnh vượng của nhân loại chỉ đạt được qua những tiến bộ chậm chạp từng bước một.

Cả hai khuynh hướng cấp tiến và bảo thủ đều không đáp ứng được khát vọng của một thành phần quần chúng rộng lớn, đó là một số rất đông những người nghèo khổ cùng cực bị bạc đãi trong xã hội kỹ nghệ hóa của thế kỷ 18 và 19. Những hứa hẹn về lợi ích lâu dài trong tương lai không đủ sức hấp dẫn đối với thành phần này.

Vì thế những giải pháp cực đoan của khuynh hướng xã hội đã được sự hưởng ứng nồng nhiệt của giai cấp nghèo đói cùng khổ. Chủ nghĩa xã hội đã kích sự tập trung tài sản ngày càng gia tăng trong tay một thiểu số và đòi hỏi nhà nước cùng công nhân phải chiếm hữu hệ thống kinh doanh, cũng như công hữu hóa tài sản.

Những người theo xã hội chủ nghĩa cho rằng chủ nghĩa tư bản đã làm hư hỏng con người vốn có bản chất lương thiện. Và họ tiên đoán chủ nghĩa xã hội là chiều hướng của tương lai trong đó nhân loại không còn chiến tranh, không còn biên cương giữa các quốc gia, không còn tội phạm, nên không còn cần tới chính phủ để cai trị dân. Lúc đó con người sẽ hoàn toàn hạnh phúc.

Tất cả những trào lưu tư tưởng có ảnh hưởng đến cuộc cách mạng dân chủ có thể được tóm gọn lại trong hai lãnh vực: chính trị và kinh tế.

2.2.1. *Tư Tưởng Chính Trị*

Trong lãnh vực chính trị, triết gia đầu tiên đáng kể là John Locke (1632-1683) của Anh Quốc. Ông chủ trương tôn giáo phải bao dung, với ba chủ điểm: (1) không ai hoàn toàn khôn ngoan, nên không có quyền ép buộc người khác theo một tín ngưỡng nào, (2) mỗi cá nhân chịu trách nhiệm trước thượng đế, và điều này có nghĩa người ta phải có tự do, (3) không cưỡng ép được ý chí cá nhân, dù ép buộc được sự tuân phục bề ngoài.

Năm 1690 ông viết xong tác phẩm Two Treaties on Government, nói về những nguyên tắc căn bản của chính trị. Theo ông, chính quyền là một hình thức ủy nhiệm. Mục đích của chính quyền là bảo đảm sự an toàn cá nhân cũng như tài sản của người dân. Người dân có quyền ngưng tín nhiệm khi chính quyền không làm tròn nhiệm vụ của mình. Chính quyền là một cơ chế cần thiết, nhưng quyền tự do của người dân cũng cần thiết như vậy.

Năm 1695, Locke đưa ra bản kêu gọi Thiên Chúa Giáo bớt độc đoán (The Reasonableness of Christianity).

Sau John Locke bên Anh thì có Charles-Louis Montesquieu (1689-1755) của Pháp với triết lý về chính trị qua tác phẩm L'Esprit des lois, năm 1750, một tác phẩm lớn trong lịch sử triết lý chính trị và pháp lý.

Sự đóng góp của tác phẩm này trong lãnh vực dân chủ gồm có những nhận xét của Montesquieu về nguyên tắc tam quyền phân lập của nền dân chủ Anh Quốc, và đưa ra lý thuyết cho rằng khi ba thứ quyền làm luật, giải thích luật và thi hành luật được giao cho ba cơ quan độc lập với nhau thì quyền tự do của người dân được phát triển cao nhất. Lý thuyết trên của Montesquieu đã có ảnh hưởng tới Bản Tuyên Ngôn Nhân Quyền và Bản Hiến Pháp của Hoa Kỳ.

Trong tác phẩm L'Esprit des lois, Montesquieu còn đề cập tới vấn đề tôn giáo với những nhận xét khách quan gây bất bình trong giới chức sắc cao cấp tại Tòa Thánh La Mã. Tác phẩm này bị ghi vào "Index" tức là danh sách những tác phẩm bị giáo hội cấm đọc.[5]

Francois-Marie Voltaire (1694-1778) một triết gia kế tiếp của Pháp chống đối sự áp bức của giáo hội Công giáo đương thời, đề cao tinh thần bao dung đối với những tín ngưỡng khác, đòi hủy bỏ những sự hành hạ con người và đàn áp nhân quyền dưới chế độ quân chủ.

Sau hết, một nhà tư tưởng quan trọng của Pháp góp phần vào cuộc cách mạng dân quyền 1789 là Jean-Jacque Rousseau (1712-1778), còn được coi là nhà tư tưởng lớn nhất của Âu Châu vào thế kỷ 18. Những tác phẩm của ông là nguồn hứng khởi của các nhà cách mạng đương thời của Pháp và có ảnh hưởng quan trọng đối với thế hệ văn chương lãng mạn.

Về phương diện chính trị, Rousseau là người băn khoăn thao thức đối với tình trạng bất bình đẳng giữa con người với con người (Discours sur l'origine et les fondement de l'inégalité parmi les hommes) và mong muốn giảm thiểu tình trạng bất công đó.

Trong tác phẩm Le Citoyen: Ou Discours sur l'économie politique, Rousseau đòi hỏi xã hội phải công nhận quyền bình đẳng chính trị và quyền tự do bất khả xâm phạm của mọi người, chủ trương giáo dục trẻ em theo tinh thần khắc khổ của thành Sparte thời cổ Hy Lạp. Trong tác phẩm này, ông cũng chủ trương một hệ thống kinh tế và tài chánh bao gồm tài sản công cộng và chính sách đánh thuế trên những tài sản thừa kế cũng như những tài sản xa xỉ.

Đối với thể chế chính trị nhằm bảo đảm quyền bình đẳng của con người, Rousseau chủ trương người dân có quyền tối cao để quyết định khi nào cần thay thế một chính quyền nếu chính quyền đó không còn đáp ứng nguyện vọng của người dân (Du contrat social).

Là một người công giáo nhưng Rousseau chống lại giáo hội , và gia nhập giáo hội Tin Lành của Calvin vào năm 1754.

Vào cuối thế kỷ 18 và đầu thế kỷ 19, người ta chứng kiến hai cuộc cách mạng của Pháp và của Mỹ, và hai biến cố lớn này kích thích sự suy tư của nhiều nhà tư tưởng.

Một sử gia và học giả về chính trị nổi tiếng khác của Pháp, Alexis de Tocqueville (1805-1859), đã đóng góp một phần rất quan trọng cho tư tưởng dân chủ với tác phẩm De la Démocratie en Amérique nhân dịp đi quan sát hệ thống nhà giam của Mỹ.

Phần thứ nhất của cuốn sách nói trên bàn về nền dân chủ tại Hoa Kỳ, và phần thứ hai nói về nền dân chủ nói chung, kể cả tại nước Pháp. Tại Hoa Kỳ, ông có dịp nhận xét về sức sống của nền dân chủ, những quá trớn của nền dân chủ, và tương lai của nền dân chủ. De Tockqueville cho rằng: nếu một xã hội được tổ chức chu đáo thì có thể duy trì quyền tự do trong một trật tự dân chủ.

Trở về Pháp, de Tocqueville hơi thất vọng về sự hạn chế quyền tự do của phe "liberals" dưới chế độ của vua Louis Philippe, sự can thiệp của nhà nước vào công cuộc phát triển kinh tế, đưa đến tình trạng nhà nước làm cha mẹ dân, nắm trong tay quyền ban phát lợi lộc và người dân trở nên thờ ơ thụ động.

De Tocqueville tiên đoán tình trạng thờ ơ của dân chúng Pháp là mối nguy cơ lớn. Ông nói lên điều tiên đoán trên trước khi xẩy ra cuộc cách mạng đẩy nền chính trị của Pháp vào khuynh hướng xã hội thiên tả. Ông cũng báo động về tâm lý ỷ lại của người dân vào chính sách an sinh của nhà nước. Tuy nhận biết bản chất của một xã hội tư hữu có nhiều trục trặc nhưng de Tocqueville cho rằng khuynh hướng dân chủ xã hội không thích hợp với một nền kinh tế tự do tư doanh.

Sau cuộc cách mạng của Louis-Napoléon năm 1851, de Tocqueville viết tác phẩm L'Ancien Régime et la Révolution, nói về xã hội Pháp thời đó đang dễ dàng đi tới một chế độ chuyên chế vì khuynh hướng tập trung quyền hành còn mạnh và vì sự mâu thuẫn giai cấp còn lớn.

Tư tưởng tự do của de Tocqueville bị lu mờ sau khi ông chết, và phải chờ cho tới sau cuộc thế chiến thứ nhất và sau cuộc khủng hoảng kinh tế 1929, ông mới được ngưỡng mộ trở lại nhờ sự đề cao của các học giả Mỹ, Anh, và Đức. De Tocqueville được coi là một nhà tư tưởng chống lại các chế độ chuyên quyền.

Tiếp theo de Tocqueville, các nhà tư tưởng của Pháp vào cuối thế kỷ 19 đề cao khuynh hướng "Positivist", tôn thờ lý trí và khoa học, nhưng sau đó một khuynh hướng đối nghịch của Henri Bergson chống lại chủ nghĩa giáo điều khoa học.

Sau Đệ nhất thế chiến, các nhà tư tưởng trở nên bi quan về những sự đổ vỡ do sự tàn bạo của con người gây ra. Họ cho rằng con người không phải là một sinh vật thuần lý như nhiều nhà tư tưởng trước kia vẫn đề cao.

Trải qua cuộc khủng hoảng kinh tế 1929, và Đệ nhị thế chiến, khuynh hướng hiện sinh của Jean-Paul Sartre, Albert Camus, và khuynh hướng hoài nghi của Bertrand Russell phản ảnh thái độ cực kỳ bi quan của Âu Châu, nhưng đồng thời André Malreaux đã cân bằng trở lại bằng những tiểu thuyết "tân lãng mạn" (néoromantique). Và sau khi sự xúc động về đệ nhị thế chiến đã lắng xuống, một chiều hướng tích cực hơn đã xuất hiện tại Pháp với Anne Codignon, Jean Louis Thiriet và Pierre Manent.

Tóm lại, các nhà tư tưởng trong lãnh vực triết lý và chính trị từ thế kỷ 17 tới 19 đã đóng góp những suy tư căn bản đáng kể về quyền của con người, quyền tự do cá nhân, về giá trị bẩm sinh của con người, đồng thời xét lại tất cả những nền tảng tư tưởng cũ của 20 thế kỷ văn hóa Aristotle. Song song với những biến chuyển trên là sự xuất hiện của trào lưu tư tưởng kinh tế tư doanh.

2.2.2. *Tư Tưởng Kinh Tế*

Cuộc cách mạng kỹ nghệ khởi đầu ở nước Anh với sự phát minh ra máy dệt và máy hơi nước từ thế kỷ 18, nhưng phải chờ tới đầu thế kỷ 19 mới thực sự bắt trớn với chiếc đầu máy xe lửa đầu tiên chạy bằng hơi nước (1825), rồi những chiếc tàu thủy chạy bằng hơi nước trong nội địa nước Anh. Từ đó người ta bắt đầu sử dụng tàu thủy chạy đường biển, vượt đại dương với sức chở thật lớn và nhanh chóng. Nhờ sự phát triển kỹ thuật lan ra lục địa Âu Châu, người ta đã phát triển nền ngoại thương và các nước Âu Châu bắt đầu bành trướng thị trường qua việc xâm chiếm thuộc địa.

Song song với tiến trình phát triển thương mại này là tư tưởng trọng thương (mercantilism) mà ta đã nói tới ở trên.

Khởi đầu vào thế kỷ 18, khuynh hướng trọng thương ở Anh đặt nặng vấn đề kiểm soát mậu dịch, khuyến khích việc xuất cảng hơn là nhập cảng bằng cách đánh những loại thuế trên hàng nhập cảng, đặc biệt không can thiệp vào các hoạt động kỹ nghệ trong nước. Chính phủ Anh chỉ huy việc sử dụng tàu bè của Anh để đi lại buôn bán với các thuộc địa, cấm việc sử dụng tàu bè của các nước khác mà phần lớn là tàu của Hòa Lan.

Tư tưởng kinh tế trọng thương của Pháp (dưới thời Colbert) nhấn mạnh vào việc sử dụng biện pháp đánh thuế trên hàng nhập cảng, tạo những điều kiện ưu đãi để khuyến khích hoạt động kỹ nghệ chế biến trong nước, và nhập cảng những thợ chuyên môn có tay nghề cao. Điểm chủ yếu nhất là chủ trương chính quyền can thiệp trực tiếp vào việc kinh doanh để cạnh tranh với các nước khác. Tư tưởng này cũng đưa đến chính sách bao cấp (subsidy).

2.2.2.1. *Tư Tưởng Kinh Tế Cổ Điển: Laissez-Faire*

Sang tới thế kỷ 19 khi cuộc cách mạng kỹ nghệ đã bắt trớn, và vào giữa thế kỷ 19, Âu Châu đã bắt kịp Anh Quốc về phương diện kỹ nghệ. Tới cuối thế kỷ 19, tình trạng phát triển về kỹ nghệ mới lan tới Bắc Mỹ và Úc Đại Lợi, Tân Tây Lan và Nhật Bản. Song song với tư tưởng tự do chính trị là tư tưởng về tự do buôn bán, bãi bỏ hàng rào quan thuế (laissez-passer), tự do kinh doanh (laissez-faire) đã phát triển để trở thành nền tảng mới của tư tưởng kinh tế.

Ba yếu tố đầu tiên có ảnh hưởng đến sự thai nghén ra hệ thống tư tưởng kinh tế là:

Yếu tố thứ nhất: sự thống nhất chủ quyền quốc gia từ tình trạng phong kiến.

Yếu tố thứ hai: chủ trương bảo vệ quyền lợi thương mại để làm giàu cho nhà nước (mercantilism).

Yếu tố thứ ba: cuộc cách mạng kỹ nghệ nhờ sự phát triển khoa học kỹ thuật.

Mục tiêu của đường lối kinh tế trọng thương là phục vụ cho quyền lợi của nhà vua và các nhóm đặc quyền đặc lợi (giống như chính sách Đổi Mới tại Việt Nam). Hậu quả của nó đưa đến chính sách độc quyền ở trong nước cũng như ở hải ngoại.

Tư tưởng kinh tế sau đó chuyển biến khi Âu Châu tiến sâu vào cuộc cách mạng kỹ nghệ. Một trong những yếu tố có ảnh hưởng quyết định tới tư tưởng kinh tế trong giai đoạn cách mạng kỹ nghệ này (còn được gọi là cuộc cách mạng kỹ nghệ thứ nhất), là trào lưu tư tưởng của Montesquieu, Voltaire, Rousseau..., và nhất là cuộc cách mạng Tư Sản Dân Quyền tại Pháp.

Do đó, tư tưởng kinh tế trong giai đoạn kế tiếp này đã trở thành đối nghịch với chủ nghĩa trọng thương, và được gọi là tư tưởng tự do kinh doanh, bỏ ngăn sông cấm chợ, bỏ hàng rào quan thuế, chống lại khuynh hướng độc quyền của nhà nước trước đó mà đại diện là vua chúa phong kiến.

Một số kinh tế gia trong giai đoạn này đã có ảnh hưởng lớn đến sự hình thành lý thuyết kinh tế cổ điển (classical economic theory), nền tảng ban đầu của chủ nghĩa kinh tế tư bản ngày nay. Robert Malthus viết cuốn Essay on Population (1798) và Principle of Political Economy. Trong cuốn Essay on Population, Malthus viết rằng sự nghèo đói là điều không tránh được vì dân chúng gia tăng nhanh hơn mức gia tăng sản xuất. Quan điểm của Malthus khiến người ta nhớ lại nhận xét của Hàn Phi Tử 23 thế kỷ trước.

Quan điểm của Malthus tuy cũng được một số nhà kinh tế của thế kỷ 18 và 19 áp dụng, nhưng ông ta không được coi là nhân vật chủ chốt trong trào lưu kinh tế cổ điển. Một tác giả được coi là người khai sáng ra chủ thuyết kinh tế cổ điển là Adam Smith của nước Anh. Tác phẩm nổi tiếng của ông gồm có cuốn Quốc Phong Luận (The Wealth of the Nation) triển khai từ cuốn Đạo Đức Tình Cảm Luận (Theory of Moral Sentiment).

Adam Smith đã mô tả sự tiến triển của cơ cấu xã hội con người từ tình trạng bộ lạc sang thời kỳ phong kiến, tới giai đoạn đương thời của ông với những nhu cầu đòi hỏi phải thiết lập một cơ cấu kinh tế hướng về thị trường, nghĩa là hướng về quần chúng, thay vì hướng về một nhóm thiểu số đặc quyền đặc lợi.

Nhận xét trọng yếu đầu tiên của Adam Smith là cơ cấu chính quyền cùng những hành vi kinh tế của nhà nước kể từ thời phong kiến cho tới lúc đó chỉ có nhiệm vụ bảo vệ đặc quyền đặc lợi của một thiểu số người giàu chống lại đại đa số người nghèo.

Nhận xét trọng yếu thứ hai của Adam Smith nói về nguyên động lực của những hành vi kinh tế là "bản chất của con người" luôn luôn muốn thăng tiến, luôn luôn được hướng dẫn bởi khả năng lý luận. Điều nhận xét thứ hai này của Adam Smith cho thấy ông ta khác hẳn với Karl Marx vì theo Karl Marx thì nguyên động lực tối hậu của mọi hành vi kinh tế là giai cấp đấu tranh.

Theo Adam Smith, khuynh hướng muốn thăng tiến của con người không đưa đến đấu tranh theo ý nghĩa Mác Xít vì con người được hướng dẫn bởi lương tri (ông dùng chữ "invisible hand" tức là bàn tay vô hình dẫn giắt con người), khiến con người biết dung hòa giữa tham vọng và sự hợp lý cũng như lòng nhân ái. Cũng vì thế, khuynh hướng muốn thăng tiến sẽ đưa tới tự do cạnh tranh thay vì giai cấp đấu tranh.

Từ nền tảng suy luận ở trên, mấy nguyên lý căn bản của thuyết kinh tế cổ điển gồm có:

- Nguyên tắc thị trường tự do, không có sự can thiệp của nhà nước, trong đó các quốc gia thông thương với nhau một cách tự do, không bị cản trở bởi hàng rào quan thuế.

- Niềm tin rằng nền kinh tế tự do có khả năng tự giải quyết những bế tắc, theo đúng luật cung cầu.

- Niềm tin rằng sự thịnh vượng của quốc gia dựa trên khả năng sản xuất, và càng sản xuất nhiều càng có lợi. Vì chú trọng vào mặt sản xuất, tức là nhằm cung cấp càng nhiều hàng hóa tới tay người tiêu thụ càng tốt, lý thuyết kinh tế cổ điển còn được gọi là "supply-side economy".

Tư tưởng kinh tế tự do hướng về thị trường quần chúng của Adam Smith đã được sự biểu đồng tình của nhóm kinh tế gia theo khuynh hướng Trọng-Nông (physiocracy) của Pháp trong đó có Francois Quesnay là đại diện (tự gọi là les économistes).

Khuynh hướng trọng nông chủ trương đất đai là nguồn gốc của mọi sự giầu có, đòi hỏi chính quyền không nên can thiệp vào những quy luật tự nhiên về kinh tế. Nếu có những bế tắc tạm thời trong sinh hoạt kinh tế thì với thời gian nền kinh tế tự do sẽ tự nó hóa giải được bế tắc, miễn là nền kinh tế được thiết lập trên một khuôn khổ về pháp lý và định chế thích hợp.

Lý thuyết của Adam Smith tuy là một công trình nghiên cứu quy mô đầu tiên về kinh tế, nhưng có nhiều thiếu sót, nhất là đối với những tiến triển về tư tưởng kinh tế trong những giai đoạn sau. Những tác phẩm của ông ta nói rất sơ sài về lý thuyết giá trị, lý thuyết phân phối, và lý thuyết tiền tệ, vì thế chỉ được coi là một sự khai phá của tư tưởng kinh tế cổ điển, còn gọi là kinh tế tự do tư doanh (free enterprise), hay kinh tế tư bản, hay kinh tế thị trường (market economy).

Sau Adam Smith đã có nhiều nhà kinh tế đóng góp thêm nhiều lý thuyết để bổ túc cho ông ta như David Ricardo, John Stuart Mill, Léon Walras, Alfred Marshall.

Ricardo, cũng như Adam Smith, khai triển lý thuyết kinh tế cổ điển trong khung cảnh của nước Anh dưới thời ông ta đang sống. Trong tác phẩm Principle of Political Economy and Taxation, Ricardo dựng nên một mô hình kinh tế với một số yếu tố chủ chốt gọi là biến số (variable).

Trọng tâm của lý thuyết Ricardo là ý niệm cho rằng sự tăng trưởng kinh tế chung cuộc sẽ đi tới một mức nào đó rồi ngưng lại vì đất đai của nước Anh có giới hạn mà phí tổn sản xuất thì ngày càng gia tăng (nhắc lại quan điểm của Malthus). Vấn đề khó khăn căn bản là năng xuất của ngành trồng lúa mì ở Anh ngày càng giảm, do đó nếu người Anh nhập cảng lúa mì từ những nơi có giá rẻ, và để dành tư bản đầu tư vào ngành kỹ nghệ ở trong nước thì giới tiêu thụ Anh có lợi hơn.

Từ mẫu thí dụ về lúa mì, Ricardo chứng minh rằng mỗi quốc gia nên chuyên về một loại hàng nào mà mình có thể sản xuất với giá rẻ nhất. Như thế khi các nước trao đổi hàng hóa với nhau, tất cả sẽ có lợi vì ai cũng được mua với giá rẻ, và tổng sản lượng của cả thế giới sẽ lớn hơn. Đó là nguyên tắc phân công lao động (division of labor) của Ricardo, đồng thời cũng là nguyên tắc chuyên biệt hóa (specialization) được áp dụng trong lãnh vực sản xuất.

Lý thuyết kinh tế cổ điển đã có ảnh hưởng lớn lao đến chính sách kinh tế của Âu Châu trong suốt một thế kỷ. Năm 1860, một thỏa ước tự do mậu dịch gọi là Anglo-French Treaty được ký kết giữa Anh và Pháp, mở màn cho một loạt những thỏa ước mậu dịch giữa các nước Âu Châu khác, cho phép tư bản được lưu thông dễ dàng giữa các quốc gia bằng cách quốc tế hóa các hệ thống tiền tệ và tiêu chuẩn hóa các thể lệ hối đoái (currency exchange procedure).

Nhưng tới cuối thế kỷ 19, những khó khăn kinh tế có ảnh hưởng tới mặt sản xuất, (tức là mặt "cung", supply-side), đã khiến các nhà kinh tế chú tâm vào một lãnh vực mới, tức là mặt cầu (demand-side).

2.2.2.2. Môn Phái "Biên Tế" (Marginalist)

Chính nước Anh của Adam Smith gặp phải khó khăn với nền kinh tế suy thoái làm cho mức sản xuất giảm sút một cách rõ rệt. Nguyên nhân của sự suy thoái này là vì sự cạnh tranh gia tăng giữa các nước kỹ nghệ và vì nhiều nước Âu Châu củng cố khả năng cạnh tranh bằng cách lập lại hàng rào quan thuế. Mặt khác, sau một trăm năm kỹ nghệ hóa, các máy móc và dụng cụ đã quá cũ và trở nên lỗi thời, đời sống dân lao động thì cực khổ vì bị giới chủ nhân bóc lột. Toàn bộ những yếu tố trên đã gây nên nhiều xáo trộn xã hội.

Trọng tâm của vấn đề cạnh tranh kinh tế ở thời điểm đó đã làm nổi bật một khía cạnh mà trước kia người ta ít lưu ý tới trong tương quan cung cầu của thị trường. Đó là nhu cầu của người tiêu thụ. Trước kia giới tư bản tư doanh chủ động trong nền kinh tế "supply-side", nghĩa là chủ động trong việc quyết định số lượng sản xuất và giá cả. Đặc tính nổi bật của thị trường lúc đó là "một người bán có hàng vạn người mua".

Nhưng tới giai đoạn cạnh tranh gay go, số người bán nhiều lên gấp trăm lần, hàng hóa tràn ngập, thành ra trăm người bán, vạn người mua. Người tiêu thụ trở thành đóng vai trò chủ động trong việc chọn lựa và định giá cả nào hợp ý với mình thì mới mua. Và mặt "cầu" (demand-side) trở nên mặt quan tâm của các nhà kinh tế.

Vấn đề đặt ra cho các nhà kinh tế là: "yếu tố nào xác định giá cả của một món hàng để có thể cạnh tranh hữu hiệu"? Các nhà kinh tế bắt đầu đưa ra nhiều lý thuyết khác nhau về giá trị (theory of value), trong đó có hai lý thuyết chính là thuyết giá trị biên tế (marginal value), và thuyết giá trị lao động (labor theory of value).

Thuyết giá trị biên tế có ba người đại diện nổi bật là Stanley Jevons của Anh Quốc, Anton Menger của Áo quốc (Austria), và Léon Walras của Pháp quốc.

Thuyết giá trị lao động do Karl Marx đại diện bị rơi vào quên lãng trong một thời gian tương đối ngắn ngủi vì những giả thuyết mà ông ta đưa ra bị thực tế phủ nhận. Trong khi đó thì ý niệm giá trị biên tế chứng tỏ đi sát với thực tế nên được phát triển thêm và trở thành nền tảng quan trọng trong tư tưởng kinh tế hiện đại, có vai trò quyết định nhiều phạm vi cung và cầu của thị trường.

Lý thuyết biên tế của Léon Walras được Joseph Schumpeter đề cao là một "Đại hiến chương của ngành kinh tế" (Magna Carta of economics).

Cũng trong giai đoạn nói trên, một kinh tế gia Anh Quốc là Alfred Marshall đã viết tác phẩm Principle of Economics (1890) để tìm cách dung hòa khuynh hướng cổ điển (supply-side) với khuynh hướng biên tế, nhấn mạnh vào mặt "cầu" (demand-side).

2.2.2.3. Khuynh Hướng Tân-Cổ-Điển (Neo-Classicism)

Sự phát triển khoa học kỹ thuật trong giai đoạn cách mạng kỹ nghệ thứ nhất còn tương đối chậm. Kể từ đầu thế kỷ 20 cho tới khi kết thúc đệ nhị thế chiến, những tiến bộ kỹ thuật đã diễn ra trên nhiều mặt, với một nhịp độ dồn dập trên thế giới.

Sự phát triển đầu tiên có tính cách rất quan trọng là kỹ thuật khai thác nhiên liệu và năng lượng. Tiếp theo đó là những phát minh nhảy vọt trong ngành điện tử viễn thông, canh nông, thực phẩm, kỹ nghệ luyện thép, hợp kim nhẹ, hóa học hữu cơ, plastic, tơ nhân tạo. Với những khám phá mới trên nhiều lãnh vực khoa học kỹ thuật nói trên, nền kinh tế thế giới đã mang một tầm vóc khác xa thế kỷ 19.

Nhưng điểm quan trọng nhất trong giai đoạn cách mạng kỹ nghệ thứ hai này, khoảng 45 năm đầu của thế kỷ 20, là những nan đề nổi bật đặt ra cho nền dân chủ như: nạn thất nghiệp, vấn đề tài chánh công, vấn đề độc quyền do những tổ hợp kinh doanh lớn kết hợp với nhau để thao túng thị trường. Sự kỹ nghệ hóa đã chuyển một phần nông dân quan trọng ra thành thị và tạo ra những xáo trộn xã hội.

Song song với những nan đề mới nói trên là những biến cố lớn trên thế giới như cuộc Đệ Nhất Thế Chiến, cuộc Cách Mạng Bolshevik ở Nga.

Tuy nhiên, trong giai đoạn đầu của cuộc cách mạng kỹ nghệ thứ hai, tư tưởng kinh tế chưa có thay đổi gì đáng kể. Các nhà kinh tế học tiếp theo Alfred Marshall tìm cách củng cố và hoàn tất ba trường phái biên tế của Anh, Pháp, và Áo. Ba trường phái này được kết hợp thành một một hệ thống lý thuyết chung trên căn bản "giá trị hữu dụng", nghiên cứu về hành vi của giới tiêu thụ trong một thị trường kinh tế có nhiều biến số như tiền lương thợ, lợi tức, giá cả, lãi xuất.

Giai đoạn này còn được gọi là giai đoạn tân cổ điển, nghĩa là còn chủ trương tự do kinh doanh tối đa, với sự can thiệp tối thiểu của chính quyền. Mặc dầu vậy, lý thuyết kinh tế của Alfred Marshall đã được khai triển bởi một môn đệ là Alfred Pigou, mở đầu cho một khuynh hướng phân biệt rõ rệt giữa phí tổn tư nhân và phí tổn xã hội (private costs and social costs). Những suy tư này đã đặt nền tảng cho lý thuyết về an sinh (welfare theory), một ngành riêng biệt của kinh tế học.

Mặt khác, thực tại kinh tế của thập niên 1930-1940 cho thấy tình trạng tự do cạnh tranh hoàn toàn theo quan niệm kinh tế cổ điển không có thực. Nhà kinh tế học Edward Chamberlin với tác phẩm Theory of Monopolistic Competition và Joan Robinson với tác phẩm Economics of Imperfect Competition (1933) đã giáng những đòn mạnh vào quan niệm cổ điển, vốn tin tưởng vào những định luật phổ quát về kinh tế.

Thêm vào đó, khuynh hướng kinh tế sử quan (historical economics) của một số nhà kinh tế học Đức và khuynh hướng kinh tế định chế (institutional economics) của Mỹ đã chỉ trích rằng khuynh hướng cổ điển đã tách rời ngành kinh tế học ra khỏi những ngành khoa học xã hội khác, và biến kinh tế học thành một ngành lý thuyết trừu tượng.

Cuối cùng, cuộc khủng hoảng kinh tế thế giới (the Great Crash in 1929) và cuộc đệ nhị thế chiến tiếp theo sau đó là hai nguyên nhân chính khiến các nhà kinh tế học phải xét lại quan niệm kinh tế cổ điển. Và sự xét lại này là một trong những nguyên nhân chính đưa đến sự can thiệp của chính phủ vào nền kinh tế và vào cuộc đời của người dân ở nhiều mức độ khác nhau, suốt trong 6 thập niên, kể từ thời kỳ New-Deal của Tổng Thống Franklin Roosevelt.

2.2.2.4. Giai Đoạn Xét Lại Tư Tưởng Laissez-Faire

John Maynard Keynes, một nhà kinh tế của Anh, đã có ảnh hưởng quan trọng trong một thời gian dài tại Mỹ, và tiếp theo sau là John Kenneth Galbraith, cũng chủ trương chính quyền can thiệp mạnh vào nền kinh tế.

Tư tưởng kinh tế của Keynes có mấy chủ điểm quan trọng.

Trước hết, ông ta đặt lại vấn đề kinh tế trên nhãn quan quy mô của toàn bộ quốc gia thay vì trên bình diện cân bằng giữa cung và cầu ở một xí nghiệp. Nhãn quan kinh tế trên quy mô quốc gia được gọi là "kinh tế đại thức" (macro-economics), hoặc còn được gọi là "kinh tế vĩ mô". Với nhãn quan kinh tế vĩ mô, tư tưởng kinh tế chú trọng tới mức lợi tức quốc gia, khối lượng nhân dụng trên toàn quốc, mức "cầu" được hiểu là nhu cầu trên toàn quốc, cũng như mức "cung" được hiểu trên quy mô toàn quốc thay vì trên quy mô một xí nghiệp.

Trên quy mô quốc gia đó, các cơ sở kinh tế cá thể và độc lập không có cách gì kiểm soát hoặc nắm vững tình hình chi tiêu của giới tiêu thụ, tổng lượng chi tiêu của các công tác đầu tư, cũng như tổng lượng chi tiêu của chính phủ.

Những tổng lượng chi tiêu đó là những yếu tố độc lập với nhau. Khi số cung không tương ứng với số cầu, nghĩa là khả năng sản xuất không cung cấp đủ hàng hóa và dịch vụ thì có sự mất cân bằng giữa cung và cầu. Keynes muốn chứng minh rằng trên thị trường không có "một bộ máy tự động" nào để điều chỉnh mức cân bằng giữa sản xuất và tiêu thụ để bảo đảm tình trạng toàn dụng (full employment).

Một vấn đề nữa của giai đoạn kinh tế này là sự hình thành những tổ hợp kinh doanh lớn, gồm nhiều công ty kết hợp lại với nhau để cạnh tranh và triệt hạ những công ty nhỏ. Sự hình thành những tổ hợp nói trên đưa đến tình trạng độc quyền, làm mất cơ hội cạnh tranh tự do. Trong những điều kiện như vậy, giá cả không còn được ấn định trên căn bản cung cầu của khung cảnh cạnh tranh lý tưởng (perfect competition) theo học thuyết kinh tế cổ điển.

Để giải quyết tình trạng nói trên, chính quyền phải can thiệp, chứ nền kinh tế không có khả năng tự điều chỉnh.

Trong lãnh vực tài chánh công, môn phái Keynesian cũng đem lại những tư tưởng mới mẻ, với quan niệm dùng việc hình thành ngân sách chi tiêu của quốc gia để ảnh hưởng một cách quyết định tới vấn đề nhân dụng và lợi tức (General Theory of Employment, Interest and money, 1935).

Trong lãnh vực tiền tệ, Keynes chứng minh rằng sự lưu thông tiền tệ không có ảnh hưởng mau chóng tới giá cả và mức độ thất nghiệp như lý thuyết cổ điển chủ trương. Một thí dụ cụ thể là trong giai đoạn khủng hoảng kinh tế 1929-1933, Tổng thống Hoover đã theo quan niệm cổ điển, tung tiền ra cho dân chúng xài, mà không chấm dứt được tình trạng thất nghiệp trầm trọng.

Cũng trong lãnh vực tiền tệ, Keynes chủ trương rằng số tiền người dân để dành không nhất thiết được đem vào đầu tư, do đó chính quyền phải chủ động trong chính sách đầu tư thì mới thúc đẩy được sự phát triển.

Song song với sự nổi bật của khuynh hướng Keynesian trong kinh tế học, ở Tây Phương có một số nhà kinh tế học nổi tiếng như Colin Clarks (Úc), Paul Samuelson (Hoa Kỳ), John Kenneth Galbraith của đại học Harvard, tác giả của những cuốn sách nhan đề "The Affluent Society" (1969), "The New

Industrial State" (1967), và "The Culture of Contentment" (1992).

Galbraith thuộc khuynh hướng "cấp tiến" (còn được gọi là thiên tả đối với những người bảo thủ), chủ trương chính quyền can thiệp mạnh vào các mặt kinh tế và xã hội. Một nhà kinh tế học khác của Hoa Kỳ là Milton Friedman, người lãnh giải Nobel về kinh tế, theo khuynh hướng đối nghịch với Keynes về chính sách tiền tệ. Cuộc tranh luận giữa hai khuynh hướng Keynes và Friedman còn kéo dài trong những thế hệ qua.

Trong hai thập niên 1950-1970, tư tưởng kinh tế hoạch định là một trào lưu thời thượng đối với nhiều nước thứ ba. Trong cuộc chiến tranh lạnh, Liên Xô nỗ lực phổ biến tư tưởng xã hội chủ nghĩa, tung nhiều triệu mỹ kim vào các hoạt động trí vận, có gây được nhiều ảnh hưởng trong học đường ở Hoa Kỳ cũng như ở Tây Phương, nhất là các quốc gia đệ tam.

Vì chưa có kinh nghiệm về kinh tế, thiếu tin tức xác thực về thành quả kinh tế của Liên Xô, và nhất là vì sự hấp dẫn của chủ trương tuyên truyền chống đế quốc thực dân do Liên Xô tung ra, nhiều quốc gia thuộc địa cũ đã sốt sắng đi theo chủ trương kinh tế hoạch định dưới mô thức xã hội chủ nghĩa.

Sau 6 thập niên theo chủ trương xét lại quan niệm laissez-faire, nền kinh tế các nước kỹ nghệ lại đang rơi vào tình trạng bế tắc với những hậu quả không hay do sự can thiệp mạnh bởi chính quyền. Đó là điều sẽ được bàn sâu hơn vào chi tiết trong phần Tiến Trình Cách Mạng Dân Chủ.

Như vậy, tư tưởng kinh tế Tây Phương đã khởi đầu với chủ trương "kinh tế là một phần của chính trị" (thể hiện trong giai đoạn trọng thương). Sau đó, tư tưởng kinh tế đã chuyển sang chủ trương "kinh tế phải độc lập với chính trị" (thể hiện trong trào lưu tư tưởng laissez-faire kể từ Adam Smith trở đi, nhất là trong những quốc gia Anglo-saxon). Sang tới thế kỷ 20, tư tưởng kinh tế lại có khuynh hướng hội nhập lại với chính trị, qua những thí dụ về sự can thiệp của nhà nước vào nền kinh tế.

Mặt khác các nhà kinh tế học ngày càng trở nên thực tiễn hơn và bớt giáo điều. Trong giai đoạn hai trăm năm đầu của khoa học kinh tế, ngành toán học thuần túy đã được áp dụng nhiều trong kinh tế học vì vẻ đẹp mỹ thuật của giải đáp toán học thuần túy cũng có, và cũng vì khuynh hướng lý tưởng hóa của các nhà kinh tế cổ điển.

Sau khi đã trải qua nhiều khủng hoảng nghiêm trọng, người ta đã nhìn thấy đặc tính bất ngờ không đoán trước được (unpredictability) của các hành vi kinh tế. Từ đó, khoa toán học xác suất (propability) và khoa thống kê trở nên rất đắc dụng trong ngành kinh tế học.

Và gần đây hơn nữa, người ta càng nhìn thấy ngành toán học thuần túy gần với hệ thống cơ học (mechanical system), trong khi những vận chuyển kinh tế có liên hệ với con người, là những hệ thống sinh lý (biological system). Do đó, người ta đang tìm cách ứng dụng lý thuyết "Chaos" vào trong khoa kinh tế học để đi sát với đặc tính xác suất của con người hơn.

Tổng kết lại, tư tưởng kinh tế thị trường của thế kỷ 17, 18, và 19 là một phần bất khả phân của cuộc cách mạng dân chủ. Tư tưởng kinh tế phát triển song song với sự phát triển của tư tưởng chính trị của thời đại cách mạng khoa học kỹ thuật và cuộc cách mạng kỹ nghệ.

Những điểm chủ yếu của tư tưởng kinh tế trong giai đoạn này là đề cao cá nhân, đề cao giới tiêu thụ, đề cao quy luật của thị trường, và chủ trương chính phủ không can thiệp vào bộ máy kinh tế. Tình trạng này kéo dài cho tới giai đoạn khủng hoảng kinh tế thế giới 1929 và chính sách can thiệp của chính phủ bắt đầu trở nên thịnh hành, ngay cả tại Hoa Kỳ.

Sự can thiệp của chính quyền trong 6 thập niên đã để lại những hậu quả đắng cay cho nhiều quốc gia, và hiện tượng phản ứng ngược đang diễn ra tại nhiều nơi trên thế giới.

Dù có sự đổi chiều trong khuynh hướng can thiệp ít hay can thiệp nhiều, vai trò của giới tiêu thụ và của quy luật thị trường vẫn luôn luôn là yếu tố nổi bật. Do đó, chúng ta sẽ thấy tinh thần đa nguyên, tinh thần dân chủ, và tinh thần pháp trị là những đặc tính thiết yếu của tiến trình xây dựng dân chủ.

Tóm lại, hai luồng tư tưởng chính trị và kinh tế được trình bày ở trên đã xoắn xuýt lấy nhau trong hai thế kỷ và làm thành nội dung rất sâu sắc của tiến trình cách mạng dân chủ.

Chương I

CHƯƠNG II:
NỀN DÂN CHỦ ĐƯỢC KHAI SINH

1. TIẾN TRÌNH CÁCH MẠNG DÂN CHỦ - BA THÍ DỤ ĐIỂN HÌNH

Các nhà viết sử cho rằng những nhà tư tưởng về triết học, về chính trị, cũng như khoa học của Anh và Pháp vào thời đại Mạc Khải là nguyên động lực chính đưa đến những cuộc cách mạng kỹ nghệ, và sau đó cuộc cách mạng chính trị có ảnh hưởng quyết định làm thay đổi hẳn bộ mặt của Âu Châu và Hoa Kỳ.

Mặt khác, người ta khó có thể đánh giá chính xác mức độ ảnh hưởng của các nhà tư tưởng trên đối với cuộc cách mạng 1789. Vào khoảng 50 năm trước khi cuộc cách mạng xảy ra, tại Pháp đã có khoảng 30,000 tác phẩm văn chương, khoa học, triết học, v.v... được lưu hành. Vào năm 1789, có khoảng 9 triệu người Pháp biết đọc (trên một dân số khoảng 30 triệu), và mức độ văn hóa đó được coi là cao.

Với sự phát triển học vấn nói trên người ta cũng không dám quả quyết bao nhiêu người đã đọc những tư tưởng chính trị của Voltaire, Montesquieu, Rousseau v.v... Trong số hàng triệu người đọc các tiểu thuyết lãng mạn vào thời đó, có thể chỉ có hàng trăm người đọc về tư tưởng dân chủ. Tuy nhiên, từ một số ít người đọc sách, có thể rất nhiều người đã được truyền miệng về thế nào là dân chủ, tự do, và bình đẳng. Và trong không khí ngột ngạt của nghèo đói, áp bức, những tư tưởng của hy vọng dễ bắt lửa, và lan rộng.

Dưới đây, chúng ta sẽ duyệt qua một cách sơ lược xem ngọn lửa cách mạng dân chủ tại Pháp đã nhúm lên như thế nào vào năm 1789. Và sau đó ta sẽ tuần tự quan sát diễn tiến của hai cuộc cách mạng dân chủ tại Anh, và nhất là tại Hoa Kỳ vào năm 1776, tức là trước cả cuộc cách mạng của Pháp.

1.1. Cuộc Cách Mạng Dân Chủ Tại Pháp

Cuộc cách mạng dân chủ của Pháp sẽ được trình bày qua ba giai đoạn như sau: a/ Giai đoạn cách mạng tư sản dân quyền; b/ Giai đoạn đệ nhị tới đệ tam cộng hòa; và c/ Giai đoạn đệ tứ và đệ ngũ cộng hòa.

Các giai đoạn này sẽ cho thấy tiến trình dân chủ hóa tại Pháp đã trải qua những thời kỳ khó khăn và cực kỳ bất ổn định. Mỗi một giai đoạn có những đặc điểm lịch sử, văn hóa và kinh tế khá phức tạp, không thể được trình bày một cách chi tiết.

Nhưng, nói một cách tổng quát, xu hướng chung là: nếu được tự do lựa chọn, con người sẽ tìm ra những phương thức thích hợp với cá tính dân tộc, cá tính địa phương để tiến tới một nền dân chủ ổn định.

1.1.2. *Cuộc Cách Mạng Tư Sản Dân Quyền*

Giai đoạn cách mạng tư sản dân quyền được tiến hành do sự nổi dậy của giai cấp tư sản chống lại giai cấp phong kiến, đòi một số quyền căn bản cho người dân, và thành lập một nền quân chủ lập hiến (constitutional monarchy).

1.1.2.1. *Lật Đổ Chế Độ Phong Kiến*

Vào ngày 14-7-1789, dân Paris nổi dậy, phá nhà ngục Bastille, biểu tượng của một chế độ đàn áp. Cuộc nổi dậy lan ra một cách nhanh chóng tại các tỉnh, quận, phần lớn còn trong tình trạng nông nghiệp. Trong vòng một thời gian ngắn, nông thôn lâm vào cảnh huống kinh hoàng vì những biến động. Các nông dân cướp gia súc và đốt sổ nợ, xóa bỏ mọi vết tích ràng buộc với lãnh chúa phong kiến.

Trên phương diện pháp lý việc xóa bỏ chế độ phong kiến không nhanh chóng và dễ dàng. Quốc hội lâm thời vào lúc đó gồm nhiều người thuộc giai cấp phong kiến đã đi tới một giải pháp dung hòa. Trước hết, nông dân được giải phóng khỏi quyền thống trị của giai cấp phong kiến. Nhưng đối với đất đai bị nông dân chiếm hữu thì các ông chủ phong kiến cũ có quyền được hưởng bồi thường. Số tiền bồi thường được Quốc hội ấn định quá cao ngoài khả năng tài chính của đa số nông dân. Vì thế tình trạng đấu tranh kéo dài giữa nông dân và chủ đất phong kiến.

1.1.2.2. *Tuyên Ngôn Nhân Quyền*

Hơn một tháng sau cuộc nổi dậy phá ngục Bastille, Quốc Hội lâm thời ban hành Bản Tuyên Ngôn Nhân Quyền và Dân Quyền, công nhận quyền tự do bất khả xâm phạm của mọi người, quyền tự do vô giới hạn miễn là không xâm phạm tới người khác. Quyền tự do này bảo đảm mọi công dân không bị bỏ tù nếu không có bằng chứng phạm tội. Quyền tự do ngôn luận và tự do tín ngưỡng cũng được long trọng công nhận trong bản tuyên ngôn.

Tuy nhiên, bản tuyên ngôn nói trên còn công nhận đạo Công Giáo là quốc giáo của nước Pháp.

1.1.2.3. *Hiến Pháp Đầu Tiên Ấn Định Nguyên Tắc Phân Quyền*

Hai năm sau khi có bản tuyên ngôn dân quyền, hiến pháp đầu tiên của Pháp được ban hành năm 1791, ấn định sự phân quyền giữa ba cơ quan tối cao là hành pháp, lập pháp, và tư pháp. Nhà vua nắm quyền hành pháp, vì thế chế độ này được gọi là quân chủ lập hiến (constitutional monarchy). Quốc hội lập pháp gồm những đại diện do dân bầu. Đặc biệt là quyền đi bầu còn bị giới hạn và chỉ được dành cho những người có khả năng đóng thuế.

Quan niệm về hiến pháp là một hình thức luật pháp cao nhất bắt nguồn từ La-Mã (constitutiones principum) vào thế kỷ thứ 2 sau Tây Lịch. Trong khung cảnh cổ La-Mã, nguyên tắc của hiến pháp là biểu hiệu cho quyền làm luật của Hoàng đế, và đó là luật tối cao của đất nước.

Trong khung cảnh của thời đại dân chủ, hiến pháp cũng tượng trưng cho một thứ luật cao nhất, căn bản nhất, ấn định tương quan quyền lực giữa ba cơ quan lập pháp, hành pháp, và tư pháp, nhất là xác nhận các quyền căn bản của người dân.

Ngay sau cuộc cách mạng, tổ chức hành chánh được cải tổ theo hệ thống tản quyền (decentralization) từ trung ương xuống địa phương, với các chức vụ hành chánh do dân bầu.

Về phương diện kinh tế, hiến pháp công nhận quyền tự do kinh doanh, bãi bỏ tình trạng ngăn sông cấm chợ để thống nhất sự lưu thông buôn bán mà không phải trả thuế qua các ranh giới địa phương.

Cuộc cách mạng tư sản 1789 tại Pháp đã đạt được ba thành tích chính: 1) Lật đổ chế độ phong kiến, xóa bỏ chế độ đặc quyền đặc lợi; 2) Thiết lập một chế độ công nhận quyền tự do của mọi công dân và sự bình đẳng giữa mọi người; 3) Tam quyền phân lập.

Tuy nhiên cuộc cách mạng này chỉ là một thành công tạm thời của giới tư sản vì họ chưa kịp xây dựng nền tảng vững chắc cho dân chủ, trong khi đó giai cấp phong kiến còn mạnh ở trong nước và các nước quân chủ láng giềng đều lo sợ ảnh hưởng của cuộc cách mạng Pháp có thể lan sang nước họ.

Ở trong nước Pháp, giới quý tộc muốn thành lập chế độ quân chủ lập hiến theo mô hình Anh Quốc với Viện Quý Tộc đứng trên Quốc Hội dân cử và có quyền phủ quyết đối với quốc hội (veto). Sự đòi hỏi của giai cấp quý tộc bị bác bỏ vì dân chúng phẫn nộ. Vua Louis 16 lánh nạn nhưng bị bắt lại và bị quản thúc tại Paris. Các nước quân chủ lân bang lo ngại, vua nước Phổ và vua nước Áo ra bản Tuyên Cáo Pillnitz, đe dọa can thiệp bằng võ lực để giúp vua nước Pháp.

Sự đe dọa của các nước láng giềng khiến cho tình hình thêm căng thẳng, và nhiều biến cố chồng chéo nhau đã làm gia tăng khí thế cách mạng. Một Quốc dân Đại hội gọi là Convention Nationale được dân bầu lên để xoá bỏ hiến pháp 1791, và khoá họp đầu tiên trùng vào ngày quân xâm lăng của Phổ tiến vào phía bắc Paris, và bị đánh bại.

Ngày hôm sau, 21-9-1792, Quốc dân Đại hội biểu quyết xóa bỏ chế độ quân chủ và Vua Louis 16 bị đem ra xét xử trước tòa án. Mặc dầu vua đòi quyền bất khả xâm phạm, nhưng Quốc Dân Đại hội đã bác bỏ. Ngày 14-1-1793 nhà vua bị tuyên án tử hình và ngày 21-1-1793 đã bị hành quyết.

Một giai đoạn hỗn loạn và kinh hoàng đã diễn ra sau đó với nhiệt tình quá khích của phe cách mạng dưới sự lãnh đạo của nhà độc tài Robespierre, sự đe dọa của chiến tranh, những vụ xử án và hành quyết phe bảo hoàng, kể cả lãnh tụ phe tư sản thân bảo hoàng (Géronde), và chiến dịch gột rửa ảnh hưởng Thiên Chúa Giáo (de-Christianization).

Cuối cùng tình hình tạm ổn định với một hiến pháp phân định quyền hành pháp và quyền lập pháp độc lập với nhau, và một nền cộng hòa đầu tiên được thiết lập với những hạn chế về dân quyền. Một bản tuyên ngôn mới về dân quyền đã cắt bỏ điều I của Bản Tuyên Ngôn 1789 ("con người sinh ra là tự do và bình đẳng"). Quyền đầu phiếu được hạn chế, chỉ dành cho những ai có đóng thuế. Nền cộng hòa mới đã loại bỏ giới quý tộc và giai cấp nghèo ra ngoài sinh hoạt chính trị của quốc gia.

Những người viết ra bản hiến pháp mới đã rất thận trọng hạn chế quyền hành pháp, đưa đến một trong hai khả năng có thể xảy ra: hoặc là một chính quyền rất yếu kéo theo sự bất ổn định, hoặc là phải sử dụng bạo lực độc tài nếu muốn phục hồi sự ổn định.

Một chính quyền cách mạng được thành lập để ổn định tình hình, để giải quyết cuộc khủng hoảng kinh tế, và nhất là để đối phó với cuộc chiến tranh. Quân đội Pháp được tăng cường lên tới quân số 700,000 vào năm 1794. Kể từ năm 1790, mọi công dân Pháp đều phải đi lính, và tập tục mua bán chức sĩ quan bị bãi bỏ. Tinh thần bình đẳng bình quyền làm người lính nức lòng đánh giặc. Quân đội Pháp trở nên hữu hiệu hơn là khi còn ở dưới chế độ quý tộc phong kiến.

Mặc dầu những ưu điểm về quân sự nêu trên, tình hình chính trị thiếu ổn định vì những thành quả đạt được qua bản hiến pháp không tạo được nền tảng lâu dài cho chế độ dân chủ còn non yếu. Đa số dân chúng còn bị gạt ra ngoài sinh hoạt chính trị chỉ vì họ nghèo. Mặt khác, giới quý tộc là một mối đe dọa tiềm ẩn vì họ cũng bị gạt ra ngoài sinh hoạt chính trị quốc gia.

Đó là những yếu tố quan trọng có ảnh hưởng tới sự cáo chung của một nền cộng hòa ngắn ngủi.

Cuộc cách mạng tư sản dân quyền cáo chung.

Chương II

Đứng trước sự đe dọa của các nước quân chủ chung quanh, gồm có Anh, Tây Ban Nha, Áo, Phổ, và Hoà Lan họp thành liên minh "First Coalition", chính quyền cách mạng đã tổng động viên và chuẩn bị chiến tranh. Nhờ một thiên tài quân sự là Napoléon Bonaparte điều khiển quân đội Pháp, tình hình nguy ngập của Pháp đã được cứu vãn.

Sau nhiều chiến thắng liên tiếp, Napoléon trở thành anh hùng dân tộc của nước Pháp, và lợi dụng thời cơ tốt đẹp, ông đã lên làm vua, xóa bỏ chế độ dân chủ, phục hồi giai cấp quý tộc và tái lập một nền quân chủ chuyên chế kể từ năm 1802.

Cuộc cách mạng tư sản dân quyền đã đánh dấu một giai đoạn rất đáng ghi nhớ trong lịch sử của cuộc cách mạng dân chủ trên thế giới. Nó cho thấy giai cấp quý tộc phong kiến đã cố bám chặt lấy những đặc quyền đặc lợi. Đồng thời giai cấp tư sản đã không đủ sức mạnh để xóa bỏ chế độ quân chủ, nên đã để mất ưu thế tay trên.

Khuyết điểm thứ nhất của cuộc cách mạng là lực lượng tư sản đã thiếu hệ thống tổ chức và kỹ thuật tổ chức, vì chưa có kinh nghiệm làm cách mạng. Những người làm cuộc cách mạng tư sản chưa ý thức được vai trò thiết yếu của chính đảng để thống nhất hành động, để có cán bộ điều động quần chúng và tạo sức mạnh nòng cốt cho cuộc cách mạng. Hậu quả là cuộc cách mạng đã tiến lui một cách rụt rè, ô hợp, thiếu sự lãnh đạo hữu hiệu.

Khuyết điểm thứ hai là lực lượng cách mạng tư sản chưa kịp hệ thống hóa được tư tưởng chỉ đạo cho cuộc cách mạng. Tư tưởng dân chủ châm mồi cho cuộc cách mạng đã pha lẫn tinh thần lãng mạn (romantic), không đề ra được những biện pháp thực tiễn và hữu hiệu từ A tới Z để bảo đảm sự cân bằng quyền lực và tạo ổn định. Những nhà cách mạng tư sản vào lúc đó chưa có đủ kinh nghiệm trong lãnh vực này.

Hoàn cảnh khách quan vào lúc đó tại Âu Châu cũng không thuận lợi cho cuộc cách mạng 1789. Nước Pháp nằm giữa nhiều quốc gia quân chủ, và các vị vua chúa này có nhiều liên hệ gia đình với nhau. Giả sử không có vị anh hùng Napoléon phỗng tay trên, thì cuộc cách mạng tư sản cũng khó có thể tồn tại trước sức tấn công của các nước quân chủ phong kiến hùng mạnh xung quanh, liên minh với phe bảo hoàng (royalist) của Pháp.

Và sau hết, mặc dầu các nhà cách mạng tư sản dân quyền của Pháp muốn đạt được một cuộc thay đổi cấp tốc bằng cách mạng, nhưng sức trì kéo của xã hội Pháp với một truyền thống lâu đời đã không đáp ứng ước vọng nói trên. Khoảng nửa thế kỷ sau, Alexis de Tocqueville vẫn còn nhận định rằng nước Pháp chưa sẵn sàng cho một thể chế dân chủ ổn định như

Hoa Kỳ và Anh Quốc, và dễ dàng sa vào một thể chế độc tài (hoặc xã hội thiên tả).

1.1.3. Giai Đoạn Đệ Nhị Và Đệ Tam Cộng Hòa

Dù sao, cuộc cách mạng tư sản dân quyền đã gieo mầm dân chủ trên đất Pháp để chờ cơ hội vươn lên thành công. Một cơ hội ngắn ngủi xẩy ra vào giữa thế kỷ 19, khi chế độ quân chủ của Louis - Philippe sụp đổ, và một chính phủ lâm thời được thành lập.

Dưới áp lực của các nhà cải cách xã hội, một bản tuyên cáo được ban hành công nhận quyền có công ăn việc làm (right-to-work) của mọi công dân. Theo chính sách mới này, chính quyền có bổn phận cung cấp việc làm cho mọi công dân.

Lập tức, nhiều cơ quan khẩn cấp lo việc làm cho người thất nghiệp (ateliers nationaux) được thành lập. Hậu quả là dân thất nghiệp từ khắp nơi trên nước Pháp tràn ngập Paris để được giúp đỡ. Chính quyền bị tràn ngập bởi nhu cầu tài chánh để giải quyết vấn đề trả lương cho những người thất nghiệp, và đã ra một sắc thuế 45% đánh trên tài sản.

Trong hoàn cảnh nước Pháp lúc đó, giới nông dân là những người è cổ ra chịu gánh nặng tài chánh, và đa số dân chúng bất mãn, mà phe ôn hòa là đại diện cho sự bất mãn này. Cuộc tuyển cử vì thế đã đem lại đa số phiếu cho phe ôn hòa. Quốc hội mới đã bãi bỏ chính sách xã hội lãng mạn đối với vấn đề công ăn việc làm. Hàng ngàn công nhân bị mất sự trợ cấp của chính phủ lập tức biểu tình chống đối và được sự ủng hộ của các cảm tình viên khác như sinh viên và các thợ thủ công nghiệp.

Cuộc nổi loạn bị đàn áp thẳng tay. Pháo binh được sử dụng để tiêu diệt những công nhân tử thủ tại những khu lao động của Paris. Khoảng 1,500 người nổi loạn bị chết và nhiều chục ngàn người bị bắt.

Mặc dầu cuộc nổi loạn bị dẹp tan nhưng những mâu thuẫn xã hội đã gia tăng, và đe dọa sự ổn định. Đây là một trong những yếu tố chính đưa đến một bước lùi của nền dân chủ.

1.1.3.1. Hiến Pháp Đệ Nhị Cộng Hòa Ổn Định
Tình Hình Rối Loạn

Tình trạng rối loạn của Pháp đã được ổn định sau khi quốc hội lâm thời ban hành một hiến pháp cho nền cộng hòa mới gọi là đệ nhị Cộng hòa. Khi người dân làm chủ, người dân phải chịu trách nhiệm về sự lựa chọn của mình

Chương II

1.1.3.2.   Phổ Thông Đầu Phiếu

Tuy chỉ tồn tại trong một thời gian ngắn ngủi 4 năm (1848-1852), đệ nhị Cộng hòa Pháp đã có một hiến pháp được coi là dân chủ nhất Âu Châu vào lúc đó. Nguyên tắc phổ thông đầu phiếu cho phép tất cả mọi nam công dân đều được đi bầu (universal manhood suffrage). Số cử tri vì thế lập tức gia tăng từ 200 ngàn lên 9 triệu.

1.1.3.3.   Hiến Pháp Không Xác Định Tương Quan
Giữa Quốc Hội Và Tổng Thống

Theo hiến pháp này, người lãnh đạo của cơ quan hành pháp là vị tổng thống được dân bầu với nhiệm kỳ 4 năm. Cuộc bầu cử trên cũng bầu ra một quốc hội lập pháp với nhiệm kỳ ba năm. Một điều thiếu sót quan trọng là tương quan quyền lực giữa quốc hội và tổng thống không được xác định khi gặp phải bế tắc do sự mâu thuẫn quyền lực giữa hành pháp và lập pháp.

1.1.3.4.   Khủng Hoảng Hiến Pháp -
Đệ Nhị Cộng Hòa Cáo Chung

Và vị tổng thống được đắc cử là Louis - Napoléon Bonaparte, một người cháu ruột của Hoàng đế Napoléon I, vị anh hùng dân tộc mà đa số dân Pháp còn ngưỡng mộ, và đã trở thành huyền thoại kể từ khi ông ta chết.[1]

Sau ba năm làm tổng thống Louis - Napoléon tự ý ban hành một bản sơ thảo những nét chính của một hiến pháp mới, hạn chế quyền của quốc hội, cho phép tổng thống có một nhiệm kỳ 10 năm. Nhiều cuộc biểu tình chống đối đã bùng ra nhưng đều bị dẹp tan, nhiều người bị giết, và 27,000 người bị bắt.

Đệ nhị cộng hòa cáo chung

Louis - Napoléon liền tổ chức một cuộc trưng cầu dân ý (plebiscite, một thủ tục bắt nguồn từ luật pháp của cổ La-Mã) và được đa số dân chấp thuận hiến pháp mới với tỷ số 92%. Nền cộng hòa chuyên quyền này chỉ là một bước trung gian. Louis - Napoléon đã cho tổ chức những kiến nghị từ khắp nơi gửi về yêu cầu ông lên làm vua.

Sau một cuộc trưng cầu dân ý thứ hai, 97% dân Pháp tín nhiệm Louis - Napoléon lên làm vua, chấm dứt chế độ dân chủ ngắn ngủi.

Triều đại của Louis - Napoléon kéo dài thêm được 18 năm đến năm 1870 thì chấm dứt khi nước Pháp bị thua trong cuộc chiến tranh với nước Phổ và vua Louis - Napoléon bị bắt làm tù binh.

Một cuộc cách mạng không đổ máu đã diễn ra tại Pháp. Một chính phủ lâm thời được bầu lên cấp tốc để điều đình vấn đề bồi thường chiến tranh mà Pháp phải trả cho Phổ, lúc đó do Bismarck làm Thủ tướng (chancelor). Nước Pháp phải bồi thường chiến tranh 5,000 tỷ quan (franc), mất vùng Alsace và một nửa vùng Lorraine cho nước Phổ (cũng là nước Đức ngày nay).

Nhưng nền cộng hoà mới (đệ tam cộng hòa) lại phải đối phó với cuộc nổi loạn của phong trào Ba Lê Công Xã (communes de Paris) gồm một hỗn hợp đủ thành phần từ cộng hòa cực đoan theo khuynh hướng Jacobin cho tới xã hội ảo tưởng theo khuynh hướng Proudhon. Phong trào Ba Lê Công Xã là một phản ứng chống lại quốc hội lâm thời gồm đa số là phe bảo hoàng đã chịu chấp nhận cuộc đình chiến với Phổ.

Chính quyền lâm thời đã cứng rắn dẹp cuộc nổi loạn và hai chục ngàn thành viên Ba Lê Công Xã bị giết. Các nhóm xã hội và các tổ chức công nhân bị mất hết thành phần lãnh đạo, trở nên như rắn không đầu.

Karl Marx đã lợi dụng khoảng trống chính trị ở trên để nhảy vô và đề cao phong trào công xã là cuộc nổi dậy vĩ đại đầu tiên của giai cấp vô sản chống lại sự đàn áp của giai cấp tư sản. Trong suốt thập niên 1880 - 1890, hoạt động của khuynh hướng mác xít rất tích cực trong giới công nhân Paris.

Sau khi ổn định được tình hình bằng võ lực, chính quyền mới, thông qua quốc hội, đã biểu quyết được một số đạo luật căn bản, và gom lại thành hiến pháp của đệ tam Cộng hòa.

Một nền cộng hòa ổn định nhưng cơ quan hành pháp yếu.

Giai đoạn hình thành nền đệ tam Cộng hòa kéo dài 34 năm từ 1871 tới 1905, đã bắt đầu với giai đoạn lâm thời lo xây dựng cơ chế căn bản về chính trị. Cơ quan lập pháp gồm Thượng Viện và Hạ Viện. Thượng Viện có nhiệm vụ cân bằng với Hạ Viện. Hội Đồng Bộ Trưởng (nội các) chịu trách nhiệm trước Hạ Viện, và một vị tổng thống do hai viện bầu lên. Với cơ chế trên, quyền hành vị tổng thống tương đương với một ông vua trong chế độ quân chủ lập hiến.

Nền đệ tam cộng hòa của Pháp là một nền dân chủ đầu tiên đã ổn định được sự mâu thuẫn giữa hai khuynh hướng đối lập là phe bảo hoàng (monarchist) và phe cộng hòa (republic).

Rút kinh nghiệm của giai đoạn đệ nhất và đệ nhị cộng hòa, người ta không muốn cơ quan hành pháp có cơ hội trở thành độc tài. Mặt khác quân đội cũng bị đặt dưới quyền lãnh đạo của những nhân vật dân sự, và một số đạo luật được ban hành để chấm dứt quyền hành của Giáo Hội Công Giáo. Năm 1905, một đạo luật mới đã tách rời giáo hội ra khỏi nhà nước, và chính thức thủ tiêu Thỏa Ước 1801 (Concordat of 1801).

Chương II

Giai đoạn hình thành của Đệ Tam Cộng Hòa được đánh dấu bởi hai sự kiện đáng lưu ý: - sự thành lập Tổng Liên Đoàn Lao Động (Confédération Générale du Travail); - sự sáp nhập các nhóm độc lập cùng theo khuynh hướng xã hội thành một đảng Xã Hội duy nhất (Parti Socialiste) hoạt động dưới danh hiệu Khu Bộ Pháp của Phong Trào Thợ Thuyền Thế Giới (Section Francaise de l'Internationale Ouvrière - SFIO).

Hai tổ chức trên đấu tranh trong hai lãnh vực khác nhau. Đảng Xã Hội thì đấu tranh chính trị trong quốc hội, còn Tổng Liên Đoàn Lao Động thì đấu tranh trực diện như phá hoại, tẩy chay, đình công một phần hay đình công toàn diện. Họ coi chiến thuật đình công toàn diện là một vũ khí lợi hại nhất để đạt mục tiêu tiến tới một nhà nước của công nhân, và tiêu diệt giai cấp tư sản.

Chủ thuyết nói trên gọi là chủ trương nghiệp đoàn cách mạng (syndicalism révolutionaire) khiến cho nghiệp đoàn thợ thuyền ở Pháp là một nghiệp đoàn rất cực đoan.

Cho tới trước cuộc đệ nhất thế chiến, đảng xã hội thuộc phe tả đã liên minh với phe ôn hòa ở giữa gồm những phần tử cộng hòa (Bloc Républicain) để nắm chính quyền và đạt được một giai đoạn ổn định với những tiến bộ đáng kể về kinh tế. Mặc dầu vậy, Tổng Liên Đoàn Lao Động không hợp tác với phe xã hội và tổ chức nhiều cuộc tổng đình công, nhưng đều bị chính quyền dẹp, hoặc bằng cách gọi nhập ngũ các công nhân đang trong tuổi quân dịch, hoặc dùng quân đội thay thế các công nhân đình công.

Vì lực lượng Tổng Liên Đoàn Lao Động chỉ gồm 10% tổng số công nhân nên cuộc tranh đấu của họ không đạt kết quả. Những bản dự thảo luật của Tổng Liên Đoàn đề nghị để cải tiến tình trạng lao động không được sự hỗ trợ tại nghị viện. Kể từ cuộc đệ nhất thế chiến cho tới năm 1940, phần lớn là phe ôn hòa ở giữa làm chủ tình hình trong liên minh với phe cực đoan.

Nền đệ tam cộng hòa đã chấm dứt khi cuộc đệ nhị thế chiến bùng nổ và Đức Quốc Xã dưới sự lãnh đạo của Hitler xua quân chiếm nước Pháp.

1.1.4. *Giai Đoạn Đệ Tứ Và Đệ Ngũ Cộng Hòa*

Sau khi Đức Quốc Xã bị thua trận, quân đội đồng minh đã giải phóng nước Pháp và Tướng de Gaulle trở thành vị lãnh đạo lâm thời không có đối thủ. Một cuộc trưng cầu dân ý được tổ chức song song với cuộc tuyển cử. Tuyệt đại đa số dân chúng Pháp muốn có một chế độ chính trị đổi mới, khác với thời tiền chiến, và một quốc hội lập hiến đã được bầu lên để soạn thảo hiến pháp. Tuy nhiên khi đi vào chi tiết của việc soạn thảo hiến pháp thì có nhiều mâu thuẫn trầm trọng giữa các phe.

Quốc Hội mới – Hiến Pháp mới của Đệ Tứ Cộng Hòa

Phần lớn những người thuộc phe Dân Chủ Thiên Chúa Giáo theo khuynh hướng de Gaulle thì muốn chế độ chính trị của Pháp đi theo khuôn mẫu đại nghị của Anh hoặc Tổng Thống chế của Mỹ. Họ chủ trương vị tổng thống và nội các (hội đồng bộ trưởng) phải mạnh, nghĩa là cân bằng với quyền lực của quốc hội hay nghị viện. Họ không muốn hành pháp rơi vào tình trạng yếu thế, làm "đàn em" của quốc hội, hậu quả là tình trạng thiếu ổn định của thời tiền chiến.

Mặt khác, phe cộng sản thì chủ trương quyền lực tập trung trong tay một cơ quan lập pháp duy nhất, mà mỗi thành viên có thể bị cử tri truất phế bất cứ lúc nào. Phe cộng sản còn chủ trương cơ quan hành pháp chỉ là một ủy ban thừa hành của cơ quan lập pháp.

Phe xã hội ban đầu đứng giữa và muốn dung hòa giữa hai khuynh hướng, nhưng khi phe cộng sản tố cáo rằng những người chủ trương một chế độ tổng thống mạnh đã chuẩn bị cho nhà độc tài de Gaulle thì phe xã hội cũng cảm thấy nghi ngờ và lưỡng lự.

Tướng de Gaulle bèn từ chức và về nghỉ tại nhà riêng ở vùng quê. Bản dự thảo hiến pháp sau khi được hoàn tất đã ngả về hướng một cơ quan lập pháp mạnh, nhưng khi được đưa ra trưng cầu dân ý thì bị đa số cử tri bác bỏ. Bản dự thảo được viết lại với những dung hòa mới nhưng trên căn bản không khác bản dự thảo cũ.

De Gaulle lên án rằng bản dự thảo mới không phù hợp với nhu cầu mới và sẽ đưa tới những hậu quả tai hại. Ông chính thức nói lên quan điểm của ông muốn có một cơ quan hành pháp độc lập và mạnh, và một cơ quan lập pháp yếu hơn nhiều.

Mặc dầu có sự phản ứng mạnh mẽ của de Gaulle, bản dự thảo hiến pháp đã được chấp thuận với một đa số khít khao, và cơ chế lãnh đạo của nền đệ tứ cộng hòa không khác gì mấy so với thời đệ tam cộng hòa. Hạ viện được đổi tên thành quốc hội (National Assembly) và trở thành trung tâm của quyền lực mới. Nhiều nội các liên tiếp được thành lập không đứng vững được lâu và thay nhau đi xuống sau một thời gian ngắn vì những khủng hoảng chính trị, nhất là những khủng hoảng vì vấn đề thuộc địa.

Năm 1954, nước Pháp vừa giải quyết xong cuộc chiến tranh Đông Dương thì tới ngày 31 tháng 10, những người quốc gia tại Algérie nổi dậy đòi độc lập. Nước Pháp gửi quân sang để đối phó với cuộc chiến tranh này, nhưng cho tới năm 1958, với một quân số 500,000 tại Algérie, cuộc chiến tranh ngày càng đi vào bế tắc. Tại Pháp có một nhóm nhỏ nêu lên đề nghị một giải pháp chính trị đối với vấn đề độc lập của Algérie, nhưng giới thực dân Pháp và phe quân đội cực lực phản đối.

Một cuộc khủng hoảng nội các năm 1958 giúp phe quân đội Pháp tại Algérie có cơ hội tốt để làm áp lực với nội các mới thành lập. Ngày 13-5 quân viễn chinh Pháp hỗ trợ cho phe thực dân làm chủ tình hình ở Algiers. Đa số giới chính trị Pháp lo sợ một cuộc đảo chính của quân đội có thể xảy ra và đưa tới một cuộc nội chiến.

Lúc đó de Gaulle là người duy nhất có đủ uy tín đưa nước Pháp ra khỏi cuộc khủng hoảng. Khi ông ta cho biết sẵn sàng ra nắm chính quyền nếu nhân dân Pháp muốn như vậy, thì Quốc Hội đã biểu quyết để trao toàn quyền cho de Gaulle trong sáu tháng.

Trên thực tế, nền đệ tứ cộng hoà cáo chung từ đây. De Gaulle chỉ định Michel Debré đứng đầu một ủy ban soạn thảo hiến pháp mới, và sau khi được 79% cử tri chấp thuận trong một cuộc trưng cầu dân ý, nền Đệ Ngũ Cộng Hòa đã ra đời.

Hiến pháp mới gói ghém toàn bộ quan niệm của de Gaulle về nền cộng hòa, với cơ quan hành pháp mạnh hẳn lên và cơ quan lập pháp yếu đi. Vị tổng thống được bầu ra do một cử tri đoàn gồm những nhân sĩ chứ không do nghị viện lựa chọn. Vị tổng thống sẽ chọn một thủ tướng, nhưng thủ tướng này sẽ chịu trách nhiệm trước quốc hội, mặc dầu ít bị quốc hội nắm tai lèo lái như trước kia. Nhiệm kỳ của tổng thống là 7 năm.

Một đảng chính trị theo khuynh hướng de Gaulle gọi là Union pour la Nouvelle République đã chiếm đa số trong quốc hội.

Đến năm 1962, một số lãnh tụ chính đảng đưa ra đề nghị tu chính hiến pháp để phục hồi quyền của quốc hội. De Gaulle bèn đưa ra đề nghị tu chính hiến pháp để dân bầu trực tiếp vị tổng thống. Quốc hội Pháp liền bất tín nhiệm nội các Pompidou, nhưng de Gaulle trả đũa bằng cách giải tán quốc hội, và đưa đề nghị tu chính hiến pháp của ông ta ra trưng cầu dân ý. Đa số cử tri đã ưng thuận đề nghị của de Gaulle. Ông Pompidou được phục chức thủ tướng.

Năm 1965, de Gaulle chấm dứt nhiệm kỳ I, và ông tái ứng cử nhiệm kỳ 2. Đây là lần đầu tiên kể từ năm 1848 một ông tổng thống Pháp được tuyển cử trực tiếp từ nhân dân. Ứng cử viên phe tả là Francois Mitterand ra tranh cử với de Gaulle và, ở vòng đầu, de Gaulle không đạt được đa số tuyệt đối. Phải chờ đến vòng hai, de Gaulle mới thắng. Sau de Gaulle, nước Pháp tiếp tục với chế độ đệ ngũ cộng hoà cho tới nay.

Trải qua các tổng thống Pompidou, Giscard d'Estaing, Mitterrand và

Chirac, chế độ đệ ngũ cộng hòa sau khi de Gaulle ra đi vẫn tiếp tục hoạt động hữu hiệu với khả năng kết hợp được một khối đa số ở quốc hội theo chính sách của hành pháp. Khuynh hướng dân chủ của de Gaulle đã đáp ứng được nhu cầu ổn định của nước Pháp mặc dầu chế độ "tổng thống" của ông không hẳn là một tổng thống chế (quasi-presidential system).

Tiến trình dân chủ của Pháp có thể được coi là trưởng thành qua ba cấp bậc:

Cách mạng tư sản: lật đổ phong kiến, giành lại dân quyền, nhưng loay hoay không biết xây dựng chế độ dân chủ. Lãng mạn, không thực tế, chưa có phương thức ổn định chính quyền, chưa có chính đảng.

Đệ nhị và đệ tam cộng hòa: học xây dựng dân chủ, chưa cân bằng quyền lực, quốc hội quá mạnh. Đã biết sử dụng phương thức chính đảng để vận động quần chúng.

Đệ tứ và đệ ngũ cộng hòa: cân bằng quyền lực, củng cố cơ chế, đỡ lệ thuộc vào cá nhân lãnh đạo, ổn định hơn.

1.2. Tiến Trình Dân Chủ Đại Nghị Ở Anh Quốc

Tiến trình dân chủ đại nghị (parliamentary democracy) của Anh Quốc cũng trải qua nhiều sóng gió, nhưng thay đổi dần dần chứ không đột biến như trường hợp của cuộc cách mạng 1789 tại Pháp.

Nền dân chủ của Anh cũng nẩy mầm và trưởng thành trên mảnh đất phong kiến từ thời Trung Cổ sang tới thời Cận Đại và Hiện Đại. Kể từ trước thế kỷ 11, nhiều vương quốc nhỏ đã hiện diện trên nước Anh, và vương quốc Kent là vương quốc đầu tiên theo Thiên Chúa Giáo, cấm việc thờ các tạp thần. Vị Tổng Giám Mục Thiên Chúa Giáo La Mã đầu tiên trên toàn nước Anh là Theodore đã đặt chân lên đất Anh từ thế kỷ thứ 7.

Tổng Giám Mục Theodore đã thiết lập một trường học nổi tiếng tại Canterbury và đào tạo người đi phổ biến học vấn trên khắp nước Anh. Nhưng phải tới thế kỷ thứ 10, cả nước Anh mới thống nhất dưới một vương triều.

Sang tới thế kỷ thứ 11, người Norman từ Pháp sang xâm lăng nước Anh và giới quý tộc Norman phân chia đất đai và thiết lập chế độ lãnh chúa phong kiến trong khuôn khổ trung ương tập quyền của vua William.

1.2.1. Giai Đoạn Phong Kiến Chư Hầu

Mặc dầu là người Norman, nhưng vua William học tiếng Anh và muốn cai trị theo lối của người Anglo-Saxon bản xứ. Vua thành lập một nhóm quý tộc và các chức sắc cao cấp của giáo hội Thiên Chúa và mỗi năm triệu tập ba buổi họp gồm những nhân sĩ nói trên để giải quyết các vấn đề tranh tụng về đất đai. Từ thế kỷ 11 - 12, đôi khi người Anh có triệu tập hội thẩm đoàn cho các vụ xử án nói trên.

Dưới triều đại William, các chức sắc cao cấp của giáo hội Thiên Chúa bị đặt dưới quyền nhà vua, và được tổ chức theo đẳng cấp phong kiến, được cấp đất đai và được quyền thu thuế cũng như cai trị trong lãnh thổ của mình. Mặt khác, nhà vua cũng giữ quyền độc lập với Đức Giáo Hoàng.

Dấu vết dân chủ đầu tiên trong lịch sử Anh Quốc đã được tìm thấy trong bản Đại Hiến Chương (Magna Carta) vào thế kỷ 13 khi các lãnh chúa phong kiến nổi loạn chống lại nhà vua. Bản Đại Hiến Chương không có giá trị cụ thể đối với nền dân chủ ngày nay, vì phần lớn nó chỉ giải quyết những sự rắc rối lặt vặt của thời phong kiến trung cổ. Nhưng giá trị tượng trưng của nó là một sự cam kết giữa nhà vua và thần dân của ông ta, đồng thời sau này nó trở thành một phần của nền luật pháp vĩnh viễn của nước Anh.

Ý niệm về sự giao kết nói trên cũng bắt nguồn từ truyền thống pháp trị của La-Mã. Đó là một sự giao kết bền vững mà các phe đối nghịch luôn luôn tôn trọng.

1.2.2. *Những Giá Trị Tượng Trưng Và Truyền Thống Là Một Phần Cực Kỳ Quan Trọng Của Nền Dân Chủ Anh Quốc*

Kể từ thế kỷ 13, chế độ nghị viện (parliamentary government) đã bắt đầu hoạt động tại Anh Quốc. Nghị viện Anh lúc đầu gồm đại diện các lãnh chúa phong kiến (barons), chứ không do dân bầu ra, không có nhiệm vụ lập pháp của thời nay, mà có nhiệm vụ giải quyết tranh chấp giữa các lãnh chúa phong kiến với nhau, hoặc giữa vua với các lãnh chúa phong kiến.

Dần dần, vào cuối thế kỷ 3 và đầu thế kỷ 14, nghị viện được mở rộng ra để gồm cả giai cấp giầu có nhưng vai vế thấp hơn giới quý tộc. Qua một thời gian, nghị viện được phân ra hai nhóm, một nhóm gồm những nhà quý tộc ngồi với nhau làm thành Viện Quý Tộc (House of Lords) và nhóm kia gồm thường dân, gọi là Viện Thứ Dân (House of Commons).

1.2.3. *Dân Tộc Tính Thành Hình*

Cuối thế kỷ 15 và đầu thế kỷ 16 đánh dấu một cuộc thay đổi lớn tại nước Anh. Dân tộc tính của Anh Quốc bắt đầu thành hình, tiếng Anh được chính thức sử dụng trong đời sống hàng ngày cũng như trong luật pháp, và các loại giấy tờ chính thức. Các trường học được thiết lập sử dụng Anh ngữ, như Eton College, King's College, Queen's College v.v... Nước Anh thành một vương quốc thống nhất (United Kingdom). Song song với sự thành hình của các vương quốc tại Âu Châu, ảnh hưởng của giáo hội Thiên Chúa bị yếu đi đối với các vua chúa hùng mạnh. Tại nước Anh, quyền lực thế tục dần dần lấn át quyền lực tôn giáo. Và năm 1533, vua Henry VIII đã đoạn giao với giáo hội La Mã, tự cho mình quyền đứng đầu giáo hội Thiên Chúa tại Anh, giải tán các tu viện của giáo hội Công Giáo, và lập nên Giáo Hội Anh Quốc (Anglican Church).

Giai đoạn này tạm chấm dứt vào năm 1553 khi Nữ Hoàng Mary là tín đồ công giáo lên ngôi, và được mệnh danh là "Mary đẫm máu" (bloody Mary). Các tín đồ Tin Lành bị đàn áp trở lại. Một đám 3,000 người biểu tình phản đối đã bị dẹp tan. Tại Smithfield 300 tín đồ Tin Lành bị thiêu sống.

Nữ Hoàng Mary chết vì bệnh vào năm 1558 và Nữ Hoàng Elizabeth lên thay. Dưới triều đại Nữ Hoàng Elizabeth đệ nhất (Elizabeth I), Cơ Mật Viện (Privy Council) làm ra luật, và Nghị Viện là cơ quan thi hành luật. Đạo Công Giáo La Mã lại thất thế và nước Anh trở lại với Anh Giáo.

Vào lúc đó, vua Tây Ban Nha (Spain) là Philip, một tín đồ sùng tín theo đạo Công Giáo, là một ngôi sao đang lên của Âu Châu, với một hạm đội hải quân có nhiều chiến thuyền nhất Âu Châu. Tây Ban Nha làm bá chủ hoạt động thương mại với các vùng khác của thế giới mới, và đem về cho ngân quỹ Tây Ban Nha rất nhiều vàng bạc cùng quý kim. Vua Philip là người lãnh đạo thế lực đang lên của Công Giáo tại Âu Châu.

Nước Anh theo đạo Anglican Church, chống lại nên bị kết tội là theo "đạo rối" (heresy). Sự mâu thuẫn nói trên đã đưa tới xung đột võ trang giữa Anh và Tây Ban Nha. Sau nhiều trận hải chiến, cuối cùng hải quân Anh đã đánh thắng hạm đội Armada Catholica của vua Philip (1587).

1.2.4. *Nghị Viện Anh Gia Tăng Quyền Lực*

Mặc dầu nước Anh thắng, nhưng vua Philip cũng làm cho nữ hoàng Elizabeth nhức đầu bằng những hoạt động du kích gây rối ở hậu phương của Anh Quốc là Á Nhĩ Lan (Ireland).

Và mặc dầu nước Anh thắng, nhưng những chi phí cho chiến tranh làm cho ngân quỹ của nữ hoàng bị khô cạn. Vậy để có tiền tiêu nữ hoàng phải kêu gọi nghị viện cung cấp tiền bạc. Dần dần Viện Thứ Dân (House of Commons) là nơi cung ứng tiền nhiều cho nữ hoàng và trở nên có khả năng yêu sách nữ hoàng điều này điều nọ.

Mặt khác, qua nhiều triều đại, nghị viện đã được tham khảo ý kiến để làm các đạo luật liên quan đến vấn đề tôn giáo và nhà nước, ví dụ cho phép nhà vua thay thế giáo hội La Mã. Tập tục này dần dần trở thành bền vững làm tăng quyền của nghị viện và làm giảm quyền của nhà vua. Cuối cùng nền quân chủ của nước Anh biến thể dần dần không qua một cuộc cách mạng đẫm máu, cũng không qua một hiến pháp thành văn, mà qua một loạt những đạo luật lẻ tẻ được làm thêm ra sau mỗi biến cố.

Dần dần nhà vua hoặc nữ hoàng đã tăng thêm số đại diện trong Viện Thứ Dân, vì những yếu tố xã hội cũng như kinh tế, khiến cho Viện Thứ Dân trở nên quan trọng hơn Viện Quý Tộc về phương diện quyền lực chính trị. Mặt khác, do ảnh hưởng của sự bành trướng đạo Tin Lành, nhất là khuynh hướng "Thanh Giáo" (Puritanism), quyền chủ tể của vua hoặc nữ hoàng trên giáo hội "Anglican" cũng bị Viện Thứ Dân thách thức kể từ triều đại Elizabeth I. Một số tín đồ có khuynh hướng lý tưởng tin rằng quyền lực tinh thần phát xuất từ một nguồn gốc cao cả hơn là nhà vua hoặc nữ hoàng. Hầu tước Robert Devereux (Earl of Essex) đã bị nữ hoàng Elizabeth I treo cổ vì dám chủ trương như vậy.

1.2.5. *Cuộc Tranh Đấu Chống Lại Quyền Lực Tuyệt Đối Của Vua*

Cuộc tranh đấu này tiếp diễn sang thế kỷ 17. Chế độ phong kiến của Anh vào thế kỷ 17 chia ra ba giai cấp chính tương tự như tại Pháp và lục địa Âu Châu:

Trên hết là hoàng tộc (royal family) thuộc dòng họ Stuarts, mà đứng đầu là vua James đệ nhất (James I), được sự cố vấn của Cơ Mật Viện.

Giai cấp kế tiếp là giai cấp quý tộc (nobility or aristocracy) gồm các vị thuộc năm chức tước từ cao xuống thấp như: công tước, hầu tước, bá tước, tử tước, và nam tước (duke, marquis, earl, viscount, baron). Những chức tước này được truyền cho con cháu (truyền tử lưu tôn - hereditary). Ngoài ra còn các vị giám mục cũng thuộc giai cấp quý tộc nhưng không truyền tử lưu tôn.

Dưới nữa là giai cấp giàu sang (gentry) chiếm vào khoảng 5% dân số (dân số nước Anh vào đầu thế kỷ 17 có khoảng độ 4 triệu tới 4 triệu rưỡi). Giai cấp này gồm những địa chủ được mang phù hiệu (coat of arms) hoặc được mua chức tước hiệp sĩ (knighthood). Dưới triều đại James I, nhà vua đã bán ra khoảng chừng 1000 chức hiệp sĩ.[2]

Vì nhà vua và Quận Công Buckingham cần tiền, nên những người ở giai cấp giàu sang cũng có quyền dùng tiền bạc của mình để mua chức tước của giai cấp quý tộc, khiến cho Viện Quý Tộc đã tăng gấp đôi nhân số. Điều này đã có tác dụng làm giảm uy tín của Viện Quý Tộc cũng như làm giảm quyền lực của họ trong vai trò trung gian giữa nhà vua và Viện Thứ Dân.

Dưới triều đại James I, có một số tranh chấp có tính cách hiến định (constitutional struggle) diễn ra giữa tôn giáo và nhà vua cũng như giữa Nghị Viện và nhà vua, mở đầu cho những tiền lệ cũng như tạo thành truyền thống hiến pháp sau này cho nước Anh, đồng thời còn có ảnh hưởng tới Bản Tuyên Ngôn Độc Lập của Hoa Kỳ.

Các cuộc tranh chấp đã diễn ra nhân khi vua cần tiền để trang trải chi phí chiến tranh hoặc các món nợ, hoặc để giúp đỡ con cái làm dâu hoặc rể của mấy nước Âu Châu như Đức, Pháp, và Tây Ban Nha. Nhân những vụ tranh chấp này, Nghị Viện đã đòi những quyền đặc miễn cho nghị viên được phép chỉ trích nhà vua mà không bị bỏ tù, quyền phán quyết về kết quả bầu cử, quyền can thiệp vào chính sách đối ngoại.

Những yêu sách trên của Nghị Viện đã không đạt kết quả, nhưng tới triều đại vua Charles đệ nhất (Charles I) những tranh chấp giữa Nghị Viện và nhà vua đã bùng nổ trở lại. Nhà vua đã giải tán nghị viện hai lần vì cuộc tranh chấp gặp bế tắc. Tới lần thứ ba, Nghị Viện đã đưa ra một bản kiến nghị (Petition of Rights) đòi vua không được bổ thuế nếu không có sự ưng thuận của Nghị Viện, không được bắt giam người dân nếu không có bằng chứng, không được ém quân ở nhà dân rồi bắt dân phải nuôi quân lính.

Vì cần tiền để đánh Pháp và Tây Ban Nha, vua Charles bất đắc dĩ phải chấp nhận yêu sách của Nghị Viện.

Ngoài vấn đề quyền đặc miễn của nghị viên hoặc quyền của người dân, Nghị Viện của triều đại Charles I còn tranh đấu để tách giáo hội Anh Giáo độc lập với hoàng triều (the crown). Giám Mục William Laud, một đại diện trong Viện Quý Tộc đã chủ trương vua nước Anh chỉ là một thành viên của Giáo Hội Anh Quốc chứ không phải là vị chủ tể của giáo hội này.

Vua Charles không chịu nổi những đòi hỏi của Nghị Viện, do đó kể từ năm 1629, ông đã theo chính sách chuyên quyền, tự ý quyết định mọi việc mà không tham khảo ý kiến của Nghị Viện nữa.

Sự tranh chấp giữa vua và Nghị Viện đưa đến việc nhà vua bắt Giám Mục Laud. Sau đó ông Laud bị hành quyết vào năm 1645, trong giai đoạn nội chiến bùng nổ giữa phe Hoàng Gia và phe Nghị Viện. Trong cuộc nội chiến này đa số những người quý tộc theo phe hoàng gia và đa số những người thứ dân theo phe Nghị Viện.

Chẳng bao lâu phe Hoàng Gia bị thua, vua Charles bị bắt, và phải chấp nhận điều đình. Một bản dự thảo những đòi hỏi của Nghị Viện được mệnh danh là "Agreement of the People" (Hiệp định của Nhân Dân), có nội dung xác định người dân có quyền làm ra luật, quyền tự do tín ngưỡng, và dân quyền dựa trên Luật Tự Nhiên (Natural Law). Trong khi bản dự thảo nói trên đang được thảo luận thì vua Charles trốn thoát sang Tô Cách Lan (Scotland), và xin quân cứu viện.

Chương II

1.2.6. Giai Đoạn Hình Thành Những Cơ Chế Bảo Đảm Dân Quyền

Cuộc nội chiến bùng nổ trở lại đưa đến sự chiến thắng hoàn toàn của phe Nghị Viện dưới sự lãnh đạo của Cromwell, một nhà cải cách theo khuynh hướng xã hội. Vua Charles I bị bắt lần nữa và bị giết. Nền quân chủ bị lật đổ và Viện Quý Tộc bị giải tán. Một chế độ cộng hòa được thành lập với danh xưng là Nền Thịnh Vượng Chung (Commonwealth), và thảo ra hiến pháp cộng hòa cho nước Anh gọi là Instrument of Government.

Năm 1658, Cromwell chết, và con ông ta lên thay thế, nhưng vì thiếu khả năng đảm đương gánh nặng quá lớn nên đã từ chức. Lúc đó phe quân chủ đã mạnh trở lại trong khi nền cộng hòa thiếu người có khả năng lãnh đạo nên đã bị chấm dứt một cách hòa bình vào năm 1660. Nền quân chủ được phục hồi với sự lên ngôi của vua Charles II, con trai của Charles I, và Viện Quý Tộc cũng được tái lập.

Triều đại Stuarts thứ hai này kéo dài từ năm 1660 tới năm 1714, khi một cuộc tranh chấp nữa lại diễn ra giữa Nghị Viện và vua James II, và kết thúc khi vua phải bỏ trốn ra nước ngoài, nhưng bị bắt lại. Vua William đệ tam (William III) được lên kế vị James II với điều kiện chấp nhận một bản văn kiện gọi là Bill of Rights, đòi hỏi vua phải cai trị với sự hỗ trợ của Nghị Viện.

Với sự thuận thảo của vua, tình hình chính trị của nước Anh ổn định tới cuối thế kỷ 18, với những thay đổi tiệm tiến. Dần dần, Cơ Mật Viện biến thành nội các chính phủ (hoặc hội đồng bộ trưởng), và người đứng đầu nội các biến thành thủ tướng.

Gần cuối thế kỷ 18, cuộc cách mạng tại Hoa Kỳ làm nước Anh mất một thuộc địa quan trọng, và cuộc cách mạng tư sản dân quyền của Pháp đã có một ảnh hưởng tới tư tưởng chính trị cũng như sự thành hình của những lực lượng chính trị mới. Hai nhà tư tưởng đại diện cho hai khuynh hướng đối nghịch tại Anh lúc đó là Edmund Burke và Thomas Paine.

1.2.7. Những Tư Tưởng Củng Cố Nền Tảng Hiến Chế

Đối với cuộc đấu tranh giành độc lập của Hoa Kỳ, Burke chỉ trích chính quyền Anh đã ngoan cố trong chính sách thuế tại Hoa Kỳ khi kết án sự chống đối của cả một tập thể. ["On American Taxation" (1774), "On Moving His Resolution for Conciliation with the Colonies" (1775)]. Burke chủ trương chính quyền phải có thái độ hòa giải với dân thuộc địa.

Đối với nội bộ nước Anh, Burke chỉ trích chính sách bè cánh của vua George III khi lựa chọn các vị bộ trưởng. Ông chủ trương sự lựa chọn nói trên phải thuận theo ý dân qua sự phản ảnh lên Nghị Viện. Một tài liệu nổi tiếng của ông nói về nhu cầu thành lập chính đảng, một tập thể của những người đoàn kết chung quanh một ý hướng chung (public principle), để trở thành một gạch nối giữa vua và Nghị Viện hầu có thể giúp cho việc cai trị qua sự phê bình đứng đắn khi ở vai trò đối lập.

Burke được bầu làm Nghị viên ở Bristol trong sáu năm, và lợi dụng cơ hội này ông đã nói lên tư tưởng của mình về vai trò của nghị viên là phải thực hiện được tính chất đại diện cho dân (representative) chứ không phải chỉ là công cụ ủy nhiệm (delegate). Ông còn đóng góp để giúp cho vai trò Nghị Viện có thể kiểm soát chi tiêu của hoàng triều (crown).

Trong thời đại Mạc Khải (Enlightenment) của Âu Châu, tư tưởng thời thượng là đề cao tinh thần thuần lý (rationalist), và tinh thần khoa học, cho rằng đa số các vấn đề của nhân loại có thể được giải quyết bằng khoa học. Nhưng Burke cùng với David Hume chống lại khuynh hướng nói trên.

Đối với cuộc cách mạng 1789 của Pháp, ông chê trách cuộc cách mạng đã làm suy yếu truyền thống, làm tổn hại tài sản tinh thần và vật chất của xã hội ["Reflection on the Revolution in France" (1790)].

Quan điểm của Burke về cuộc cách mạng Pháp đã khiến Thomas Paine viết một phản luận nhan đề "Rights of Man" (1791). Cuốn sách này lập tức gây chấn động, và được tái bản liền tám lần trong năm đó, đồng thời được tái xuất bản tại Hoa Kỳ và được những chi hội Jeffersonian phổ biến rộng rãi. Burke đáp lại lập luận của Paine, và Paine bèn ra cuốn Rights of Man, Part II (1792).

Paine phân tích những nguyên nhân đưa đến bất mãn xung đột xã hội tại Âu Châu và những biện pháp để sửa chữa những tệ hại của tình trạng chuyên quyền, nghèo đói, thất học, và thất nghiệp. Ông đề nghị một chương trình giáo dục đại chúng, cứu trợ người nghèo, trợ cấp người già và tạo công việc cho người thất nghiệp. Để thực hiện và tài trợ những chương trình này, Paine đề nghị biện pháp đánh thuế lợi tức theo tỷ lệ lũy tiến (progressive income tax).

Paine kêu gọi cách mạng đổ máu để lật đổ giai cấp thống trị. Sách của ông đã bị cấm phổ biến tại Anh, và ông bị truy tố trong khi trên đường qua Pháp. Tòa đã xử ông vắng mặt về tội phản quốc.

Mặc dầu nền quân chủ chuyên chế vẫn còn muốn bám vào những quyền hành độc đoán, nhưng những tiến triển trong một thế kỷ tiếp theo đã làm biến đổi bộ mặt của Anh Quốc nhờ những cơ cấu hiến định (constitutional frameworks) được thiết lập từng bước một.

Chương II

1.2.8. Nhóm Hiến Chương

Cuộc cách mạng kỹ nghệ bước sang đầu thế kỷ 19 đã tạo nên tình trạng mâu thuẫn nặng nề giữa giới chủ và thợ. Năm 1838, một nhóm đại diện cho công nhân ấn hành một bản Hiến Chương Nhân Dân (People's Charter), và từ đó người ta gọi nhóm này là nhóm Hiến Chương (Chartist). Nhóm này đòi hỏi phổ thông đầu phiếu cho tất cả nam công dân; nghị viện có nhiệm kỳ một năm; bãi bỏ điều kiện phải có tài sản mới được ứng cử nghị viên; nghị viên được hưởng lương.

Những đòi hỏi nói trên tuy không đạt kết quả ngay, nhưng có ảnh hưởng tới những bước tiến kế tiếp. Vào giữa thế kỷ 19 khi ông Palmerston làm thủ tướng, những cải cách hiến pháp của Anh mới tiến hành được một nửa. Palmerston là người chủ trương cải cách dần dần, dựa vào một nền tảng xã hội vững chắc hơn là cải cách theo khuynh hướng quá khích của lục địa (Âu Châu).

Những vị thủ tướng tiếp theo Palmerston như Disraeli và Gladstone đã đạt được những đạo luật nới rộng quyền bầu cử làm tăng số cử tri thêm gần 1,000,000 người, đạo luật giải tỏa độc quyền giáo dục của giáo hội Thiên Chúa, đạo luật bảo vệ tá điền, đạo luật về nghiệp đoàn (Trade-Union Act, 1871), v.v...

Cho tới năm 1871, nghiệp đoàn mới chính thức được hoạt động hợp pháp, một phần cũng bởi họ đã chịu hoạt động trong khuôn khổ trật tự và giảm bớt bạo động. Đạo luật cải cách 1884 tiến gần hơn tới phổ thông đầu phiếu toàn diện, tăng tổng số cử tri lên gấp ba lần. Tới năm 1885, đạo luật Redistribution Act mới công nhận nguyên tắc dân chủ của quyền đầu phiếu, không hạn định giai cấp, hay tài sản của cử tri.

Và tới gần cuối thế kỷ 19 mới có hai đảng chính trị là Bảo Thủ (Conservative) và Tự Do (Liberal). Đảng Tự Do theo khuynh hướng mà ta quen gọi là "cấp tiến", nghĩa là đối nghịch với đảng Bảo Thủ. Đảng bảo thủ nói chung muốn duy trì nguyên trạng và cải cách từ từ còn đảng Tự Do của Anh thường chủ trương thay đổi mau và mạnh.

Sang tới đầu thế kỷ 20, với số đoàn viên của Liên Đoàn Lao Động tăng từ 2 triệu lên 4 triệu, lực lượng công nhân trở thành một sức mạnh chính trị tạo nên một "phong trào lao động". Trước đó, Liên Đoàn Dân Chủ Xã Hội (Social Democratic Federation) theo khuynh hướng Mác-xít, cùng Đảng Lao Động, đã được thành lập.

Sau hết, ba sự kiện đáng ghi nhớ vào đầu thế kỷ 20 là: những đạo luật về chính sách xã hội; Hạ Viện cắt bớt quyền của Thượng Viện; và đạo luật về bảo hiểm trên toàn quốc.

1.2.9. Giai Đoạn Hiện Đại

Giai đoạn hiện đại từ sau Đệ Nhất Thế Chiến cho tới nay có ba đặc điểm chính:

- Vấn đề nền tảng của hiến pháp đã được coi như ổn định.

- Sinh hoạt dân chủ diễn ra trong sự tranh đấu giữa hai khuynh hướng đối nghịch: đảng Bảo Thủ và đảng Lao Động. Còn lại đảng Cấp Tiến chia hai phe nhập vào hai đảng nói trên.

- Hai đảng đã thay nhau cầm quyền từng giai đoạn và thực trạng kinh tế quyết định sự tồn tại của chính quyền hơn là vấn đề ý thức hệ.

Ngay sau cuộc đệ nhất thế chiến, một nội các của phe bảo thủ đã liên hiệp với cánh hữu của đảng Tự Do cũ. Tình hình kinh tế thế giới thời hậu chiến đã phát triển và khuynh hướng nói chung là theo đuổi tự do mậu dịch (free trade) và hạn chế sự can thiệp của nhà nước trong lãnh vực kinh tế (laissez-faire).

Giai đoạn phát triển về kinh tế tại Anh không kéo dài vì thị trường Âu Châu bị Hoa Kỳ và Á Châu xâm nhập. Hậu quả là kinh tế suy thoái và nạn thất nghiệp lên tới 22.4% vào năm 1921. Phe tả lúc đó gồm đảng Lao Động liên minh với nhóm tả của đảng Cấp Tiến, đòi quốc hữu hóa các ngành kỹ nghệ trọng yếu của Anh.

Đảng Lao Động sau đó được cầm quyền trong 10 tháng và chính quyền lại rơi vào tay đảng Bảo Thủ từ năm 1924 tới 1931. Trong thời gian này có một vài chính sách xã hội được cả hai phe ủng hộ là chính sách gia cư, chính sách bảo hiểm sức khỏe, bảo hiểm thất nghiệp.

Cuộc khủng hoảng kinh tế thế giới từ năm 1930 khiến nhiều nước trong đó có Anh Quốc đi theo khuynh hướng kinh tế hoạch định và quốc hữu hóa các ngành kỹ nghệ quan trọng như năng lượng, vận tải, bưu chính, và thông tin.

Trong những năm cuối của đệ nhị thế chiến, chính sách hoạch định kinh tế được áp dụng triệt để tại nước Anh. Từ 1945 tới 1951, với đảng Lao Động nắm chính quyền, Ngân Hàng Trung Ương (Bank of England) bị quốc hữu hóa. Đảng Lao Động thiết lập một quốc gia an sinh ("the wellfare state").

Chế độ an sinh xã hội và chính sách can thiệp của nhà nước đã đảo ngược đường lối kinh tế theo khuynh hướng "laissez-faire" của đảng Bảo Thủ trước kia. Cho tới khi Bà nữ Thủ Tướng Magaret Thatcher của đảng Bảo Thủ lấy lại chính quyền, chính sách can thiệp của nhà nước lại dần dần được gỡ bỏ, với nhiều xí nghiệp quốc doanh được giải tư.

Tóm lại, tiến trình cách mạng dân chủ của nước Anh đã diễn ra một cách chậm chạp qua nhiều thế kỷ. Cái vỏ quân chủ lập hiến chỉ là hình thức bề ngoài. Thực chất của chế độ chính trị tại Anh Quốc là một nền dân chủ đại nghị, quyền hành tập trung vào Viện Thứ Dân, tức là Hạ Viện. Đảng nào được nhiều đại diện nhất trong Hạ Viện sẽ chọn thủ tướng với sự chấp nhận của nhà vua và sẽ lập nội các để nắm quyền cai trị. Trên danh nghĩa, thủ tướng chịu trách nhiệm trước Hạ Viện, nhưng trên thực tế, thủ tướng chịu trách nhiệm với đảng của mình.

Phần nghiên cứu tiếp theo dưới đây sẽ cho ta thấy tiến trình dân chủ của Hoa Kỳ khác với tiến trình dân chủ của Anh như thế nào.

1.3. Cuộc Cách Mạng Dân Chủ Ở Mỹ

Cuộc cách mạng dân chủ ở Mỹ đã diễn ra trong bối cảnh chính trị, kinh tế, xã hội và địa dư khác với hai cuộc cách mạng tại Anh và Pháp. Trong hơn 200 năm qua, tiến trình xây dựng dân chủ ở Mỹ đã có những sắc thái độc đáo và nổi bật rất đáng cho chúng ta nghiên cứu.

1.3.1. *Bối Cảnh Chung*

Trong thời kỳ chưa lập quốc, Hoa Kỳ bắt đầu xuất hiện trên lục địa Mỹ Châu là một thuộc địa của Hoàng Triều Anh Quốc. Các công ty kinh doanh hoặc các cá nhân phiêu lưu người Anh đi khai thác các vùng đất mới được tìm ra tại lục địa Bắc Mỹ đã thành công, và phát triển tại vùng duyên hải Đại Tây Dương từ Massachusetts xuống tới Carolina và Georgia.

Sau khi các công ty này đã ổn định thì Hoàng Triều nước Anh đã ra những hiến chương để đặt việc khai thác thuộc địa của mỗi vùng dưới quyền điều động của chính phủ Anh.

Những di dân từ Anh tới Mỹ vào giai đoạn sơ khai đó gồm những người đi tìm chân trời mới, hoặc những tội nhân bị đầy biệt xứ hoặc những tín đồ thiên chúa giáo thuộc khuynh hướng Thanh Giáo (Puritanism), hoặc những tín đồ thiên chúa giáo ly khai giáo hội Anglican, được gọi là những Pilgrim (từ ngữ chung để chỉ những tín đồ đi hành hương vì lý do tôn giáo).

Trong giai đoạn đầu tiên đó, mỗi vùng như Massachusetts, New England, Middle Colony, Maryland, Virginia, Carolina, Georgia là những vùng thuộc địa độc lập riêng biệt. Sự phát triển kinh doanh của thuộc địa khiến cho những định chế điều hành địa phương cũng dần dần thành hình. Mỗi địa phương dần dần tự trị trong vấn đề thu thuế, tự vệ về quân sự, và đài thọ tiền lương trả cho viên chức của chính quyền mẫu quốc (nước Anh).

Vào khoảng giữa thế kỷ 18, quyền hành tại thuộc địa Mỹ phần lớn tập trung trong tay những viên chức địa phương. Uy tín xã hội và quyền hành chính trị lúc đó phụ thuộc sức mạnh kinh tế của mỗi cá nhân. Tại vùng Maryland và Virginia, một số chủ điền giàu có và luật sư tượng trưng cho thiểu số quyền lực tại địa phương này. Tại vùng New York, các gia đình đại địa chủ cũng tập trung quyền lực trong tay như các lãnh chúa phong kiến.

Cho tới giữa thế kỷ 18, thuộc địa Mỹ trở thành một vùng mạnh về thế lực kinh tế với một dân số gần 2 triệu người và mức xuất cảng nông phẩm sang Anh lên tới trên 1 triệu đồng Bảng Anh (pound sterling). Mức phát triển giáo dục tuy chưa cao nhưng đủ để giúp cho con cái gia đình trung lưu có một chút học vấn. Một số trường đại học nổi tiếng nhất ngày nay được thiết lập từ hồi đó, như Harvard (1636), Yale (1701), Princeton (1747), và Darmouth (1769) v.v...

Một nét rất đặc thù của xã hội thuộc địa Mỹ lúc đó là sự phục hưng tín ngưỡng thiên chúa giáo qua phong trào "bừng tỉnh" (the "Great Awakening"). Kỹ thuật truyền giáo của các vị mục sư theo phong trào "bừng tỉnh" là gây nên niềm sợ hãi sự trừng phạt kinh khủng của Thiên Chúa toàn năng đối với những kẻ phạm tội, đồng thời hứa hẹn sự tha thứ và ân sủng của Chúa đối với những ai quay trở lại chấp nhận Chúa và xa lánh những quyền lợi thế tục.

Phong trào "bừng tỉnh" đả kích những nhóm tập trung quyền lực của một thiểu số giàu có nắm quyền kiểm soát một số giáo hội theo khuynh hướng cũ. Phong trào này có ảnh hưởng nhiều tới ý thức xã hội và chính trị của Hoa Kỳ trong một giai đoạn lâu dài.

1.3.2.   *Thời Kỳ Hình Thành Thể Chế Chính Trị*

Nhiều nhà nghiên cứu cho rằng tiến trình cách mạng dân chủ của Hoa Kỳ chịu ảnh hưởng sâu đậm của triết gia Hobbes và tư tưởng Tin Lành Calvinist. Hiến Pháp Hoa Kỳ dựa trên nền tảng tư tưởng cho rằng con người từ trong bản chất là thích chiến tranh, ích kỷ và tính vốn ác. Trong bối cảnh của cuộc cách mạng dân chủ đó, những mẫu người điển hình nhất là những con buôn, những kẻ đầu cơ, những người chủ điền đàn áp nô lệ, những luật sư, những nhà đầu tư, những người đi tìm cơ hội làm giàu.

Trong bối cảnh "con người" nói trên, nền dân chủ Hoa Kỳ đã được khai sinh.

1.3.2.1.   *Chiến Tranh Giành Độc Lập*

Thuộc địa Mỹ đã tiến dần tới một vị thế mạnh về kinh tế, độc đáo về văn hóa, và độc lập về chính trị, trong khi chính quyền Anh và các viên chức đại diện không ý thức được điều đó. Vì sự thiếu ý thức nói trên, viên chức chính quyền mẫu quốc và những người làm chính sách tại trung ương đã không đề ra được những chính sách khôn ngoan và mềm dẻo trong việc đối phó với những biến cố tại thuộc địa.

Sau cuộc chiến tranh với Pháp và dân Da Đỏ để chiếm lĩnh vùng Bắc Mỹ, mặc dầu nước Anh thắng, nhưng kiệt quệ về tài chánh. Để có tiền trang trải những món nợ do chiến phí, chính phủ Anh đặt ra nhiều sắc thuế đánh trên dân thuộc địa tại Mỹ như thuế đường (đạo luật Sugar Act 1764), đạo luật về tem thơ (Stamp Act 1765), đạo luật bắt dân chịu phí tổn đồn trú quân đội Anh tại thuộc địa (Quartering Act), và thuế trà (đạo luật Tea Act 1773).

Không chịu nổi những tiền thuế quá gay gắt, dân Mỹ đã nổi loạn, ban đầu bằng việc nhóm họp một Quốc hội Lục địa (Continental Congress) để tranh đấu với chính quyền mẫu quốc. Nhưng tiếng nói không đồng nhất trong quốc hội này không giúp giải quyết tình hình bế tắc.

Đầu năm 1775, những cuộc xô xát giữa những toán võ trang địa phương với quân lính Anh Quốc đã diễn ra tại Lexington và Concord thuộc Massachusetts. Trên mặt trận đấu tranh chính trị, những nhân vật nặng ký như Thomas Jefferson, John Adams, James Wilson, và Alexander Hamilton với ngòi bút sắc bén đã bác bỏ quyền làm luật của Nghị Viện Anh đối với thuộc địa. Các ông quy hết trách nhiệm lên vai trò của Hoàng triều Anh Quốc.

Đầu năm 1776, từ những cuộc chạm súng lẻ tẻ, chiến tranh thực sự đã bùng nổ giữa thuộc địa và mẫu quốc. Ngày 2 tháng 7, Quốc Hội tại thuộc địa đã ban hành bản Tuyên Ngôn Độc Lập do ông Jefferson soạn thảo. Trong khi cuộc chiến tranh tiếp diễn thì vấn đề tranh luận sâu rộng nhất là việc hình thành một liên hiệp lỏng lẻo giữa các tiểu bang gọi là "Confederation" với một văn kiện thành lập gọi là Article of Confederation. Trong liên hiệp lỏng lẻo này, mỗi tiểu bang là một đơn vị độc lập với hiến pháp riêng.

Những người theo khuynh hướng cộng hòa chống sự tập trung quyền hành trong tay một chính quyền trung ương. Và một cuộc tranh luận lớn đã diễn ra giữa phe Cộng Hoà và phe chủ trương thành lập liên bang (federalist). Trong khi đó cuộc chiến tranh giành độc lập vẫn tiếp diễn cho tới năm 1782 thì nước Anh phải công nhận nền độc lập của Hoa Kỳ.

Sau khi giành được độc lập, Hoa Kỳ bắt đầu gặp khó khăn dưới hình thức liên hiệp lỏng lẻo. Quốc hội là một định chế bất lực dựa theo văn kiện thành lập Liên Hiệp các Tiểu Bang. Quốc hội không có đủ quyền hành để giải quyết vấn đề quốc gia cũng như vấn đề địa phương, trong đó vấn đề những món nợ của mỗi tiểu bang là một vấn đề cấp bách. Một số tiểu bang quịt nợ, và một số khác đặt ra thuế mới để có tiền trả nợ. Đó là cái vòng luẩn quẩn, vì chính vấn đề thuế là nguyên nhân đưa đến chiến tranh giành độc lập.

1.3.2.2. Xây Dựng Liên Bang

Cho tới cuối năm 1786 và đầu năm 1787, Hoa Kỳ lâm vào cuộc khủng hoảng. Tại Massachusetts, một cuộc nổi loạn của nông dân đã bùng nổ vì tòa án tịch biên tài sản của những nông dân thiếu nợ. Cuộc khủng hoảng đã khiến người ta phải triệu tập một đại hội soạn thảo hiến pháp cho chính quyền trung ương gọi là Liên Bang hầu giúp chính quyền này có khả năng giải quyết những vấn đề vượt ra ngoài phạm vi tiểu bang.

Đại Hội Philadelphia 1787 đã quy tụ nhiều đại diện của nhiều khuynh hướng khác nhau nhưng có thể được phân ra hai khuynh hướng chính: phe chủ trương thành lập liên bang và phe chủ trương duy trì quyền lực tiểu bang.

Phe chủ trương duy trì quyền lực tiểu bang chống lại một hình thức chính quyền trung ương xa xôi lấn át quyền lực tiểu bang ở địa phương. Phe này mạnh nhất ở vùng nông thôn rộng lớn từ Maine tới Georgia.

Phe chủ trương thành lập liên bang gồm những bộ óc lớn, và sau này trở thành những người sáng lập chính của nước Hoa Kỳ. Họ đã xuất bản 85 bài tham luận nổi tiếng gọi là The Federalist để trình bày lập trường cũng như để tranh luận với phe đối lập. Hai phần ba những bài tham luận do Hamilton viết, và phần còn lại do James Madison, và John Jay viết.

Phần quan trọng nhất của những bài tham luận The Federalist nhằm giải thích hiến pháp, giải thích ba thứ quyền lập pháp, hành pháp, và tư pháp, nhất là khai triển lý thuyết về Tối Cao Pháp Viện có quyền vô hiệu hóa những đạo luật vi hiến của quốc hội qua thể thức "judicial review" (phúc thẩm).

Kết quả của những cuộc tranh luận và biểu quyết đưa đến sự chấp thuận thành lập một liên bang và một hiến pháp được biểu quyết ngày 12-9-1787 bởi 39 đại diện của 42 phái đoàn tham dự đại hội soạn thảo hiến pháp. Hiến pháp sau đó phải được sự phê chuẩn (ratification) của 9 tiểu bang.

Mặc dầu cuối cùng hiến pháp đã được các tiểu bang phê chuẩn nhưng những người thuộc khuynh hướng cộng hòa không hài lòng vì cho rằng hiến pháp đã củng cố một chính quyền trung ương mạnh làm thiệt hại đến quyền của tiểu bang và quyền của cá nhân. Vì thế những người này nhất quyết đòi cho được một đại hội thứ hai để thêm vào hiến pháp những đạo luật bảo đảm dân quyền và quyền của tiểu bang. Cuối cùng, có 10 tu chính án được gọi là Bill of Rights đã được thêm vào bản hiến pháp sau khi được phê chuẩn vào năm 1791.

1.3.3. Một Số Vấn Đề Căn Bản
Trong Giai Đoạn Hình Thành Chính Trị

Trong giai đoạn hình thành nền tảng chính trị của Hoa Kỳ, một số vấn đề căn bản đã trở nên nổi bật và rất đáng ghi nhớ. Đó là các vấn đề cân bằng quyền lực, vấn đề Cộng Hòa và Dân Chủ, vấn đề dân quyền và quyền tự do v.v...

1.3.3.1. Cân Bằng Quyền Lực Và Kềm Chế Lẫn Nhau
(Check And Balance)

Những người khai sáng ra Hiệp Chủng Quốc Hoa Kỳ rất quan tâm tới vấn đề cân bằng quyền lực trong cơ chế chính quyền. Chịu ảnh hưởng của cuộc cách mạng khoa học Newton, họ nhìn thấy vấn đề tổ chức chính quyền trong tương quan "cơ học" thuần lý và có tổ chức theo luật tự nhiên trong đó vũ trụ hiện diện một cách sinh động.

Madison nói về một chính quyền hợp với tự nhiên (natural government) khiến cho các cơ chế chính quyền liền lạc chặt chẽ và kềm giữ lẫn nhau trong vị trí đúng của chúng ("that its several constituent parts may, by their mutual relations, be the means of keeping each other in their proper place").

Sự cân bằng quyền lực được thể hiện dưới nhiều hình thức. Trước hết là sự thiết lập liên bang để cân bằng với quyền lực tiểu bang. Thứ hai là sự cân bằng giữa dân chủ trực trị và dân chủ đại diện. Thứ ba là cân bằng và độc lập giữa ba quyền hành pháp, lập pháp và tư pháp. Và thứ bốn là sự cân bằng giữa phe quý tộc và dân chủ nói riêng, và các phe nhóm quyền lợi nói chung.

Hiến pháp Hoa Kỳ không muốn để cho bất cứ một phe nào có thể trở nên quá mạnh để đàn áp các phe khác. Ở cấp cao nhất của chính quyền, cơ quan lập pháp làm ra luật, cơ quan hành pháp thi hành luật, và cơ quan tư pháp giải thích luật.

Sự phân quyền nói trên chưa đủ để ngăn ngừa sự lấn áp của một cơ quan mạnh, nên hiến pháp cho mỗi cơ quan có thêm quyền kiểm soát cơ quan khác (check and balance). Ví dụ cơ quan lập pháp có quyền làm ra luật, nhưng cơ quan hành pháp có quyền phủ quyết dự thảo luật của cơ quan lập pháp. Tối cao pháp viện có thể vô hiệu hóa một đạo luật vi hiến do quốc hội thảo ra và do tổng thống ký, nhưng những thẩm phán tối cao pháp viện lại do tổng thống chỉ định. Tổng thống có quyền thi hành luật, nhưng quốc hội là cơ quan nắm giữ túi tiền. Thượng viện và Hạ viện thì có quyền phủ quyết lẫn nhau đối với những dự thảo luật của mỗi viện.

Riêng việc tu chính hiến pháp là quyền của quốc hội, và tổng thống không có quyền phủ quyết.

Đó là tinh thần kềm giữ để cân bằng quyền lực. Mục đích tối hậu của biện pháp trên là bảo vệ quyền của người dân chống lại sự thành hình một chính quyền độc tài.

1.3.3.2. Cộng Hòa Và Dân Chủ

Hệ thống chính trị Hoa Kỳ vừa là một nền cộng hòa lập hiến (constitutional republic) vừa là một nền dân chủ lập hiến (constitutional democracy). Như trên đã nói, một nền dân chủ hiểu theo nghĩa cổ Hy Lạp là một nền dân chủ trực trị, dân chủ thuần túy, trong đó người dân trực tiếp tham gia làm ra luật lệ của chế độ. Và nền cộng hòa theo nghĩa Hy Lạp là một nền dân chủ đại diện, nghĩa là người dân không trực tiếp làm ra luật, nhưng chọn người đại diện cho mình để làm luật.

Những người sáng lập ra quốc gia Hoa Kỳ đã quyết định gọi đây là chính thể cộng hòa vì muốn tránh sự lẫn lộn với một nền dân chủ trực trị của đám đông (mob rule). Trong buổi sơ khai của việc lập quốc, Hoa Kỳ đã có nhiều kinh nghiệm với những cuộc biểu tình bạo động, trong đó lòng hăng say của đám đông "dân làm chủ" nhiều khi đưa đến những quyết định và hành động nông nổi và sai lầm.

Vì thế, mặc dầu hiến pháp chấp nhận sự tham dự của người dân, và chấp nhận chính quyền từ dân, nhưng những người làm ra hiến pháp đã có đủ óc thực tiễn để nghĩ rằng người dân không đủ khả năng để tự cai trị mình. Vì thế những người đại diện được dân bầu ra là những người khôn ngoan hơn người dân bình thường, và trong môi trường dự thảo luật pháp, những người đại diện ít bị ảnh hưởng của xúc động cá nhân như trong môi trường một cuộc biểu tình hoặc nổi loạn.

Nói tóm lại, vào giai đoạn hình thành đó, từ ngữ "dân chủ" được hiểu là sự cai trị của đám đông (mob rule), đưa đến sự phân chia đồng đều tài sản, và làm tiêu ma chính tinh thần tự do (liberty) của cá nhân. Cũng trong giai đoạn này, từ ngữ "tự do" có ý nghĩa hạn chế và tiêu cực, gồm có tự do chống lại những giao động tài chánh, thuế khóa, chống lại chiến tranh mậu dịch (trade war), hoặc chống lại sự tấn công của người nổi loạn đàn áp những người có tài sản.

1.3.3.3. Dân Quyền Và Quyền Tự Do

Trong công cuộc tranh đấu để xây dựng dân chủ, quyền tự do được hiểu theo ý nghĩa vừa tiêu cực vừa tích cực (liberty and freedom). Hiểu theo nghĩa tiêu cực (Liberty), quyền tự do có nghĩa là không bị cấm đoán, không bị giam giữ, không bị kềm kẹp dưới một hệ thống đàn áp. Quyền tự do hiểu theo nghĩa tích cực (Freedom) cho phép con người tự do nói, tự do làm, tự do hành động, tự do đi lại, để xây dựng hạnh phúc cá nhân.

Quyền tự do hiểu theo nghĩa ban đầu nằm trong khuôn khổ tư tưởng kinh tế của thế kỷ 18 và 19, "laissez-faire", cho rằng con người phải được tự do sản xuất để đạt hiệu năng tối đa (Freedom). Chính quyền chỉ can thiệp trong trường hợp hết sức cần thiết, khi sinh mạng và tài sản của người dân bị đe dọa. Chính quyền càng ít can thiệp, cá nhân càng có nhiều quyền tự do.

Trải qua giai đoạn kỹ nghệ hóa, với những khó khăn tiếp theo trong lãnh vực xã hội, những cuộc khủng hoảng kinh tế, những sự bất mãn của nông dân và công nhân, sự phát triển đô thị, các nhà lãnh đạo và các nhà tư tưởng đã giúp khai triển ý nghĩa của tự do, và làm cho nó có ý nghĩa tích cực hơn. Và nhiều khi quyền tự do của con người bị xâm phạm nếu không có sự can thiệp của chính quyền.

Quyền tự do là một trong những dân quyền của con người, trong đó có quyền bình đẳng, và dân chủ dần dần có ý nghĩa tích cực hơn là sự trực trị của đám đông. Và sự áp dụng cũng như sự tôn trọng những quyền căn bản của con người trở thành đầu mối của chế độ dân chủ. Chế độ dân chủ trở thành phương tiện chính trị để bảo đảm cho đời sống của con người đáng sống hơn.

1.3.3.4. Tinh Thần Thực Tiễn Của Những Người Tiền Phong

Những người sáng lập ra Hợp Chủng quốc Hoa Kỳ là những người thực tiễn và không theo khuynh hướng cách mạng lãng mạn của Âu Châu vào thế kỷ 17, và 18. Họ không coi con người là toàn hảo. Họ nhìn nhận con người có nhiều khuyết tật, và không tìm cách thay đổi bản chất của con người bằng một thể chế lý tưởng.

Jefferson nhìn thấy những khuyết điểm của chế độ nô lệ da đen và có dự thảo một bộ luật để giải phóng những người nô lệ một cách dần dần. Nhưng ông không đưa ra biểu quyết vì nghĩ rằng chưa tới lúc quốc dân chịu chấp nhận một cuộc thay đổi như vậy. Ông biết rằng cái ngày giải phóng người nô lệ không còn xa, và ngày đó người ta sẽ phải chấp nhận đường lối giải phóng, nếu không thì những hậu quả sẽ còn tệ hại hơn.

1.3.3.5. Giai Đoạn Củng Cố Nền Dân Chủ

Giai đoạn hình thành nền chính trị của Hoa Kỳ cho thấy nền dân chủ lúc đó đã được xây dựng trên một nền tảng vững chắc. Những người khai sáng ra chế độ chính trị không phải chỉ là những người giỏi về lý thuyết chính trị, mà còn là những người rất thành công về kinh doanh và có óc thực tiễn.

Alexander Hamilton, vị tổng trưởng tài chánh đầu tiên của nền cộng hòa đã dựng nên Ngân Hàng Hoa Kỳ, giải quyết số nợ vĩ đại vì chiến tranh nhờ sự xây dựng hệ thống tín dụng quốc gia (national credit) theo kiểu mẫu của Anh từ thời 1690-1739. Thay vì đánh thuế người dân, kế hoạch này vay tiền của người giàu, giới tài phiệt, và giấy nợ của chính phủ gọi là quốc trái hay công trái (bond), có thể bán lại trên thị trường.

Hamilton còn thành lập Ngân Hàng Quốc Gia giống như Bank of England và in tiền giấy. Nhờ kế hoạch tài chánh nói trên, Hamilton đã ổn định tín nhiệm về tài chánh cho quốc gia và thiết lập nền tiền tệ quốc gia.

Hệ thống tài chánh là một sợi giây kết nối rất bền bỉ khiến các tiểu bang vốn rời rạc đã biến thành một liên bang mạnh mẽ.

Jefferson và Madison là hai lãnh tụ Cộng Hòa, đã thành lập những tổ chức địa phương lấy tên là chi hội của đảng Cộng Hòa - Dân Chủ (Democratic - Republican societies, 1792). Những chi hội này mở đầu cho sự hình thành chính đảng, mà mục tiêu chính là điều hợp các hoạt động tranh cử. Đảng Cộng Hòa - Dân Chủ sau này tách ra và biến thành đảng Dân Chủ (1828) do tổng thống Jackson lãnh đạo.

Thẩm phán John Marshall, Chủ Tịch Tối Cao Pháp Viện đầu tiên là người tiên phong sử dụng thủ tục judicial review (phúc thẩm) trong vụ phán quyết Marbury - Madison 1803, xác nhận quyền của Tối Cao Pháp Viện trong vấn đề bác bỏ những đạo luật vi hiến.

Mặc dầu những ưu điểm của nền chính trị Hoa Kỳ vào lúc đó, và mặc dầu hiến pháp Hoa Kỳ công nhận quyền tự do và bình đẳng của tất cả mọi người, nhưng người nô lệ da đen ở miền Nam chưa được coi ngang hàng với loài người. Và tình trạng trên chỉ chấm dứt một thời gian sau khi xẩy ra cuộc chiến tranh Nam - Bắc.

1.3.4. Cuộc Nội Chiến Giữa Miền Nam Và Miền Bắc

1.3.4.1. Bối Cảnh Chính Trị, Kinh Tế, Và Xã Hội

Trong những năm trước khi xẩy ra cuộc nội chiến, một số sự kiện chính trị đáng được lưu ý là sự phát triển của dân chủ tại các địa phương, nhiều trách vụ chính quyền tiểu bang và địa phương trước kia được chỉ định thì nay được bầu cử.

Trước kia chỉ những người có tài sản đất đai mới được quyền đi bầu, thì sau năm 1820, điều kiện về đất đai không còn nữa. Và dần dần, thể thức bầu bằng lá phiếu cũng thay thế thể thức bầu bằng miệng.

Mặt khác, các chính đảng có mục tiêu rất cụ thể là thâu thật nhiều phiếu cho ứng cử viên trong mùa bầu cử thay vì là một tổ chức thuần túy chạy theo ý thức hệ. Để có thể đạt được tối đa số phiếu, những đảng này phải tranh đấu cho những nhóm quyền lợi khác nhau và phức tạp, cho nên lập trường tranh cử có thể là một danh sách hổ lốn phản ảnh tính chất đa nguyên của cử tri, thay vì một chủ đề duy nhất (single issue).

Trên phương diện kinh tế, sự bành trướng của người Mỹ về phía Miền Tây diễn ra song song với cuộc cách mạng kỹ nghệ. Miền Tây là một vùng bao la cung cấp ngũ cốc và cũng là nơi phát triển ngành nuôi heo. Miền Đông Bắc Hoa Kỳ tiếp nhận kỹ nghệ chế biến và nhất là kỹ nghệ dệt đã có ảnh hưởng thúc đẩy Miền Nam phát triển nghề trồng bông lấy sợi để cung cấp bông cho kỹ nghệ dệt Miền Bắc.

Trong khung cảnh phát triển dữ dội đó, những hình thức đầu tư cũ đã trở nên lỗi thời vì tư bản luân lưu cực nhanh và mạnh. Các ngân hàng mọc lên như nấm để đáp ứng nhu cầu tài chánh của các nhà đầu tư. Các hệ thống đường hỏa xa và đường thủy cũng bành trướng nhanh chóng để đáp ứng nhu cầu di chuyển người và hàng hóa.

Dĩ nhiên những sự phát triển nói trên diễn ra khá hỗn độn, với những sự đầu cơ, lạm dụng, gian lận của tư nhân, những thiếu sót trong việc hoạch định, những tiên đoán nhiều khi sai lầm, cộng thêm những lạm dụng của cơ quan chính quyền, và tệ nạn tham nhũng.

Tình trạng phát triển nói trên bị gián đoạn bởi những cơn khủng hoảng 1819, 1837, và 1839 làm phá sản hàng trăm nhà ngân hàng và các tổ hợp kinh doanh lớn.

Thời kỳ từ 1830-1850 tại Hoa Kỳ còn được gọi là thời kỳ cải cách (age of reform). Nhiều nhà truyền giáo Tin Lành đã đóng góp vào phong trào đề cao đạo đức. Song song với phong trào này là các phong trào tranh đấu cho nữ quyền, phong trào hòa bình, phong trào đòi chấm dứt án tử hình, và rất nhiều phong trào nhân bản khác.

Nhưng quan trọng hơn cả, và liên quan đến cuộc chiến tranh Nam Bắc, là phong trào đòi giải phóng người da đen (Abolitionism), nghĩa là bãi bỏ chế độ nô lệ. Sự phát triển trên toàn thể mười mấy tiểu bang vào lúc đó tạo nên sự phân công lao động và chuyên biệt hóa về sản xuất. Mỗi miền đã mang một sắc thái văn hóa độc đáo và sự khác biệt sâu xa đã đóng góp cho tinh thần địa phương, nhất là sự chia rẽ giữa Miền Bắc và Miền Nam.

Miền New England cảm thấy bị đe dọa bởi Miền Tây vì bị thu hút mất nhiều tay nghề và nhân lực lao động. Sự phát triển hệ thống giao thông giúp sự chuyên chở nông phẩm từ Miền Tây về Miền Đông, làm giảm giá bán nông phẩm của các nông dân nghèo miền New England, và khiến các nông dân vùng này bất bình.

Người Miền Tây thì có mặc cảm bị khinh thị vì thô kệch, thiếu văn hóa và bị bóc lột bởi giới tài phiệt Miền Đông.

Nhưng sự khác biệt nổi bật nhất là tính cách độc đáo của Miền Nam với những đồn điền trồng bông, thuốc lá, và mía. Những người chủ da trắng đã điều động một đạo quân nô lệ da đen một cách hữu hiệu nhưng không kém vô nhân đạo. Những người chủ điền da trắng có quyền giết chết một nô lệ da đen như giết một con vật.

Trong khi người da đen ở các tiểu bang khác được hưởng sự tự do bình đẳng, thì hệ thống sản xuất tại một số tiểu bang Miền Nam vẫn duy trì một tương quan bất bình đẳng giữa người với người.

Trong những năm đầu của nền cộng hòa, vì giao thông cách trở, nên những biệt lệ tại mỗi địa phương còn được người ta làm ngơ. Nhưng kể từ khi giao thông phát triển, sự liên lạc điện tín làm ngắn lại những khoảng cách địa dư, thì người Miền Bắc không còn làm ngơ trước chế độ nô lệ của Miền Nam.

1.3.4.2. *Cuộc Chiến Tranh Nam-Bắc*

Mặt khác, sự hình thành những tiểu bang mới của Miền Tây làm giảm ảnh hưởng số phiếu của Miền Nam tại quốc hội. Điều này khiến Miền Nam cảm thấy bị đe dọa vì đứng vào phe thiểu số. Vì thế một số tiểu bang Miền Nam muốn ly khai khỏi liên bang và thành lập một liên hiệp độc lập Miền Nam. Các tiểu bang khác đều chống lại sự ly khai này, và cuộc nội chiến đã diễn ra từ năm 1860 đến năm 1865 mới chấm dứt.

Sau khi Miền Bắc thắng trận, chế độ nô lệ mới chính thức được hủy bỏ do bản tu chính hiến pháp được biểu quyết đầu năm 1865 và được phê chuẩn sau khi chiến tranh chấm dứt.

Năm 1867 quốc hội ra đạo luật bắt Miền Nam phải cho người da đen bỏ phiếu, nhưng nhiều tiểu bang Miền Nam vẫn tìm biện pháp loại bỏ người da đen, ví dụ đòi hỏi người cử tri phải biết đọc và am hiểu hiến pháp. Những cử tri da trắng thì được miễn khảo hạch khi đi bầu, nhưng cử tri da đen thì bị sát hạch rất ư kỹ lưỡng.

Cho mãi tới năm 1908 các tiểu bang Miền Nam mới hoàn toàn giải phóng người da đen trên mặt luật pháp. Nhưng trên thực tế, cuộc tranh đấu cho quyền bình đẳng của người da đen còn trải qua nhiều thập niên, cho mãi tới năm 1965, cuộc giải phóng người da đen mới được coi là hoàn tất.

1.3.5. Giai Đoạn Trưởng Thành Của Nền Dân Chủ Hoa Kỳ

Với cuộc nội chiến chấm dứt, nền dân chủ Hoa Kỳ bước vào giai đoạn trưởng thành. Sự thực thi hiến pháp đã dần dần có cơ hội được thí nghiệm, bộ máy chính trị của nền dân chủ được thử thách cũng như được cải tiến. Năm 1883, quốc hội thông qua đạo luật tuyển chọn viên chức liên bang qua một ủy hội tuyển dụng độc lập chứ không bị sự kiểm soát của đảng phái cầm quyền.

Trên phương diện cân bằng quyền lực (check and balance), Tổng Thống Cleveland là vị tổng thống đầu tiên đã dùng quyền phủ quyết rất nhiều đối với lạm dụng của quốc hội trên phương diện chi tiêu.

Kể từ khi có 10 tu chính hiến pháp đầu tiên gọi là Bill of Rights, quốc hội Hoa Kỳ đã phê chuẩn thêm gần 20 tu chính khác, trong đó có tu chính 18-8-1920 cho phép phụ nữ có quyền đi bầu (sau cả người da đen), và tu chính 1972 công nhận quyền bình đẳng của phụ nữ đối với nam giới.

Mặt khác sự phát triển của nền dân chủ Hoa Kỳ đã theo thời gian làm cho nó khác đi với hình ảnh ban đầu và có thể khác với ý muốn của những người khai sáng ra nền dân chủ đó. Những trào lưu tư tưởng mới phát sinh từ hoàn cảnh kinh tế xã hội đã có ảnh hưởng đến đường lối và chính sách xã hội và kinh tế.

1.3.5.1. Sự Phát Triển Kỳ Diệu Về Kinh Tế

Kể từ sau cuộc nội chiến, Hoa Kỳ tiếp tục mở rộng về Miền Tây cho tới bờ biển Thái Bình Dương. Trong công cuộc Tây Tiến, người Mỹ đã chinh phục hoàn toàn vùng đất rộng bao la với tiềm năng vĩ đại về phương diện canh nông và khoáng sản giúp cho công cuộc kỹ nghệ hóa. Truyền thống di dân đã khiến Hoa Kỳ thu hút thêm nhiều triệu người từ Âu Châu sang lập nghiệp, nhất là những người táo bạo, giàu sáng kiến, nhiều khả năng.

Trong cuộc Tây Tiến, người Mỹ tìm ra nhiều mỏ vàng, mỏ bạc ở California và phần lớn các tiểu bang Miền Viễn Tây (Far Western). Công cuộc khai mỏ nhiều khi biến một vùng hoang vu thành một trung tâm kỹ nghệ hoặc thương mại, và phát triển ngành canh nông ở những vùng chung quanh.

Tại vùng đồng bằng miền Trung Tây (Middle Western), hàng triệu con bò vô chủ tự do gặm cỏ một cách thoải mái trên những cánh đồng cỏ cũng vô chủ và rộng mênh mông. Những cánh đồng cỏ vô chủ đó được gọi là open range, lập tức được khai thác mà không cần nhiều vốn. Một số dân Texas đã nhìn thấy cơ hội làm giầu tốt hơn cả ngành trồng bông gòn. Họ chỉ cần thuê những chú cao bồi cởi ngựa để chăn những đàn bò suốt nhiều tháng trong năm, và tới mùa Thu thì xua bò đi bán.

Nhiều yếu tố đóng góp cho hiện tượng bùng nổ kỹ nghệ. Sự khám phá ra những quặng sắt và sự khai thác rừng cây thúc đẩy sự phát triển hệ thống hỏa xa. Sự khám phá ra mỏ vàng mỏ bạc đã tạo nên tư bản cho các nhà đầu tư vùng Đông Bắc. Sự phát triển ngành chăn nuôi thúc đẩy kỹ nghệ chế biến nông phẩm.

1.3.5.2. *Một Số Dữ Kiện Thống Kê Đáng Lưu Ý*

Năm	**1880**	**1990**
Dân số toàn quốc	50,000,000	76,000,000 (9 triệu di dân)
Dân số phía tây sông Mississippi	22% tổng số	27% tổng số
Tổng số xuất cảng	$590,000,000 *	$1,371,000,000
Chuyên chở đường biển	1,571,000 tấn *	726,000 tấn **
Kỹ nghệ chế biến	$5,400,000,000	$13,000,000,000
Sản lượng thép hàng năm	1,400,000 tấn	11,000,000 tấn
Đường rầy xe lửa	150,151 km	310,000 km
Dân số đô thị	20% tổng số	40% tổng số

1877
** 1898*

Các vùng kỹ nghệ mới mọc lên khắp nơi. Nhờ có hệ thống đường hỏa xa Kansas Pacific, những đàn bò có thể được chở đi xa hàng 300 kilometres từ Texas đến Abilene, thuộc Kansas, nơi mua bán bò. Sau đó nhờ có thêm hệ thống hỏa xa Santa Fe, North Dakota, ngành chăn nuôi bò trên các cánh đồng vô chủ đã phát triển ngoài sức tưởng tượng.

Vùng bờ biển Miền Đông từ Massachusetts tới Pensylvania trở thành khu kỹ nghệ sắt thép lớn, cộng với một số kỹ nghệ thép rải rác ở vùng Đại Hồ (Great Lakes) và Miền Nam.

Tại vùng Trung Tây, ngành kỹ nghệ chế biến nông phẩm phát triển mạnh như ngành kỹ nghệ đồ hộp, kỹ nghệ gói thịt, kỹ nghệ bột mì, nấu rượu, kỹ nghệ sản xuất máy móc dụng cụ canh nông, và kỹ nghệ gỗ (lumber).

Tại Miền Nam, những kỹ nghệ liên quan đến ngành kéo sợi và dệt vải, nhà máy giấy, nhà máy cây. Riêng ngành kỹ nghệ gỗ ở Miền Nam đã cung cấp một phần ba sản phẩm gỗ toàn quốc.

1.3.5.3. *Những Tác Dụng Tiêu Cực Của Cuộc Phát Triển Kỳ Diệu*

Sự phát triển kỳ diệu của Hoa Kỳ có một số nguyên nhân khách quan. Sự du nhập khoa học kỹ thuật trùng hợp với một giai đoạn di dân đông đảo, được sự hỗ trợ của nguồn tài nguyên dư thừa ở Miền Trung Tây và Viễn Tây, một miền đất đai mênh mông. Riêng lục địa Hoa Kỳ tự nó là một thị trường rộng lớn để giúp làm hạ giá thành và cạnh tranh trên thị trường quốc tế.

Mặt khác, sự phát triển tự do theo quan niệm laissez-faire tuy đem lại những kết quả ngoài sức tưởng tượng, nhưng cũng tạo ra nhiều xáo trộn và bất trắc. Những tư nhân đầu tư trên quy mô nhỏ (micro scale) không nắm vững được những dữ kiện trên quy mô lớn (macro) thường rơi vào những bẫy sập của sự chủ quan và bị thất bại.

Nền kinh tế nhiều khi phát triển vì yếu tố tâm lý và nhiều khi sụp đổ cũng vì yếu tố tâm lý của con người. Trong giai đoạn từ 1877 đến 1887, vùng canh nông của Miền Tây được mưa thuận gió hòa, trúng mùa liên tiếp 10 năm. Ai cũng nhìn thấy Miền Tây là vùng đất hứa. Những người di dân đổ xô đi tìm cơ hội làm giàu ở Miền Tây, khiến những người đầu cơ đổ xô đi mua đất đai nông trại để chờ bán lại với giá cao. Những người mới định cư đổ xô đi vay nợ để chờ phát triển.

Nhưng sau đó Miền Tây bị nhiều năm hạn hán mất mùa, nhiều người đầu cơ bị phá sản, dân định cư mang nợ, những người di dân và nông dân phải bỏ xứ mà đi nơi khác.

Cuộc kỹ nghệ hóa và sự hình thành những vùng đô thị lớn còn tạo ra những bài toán nhức đầu về chính trị và những xáo trộn xã hội. Mặc dầu Hoa Kỳ là một nước giàu nhất thế giới, nhưng sự cách biệt giữa giàu và nghèo cũng khá nổi bật. Có những vùng đô thị dân chúng sống trong sự cùng khổ. Tội phạm phát triển theo đà đô thị hóa (urbanization). Tại các xưởng kỹ nghệ thợ thuyền bị bóc lột.

Trong hoàn cảnh khó khăn về chính trị đó, nhiều viên chức chính quyền hoặc tổ chức chính trị liên kết với giới chủ nhân và giới giàu có, dung dưỡng nhiều tệ nạn tham nhũng. Các thế lực tài chánh thì liên kết với nhau thành tổ hợp mạnh để độc quyền thao túng thị trường.

1.3.5.4. Phong Trào Cấp Tiến

Đứng trước hoàn cảnh nói trên, nhiều người Hoa Kỳ nhìn thấy xã hội Hoa Kỳ bị đe dọa, nền dân chủ bị trục trặc và họ tìm cách sửa chữa. Đây là nguồn gốc đưa đến phong trào cấp tiến.

Phong trào cấp tiến chống lại chủ nghĩa cá nhân, chống lại khuynh hướng tự do kinh doanh (laissez-faire) và chủ trương chính quyền phải can thiệp mạnh để cải tạo xã hội theo chủ nghĩa tập thể dân chủ (democratic collectivism). Phong trào cấp tiến lan ra trong giới kinh tế gia, xã hội học, chính trị học, nhà báo, nhà truyền giáo, và gây ảnh hưởng lớn trên hệ thống truyền thông, giáo dục và trong giới chính trị.

Phong trào cấp tiến đã đưa đến sự cải tổ chính quyền các thị xã để họ chịu trách nhiệm nhiều hơn với dân. Các nha sở gọi là "commission" được đặt ra để mỗi ông "commissioner" phải do dân bầu ra và chịu trách nhiệm trực tiếp trong từng lãnh vực đối với quần chúng.

Sự cải cách theo khuynh hướng cấp tiến lập tức lan ra cấp tiểu bang, với rất nhiều người trẻ tuổi tham gia vào các cấp để đem lại sinh khí cho nền dân chủ. Những người này đã thúc đẩy sự cải tiến cơ chế chính trị, ví dụ cuộc bầu cử sơ bộ (primary election) được bỏ phiếu trực tiếp, các thượng nghị sĩ cũng được bầu trực tiếp thay vì gián tiếp qua cơ quan lập pháp tiểu bang.

Trên quy mô toàn quốc, phong trào cấp tiến đã đưa đến hai loại sửa đổi: thứ nhất là chính quyền can thiệp nhiều hơn vào sự điều hành nền kinh tế; và thứ hai là chính quyền lập nên nhiều quỹ xã hội để giúp cho giới quần chúng kém may mắn.

1.3.6. Chính Sách Can Thiệp

Hoa Kỳ vốn là nước dân chủ theo khuynh hướng tự do kinh doanh (free enterprise, hay laissez-faire) nhưng ngay từ buổi sơ khai đã theo đuổi một vài chính sách can thiệp vào nền kinh tế, vì bản chất đa nguyên, muốn thỏa mãn nhiều nhóm quyền lợi khác nhau (special interest groups).

1.3.6.1. Can Thiệp Vào Nền Kinh Tế

Một thí dụ cụ thể là chính sách bao cấp nông dân để ngũ cốc của họ có thể cạnh tranh trên thị trường thế giới. Đạo luật về quan thuế McKinley Tariff Act (1890), đánh thuế nhập cảng trên một số nông phẩm ngoại quốc như đường, trong khi đường sản xuất trong nước được bao cấp 2 xu mỗi pound.

Một thí dụ thứ hai là đạo luật Sherman Silver Purchase Act đòi hỏi Bộ

Tài Chánh mỗi tháng phải mua 130,000 kg bạc, nghĩa là tăng 50% so với trước kia. Đạo luật này ra đời vì áp lực của giới khai mỏ bạc vào thời kỳ giá bạc đi xuống.

Một thí dụ thứ ba là sự can thiệp để cứu nguy công ty xe hơi Chrysler vào cuối thập niên 70 và đầu thập niên 80. Trong vòng ba năm 1978-1981, công ty này lỗ hơn 3.5 tỷ mỹ kim, sắp sửa bị phá sản và đe dọa việc làm của hơn 600,000 công nhân. Chính phủ Liên Bang đã phải can thiệp bằng cách bảo đảm một món nợ 1.2 tỷ mỹ kim để giúp công ty này phục hồi.

Năm 1900, quốc hội ra đạo luật Gold Standard Act, tức là thiết lập chế độ kim bản vị, lấy vàng làm tiêu chuẩn để bảo đảm cho đồng mỹ kim. Đạo luật này đòi hỏi Tổng Ngân Khố phải duy trì trong kho một số lượng vàng tương đương với $150,000,000 gọi là "trữ kim" (reserve) để bảo đảm cho giá trị của đồng mỹ kim. Đạo luật này ra đời vì, năm 1899, mỏ vàng Klondike đem về số vàng nhiều gấp đôi sản lượng những năm trước.

Năm 1901, quần chúng Mỹ rất quan tâm đến tình trạng bành trướng của các tổ hợp kỹ nghệ liên minh với nhau để giữ giá và loại trừ sự cạnh tranh tự do, làm thiệt hại giới tiêu thụ. Tổng Thống Theodore Roosevelt bèn áp dụng tích cực đạo luật Sherman Anti-Trust Act 1890, và giải tán Tổ Hợp độc quyền hỏa xa Tây Bắc, và kế tới là Tổ Hợp Thịt Bò, Tổ Hợp độc quyền dầu hỏa, thuốc lá và nhiều tổ hợp độc quyền khác.

Chính quyền liên bang còn can thiệp để kiểm soát hệ thống hỏa xa liên tiểu bang, và tranh đấu để quốc hội ra đạo luật Hepburn Act 1906 cấm công ty hỏa xa không được tăng giá vé nếu không có sự đồng ý của cơ quan Thương Mại Liên Tiểu Bang (Interstate Commerce Commission).

Đạo luật Meat Inspection Act và Pure Food and Drug Act 1906 cho phép chính quyền kiểm soát mức độ vệ sinh trong lãnh vực thực phẩm.

Tổng Thống Woodrow Wilson là người thực hiện nhiều thay đổi như thúc đẩy quốc hội biểu quyết đạo luật Underwood Tariff Act (1913) giảm mức thuế nhập cảng từ 40% xuống 25%. Sau đó ông cải tổ ngành ngân hàng qua dự luật Federal Reserve Act được thông qua năm 1913, và thúc đẩy mạnh mẽ việc thông qua đạo luật Federal Trade Commission Act (1914) và giao cho Ủy Hội Mậu Dịch Liên Bang (Federal Trade Commission) nhiều quyền hành rộng rãi để ngăn cấm độc quyền thương mại.

1.3.6.2. Can Thiệp Để Cải Cách Xã Hội

Trong lãnh vực xã hội, Tổng Thống Wilson là người thúc đẩy quốc hội biểu quyết đạo luật về tín dụng, cho nông dân vay tiền dài hạn, chống việc bắt trẻ em lao động (anti-child-labor), đạo luật bồi thường cho công nhân, và đạo luật Adamson Act, thiết lập chế độ làm việc 8 giờ mỗi ngày cho công nhân hỏa xa liên tiểu bang.

Cuộc khủng hoảng kinh tế vào thập niên 1930-1940 làm gia tăng sự can thiệp của chính quyền vào nền kinh tế quốc gia và chính sách xã hội. Đạo luật Agricultural Adjustment Act (1933) bắt đầu một giai đoạn trợ cấp cho nông dân để gia tăng lợi tức của họ. Đạo luật này trợ cấp cho nông dân nếu họ giảm bớt mức sản xuất bảy thứ ngũ cốc trong đó có lúa mì, bông gòn, và bắp.

Chính sách Tân Kinh Tế (New Deal) của Tổng Thống Roosevelt tìm cách phục hồi nền kinh doanh tư nhân bằng đạo luật National Industrial Recovery Act (NIRA) năm 1933. Đạo luật này đưa ra cả một chính sách rộng lớn trong đó chính quyền hỗ trợ giới kinh doanh với điều kiện họ không cắt giảm giá cả quá đáng.

Cũng theo đạo luật nói trên, giới công nhân lao động được bảo đảm số giờ làm việc và số lương tối thiểu, cũng như có quyền điều đình tập thể (collective bargaining). Mặt khác chính quyền đề ra những đại công tác về xây cất do Bộ Công Chánh đảm nhiệm để tạo công ăn việc làm.

Đạo luật nói trên tuy đạt được một vài kết quả giới hạn nhưng nói chung là một thất bại lớn vì quá rườm rà. Năm 1935, Tối Cao Pháp Viện đã phải vô hiệu hóa đạo luật này.

Mặt khác nhiều chương trình cứu trợ hàng triệu người đói được liên bang tiến hành vì tiểu bang không đủ sức giải quyết. Những chương trình khác có tính cách phục hồi như chương trình nông tín do cơ quan Farm Credit Administration, chương trình trợ giúp những người muốn mua nhà như Federal Housing Administration.

Năm 1935, Quốc Hội thành lập cơ quan cứu trợ người thất nghiệp (Work Progress Administration). Một đạo luật có ảnh hưởng xã hội lâu dài là đạo luật Social Security Act 1935 dùng tiền liên bang cứu trợ người già, người hưu trí, người thất nghiệp, người tàn tật, và thiếu nhi.

Một đạo luật mới về thuế lợi tức đánh vào giới giầu có và các công ty được báo chí gọi là đạo luật triệt hạ nhà giàu ("soak the rich").

Những kinh nghiệm của thời New Deal giúp cho chính quyền làm quen với sự can thiệp để đối phó với lạm phát qua sự điều chỉnh tiền tệ và tín dụng. Mặt khác chính quyền bắt đầu có thói quen tìm cách bơm tiền vào thị trường để kích thích nền kinh tế.

Chiều hướng can thiệp của chính quyền tiếp tục khi Tổng Thống

Johnson tiến hành cuộc chiến tranh chống nghèo đói (unconditional war on poverty). Năm 1965, ông đưa ra kế hoạch "Đại Xã Hội" (Great Society). Nhiều đề nghị của kế hoạch này được Quốc Hội thông qua, tạo nên những chương trình trợ cấp "entitlement" trong đó có chương trình AFDC (Aid to Family with Dependent Children) là chương trình phí tổn nhiều nhất, gia tăng nhanh nhất, bị lạm dụng nhiều nhất, và bị chỉ trích nhiều nhất.

1.3.7. Sự Bế Tắc Của Chính Sách Can Thiệp - Gió Lại Đổi Chiều

Khuynh hướng chủ trương để chính quyền can thiệp vào lãnh vực kinh tế và xã hội trở nên mạnh mẽ nhất kể từ thời New Deal cho tới thập niên 1970-1980. Ngân sách quốc gia đã tăng đều, và tình trạng lạm chi khiến cho chính quyền ngày càng mắc nợ ngập đầu. Những chi phí dành cho các chương trình "Entitlement" sẽ làm cho Hoa Kỳ vỡ nợ vào đầu thế kỷ 21, nếu không có biện pháp cứu vãn.

Chính sách can thiệp theo khuynh hướng xã hội chủ trương sử dụng chính quyền làm công cụ để thực hiện những biện pháp có tính cách tái phân lợi tức nhằm đem lại công bằng xã hội (social justice). Khuynh hướng này còn được coi là đem chính trị vào kinh tế (political economics) được áp dụng từ lâu tại Âu Châu, và trái với khuynh hướng tự do kinh doanh.

Khuynh hướng nói trên của John Maynard Keynes không luôn luôn thành công trong mục tiêu kinh tế. Chính quyền Carter đã thất bại và Tổng Thống Carter thất cử mặc dù áp dụng chính sách tăng chi phí Liên Bang tới mức lạm chi 50 tỷ theo lý thuyết của Keynes mà không giảm được thất nghiệp.

Sau những thập niên theo đuổi chính sách can thiệp của nhà nước, nhiều quốc gia theo khuynh hướng xã hội bắt đầu gặp những khó khăn lớn, nhất là tình trạng lạm chi (deficit) theo đà gia tăng khiến quốc gia ngày càng mắc nợ quá lớn. Cái khó nhất của một quốc gia đã nghiện ngập trong chính sách xã hội là những người dân quen thụ hưởng công bình xã hội không chấp nhận cắt giảm chương trình trợ cấp xã hội.

Nhiều nước Tây Âu, trong đó có Pháp và Đức, theo đuổi chính sách dân chủ xã hội đã phải đối phó với tình trạng thất nghiệp trầm trọng và kéo dài. Tình trạng trên cho thấy sự mâu thuẫn lớn giữa mục tiêu và kết quả[3]. Kết quả đã phản lại mục tiêu.

Kể từ thập niên 1980-1990, Hoa Kỳ bắt đầu với chính quyền Cộng Hòa và chuyển hướng sang chủ trương giảm bớt vai trò của chính quyền và giảm thuế, cũng như giảm chi. Nhưng chiến lược võ trang với thế chủ động phòng thủ chiến lược (SDI) là một chiến lược cực kỳ đắt tiền. Vì Hoa Kỳ dành ưu tiên cho mục tiêu chiến lược là thắng Liên Xô cho nên chi phí quốc phòng bắt buộc phải gia tăng rất cao. Do đó, chính sách kinh tế "supply-side" đã không được thi thố và đã bị hy sinh.

Trong khi đó, nước Chí Lợi (Chili) với sự cố vấn của Milton Friedman trong chủ trương giảm chi, thu nhỏ vai trò của chính phủ, và khuyến khích tư doanh, đã đạt kết quả đáng khích lệ. Chính sách tư nhân hóa hệ thống an sinh xã hội của Chí Lợi đã trở thành đề tài nóng hổi vì sự thành công của nó.

Nước Anh dưới sự lãnh đạo của bà Margaret Thatcher đã tiến hành một cuộc cải cách kinh tế bằng sự cắt giảm bộ máy nhà nước. Năm 1982, chính quyền Anh có 748,000 nhân viên công chức. Năm 1995, con số công chức giảm xuống còn 533,000. Trong khoảng 10 năm sau, hai phần ba công chức Anh được chuyển sang các lãnh vực bán công tự trị, và chẳng bao lâu các cơ quan này bị giải tư.

Trong năm 1995, khoảng 1,300 những thể lệ nhà nước bị hủy bỏ. Điều này có nghĩa là sự can thiệp của nhà nước đã bị giảm xuống tới mức tối thiểu.[4]

Chính sách kinh tế của bà Thatcher đã đem nước Anh ra khỏi bốn thập niên suy thoái do chính sách xã hội.[5]

Từ Tây Ban Nha tới Pháp, Đức, Thụy Điển và Phần Lan, khuynh hướng chung đang tiến tới chính sách cắt giảm bộ máy nhà nước và giải tư các xí nghiệp quốc doanh[6]. Tại Pháp, việc giảm mức bất quân bình ngân sách là một trong những điều kiện chính để gia nhập hệ thống tiền tệ của Liên Bang Âu Châu. Dự tính cắt trợ cấp an ninh xã hội (social security) để giảm chi đã gặp phải sự chống đối mạnh mẽ. Một cuộc đình công vĩ đại làm tê liệt Paris khi chính quyền bảo thủ dự tính cải tổ hệ thống welfare, và hệ thống trợ cấp hưu trí trong khu vực công.[7]

Bài toán khó khăn chung của nhiều quốc gia theo chính sách xã hội là khi chính quyền tại các quốc gia này muốn cắt giảm chi tiêu để cứu vãn nền kinh tế thì đa số giới quen hưởng thụ trợ cấp đã phản đối kịch liệt. Tình trạng nói trên giống như tình trạng của một người nghiện ma túy, muốn "cai" nhưng cơ thể phản ứng chống lại bằng những cơn ghiền hành hạ thể xác.

Bài học nói trên là một kinh nghiệm rất quý báu cho những tân quốc gia muốn thực hiện những kế hoạch xã hội để đem lại phúc lợi cho người dân.

Chương II

1.3.8. Tóm Lược Về Sự Thành Công Của Cuộc Cách Mạng Dân Chủ Tại Hoa Kỳ

Cuộc cách mạng dân chủ tại Hoa Kỳ đã diễn ra trong một bối cảnh khác với hai cuộc cách mạng tại Anh và Pháp. Có nhiều yếu tố quan trọng giúp cho cuộc cách mạng tại Hoa Kỳ thành công một cách tương đối nhanh chóng.

Yếu tố thứ nhất là phần lớn lục địa Hoa Kỳ lúc đó khá cô lập với lục địa Âu Châu, khiến cho các vương quốc Âu Châu nếu muốn can thiệp cũng khó mà động binh một cách nhanh chóng và hữu hiệu.

Yếu tố thứ hai cũng rất quan trọng giúp cho sự thành công là chế độ phong kiến chưa mọc rễ tại Hoa Kỳ vào giai đoạn chiến tranh giành độc lập. Và con số những người khao khát tự do, khao khát thay đổi, khao khát một chân trời mới, chiếm một phần quan trọng trong tổng số người dân Hoa Kỳ vào giai đoạn cách mạng.

Yếu tố thứ ba giúp cho sự thành công là tài nguyên bao la của Hoa Kỳ vào giai đoạn lập quốc so với số dân nhỏ bé khiến cho mỗi người đều có cơ hội và hy vọng chia xẻ nguồn tài nguyên đó và giảm bớt những mâu thuẫn đưa đến tranh chấp kịch liệt.

Yếu tố thứ bốn là những người sáng lập ra quốc gia Hoa Kỳ đã có một tinh thần rất thực tế để không rơi vào cạm bẫy của lãng mạn và ảo tưởng trong việc xây dựng thể chế dân chủ cho nước này.

2. TỔNG KẾT VỀ CUỘC CÁCH MẠNG DÂN CHỦ

Tiến trình cách mạng dân chủ của ba quốc gia điển hình đã được trình bày một cách hết sức tóm lược. Còn một số quốc gia khác ở Âu Châu, Bắc Mỹ, Úc Châu và Á Châu đã không được nhắc tới vì khuôn khổ hạn chế của bài này.

Cơ chế phân quyền của ba nền dân chủ Anh, Pháp, và Mỹ khác nhau.

Nước Anh theo chế độ nghị viện, còn được gọi là đại nghị (parliamentary), trong đó đảng đa số sẽ chọn người của đảng mình ra làm thủ tướng nghĩa là đứng đầu hành pháp. Thủ tướng phải chịu trách nhiệm trước Hạ Viện, do đảng của chính ông ta nắm đa số. Như vậy, mặc dầu chế độ chính trị của nước Anh theo nguyên tắc phân quyền, nhưng trên thực tế cơ quan lập pháp và hành pháp hợp tác với nhau để điều khiển quốc gia. Các học giả chính trị đã nêu lên tính chất trên là hợp quyền chứ không phải phân quyền trong cơ chế dân chủ Anh Quốc.

Nước Mỹ, với hệ thống tổng thống chế công nhận nguyên tắc phân quyền tích cực. Nguyên tắc này đôi khi gặp phải bế tắc trầm trọng (gridlock) khi vị tổng thống và quốc hội thuộc hai đảng đối lập nhau. Trên thực tế, muốn ra khỏi bế tắc, hành pháp và lập pháp phải hợp tác với nhau để dung hòa, theo chiều hướng phê phán của công luận.

Nền dân chủ của Pháp tuy có một vị tổng thống độc lập với lập pháp, nhưng vị thủ tướng có thể thuộc khối đối lập trong quốc hội tùy theo tương quan lực lượng chính đảng. Ví dụ trong giai đoạn Mitterand thuộc đảng xã hội làm tổng thống, ông ta đã phải chọn ông Balladur thuộc khối đối lập và theo khuynh hướng bảo thủ để làm thủ tướng, Vì thế, hệ thống chính trị của Pháp đã được gọi là "quasi-presidential system".

Sự khác biệt giữa ba cơ chế Anh, Pháp, và Mỹ cho thấy có nhiều cách để đạt tới nền dân chủ, tùy theo sự lựa chọn của người dân. Nó cũng cho thấy không có một nền dân chủ nào được gọi là toàn hảo.

Tiến trình đạt tới dân chủ của ba nước nói trên cũng khác nhau. Cuộc cách mạng dân chủ của Pháp đã trải qua nhiều giai đoạn quá độ tả khuynh, quá độ hữu khuynh, với nhiều mất mát nghiêm trọng cho xã hội trước khi tìm ra được một cơ chế ổn định cho nền dân chủ.

Cuộc cách mạng dân chủ của Hoa Kỳ tuy cũng trải qua một cuộc chiến tranh quyết liệt, nhưng sớm đạt được ổn định hơn cuộc cách mạng của Pháp nhờ có những cơ chế hiến định giúp cho sự cân bằng quyền lực, đồng thời giúp cho sự phát triển.

Chương II

Cuộc cách mạng dân chủ của Anh là một tiến trình rất chậm chạp và không có một mốc thời gian rõ rệt cho thấy những bước ngoặt quyết định. Mặt khác tiến trình thay đổi tại Anh đã duy trì được sự ổn định và bảo tồn truyền thống của xã hội.

Ta cũng thấy rằng những khác biệt nói trên có những nguyên nhân chủ quan và khách quan. Nhưng dù khác nhau trong phương pháp thực hiện, cả ba cuộc cách mạng trên cho thấy một nét tương đồng rất nổi bật và quan trọng dưới đây:

Xu hướng chung của con người trong tiến trình đấu tranh cho dân chủ là đòi cho được các quyền căn bản: phẩm giá con người được tôn trọng, quyền thực sự làm chủ đất nước qua sự lựa chọn người đại diện một cách tự do, quyền được đối xử bình đẳng, quyền được hưởng những bảo đảm về sức khỏe, được hưởng một nền giáo dục tốt.

Để bảo đảm những quyền trên, sự giao kết giữa người dân và cơ chế thi hành ý dân phải được đặt trên một căn bản bền vững, đó là một hiến pháp dân chủ.

Trong một chế độ dân chủ người dân có quyền tự do đối lập với chính quyền và đối lập với nhau. Đó là đặc tính đa nguyên được tôn trọng trong nền dân chủ. Đặc tính đa nguyên chấp nhận có những mâu thuẫn và tranh chấp, nhưng cung cấp cơ hội để dung hòa những mâu thuẫn bằng sự điều đình, sự tương nhượng, thay vì đấu tranh bằng bạo lực.

Abraham Lincoln (?) đã nói: "Không thể làm cho người yếu khỏe lên bằng cách làm cho người khỏe yếu đi. Không thể giúp người thợ kiếm thêm nhiều tiền bằng cách cách làm người chủ kiếm ít tiền đi. Không thể giúp người nghèo bằng cách triệt hạ người giầu."

Những sự tương nhượng và dung hòa các mâu thuẫn nói trên được bảo đảm bằng những giao kết. Hình thức giao kết ở cấp cao nhất là hiến pháp. Hinh thức giao kết ở cấp thấp hơn là luật pháp.

Cơ chế dân chủ là nơi thi hành những giao kết, được tổ chức theo nguyên tắc phân ra ba thứ quyền độc lập với nhau để tăng thêm bảo đảm cho người dân và cũng để tăng thêm sự ổn định của nền dân chủ. Những giao kết này ràng buộc quyền lực với trách nhiệm, cả về phía người dân lẫn phía chính quyền.

2.1. Trách Nhiệm Của Quyền Làm Chủ

Quyền làm chủ của người dân trong chế độ dân chủ ràng buộc người dân với trách nhiệm hành xử sao cho xứng với quyền hành được giao vào tay mình. Người dân có trách nhiệm chọn người đại diện xứng đáng, có trách nhiệm theo dõi việc làm và chính sách của chính quyền đại diện, và có trách nhiệm nói lên sự hài lòng hay không hài lòng của mình.

Người dân còn có trách nhiệm phải sáng suốt trong sự lựa chọn. Nếu người dân nhẹ dạ nghe theo lời đường mật của những ứng cử viên mỵ dân, thì chính người dân sẽ lãnh những hậu quả do sự lựa chọn lầm lẫn của mình.

Ngoài ra, người dân còn có trách nhiệm phải tích cực tham gia vào sinh hoạt dân chủ bằng xương bằng thịt của mình, thay vì giao phó tương lai sinh mạng của mình và của quốc gia cho giới thơ lại định đoạt. Thái độ tích cực hay thờ ơ của người dân có tác dụng tốt hay xấu đối với sự hữu hiệu và sự bền vững của nền dân chủ.

2.2.   Tính Chất Pháp Trị Của Nền Dân Chủ

Nền tảng luật pháp của nhiều nước Tây Phương đã có sẵn trước khi cuộc cách mạng dân chủ xẩy ra. Như ta đã thấy, nền tảng luật pháp đó bắt nguồn từ La-Mã kéo dài qua nhiều thế kỷ, và nó giúp tạo dựng một trật tự trong mỗi xã hội. Trật tự nói trên có thể có tính cách chủ quan nghĩa là trong giai đoạn phong kiến chuyên chế, nó nhằm mục tiêu chính là phục vụ cho giới thống trị.

Kịp đến khi nền dân chủ xuất hiện, trật tự pháp lý được sử dụng để phục vụ cho việc điều hành cơ chế dân chủ được hữu hiệu, do đó nó trở thành phục vụ đắc lực cho người dân. Sự hữu hiệu bắt nguồn từ tinh thần pháp trị, gồm có bốn đặc tính chính:

- Pháp luật phải là một khuôn mẫu phổ quát

- Nó phải bảo đảm tính chất công chính và vô tư

- Nó phải được chép thành văn để phổ biến công khai

- Và nó phải được áp dụng đồng đều không có sự phân biệt đối xử.

Chế độ luật pháp của Việt Nam ngày nay thiếu tất cả bốn đặc tính trên. Những lời rêu rao của Hà Nội về chế độ pháp trị chỉ là những lời phát ngôn thiếu căn bản. Chế độ đó đã lạm dụng quyền lực, coi thường trách nhiệm, chà đạp lên quyền người dân. Chế độ đã liên tục gây ra những thảm họa cho đất nước, nhưng sau mỗi lần phạm tội ác, chế độ chỉ phủi tay xin lỗi suông.

Tinh thần pháp trị chân chính của dân chủ đòi hỏi công lý phải phê phán và xét xử những trách nhiệm pháp lý và trách nhiệm chính trị của mọi tội ác gây ra do bất kỳ ai, bất kỳ cơ quan nào, bất kỳ đảng nào. Pháp luật phải được áp dụng đồng đều không có sự phân biệt đối xử.

Chương II

2.3.   Dân Chủ Và Phát Triển: Ý Nghĩa Tinh Thần Và Vật Chất

Phát triển nói chung là một từ ngữ áp dụng cho cả hai lãnh vực tinh thần và vật chất. Phát triển mang ý nghĩa toàn diện. Phát triển kinh tế chỉ là một mặt của toàn bộ sự phát triển. Phát triển kinh tế mà thôi chưa đủ để được gọi là phát triển.

Mặt khác, vấn đề chính của phát triển kinh tế là nó nhắm phục vụ cho ai. Ai sẽ là người được hưởng những lợi lộc của phát triển kinh tế? Đa số người dân hay là một thiểu số chuyên chính đặc quyền đặc lợi?

Cuộc cách mạng dân chủ đã trả lời câu hỏi trên: nó nhắm mục đích giành cho người dân quyền làm chủ những thành quả của phát triển mà người dân đã góp phần mồ hôi, nước mắt, và cả xương máu nữa, để đạt được. Nếu không có dân chủ, người dân sẽ không có cơ hội, điều kiện, và những bảo đảm lâu dài để hưởng những thành quả của phát triển.

Vậy dân chủ pháp trị là điều kiện tiên quyết cho sự phát triển toàn diện con người.

CHƯƠNG III:
VĂN HÓA, NHÂN SINH QUAN, VÀ PHÁT TRIỂN

Tạp chí Forbes số July,18, 1994, một tài liệu nghiên cứu dầy hơn 200 trang về phát triển kinh tế trên thế giới, đã trình bày những dữ kiện khá đặc sắc về sự thành công vượt bậc của người Trung Hoa tại hải ngoại.

Bài nghiên cứu nói trên cho rằng nguyên nhân căn bản của sự thành công này là nhờ ở những đức tính bắt nguồn từ nhân sinh quan Khổng Mạnh của truyền thống Trung Hoa. Bài nghiên cứu cũng nhấn mạnh rằng nhân sinh quan Khổng Mạnh phải được phối hợp với khung cảnh tự do dân chủ ở bên ngoài Trung Hoa mới tạo nên được nguyên động lực chính cho sự phát triển.

Thí dụ nói trên có vẻ liên hệ chặt chẽ với đề tài "Văn hoá, nhân sinh quan và phát triển".

Nhân sinh quan, hay nói một cách nôm na: "một lối nhìn về cuộc sống", là một thành tố chính của văn hoá. Nhân sinh quan tượng trưng cho nếp suy nghĩ của một tập thể xã hội. Nói đến nhân sinh quan mà không nói đến văn hoá là một thiếu sót lớn. Tuy nhiên, phạm vi giới hạn của bài này chỉ cho phép chúng ta đi vào những chi tiết khá tổng quát và thiếu chiều sâu.

Trong tinh thần trên, nội dung bài tham luận này được chia làm ba phần chính:

- Tương quan giữa văn hoá với quan niệm sống, và phát triển.

- Một vài ý niệm nhập môn về phát triển.

- Kết luận.

1. TƯƠNG QUAN GIỮA VĂN HÓA, QUAN NIỆM SỐNG VÀ PHÁT TRIỂN

Nhân sinh quan (quan niệm sống) của một cộng đồng, một xã hội, một dân tộc, bắt nguồn từ văn hoá. Nhưng văn hoá là gì?

1.1. Một Số Ý Niệm Nhập Môn Về Văn Hoá

Con người từ khi sinh trên trái đất đã trải qua nhiều giai đoạn phát triển, mỗi giai đoạn được đánh dấu bằng những tiến bộ kỹ thuật, khoa học, tư tưởng, hoặc nghệ thuật. Việc bắt đầu sử dụng vũ khí hoặc các đồ dùng bằng đá để tự vệ và mưu sinh là một tiến bộ kỹ thuật vĩ đại. Mặc dầu lúc đó loài người còn "gầm thét" nổi hoang dã, và còn biểu dương nhiều thú tính, nhưng thời đại đồ đá (stone age) đã nâng cấp con người lên một chủng loại đứng trên mọi sinh vật khác trên trái đất.

Những di tích khảo cổ tại tỉnh Hoà Bình thuộc Bắc Việt cho thấy khoảng sáu ngàn năm trước đây, con người đã biết trồng lúa, và dùng lửa để nấu nướng. Nền văn hoá Đông sơn khoảng 25 thế kỷ trước đây là một giai đoạn văn hoá đặc thù trong đó người dân Việt đã sử dụng đồng làm trống và các vật dụng trang trí.

Qua giai đoạn biết sử dụng lửa để nấu nướng, biết sử dụng vật bén nhọn để khắc hình trên đá, biết đúc kim loại làm đồ gia dụng và làm vũ khí, con người còn biết sử dụng ngôn ngữ và chữ viết để truyền đạt tư tưởng. Đây là giai đoạn con người bắt đầu bước vào thời đại "có văn hoá", mặc dầu nền văn hoá đó hãy còn rất sơ khai.

Từ những giai đoạn sơ khai nói trên cho tới thời kỳ cận đại và hiện đại, con người đã đạt thêm hàng ngàn tiến bộ vượt bậc, và đã tách rời ra khỏi các chủng loại sinh vật khác vì ba đặc điểm chính:

Thứ nhất, con người luôn luôn tiến bộ.

Thứ hai, con người khám phá ra sự khác biệt giữa mình và các sinh vật khác và bắt đầu biết suy nghĩ để tìm hiểu về mình và nguồn gốc lý lịch của mình (identity).

Thứ ba, con người biết suy nghĩ tìm tòi về thế giới gần ở chung quanh, trước khi bắt đầu suy nghĩ về thế giới xa hơn của vũ trụ.

Những suy nghĩ nói trên, những câu hỏi do chính con người đặt ra và tìm cách giải đáp, và sự ứng dụng của những giải đáp vào đời sống đã dệt thành một bức tranh về đời sống loài người mà ta gọi là "văn hoá".

Vậy văn hoá là toàn bộ những sinh hoạt nói lên được suy tư của con người về vũ trụ, về thế giới, về vạn vật, về xã hội, và về chính bản thân của con người.

Rất nhiều sinh hoạt của con người được coi là sinh hoạt văn hoá để phân biệt với những sinh hoạt không mang tính chất văn hoá. Ví dụ: khi đói thì con người tự đi kiếm cái để ăn. Đó chỉ là một hành động sinh lý theo bản năng, giống như khi con bò đói thì nó ăn cỏ.

Nhưng ăn thế nào, và những ý nghĩa mà con người gán ghép cho hành động "ăn uống" và "cách ăn uống", khiến cho hành động ăn uống biến thành những sinh hoạt văn hoá. Ăn bánh dầy và bánh chưng vào ngày tết là một hành động văn hoá vì người dân Việt gửi gấm ý nghĩa về trời đất và công ơn của cha mẹ vào trong chiếc bánh dầy, bánh chưng.

Đốt lửa nướng thịt để ăn là một hành động phục vụ nhu cầu sinh lý, nhưng đốt ngọn lửa Olympic là một hành động văn hoá vì nó nhắc nhở tới thần thoại Hy Lạp nói về thần Zeus là nguồn gốc đem lửa trên trời xuống cho loài người.

Vậy những sinh hoạt thực sự có ý nghĩa văn hoá đáng cho ta lưu tâm là những sinh hoạt nói lên được sự suy tư của con người về vũ trụ, về thế giới, về xã hội, về chính chúng ta và đời sống của chúng ta. Nói chung là: những suy tư về vạn vật trong vũ trụ.

Những suy tư nói trên mà ta tìm thấy trong văn hoá gồm có bốn loại chính:

Những suy tư nhằm giải thích nguyên nhân, hoặc nguồn gốc của vạn vật trong vũ trụ (trong đó có cả con người).

Những suy tư nhằm giải thích bản chất của vạn vật trong vũ trụ.

Những suy tư nhằm giải thích mối tương quan giữa con người với con người, cũng như giữa con người và vạn vật.

Những suy tư nhằm đưa đến một kết luận có mục đích ứng dụng vào đời sống để có thể thống nhất hành động với suy tư.

Nếu tìm hiểu về các nền văn hoá nói chung, người ta thấy chúng gồm có hai phần chính cấu thành: đó là nội dung, và hình thức phát biểu.

Nội dung của mỗi nền văn hoá gồm có những tư tưởng được hệ thống hoá thành những nền triết học, hoặc khoa học lý thuyết (toán học và vật lý học lý thuyết, theoretical physics).

Hình thức phát biểu của văn hoá xuất hiện trong thi ca, văn học, nghệ thuật, khoa học kỹ thuật ứng dụng, lễ nghi tôn giáo, kiến trúc, phong tục tập quán.

Những suy tư giải thích nguồn gốc, bản chất của vũ trụ nằm trong lãnh vực siêu hình (metaphysic) còn được gọi "là hình nhi thượng" của triết học, hay là "huyền học". Những suy tư giải thích mối tương quan giữa thiên nhiên và con người, và những kết luận áp dụng vào đời sống được xếp vào loại "hình nhi hạ", còn được gọi là triết lý hành động, hay là triết lý sống, "triết lý nhân sinh".

1.2.   Nội Dung Của Văn Hoá Qua Các Thời Đại

Tư tưởng triết học của nhân loại bắt đầu với hai nhánh chính, một ở Đông Phương và một ở Tây Phương. Lúc ban đầu, vào khoảng 25 thế kỷ trước đây, tư tưởng triết học của Đông Phương và Tây Phương về vũ trụ (còn được gọi là vũ-trụ-quan, hay là "world view") rất giống nhau.

Vũ trụ quan ban đầu đó còn được gọi là huyền học (mysticism), tức là một hệ thống suy tư về chân lý nhờ trực giác chứ không bằng những phương pháp thực nghiệm khoa học.

Qua nhiều thế kỷ tiến triển của vật lý học, vũ trụ quan Tây Phương đã đi từ nhất nguyên qua nhị nguyên và rời xa vũ trụ quan của Đông Phương.

Từ khoảng thế kỷ 15 sau Tây lịch (A.D.), vũ trụ quan đó càng rời xa vũ trụ quan Đông Phương. Cho tới thế kỷ 20, với sự phát triển của lý thuyết điện từ (eclectromagnetism) của Maxwell và Faraday, cùng với thuyết tương đối luận của Einstein, nhất là khoa vật lý lượng tử (quantum physics), vũ trụ quan Tây Phương bỗng nhiên đã chuyển hướng và quay trở về gần như đồng nhất với vũ trụ quan Đông Phương.

1.2.1.   Vũ Trụ Quan Và Nhân Sinh Quan Tây Phương

Nền văn minh của các nước Tây Phương bắt nguồn từ văn hoá La Mã và Hy Lạp. La Mã đem lại những ảnh hưởng nhiều nhất trong lãnh vực luật pháp, nghệ thuật, và tôn giáo. Hy Lạp có những ảnh hưởng trong lãnh vực triết học, và định chế chính trị. Trong lãnh vực ngôn ngữ, cả La Mã và Hy Lạp đều có ảnh hưởng ngang ngửa đối với Tây Phương.

Ảnh hưởng của văn hoá La Mã và Hy Lạp đối với văn minh Tây Phương cũng tương đương với ảnh hưởng của văn hoá Trung Hoa và Ấn Độ đối với nhiều nước Á Đông, trong đó có Việt Nam.

Bắt đầu từ ở Hy Lạp, vũ trụ quan Tây Phương đã manh nha với tư tưởng của Heraclitus và Ephesus (thế kỷ thứ 6 trước Tây lịch). Từ ngữ "vật lý" (physics) gốc từ tiếng Hy Lạp "physis" có nghĩa là "nỗ lực để nhìn thấy bản chất cốt yếu của vạn vật" (endeavor of seeing the essential nature of all things).

Người Hy Lạp thời đó, giống như ở Đông Phương, quan niệm trời đất và vạn vật cùng một thể với nhau, vật chất và tinh thần chỉ là một, và Thales nói rằng vạn vật có thần thánh ngự trị ở trong.

Heraclitus còn dạy rằng tất cả mọi biến chuyển trong vũ trụ là do sự vận hành của những cặp mâu thuẫn theo luật tuần hoàn. Hơn nữa, mỗi cặp mâu thuẫn này kết hợp với nhau trong một nguyên lý nhất thống gọi là LOGOS (gốc của danh từ "logic" ngày nay). Nguyên lý nhất thống hay là "LOGO" này giống như quan niệm về "Thái cực" của Đông Phương.

Heraclitus được coi là người đầu tiên ở Tây Phương đưa ra biện chứng pháp duy vật để giải thích nguồn gốc của vũ trụ.

Khoảng một thế kỷ sau Heraclitus, vũ trụ quan của Hy Lạp đã thay đổi với sự xuất hiện của Aristotle, cho rằng Nguyên lý thống nhất chính là một đấng thiêng liêng toàn năng đứng ngoài và đứng trên vạn vật để điều khiển vạn vật. Vũ trụ quan này đồng thời tách rời tinh thần ra khỏi vật chất, làm thành một lối suy luận nhị nguyên (dualism), một đặc tính của triết học Tây Phương từ đó về sau.

Giữa hai quan niệm trên có một sự mâu thuẫn khó giải quyết. Một đằng là sự vận hành liên tục của Heraclitus, và một đằng là một đấng thiêng liêng toàn năng cố hữu. Để dung hoà hai quan điểm mâu thuẫn trên, Democritus và Leucipus đưa ra một đơn vị nhỏ nhất và bất biến của vật chất, nghĩa là không thể phân chia ra được, để tượng trưng cho nguyên lý cố hữu. Và những đơn vị nhỏ nhất đó chuyển động không ngừng trong vũ trụ.

Đơn vị nhỏ nhất nói trên có tên Hy Lạp là atomos, và ngày nay ta gọi "hắn" là nguyên tử. Nhưng "atomos" của Democritus là một khối tròn đặc, trong khi nguyên tử theo ta hiểu ngày nay thì trống rỗng.

Nền văn minh Hy Lạp lên tới đỉnh cao vào thế kỷ thứ 5 trước Tây lịch, đã trở thành ngọn đuốc cho vũ trụ quan Tây Phương trong suốt hai ngàn năm từ Aristotle cho tới thời đại Phục Hưng (Renaissance). Vai trò của vị chúa tể toàn năng có vị trí tượng trưng cho vị thế ưu thắng của tinh thần rất phù hợp với giáo lý của Thiên Chúa Giáo, và vai trò vật chất cũng như sự phát triển của khoa học đã đứng xuống hàng thứ yếu.

Mãi tới cuối thế kỷ 15, con người mới bắt đầu thoát ra khỏi ảnh hưởng của Aristotle và Thiên Chúa Giáo để đi tìm hiểu và khám phá thế giới vật lý, với sự giúp đỡ của toán học và thiên văn học. Gần cuối thế kỷ 16, sự xuất hiện của Galileo đánh dấu bước đầu của sự phát triển tư tưởng khoa học, độc lập đối với Thiên Chúa Giáo. Ông Galileo còn chứng minh ngược lại lý thuyết của môn phái Aristotle cho rằng những vật có sức nặng khác nhau sẽ rơi với vận tốc khác nhau.

Vào khoảng thế kỷ 16 và 17, ở Âu Châu người ta chứng kiến cuộc cách mạng khoa học với Kepler, Descartes và Newton, dẫn đến sự suy tư về vũ trụ qua việc áp dụng toán học và thiên văn học. Ba định luật căn bản của Newton trở thành nền tảng của cơ học cổ điển (classical mechanics và Newtonian mechanics) cũng như vật lý cổ điển.

Newton dùng cơ học cổ điển để diễn giải sự vận hành của thái dương hệ. Sự giải thích của Newton có gặp một số trục trặc nhỏ (discrepancy). Ông ta không quan tâm lắm và cho rằng Thiên Chúa toàn năng sẽ lo "điều chỉnh" những trục trặc đó.

Mặt khác, triết học của Descartes đã mổ xẻ thiên nhiên thành hai thành phần riêng biệt, gồm có phần tinh thần và phần vật chất. Con người trong tư tưởng của Tây Phương kể từ đó cũng được chia ra hai phần rõ rệt, tâm hồn và thể xác. Tinh thần Descartes (espris cartesien) khiến sự suy nghĩ của con người khoa học hướng về óc phân tích mổ xẻ tinh vi.

Tinh thần tiến bộ của khoa học là tinh thần "lấy trí óc để chinh phục thế giới vật chất" mà người ta gọi là thiên nhiên. Tinh thần của khoa học cũng là tinh thần duy lý hay là thuần lý (rational).

Đồng thời tinh thần khoa học còn có nghĩa là tinh thần "khách quan". Người khoa học quan sát các hiện tượng và đo lường mối tương quan giữa các hiện tượng một cách khách quan, và lạnh lùng, vì bộ óc con người được coi là tách rời khỏi thế giới vật chất.

Tinh thần khách quan khoa học còn đồng nghĩa với tinh thần tự do tư tưởng chống lại sự gò bó giam hãm tư tưởng con người trong bức tường chủ quan của các giáo điều. Tinh thần tự do tư tưởng và tinh thần thuần lý khiến nhiều nhà khoa học bắt đầu xét lại các tín điều của Thiên Chúa Giáo.

Ông Laplace đã xét lại lý thuyết về thái dương hệ của Newton, sửa chữa những trục trặc nhỏ, và theo người ta kể lại, ông nói với Napoleon rằng không cần sự hiện diện của Thiên Chúa để giải thích sự vận hành của vũ trụ. Kể từ đó, thuyết "sáng thế" (creation) của Thiên Chúa Giáo dần dần bị sự thách đố của những thuyết khoa học mới, trong đó có thuyết tiến hoá của Darwin.

Cho tới đầu thế kỷ 20, tinh thần Descartes và vũ trụ quan cơ-học cổ-điển đã giúp cho khoa học kỹ thuật Tây Phương tiến bộ vượt bậc. Cuộc cách mạng khoa học dẫn đầu cho cuộc cách mạng kỹ nghệ và sự xuất hiện của nền kinh tế tư bản tự do kinh doanh. Cũng đồng thời với cuộc cách mạng kỹ nghệ bên Âu Châu, người ta chứng kiến cuộc cách mạng chính trị với những tư tưởng tiền phong của Locke, Voltaire, Diderot, Hugo, Rousseau, và Montesquieu, dẫn đến một thời đại mới của dân chủ và tự do.

Cuộc cách mạng kỹ nghệ ở Âu Châu tập trung vào sự khai thác tài nguyên, gia tăng sản xuất, đưa cuộc sống con người lên một mức cao hơn. Những tiến bộ về khoa học kỹ thuật đã làm thay đổi hẳn bộ mặt nhân loại cũng như bộ mặt của trái đất trên đó con người đang sống. Gia tăng hiệu năng và gia tăng số lượng tài sản theo chiều hướng đi lên là hậu quả của cuộc cách mạng kỹ nghệ, và cũng là chính ý nghĩa của "phát triển".

Nhưng, những thành công của cuộc cách mạng kỹ nghệ cũng đã phải trả một giá rất cao. Trong khi con người khai phá thiên nhiên cho mục tiêu phát triển, con người đã vô tình huỷ hoại môi sinh và đe dọa chính tương lai của con người.

Tinh thần nhị nguyên (dualism) trong vũ trụ quan Tây Phương ở giai đoạn này cũng đưa đến hậu quả là sự đấu tranh gay gắt giữa con người với con người. Tình trạng vong thân (alienation), còn gọi là "tha hoá", là hậu quả của cuộc đấu tranh thường trực giữa ta và những ai không phải là ta, giữa giàu và nghèo, giữa chủ và thợ, giữa cái "hồn" của ta và "xác" của chính ta, giữa chủng tộc này với chủng tộc khác, giữa tôn giáo này với tôn giáo khác.

Giới hạn của hình học Euclide

Mặt khác, những khám phá mới của vật lý học đã khiến các nhà khoa học "cổ điển" lâm vào chỗ bế tắc. Những khám phá về hiện tượng điện từ (electromagnetism), về cơ cấu của nguyên tử gồm những vi thể nhỏ hơn, và về sự chuyển động của các vi thể với năng lượng cao (high energy particle) không thể thuần túy giải thích được bằng cơ học cổ điển của Newton.

Hình học Euclide đã trở nên bất lực khi con người đối diện với một không gian có sự tập trung trọng lực rất cao (space under the influence of high gravity). Người ta khám phá ra rằng ánh sáng đi gần sát mặt trời đã bị trọng lực của mặt trời bẻ cong.

Trong vũ trụ có nhiều khối vật chất có tỷ trọng lớn hơn tỷ trọng của mặt trời cả triệu lần. Người ta gọi những điểm tập trung trọng lực cực lớn đó là những "black hole" (hắc tinh), vì bất cứ tia sáng nào đi ngang qua khối tập trung trọng lực này đều bị nó bẻ cong và hút vào trong trung tâm.

Từ trước tới nay, người ta coi ánh sáng chỉ đi theo đường thẳng, và đường thẳng trong hình học Euclide được định nghĩa là con đường gần nhất giữa hai điểm trong không gian. Ngày nay, với sự khám phá ra ảnh hưởng của trọng lực đối với đường đi của ánh sáng, người ta phải xét lại hình học Euclide. Những định đề (postulate) của Euclide nói riêng, và những "chân lý" của vũ trụ quan cổ điển Tây Phương không còn là những sự thật tiênthiên (a priori). Trái lại chúng chỉ tượng trưng cho những ý niệm thuận tiện hợp với kinh nghiệm trước mắt của con người.

Hình học Euclide ra đời khi tầm mắt con người còn hạn chế trong một diện tích nhỏ trên trái đất. Vào lúc đó, kinh nghiệm hàng ngày khiến người ta nghĩ rằng trái đất là mặt phẳng, và một hình tam giác của Euclide vẽ trên một mặt phẳng của trái đất sẽ có tổng số ba góc cộng lại bằng 180 độ. Cũng trên "mặt phẳng của trái đất", nếu người ta có một đường thẳng, thì từ một điểm ngoài đường thẳng đó người có thể vẽ được một đường song song với đường thẳng vừa nói.

Suốt hơn hai ngàn năm, người ta vẫn trung thành với các định đề của Euclide, ngay cả sau khi ông Galileo khám phá ra rằng trái đất tròn, người ta vẫn còn xây dựng hình học ba chiều dựa trên các định đề đó. Trên thực tế, hình học Riemann (người Đức) và hình học Lobachevsky (người Nga), của thế kỷ 19, còn được gọi là "non- Euclidean geometry", cho thấy những định đề trong hình học Euclide có giới hạn của chúng.

Vì trái đất mà ta đang sống có hình tròn, và "mặt phẳng" của trái đất trên một diện tích rộng lớn thực ra là một mặt cong. Vậy, nếu vẽ một hình tam giác trên trái đất có mỗi cạnh khoảng sáu bảy ngàn dặm (mile), thì tổng số ba góc của hình tam giác đó rõ ràng lớn hơn 180°.

Ngoài ra, hai đường kinh tuyến (meridian) "song song" trên trái đất sẽ gặp nhau ở Bắc cực và Nam cực chứ không phải là ở vô cực (infinity) như chúng ta đã học trong hình học Euclide.

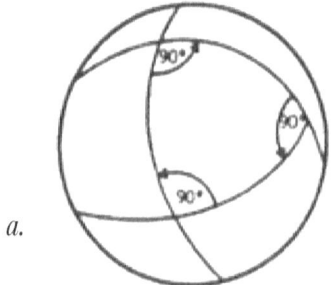

Hình 1:   a.   Tam giác vẽ trên mặt cong của Trái Đất
                b.   Hai đường kinh tuyến gặp nhau ở địa cực

Mặt khác những thí nghiệm của Abraham Michelson và Edward Willliams Mortley nhằm đo vận tốc của ánh sáng tương đối với những quan sát viên di động cho thấy vận tốc ánh sáng không thay đổi dù quan sát viên di động với bất cứ vận tốc nào và theo chiều hướng nào. Điều này cho thấy cơ học cổ điển của Newton không chính xác khi áp dụng cho hai hệ thống quy chiếu (frame of reference) di động tương đối với nhau ở vận tốc cao, gần bằng vận tốc ánh sáng.

Ví dụ, trong thí nghiệm của Michelson và Mortley, khi một nhà quan sát di chuyển trên một đường thẳng cùng chiều với một chùm tia sáng, người ta tìm thấy dù nhà quan sát gia tăng vận tốc, chùm tia sáng vẫn đi nhanh hơn với một vận tốc 186,000 dặm một giờ, tương đối với nhà quan sát. Điều này mâu thuẫn với định luật tương đối trong cơ học cổ điển.

Trên thực tế trong vũ trụ, tất cả các thiên thể (celestial body) đều được coi là di chuyển tương đối với nhau ở vận tốc rất cao. Mỗi người chúng ta là một phi hành gia "cưỡi" trên một phi thuyền có tên là "trái đất".

Michelson và Mortley đã dùng trái đất làm một hệ thống quy chiếu trong thí nghiệm của các ông.

Khám phá nói trên đã giúp cho Albert Einstein tìm ra thuyết tương đối trong cơ học hiện đại phối hợp với hình học Riemann để thay thế cho cơ học cổ điển của Newton để giải thích hiện tượng chạy đua với ánh sáng.

Từ sự áp dụng tương đối luận vào thiên văn học, người ta có những cái nhìn mới về vũ trụ. Những nhà thiên văn học hiện đại như Fred Hoyle, Bondi, Stephens Hawking, đưa ra những giả thuyết khác nhau về nguồn gốc của vũ trụ, cũng như những dự đoán khác nhau về tương lai của vũ trụ.

Với tương đối luận của Einstein, không gian gắn liền với thời gian trong một thể hợp nhất. Không gian, thời gian và khối lượng (mass) là một hàm số của vận tốc. Thời gian không phải là một thực tại tiên thiên (a priori), trái lại thời gian là một ý niệm phụ thuộc vào sự cảm nhận của con người. Thời gian co ngắn lại đối với một người di chuyển rất nhanh trong không gian.

Ví dụ một phi hành gia rời trái đất để bay vào không gian với một vận tốc bằng 9/10 vận tốc ánh sáng. Một năm sau, phi hành gia đó quay trở lại Trái đất. Đối với một nhà quan sát trên trái đất, phi hành gia đã đi vắng một thời gian 2 năm và ba tháng rưỡi.

Nếu phi hành gia nói trên bay với một vận tốc gần bằng vận tốc của ánh sáng (ví dụ .999x186,000 mi/sec), và một năm sau ông ta quay trở về trái đất, thì một nhà quan sát trên trái đất thấy rằng phi hành gia đã đi vắng 100 năm. Điều này có nghĩa là phi hành mới già đi có một tuổi trong khi nhà quan sát trên trái đất đã già đi 100 tuổi.

Đối với nhà quan sát cố định trên trái đất, thời gian kéo dài ra, nhưng đối với phi hành gia trên phi thuyền chuyển động với vận tốc cực lớn, thời gian co ngắn lại.

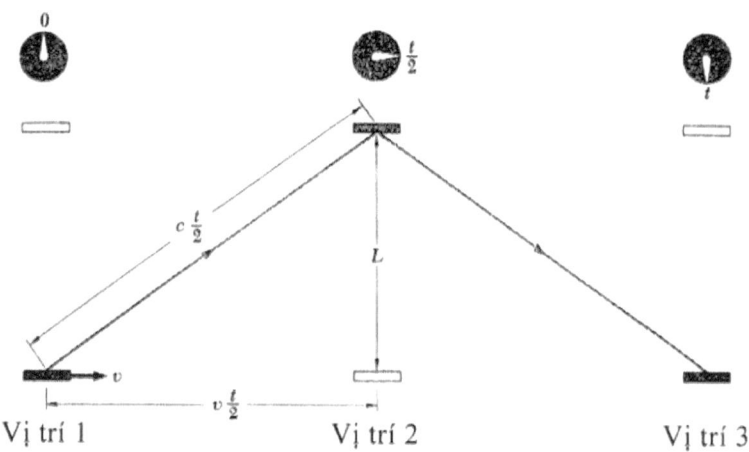

Hình 2:
Một thí dụ đơn giản để tìm ra công thức "thời gian" trong thuyết Tương Đối của Einstein.

Nếu một phi hành gia di chuyển với vận tốc của ánh sáng thì thời gian đối với ông ta sẽ co ngắn lại bằng số không. Điều đó có nghĩa là: "Hiện Tại, và Tương Lai nhập lại làm một trên một màn ảnh phẳng".

Người ta có thể sử dụng một phương pháp đơn giản tìm ra công thức cho thấy thời gian rút ngắn lại đối với một người di chuyển ở vận tốc cao.

Hình 2 trình bày một phi thuyền không gian ở ba vị trí trong khi bay từ trái qua phải với một vận tốc v. Trong phi thuyền có hai cái gương quay mặt vào nhau và nằm song song theo chiều di chuyển của phi thuyền. Phi hành gia mang theo một cái đồng hồ để đo thời gian, và ở vị trí 1 ông ta phóng một tia sáng theo chiều thẳng đứng từ chiếc gương dưới đi lên chiếc gương trên.

Ở dưới đất một người khác cũng dùng một chiếc đồng hồ để đo thời gian.

Tới vị trí 2, phi hành gia ghi nhận khoảng thời gian $(t_0)/2$, trong khi người ở dưới đất ghi nhận khoảng thời gian $t/2$. Giả sử c là vận tốc của ánh sáng.

Đối với phi hành gia, tia sáng đi theo đường thẳng đứng và chiều dài quãng đường đó là: L = c . (t$_0$)/2.

Đối với người ở dưới đất thì tia sáng đã đi theo đường chéo góc và chiều dài quãng đường đó là: c . t/2.

Đồng thời chiều dài quãng đường mà phi thuyền đã đi qua là: v . t/2.

Áp dụng hình học của một hình tam giác vuông góc, ta có thể viết phương trình dưới đây:

$$t^2c^2/4 = t^2v^2/4 + (t_0c/4)^2$$

Từ đó ta tìm ra công thức dưới đây:

$$t_0 = t \sqrt{1 - \frac{v^2}{c^2}}$$

Thời gian trong thuyết tương đối của Einstein

Đó là công thức về thời gian đối với một vật thể di chuyển với vận tốc cao, gần với vận tốc của ánh sáng. Nếu một vật thể di chuyển với vận tốc của ánh sáng, nghĩa là:

v = c

thì công thức nói trên dẫn đến kết quả dưới đây:

t$_0$ = t x 0 = 0

Do đó, dù t = 1 triệu năm, thì t0 cũng vẫn là zero.

Dĩ nhiên điều nói trên không thể thực hiện nổi với bất cứ vật gì có khối lượng (mass), vì ở vận tốc càng cao thì khối lượng càng lớn, và sẽ cản lại sự di chuyển. Chỉ có vật thể không có khối lượng (massless) như quang tử (photon) mới có thể di chuyển với vận tốc của ánh sáng, và với vận tốc này, tương lai, hiện tại, chỉ là một.

Những khám phá trong lãnh vực nghiên cứu "psychic" đưa đến một giả thuyết rằng hiện tượng "giác quan thứ sáu" (extra sensory perception) là một hiện tượng phi khối lượng (mass less) di chuyển ở vận tốc ánh sáng. Những người có giác quan thứ sáu có thể nhìn trước thấy một việc sẽ xảy ra trong tương lai, hoặc nhìn thấy một việc đang xảy ra ở một nơi xa. Nếu có "cái gì đó trong người ta" di chuyển với vận tốc ánh sáng khiến người ta nhìn thấy tương lai trong hiện tại, thì "cái gì đó" là cái gì?

Đó là một câu hỏi đáng cho chúng ta suy nghĩ.

Đối với tiểu vũ trụ của một nguyên tử, một số nhà vật lý cận đại như Plank, Bohr, de Broglie, Schrodinger, Pauli, Rutherford, đã tiếp theo Einstein làm một cuộc cách mạng khoa học trong lãnh vực vật lý hạch tâm và các vi thể có năng lượng cao (high enegy particles). Cơ học lượng tử (quantum mechanics hay quantum physics) đã thay thế cơ học cổ điển để giải thích những hiện tượng mới trong thế giới nguyên tử và tiểu nguyên tử (subatomic world).

Vậy thời gian là một ý niệm dài hay ngắn tùy theo hệ thống quy chiếu (frame of reference) của người quan sát. *Tóm lại,* luật tương đối trong cơ học cổ điển tuy đúng với những kinh nghiệm hằng ngày, nhưng nó chỉ chính xác đối với một sự di chuyển ở vận tốc chậm. Ở vận tốc rất nhanh, người ta phải áp dụng lý thuyết tương đối của Einstein.

Giới hạn của óc chia cắt và óc thuần lý

Nguyên tử không còn là thành phần căn bản nhỏ nhất trong vũ trụ như định nghĩa ban đầu của nó nữa. Càng "chia cắt" nguyên tử ra để khám phá, người ta càng tìm ra hàng trăm những vi thể nhỏ hơn nguyên tử rất nhiều. Cho tới nay người ta đã khám phá ra khoảng 200 vi thể, trong đó có những loại vi thể gọi là "quark", có những đặc tính đối xứng rất đáng lưu ý.

Hơn nữa, nguyên tử không còn được coi là một khối tròn đặc (Hình 3), mà trái lại những thí nghiệm của Rutherford cho thấy cái phần vật chất "đặc" chiếm giữ khoảng không gian trong một nguyên tử chỉ gồm một thể tích rất nhỏ, phần còn lại trống rỗng và cực lớn so với phần vật chất của một nguyên tử. Cái thế giới vật chất mà con mắt ta nhìn thấy và tay ta sờ thấy hoàn toàn không giống như ta tưởng. Cái bề ngoài của vật chất mà ta nhìn thấy hoặc sờ thấy chỉ là cái "hư không", như ngôn ngữ của nhà Phật nói: "Sắc tức thị Không."

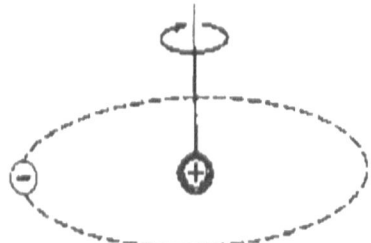

Hình 3:   Nguyên tử tròn đặc (round and solid atom) của Democritus
              không còn nữa

Óc chia cắt và thuần lý của khoa học cổ điển đã đụng phải một giới hạn khi người ta muốn chia cắt nguyên tử ra để đi tìm cái đơn vị căn bản nhỏ nhất, đó là các vi thể tiểu nguyên tử (sub-atomic particles). Cái khó khăn ở đây là các vi thể này luôn luôn chuyển động rất nhanh, với một động lượng (momentum) rất cao và trên những quỹ đạo (đường đi) khó xác định.

Một khám phá quan trọng khác do Louis de Broglie (Louis de Breuille) tìm ra năm 1924 là những điện tử (electron) hoặc những vi thể tiểu nguyên tử (subatomic particle) vừa có những đặc tính của một làn sóng (wave), lại vừa có những đặc tính của một vật thể (corpuscle) có khối lượng.

Nguyên Lý Bất Định (Uncertainty Principle) và Xác Suất

Sự khám phá của de Broglie đã giúp cho Schrodinger tiến thêm một bước và khám phá thêm về nguyên lý bất định của vật lý lượng tử. Theo nguyên lý này, người ta không có cách gì biết hoàn toàn đích xác về một vi thể. Nếu đo được động lượng (momentum) của nó thì lại không định được vị trí của nó. Ngược lại, nếu định được vị trí của nó thì lại không đo được động lượng của nó, tức là không biết được vận tốc của nó.

Muốn xác định vị trí hoặc vận tốc của một hạt điện tử chạy quanh hạt nhân, người ta chỉ có thể đạt được tới một mức độ "xác suất" nào đó (probability). Định luật về xác suất này nói lên tương quan giữa một nhà khoa học và đối tượng vật chất mà ông ta muốn tìm hiểu. Muốn xác định vị trí của một vi thể, ông ta phải "trực tiếp can thiệp" bằng cách "bắn" một quang tử (photon) vào vi thể đó. Khi quang tử bắn trúng vi thể thì ta khám phá ra vị trí của vi thể đó, nhưng ngay lúc đó, vi thể đã đổi hướng cũng như thay đổi vận tốc. Mức độ thay đổi chỉ có thể xác định ở một độ "xác suất" nào đó.

Vì lý do trên, quan niệm về phương pháp tìm tòi khoa học cũng trải qua một thay đổi lớn lao. Trong khoa học cổ điển, nhà khoa học quan sát và thí nghiệm các đối tượng với một tinh thần khách quan, tách rời ra khỏi đối tượng vật chất.

Trong khoa học hiện đại, tính chất khách quan tách rời đó không còn nữa. Khi nhà khoa học muốn xác định một vi thể bằng một phương trình xác suất, ông ta phải can dự một cách chủ quan vào việc xác định mức độ xác suất.

Nhà Vật lý học Heisenberg nói: "khoa học tự nhiên không chỉ thuần túy mô tả và giải thích thiên nhiên; nó là một phần của sự tham dự giữa ta và thiên nhiên". Tinh thần hợp nhất làm một giữa "người quan sát" và "đối tượng được quan sát" đã đem khoa học hiện đại xích lại gần con đường huyền học của Đông Phương.

Tương quan xác suất còn được khám phá ra trong lãnh vực thực vật học và sinh vật học. Ông Gregor Mendel, một nhà tu người Áo (Austrian) đã tìm thấy định luật xác suất trong đặc tính di truyền khi ông cho lai giống những hạt đậu. Định luật xác suất của Mendel đã được áp dụng cho mọi loài thảo mộc và mở đầu cho những khám phá trong lãnh vực di truyền học của các loài động vật.

Đầu thế kỷ 20, các nhà thảo mộc học mới "khám phá" ra những khám phá của ông Mendel. Năm 1909, Thomas Hunt Morgan, một nhà sinh lý học Hoa kỳ bắt đầu thí nghiệm định luật xác suất của Mendel vào những côn trùng như ruồi và các động vật có vú như thỏ, chuột bạch v.v...

Ngày nay sự áp dụng của định luật xác suất rất phổ biến trong mọi ngành sinh hoạt của con người. Phương pháp thống kê được dùng trong khoa xã hội học, trong chính trị dân chủ đa nguyên, trong nền nghiên cứu thị trường, ngành tiên đoán thời tiết (weather forecast), các ngành bảo hiểm, ngành nhân chủng học (Hình 4) v.v...

Đường biểu diễn dưới đây được gọi là đường "Bell Curve", mô tả sự liên hệ giữa chiều cao của người Hoa Kỳ so với tỷ số những người được nghiên cứu (percentage of sampling). Hoành độ trên sơ đồ tượng trưng cho chiều cao đo bằng centimeters (phân). Tung độ trên sơ đồ tượng trưng cho tỷ số những người được nghiên cứu.

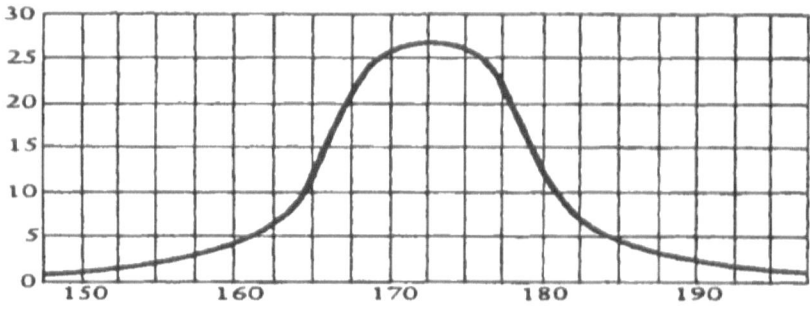

Hình 4:
Chiều cao của người Hoa Kỳ đo bằng centimeter theo luật xác suất

Đường Bell Curve nói trên tượng trưng cho kết quả chung cho mọi cuộc nghiên cứu dựa trên định luật xác suất.

Ý nghĩa triết học của định luật xác suất đem áp dụng vào đời sống là: giá trị thực tiễn của một chân lý trong mỗi xã hội được đánh giá theo sự chấp nhận của đa số.

Chương III

Một ý nghĩa triết học thứ hai của định luật xác xuất là: sự khác biệt giữa mọi người sinh ra trong xã hội là một sự ngẫu nhiên và đúng với luật tự nhiên.

Hai ý nghĩa triết học nói trên là nền tảng của chế độ dân chủ đa nguyên. Đặc biệt, khi chấp nhận sự khác biệt giữa các cá nhân, người ta đánh đổ những hàng rào thành kiến. Một trong những hậu quả của tình trạng trên là đưa đến khuynh hướng nhân bản trong chính sách của quốc gia mà ta sẽ đề cập tới trong phần II ở dưới, khi thảo luận về hai triết lý đối nghịch trong chính sách phát triển.

Như vậy, song song với sự tiến triển của vũ trụ quan, nhân sinh quan Tây Phương cũng đã trải qua một tiến trình thay đổi có tính cách "bước ngoặt lịch sử".

Để tóm lược lại, từ giai đoạn khởi thủy của nền văn minh Hy lạp cho tới thời đại phục hưng, nếp sống của con người không thay đổi nhiều. Quan niệm về cuộc sống đóng khung trong huyền học Aristotle và huyền học Thiên chúa giáo, theo đó Thiên Chúa là nguồn gốc sinh ra vạn vật và con người. Thiên chúa tượng trưng cho quyền lực vô biên, tượng trưng cho công chính, tình thương, vinh quang và mỹ thuật của vũ trụ.

Con người nhận biết Thiên Chúa qua sự mạc khải (revelation). Các nhà tiên tri (prophet) là những người được sự "mạc khải" (vision) của Thiên Chúa và được gởi xuống trần gian để đem những thông điệp của Chúa tới loài người. Và nhân sinh quan thiên chúa giáo bắt nguồn từ ba tín điều căn bản có tính cách huyền học:

Thứ nhất: Thiên Chúa có ba ngôi vị (Trinity), là đấng dựng nên vạn vật trong vũ trụ.

Thứ hai: Tổ phụ của loài người mắc trọng tội vì không tuân lệnh Chúa. Tội của tổ phụ (original sin) có hậu quả di truyền.

Thứ ba: Để giải thoát cho loài người, Chúa đã sai con của Ngài xuống làm một người trần, chịu hình phạt thay cho loài người để rửa sạch tội cho những người tin theo Chúa.

Con người muốn được giải thoát thì phải chấp nhận Chúa đã cứu thoát mình, chấp nhận là một đệ tử của Chúa và sống theo gương của Chúa.

Sống theo gương Chúa là coi thường vật chất thế gian, chỉ nghĩ đến sự làm đẹp cho linh hồn, coi đời này là tạm bợ, chóng qua, và sống cuộc đời đạo đức chuẩn bị cho một cuộc sống trường sinh khi Chúa quay trở lại để làm một cuộc tổng duyệt xét công và tội của mỗi người.

Trong nhân sinh quan nói trên, cuộc sống của người thiên chúa giáo qua nhiều thế kỷ chuyên tâm vào việc rèn luyện bản thân theo tinh thần nhân ái, thương người nghèo khổ, trọng sự công bằng, ngay thẳng, kiểm soát tình dục. Nhân sinh quan thiên chúa giáo đóng góp rất nhiều cho sự ổn định xã hội và củng cố cuộc sống của con người.

Cũng có những giai đoạn khi giáo quyền thiên chúa giáo trở thành quốc giáo tại một quốc gia nào đó, Giáo Hội Thiên Chúa có quyền hành trở thành độc tôn và đàn áp những người khác niềm tin. Đức giáo hoàng John Paul II, trong thông điệp năm 1986 nhân dịp kỷ niệm 350 ông Galileo, đã can đảm xác nhận lỗi lầm của giáo hội La Mã đối với nhà khoa học này. Trong một dịp mới đây, Ngài cùng can đảm nhận lỗi của giáo hội La Mã đối với Hồi Giáo.

Ngoài những khuyết điểm nói trên, vũ trụ quan và nhân sinh quan Thiên Chúa Giáo đã có những đóng góp lớn lao vào các công trình văn hoá của nhân loại như âm nhạc, kiến trúc, hội họa, và thi ca.

Âm nhạc của nhà thờ được tổ chức có quy củ kể từ Đức Giáo Hoàng Gregory I, thế kỷ thứ 6. Tiếp theo nhiều thế kỷ, tới thời đại Phục Hưng và sau đó, các nhạc sĩ sáng tác danh tiếng như Handle, Bach, Mozart, Haydn, Beethoven đã đem lại những giá trị cực kỳ phong phú cho nền âm nhạc Tây Phương.

Kiến trúc có tính cách tôn giáo của Thiên Chúa Gíao qua nhiều thế kỷ cũng đánh dấu những giai đoạn lịch sử huy hoàng của Tây Phương. Nhà thờ thánh Peter ở La Mã, nhà thờ Notre Dame ở Paris, nhà thờ Thánh Savin-sur-Gartempe, ở Pháp, Thánh đường Cologne bên Đức, là những chứng tích của nghệ thuật kiến trúc có tính cách huy hoàng của nhân loại.

Ngành hội họa dưới ảnh hưởng của Thiên Chúa Giáo cũng được phát triển mạnh. Họa phẩm "Sáng thế" của Michelangelo, họa phẩm "tìm thấy chúa trong đền thánh" của Simone Martini, họa phẩm mô tả cuộc đời của Chúa Cứu Thế và Đức Mẹ do họa sĩ Giotto, họa phẩm "The last Supper" của Leonard de Vinci là một số trong hàng ngàn những bức hội họa danh tiếng của Nhà Thờ.

Những hình thức phát biểu của văn hoá kể trên đã nói lên được quan niệm sống của Tây Phương dưới ảnh hưởng thiên chúa giáo từ khởi thủy cho tới thời đại Phục Hưng. Nó tượng trưng cho những đóng góp tiêu biểu của văn hoá và nhân sinh quan vào phương diện phát triển tinh thần.

Dưới nhân sinh quan của ngưòi Thiên Chúa Gíao, những công trình văn hoá nghệ thuật nói trên có mục đích phục vụ, ca ngợi, và vinh danh Thiên chúa.

Chương III

Về phương diện vật chất, cho tới thời đại Phục Hưng, người ta chứng kiến những phát triển rất chậm chạp, một phần vì nhân sinh quan đề cao tinh thần và coi rẻ vật chất, và một phần khác vì khoa học kỹ thuật còn ở trong tình trạng phôi thai.

Ở đây ta phải mở một dấu ngoặc để tóm tắt sơ lược về sự rạn nứt của giáo hội Thiên Chúa bắt đầu vào thế kỷ 16. Đó là sự xuất hiện của khuynh hướng canh tân (reformist) của Calvin, Martin Luther, và của giáo hội Anh quốc (Anglican church), chống lại giáo hội La Mã, thường được gọi là Công giáo (Roman Catholic church). Các khuynh hướng trên thường được gọi bằng một tên chung là Tin Lành (Protestantist) đã lan rộng ra các nước Anh, Thụy Sĩ, Hoà Lan, Đức, Hoa Kỳ. Vì tính chất cởi mở, giáo hội Tin Lành lại chia ra thành những giáo phái nhỏ khác (denomination) như Baptist, Methodist, Presbyterian, v.v... Tính chất cởi mở đó cũng đóng góp một phần vào nền dân chủ Tây phương.

Kể từ khi có cuộc cách mạng khoa học kỹ thuật, thì nhân sinh quan của Tây Phương bắt đầu thay đổi, mặc dầu ảnh hưởng của Thiên Chúa Giáo vẫn còn sâu đậm. Sự thay đổi trong nhân sinh quan lúc ban đầu tuy chậm chạp nhưng có ảnh hưởng quyết định.

Trước hết, tình trạng kỹ nghệ hoá bắt buộc nhiều người phải rời nơi sinh sống cổ truyền của họ ở nông thôn để tới nơi khác làm việc, sự cải tiến phương tiện giao thông còn khuyến khích người ta di chuyển xa khỏi môi trường sinh hoạt chật hẹp cổ truyền, đồng thời giúp người ta tiếp xúc với những chân trời mới, tư tưởng mới, và những con người mới.

Hoàn cảnh nói trên kéo dài trong một thời gian dẫn đến hai hậu quả. Thứ nhất, tinh thần bảo thủ giảm dần. Thứ hai, tinh thần cá nhân chủ nghĩa gia tăng.

Với tinh thần bảo thủ giảm bớt, sự phổ biến khoa học kỹ thuật đem lại một số hậu quả nhất định. Những kết quả rõ rệt mà con người thu nhận được từ khoa học kỹ thuật trước hết củng cố niềm tin của con người vào khoa học kỹ thuật. Sau đó, với sự củng cố niềm tin vào khoa học kỹ thuật, người ta nghĩ rằng nhân sinh quan cổ truyền trước kia của Thiên chúa giáo không phải là giải đáp duy nhất, hoặc chân lý duy nhất.

Thứ hai, giải đáp của khoa học kỹ thuật cụ thể hơn, thực tế hơn, và có ngay trong hiện tại, có thể kiểm chứng được, và không phải chờ tới "đời sau" như trong giáo lý Thiên Chúa Giáo. Những lợi ích vật chất do cuộc cách mạng kỹ nghệ mang lại làm cho người ta thoải mái hơn. Nếu đặt lên bàn cân mà cân, thì nhu cầu vật chất cũng quan trọng bằng những nhu cầu tinh thần.

Cuộc cách mạng dân quyền gia tăng ý thức về quyền tự do tư tưởng, tự do kinh doanh. Tinh thần cá nhân chủ nghĩa, tinh thần ham lợi nhuận, và tinh thần tự do cạnh tranh trong nhân sinh quan mới là ba động lực chính đưa đến một giai đoạn phát triển của Tây phương. Ba động lực nói trên phối hợp với tinh thần ngay thẳng được đề cao trong nhân sinh quan Thiên chúa giáo giúp các doanh nhân thành công hơn trong sự phát triển nền kinh tế thị trường.

Những phát triển theo tinh thần tư lợi và cá nhân chủ nghĩa cũng có những khuyết điểm trầm trọng trong giai đoạn đầu của cuộc cách mạng kỹ nghệ. Tinh thần tư lợi và cá nhân chủ nghĩa ở mức quá độ đã gây nên cảnh bóc lột của người chủ đối với người công nhân nghèo, sự mâu thuẫn trầm trọng giữa giới chủ nhân và giới công nhân là nguồn gốc đưa đến lý thuyết giai cấp đấu tranh của Karl Marx.

Vì một tình cờ của lịch sử, tài năng về tổ chức và kỹ thuật khủng bố của Lenin đã được phối hợp với tư bản luận của Marx để đưa đến cuộc cách mạng xã hội chủ nghĩa tại Liên Xô. Thế giới quan và nhân sinh quan duy vật biện chứng là nền tảng của hệ thống xã hội chủ nghĩa này, đối chọi với thế giới quan và nhân sinh quan Tây Phương trong 7 thập niên.

Mặt khác, song song với sự công kích của Marx và các chủ trương xã hội khác, nền kinh tế tư bản đã có những biến đổi và sửa chữa làm cho đời sống công nhân khá hơn, nền kinh tế thị trường có tính cách nhân bản hơn và thành công hơn.

Biện chứng pháp duy vật bắt nguồn từ đâu?

Căn bản của biện chứng pháp duy vật bắt nguồn từ "biện chứng pháp mâu thuẫn" (dialectic of contradiction), được coi là một nguyên lý tiên thiên (a priori). Biện chứng pháp mâu thuẫn là một hệ thống lý luận dựa trên một cặp hai yếu tố mâu thuẫn làm nền tảng cho mọi biến chuyển và hoạt động. Trong biện chứng pháp mâu thuẫn có ba hình thái mâu thuẫn khác nhau:

Thứ Nhất là mâu thuẫn hủy diệt, ví dụ: một cái mầm lớn lên trong một hạt gạo, lấy hết chất bổ của hạt gạo để cuối cùng thành một cây lúa. Hình thái của hạt gạo đã bị hủy diệt và thay thế bằng cây lúa.

Thứ Hai là mâu thuẫn tổng hợp, ví dụ: điện âm và điện dương trong một nguyên tử tổng hợp với nhau để tạo nên tình trạng ổn định (electric stability) trong một nguyên tử.

Thứ Ba là mâu thuẫn tuần hoàn, ví dụ: đêm và ngày nối đuôi nhau trong những chu kỳ bất tận, hay là hiện tượng giao động tuần hoàn (simple harmonic motion) của con lắc đồng hồ hay làn sóng điện từ (electromagnetic wave).

Chủ trương của biện chứng pháp duy vật

Biện chứng pháp duy vật chủ trương vật chất có trước, ý thức có sau, và ý thức chỉ là phản ảnh của vật chất, thế giới vật chất tồn tại một cách khách quan, độc lập với ý thức con người, không do ai tạo ra.

(Xem cuốn "Triết Học Mác - Lê-Nin", Chủ Nghĩa Duy Vật Biện Chứng, do Nhà Xuất Bản Sách Giáo Khoa Mác - Lê-Nin ấn hành).

Biện chứng pháp duy vật bác bỏ biện chứng pháp duy tâm vì biện chứng pháp duy tâm chủ trương ý thức có trước, vật chất có sau, và vật chất phụ thuộc vào ý thức.

Biện chứng pháp duy vật là một ngành triết học về nguồn gốc, khi đối chiếu duy vật với duy tâm (idealism), để tìm hiểu cái nào là nguồn gốc ban đầu. Mặt khác biện chứng pháp duy vật còn là một ngành triết học về bản thể của vạn vật trong vũ trụ khi người ta đối chiếu duy vật với duy linh (Spiritualism).

Và sau cùng, biện chứng pháp duy vật được áp dụng trong duy vật sử quan của Karl Marx chỉ biết có một cặp mâu thuẫn, đó là mâu thuẫn huỷ diệt. Đem áp dụng vào duy vật sử quan và kỹ thuật tranh đấu giành chính quyền, những người mác-xít chỉ có một con đường độc đạo là tiêu diệt đối lập, mà không chấp nhận chia sẻ quyền hành trên căn bản bình đẳng. Khẩu hiệu đấu tranh của người mác-xít là "lấy mâu thuẫn diệt mâu thuẫn".

Với khẩu hiệu trên, những người Mác xít - Lenin Nít dùng duy vật biện chứng và duy vật sử quan để lôi kéo một số trí thức hoài nghi tôn giáo biến thành đồng minh giai đoạn. Trong công cuộc thôn tính thế giới, những người mác-xít gây mâu thuẫn giữa người nghèo và người giàu, giữa chủ và thợ, giữa vô sản và hữu sản, cũng nhằm cùng một mục đích lôi kéo đồng minh giai đoạn và làm suy yếu đối thủ.

Kỹ thuật trên là một trong nhiều điểm rất mạnh trong đường lối đấu tranh giành chính quyền của khối xã hội chủ nghĩa.

Những nhược điểm của duy vật biện chứng

Nếu hiểu theo đúng nghĩa thì biện chứng pháp (dialectic) là một hệ thống lý luận dựa trên một cặp mâu thuẫn luôn luôn đi đôi với nhau để sinh lẫn nhau hoặc diệt lẫn nhau. Diễn biến sinh và diệt đó liên tục nối tiếp lẫn nhau không bao giờ ngừng. Điều đó có nghĩa là khi đã nói tới biện chứng pháp thì không thể duy "tâm" hoặc duy "vật", vì cả hai cái "duy" đó đều tự mâu thuẫn với tiền đề của biện chứng pháp.

Vậy nếu sử dụng biện chứng pháp thì không thể chấp nhận cái "duy", và trái lại nếu chủ trương cái "duy", thì không còn là biện chứng nữa. Đó là thất bại thứ nhất của "duy" vật biện chúng pháp khi tìm cách xác định vật chất có trước ý thức.

Thất bại thứ hai của duy vật biện chứng pháp là sự sai lầm khi coi bản thể của vật chất là chuyển động. Thật ra, vật chất tự bản thể là "tĩnh", và thụ động. Nếu một vật đang nghỉ yên, và nếu không có một lực tác dụng từ bên ngoài, vật đó sẽ tiếp tục nghỉ yên. Nếu một vật đang di chuyển trên một đường thẳng nào đó và không có một lực tác dụng từ bên ngoài, thì vật đó sẽ tiếp tục di chuyển như trước trên con đường thẳng và không thay đổi. Một vật đang ở thể tĩnh, chỉ có thể chuyển sang thể động nếu chịu sự tác dụng của một lực từ bên ngoài.

Khi duy vật biện chứng pháp ra đời, thì quan niệm về vật chất còn là quan niệm cổ điển của Democritus và tính chất động của vật chất ngay lúc đó đã mâu thuẫn với ba định luật chính trong ngành cơ học cổ điển của Newton. Sau này những người mác-xít đã phải lái quan niệm về vật chất và tính chất động của vật chất theo cơ học lượng tử (cơ học lượng tử), nhưng vẫn không giải quyết được khuyết điểm căn bản giữa thể-động và thể-tĩnh.

Thất bại thứ ba của duy vật biện chứng pháp là trên phương diện bản thể đã làm ngơ không tìm hiểu triệt để tương quan biện chứng giữa vật chất và đối tượng của nó trong cặp mâu thuẫn biện chứng:

Thứ nhất, vật chất có những thuộc tính như khối lượng và thể tích, hoặc làn song, hoặc năng lượng, có thể quan sát hoặc đo lường được bằng những dụng cụ vật lý.

Thứ hai, nó là một đại lượng không định hướng (scalar quantity).

Thứ ba, nó có bản chất thụ động (passive).

Đối tượng của vật chất trong cặp mâu thuẫn biện chứng, ta tạm gọi nó là "phi vật chất", có những thuộc tính mâu thuẫn với thuộc tính của vật chất:

Thứ nhất, nó không có khối lượng và thể tích, nên không thể đo lường hoặc quan sát được bằng những dụng cụ vật lý.

Thứ hai, nó là một thể có định hướng (directional entity hay là vectorial entity).

Thứ ba, nó có bản chất tác động (active).

Chương III

Sau khi đã định nghĩa được bản thể của "phi vật chất" rồi, người ta có thể gán cho nó bất cứ cái tên gì. Và trong tương quan biện chứng, vật chất và phi vật chất cùng hiện hữu với nhau, không có cái nào trước, cái nào sau.

Vì bản thể của vật chất là thụ động, nên tự nó không biểu hiện được cái gì. Nếu không có lực tác động từ bên ngoài để giữ những âm điện tử và hạch tâm với nhau thì một nguyên tử sơ đẳng nhất cũng không thể thành hình trong vũ trụ này. Và nếu không có được một nguyên tử sơ đẳng, thì vũ trụ vạn vật cũng không có nốt.

Lực tác dụng nói trên đến từ đâu? Biện chứng pháp duy vật không giải đáp được câu hỏi đó.

Thất bại thứ bốn của biện chứng pháp duy vật là nó không giải đáp được vấn đề "ý định tính" (intentionality). Người ta có đo được "ý định" bằng những dụng cụ vật lý hay không? Câu trả lời là: "không". Duy vật biện chứng cũng không giải thích được những hiện tượng tâm linh tác động lên vật chất trong những trường hợp "psychic", hoặc những trường hợp giác quan thứ sáu (extra sensory perception) được sử dụng trong ngành điều tra hình sự để tìm những thủ phạm gây tội ác.

Biện chứng pháp duy vật là nền tảng lý luận của các chế độ xã hội chủ nghĩa. Thế mà tại những nước cựu xã hội chủ nghĩa (Liên Xô, Tiệp Khắc, Ba Lan, Lỗ ma ni và Đông Đức), người ta đã tiến hành rất nhiều cuộc thí nghiệm có tài liệu đầy đủ về Parapsychology để tìm hiểu về thế giới phi vật chất, cũng như tác dụng của yếu tố phi vật chất đối với vật chất.

(Xem cuốn PSI, Psychic discoveries behind the Iron Curtain, của Sheila Ostrander & Lynn Schroeder 1976).

Cơ quan KGB và bộ quốc phòng Liên Xô cũng chi phí rất nhiều tiền trong ngành nghiên cứu psychic power để dùng trong mục tiêu quân sự và gián điệp (Chương trình truyền hình Discovery của Mỹ).

Mặc dầu biện chứng pháp duy vật không có ảnh hưởng gì nhiều ở Tây Phương, nhưng trong 7 thập niên nó đã dựa vào sự phát triển của chủ nghĩa xã hội chuyên chính để được phổ biến tại Liên Xô cũ, các nước Đông Âu, Trung Hoa lục địa, Bắc Triều Tiên và Việt Nam, vân vân ...

Người lãnh đạo Cộng Sản mặc dầu luôn luôn nói rằng duy vật biện chứng là duy nhất đúng nhưng họ luôn luôn có "mặc cảm sai lầm". Chính vì mặc cảm sai lầm nói trên, nên họ cưỡng ép việc nhồi sọ người dân bằng duy vật biện chứng, và cấm đoán mọi ngành tư tưởng hoặc tôn giáo khác không được phép sống chung hoặc tự do cạnh tranh. Nếu có hoàn cảnh tự do cạnh tranh như tại nhiều nước khác thì duy vật biện chứng không chắc gì tồn tại nổi qua một thập niên.

Sau khi Liên Xô và các chế độ Cộng Sản Đông Âu tan rã, nhân sinh quan duy vật không còn là đường lối suy nghĩ chính thức của các chế độ mới. Nhưng ảnh hưởng của nó còn kéo dài trong tâm thức của người dân, mặc dầu không có tài liệu nghiên cứu nào thẩm định được một cách chính xác.

Nói một cách tổng quát, sự áp đặt duy vật biện chứng và duy vật sử quan trong một thời gian nhiều thập niên đã đưa đến một số hậu quả rõ rệt.

Hậu quả thứ nhất là trong giai đoạn Cộng Sản còn tồn tại, chế độ độc quyền tư tưởng đưa đến tập trung hoạch định trong nền kinh tế và đã đưa đến những thất bại thê thảm về phát triển, khiến cho Liên Xô và các nước Đông Âu phải tự động cất xã hội chủ nghĩa và duy vật biện chứng vào bảo tàng viện.

Hậu quả thứ hai là, cũng trong giai đoạn chế độ Cộng Sản còn tồn tại, mặc cảm sai lầm của giới lãnh đạo đưa đến sự lo sợ bị đào thải và khiến giới lãnh đạo phải đàn áp tư tưởng, đàn áp tôn giáo.

Hậu quả thứ ba là sự áp đặt duy vật biện chứng và duy vật sử quan trong giáo dục và trong tương quan xã hội đã lấn áp chèn ép nhân sinh quan cổ truyền tôn trọng những giá trị tinh thần, khiến cho những giá trị đạo đức bị mai một, xã hội băng hoại cùng tột.

Hậu quả thứ bốn là sau khi chế độ xã hội chủ nghĩa sụp đổ, ảnh hưởng rơi rớt của tình trạng độc quyền tư tưởng khiến đa số người dân lâm vào tình trạng trống rỗng ý thức hệ, mất phương hướng. Ngay tại một vài nước mà chế độ Cộng Sản còn nắm quyền, người dân cũng đã mất phương hướng và coi thường ý niệm về đạo đức luân lý.

Trở lại tình trạng của Tây Phương sau cuộc cách mạng kỹ nghệ, nhân sinh quan đã lâm vào cuộc khủng hoảng trải qua hai trận thế chiến. Cuộc khủng hoảng quan trọng nhất xảy ra sau đệ nhị thế chiến. Sự tổn thất sinh mạng của 40 triệu người, hình ảnh tàn phá khủng khiếp và tình trạng xã hội băng hoại sau cuộc thế chiến thứ hai đã làm đảo lộn suy tư của con người. Những người có đầu óc suy tư nêu lên nhiều câu hỏi về ý nghĩa của cuộc sống.

Âu châu là nơi ảnh hưởng của Thiên Chúa Giáo đã trải qua nhiều giai đoạn thăng trầm, đồng thời là nơi nếm cảnh tàn phá dữ dội nhất của bom đạn. Cuộc khủng hoảng tư tưởng vì thế diễn ra tại Âu châu. Đứng trước những phi lý của cảnh tàn phá, những thảm cảnh bi đát của nhiều sinh linh vô tội chết oan, tình trạng sa đọa của xã hội sau chiến tranh, một số triết gia đã phải la lên: "Thiên chúa đã chết" (Dieu est mort). Đó là nhân sinh quan của các triết gia hiện sinh (existentialist) ở Âu châu.

Một số người khác không quá khích tới mức đó, chỉ nói rằng "Chúa đi vắng". Nói theo kiểu của Mỹ là: Chúa đi "out of town".

Khoảng hai mươi năm sau đệ nhị thế chiến, thời gian đã hàn gắn những vết thương. Nền kinh tế thị trường đã giúp xây dựng lại hai nước Đức và Nhật, khiến họ trở thành hai cường quốc kinh tế của thế giới. Nhưng, 50 năm sau đệ nhị thế chiến, nhân sinh quan Tây Phương lại đang lâm vào một cuộc khủng hoảng mới, và trầm trọng nhất là tại Hoa Kỳ.

Nền kinh tế Hoa kỳ có thể nói là mạnh nhất trên thế giới và dẫn đầu các nước Tây Phương. Tuy nhiên, cuộc khủng hoảng văn hoá và tinh thần của Hoa Kỳ cũng đứng vào mức trầm trọng nhất ở Tây Phương. Chính những đặc tính giúp đưa đến cuộc cách mạng kỹ nghệ và những phát triển của thế kỷ 20 cũng có những mặt trái của nó.

Chúng ta sẽ thảo luận vấn đề này khi đề cập tới những mâu thuẫn trong triết lý phát triển ở cuối phần II.

Vào cuối thế kỷ 20, với sự phát triển của giao lưu, của truyền thông, nhiều người tây phương đã có cơ hội tiếp xúc thẳng với những văn hoá cổ truyền đông phương. Mặt khác, do ảnh hưởng của cuộc khủng hoảng nhân sinh quan ở cuối thế kỷ 20, nhiều người Tây Phương đang tìm thấy những hướng đi trong vũ trụ quan và nhân sinh quan Đông Phương.

Hậu quả là ảnh hưởng của Thiên chúa giáo đang đi xuống và ảnh hưởng của Phật giáo trong giới tri thức Tây Phương đang đi lên. Đức Giáo Hoàng John Paul II rất quan tâm đối với tình trạng nói trên. Giáo Hội Vatican lo âu đối với sự kiện ngay tại nước Ý văn hoá Phật Giáo đã lan rộng. Tờ bán nguyệt san Catholic Civilization của Dòng Tên có một bài viết cảnh cáo rằng "chấp nhận tư tưởng Phật Giáo là có thể bị "rút phép thông công" (excommunication). (Newsweek, August 22, 1994).

Trong khung cảnh phát triển của tư tưởng Đông Phương đó, cũng có rất nhiều sự lạm dụng những giá trị tinh thần cho mục tiêu lợi nhuận, nhất là tại Hoa kỳ, như ở kỹ thuật tiếp thị và nhờ thị trường rộng lớn của nhiều trăm triệu, hoặc hàng tỷ mỹ kim.

Tóm lại, vũ trụ quan và nhân sinh quan của Tây Phương trải qua hơn hai ngàn năm đã biến đổi rất nhiều để cuối cùng đang xích lại gần Đông Phương.

1.2.2. Vũ Trụ Quan Và Nhân Sinh Quan Đông Phương

Điểm nổi bật thứ nhất ở Đông Phương là huyền-học đóng một vai trò chính và kéo dài từ thượng cổ cho tới hiện đại. Điểm nổi bật thứ hai là khoa học vật lý và cơ học đã không tự phát triển ở Đông Phương, và chỉ bắt đầu được phát triển sau khi Tây Phương đem lại ảnh hưởng của họ qua những cuộc chinh phục thuộc địa. (Nhật Bản là một trường hợp hơi ngoại lệ, vì Nhật Bản không bị Tây Phương đô hộ).

Sự bành trướng ảnh hưởng của Tây Phương cũng đem lại rất nhiều thay đổi trong nhân sinh quan Đông Phương.

Huyền học Đông Phương có hai nhánh chính, một ở Ấn Độ, và một ở Trung Hoa. Nhánh huyền học Ấn Độ gồm có Ấn giáo và Phật giáo, trong khi đó nhánh Trung Hoa gồm có Khổng Giáo, và triết học Lão Trang.

1.2.2.1. Huyền Học Trung Hoa

Triết học của Khổng Tử và triết học của Lão Trang là hai ngành triết học có tính cách đối lập với nhau đồng thời lại bổ túc cho nhau trong một tương quan mâu thuẫn tổng hợp. Đó là một sắc thái rất đặc biệt của huyền học Trung Hoa.

Bối cảnh của Triết học Khổng, Lão và Trang:

Trước khi triết học của Khổng, Lão và Trang thành hình, huyền học Trung Hoa đã bắt đầu với giai đoạn của Hà Đồ, Lạc Thư (hình 5), và Kinh Dịch.

Hình 5: HÀ ĐỒ   LẠC THƯ

(Chú thích: Xem cuốn Kinh Dịch của tác giả Nguyễn Hiến Lê,
trang 17, NXB Văn Học 1992)

Theo truyền thuyết Trung Hoa, khoảng ba bốn ngàn năm trước Tây lịch, Trời ban cho vua Phục Hy một họa đồ để trị thiên hạ. Họa đồ đó do con Long Mã (một loại thú có thân hình con ngựa) đội trên đầu và xuất hiện ở sông Hoàng Hà nên gọi là Hà Đồ. Căn cứ vào Hà Đồ, sau này người ta đã lập nên hình Bát Quái dùng làm nền tảng cho Kinh Dịch. Bát quái đồ này được người sau gọi là Tiên Thiên Bát Quái.

Còn Lạc Thư cũng là một họa đồ trên lưng một con rùa, xuất hiện khoảng một hai ngàn năm sau trên sông Lạc, vào thời vua Vũ. Từ họa đồ đó, vua Vũ cũng vẽ ra hình Bát Quái, và người đời sau gọi là Hậu Thiên Bát Quái.

Có nhiều thuyết khác nhau, kể cả những thuyết mâu thuẫn nhau và có vẻ hoang đường về thời điểm, nguồn gốc cũng như ý nghĩa thần thánh của Hà Đồ, Lạc Thư, Tiên Thiên Bát Quái và Hậu Thiên Bát Quái. Ở đây, chúng ta giới hạn phần thảo luận và nghiên cứu trong phạm vi ý nghĩa toán học và triết học mà thôi.

Hà Đồ gồm có những hàng vòng tròn đen và trắng, tượng trưng cho những số từ 1 cho đến 10. Những vòng tròn trắng tượng trưng cho số dương và đen cho số âm. Những số lẻ là số dương, và những số chẵn là âm.

Lạc Thư cũng gồm những hàng vòng tròn đen và trắng. Khác với Hà Đồ, những hàng đen và trắng của Lạc Thư chỉ gồm có những số từ 1 tới 9. Đặc biệt hơn nữa, cách xếp đặt những số trên Lạc Thư còn có một ý nghĩa đặc biệt về toán học, nếu ta viết lại thành số Ả Rập. Theo bảng dưới đây, nếu cộng các số của mỗi hàng ngang ta sẽ được con số 15.

Nếu cộng các con số của mỗi hàng dọc ta cũng được số 15. Và nếu cộng các số theo hàng chéo góc ta cũng được số 15.

4	9	2
3	5	7
8	1	6

Hình 6: Hình ma phương

Vào thời cổ ở Tây Phương, người ta cũng gán ý nghĩa thần thánh cho hình trên, gọi nó là magic square (ma phương) (Hình 6) và dùng nó làm bùa.

Cách nay khoảng hai ngàn năm, nếu có ai nghĩ ra được hình ma phương ở trên thì người đó phải có một bộ óc ưu việt về toán học. Mặt khác, dù hình Hà Đồ hay Lạc Thư thì cũng đều có liên hệ với hệ thống thập phân (decimal system). Sau hết, người khám phá ra hệ thống thập phân vào thời đó chưa có cơ hội và nhu cầu để phát triển toán học. Vì đại đa số nhân loại còn trong tình trạng bán khai, nên Hà Đồ và Lạc Thư đã dừng lại ở đó, trên phương diện toán học.

Cũng vì đại đa số nhân loại vào lúc đó còn trong tình trạng bán khai, nên người ta dễ gán cho Hà đồ và Lạc thư tính cách huyền bí, thần thánh.

Sự tiến triển từ Hà đồ và Lạc thư lên hình Bát quái làm nền tảng cho Kinh Dịch (Book of Change) cũng là một tiến triển có ý nghĩa toán học.

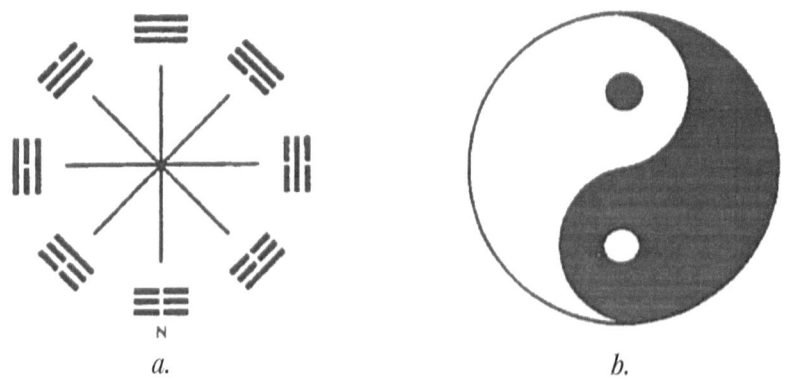

a.   *b.*

Hình 7:   a. BÁT QUÁI ĐỒ (Tiên thiên bát quái) (Hexagram)
                  b. THÁI CỰC ĐỒ (Nguyên lý âm dương)

Hình bát quái (Hình 7.a) rất phổ thông đối với người Á Đông kể cả Việt Nam, vì nhiều người tin rằng hình đó có khả năng trừ tà, và thường hay được treo ở trước cửa nhà để trấn áp những thế lực siêu hình có hại cho người trong nhà. Lá quốc kỳ của Đại Hàn Dân Quốc có hình thái-cực-đồ (Hình 7.b) nằm bên trong một phần của bát quái đồ.

Trên phương diện huyền học, hình của thái cực đồ nằm trong bát quái đồ tóm tắt nguyên lý Âm Dương trong triết học Đông Phương.

Theo triết học Đông Phương thì bản thể của vũ trụ và vạn vật là thái cực, một nguyên lý thống nhất bao gồm hai yếu tố đối nghịch nhau gọi là âm và dương, ví dụ ngày và đêm, lạnh và nóng, hên và xui, sáng và tối, giống-đực và giống-cái, sinh-ra và chết-đi, thiện và ác, tốt và xấu, tích-cực và tiêu-cực, cao và thấp, mập và ốm, vật-chất và tinh-thần, sướng và khổ.

Xuyên qua cặp mâu thuẫn nói trên là cái mà Kinh Dịch gọi là "thái cực sinh lưỡng nghi" (từ một sinh ra hai), và diễn tả nó bằng thái cực đồ. Chẳng những thái cực đồ biểu diễn mối tương quan mâu thuẫn, mà còn cho thấy tính chất động, luôn luôn thay đổi của tương quan đó (chính là nghĩa của "Dịch"). Ngày diễn ra trong một thời gian rồi lại tới đêm, và đêm lại được kết thúc để bắt đầu một ngày khác. Trong diễn tiến của ban ngày đã có cái mầm để chuyển động sang đêm, và trong diễn tiến của đêm đã có cái mầm để chuyển động sang ngày.

Những cặp mâu thuẫn nhị nguyên nói trên (dualistic) không thể có một cái này mà không có cái kia. Phải có nóng thì người ta mới định nghĩa được lạnh, phải có xấu nên người ta mới định nghĩa được thế nào là tốt, phải có thiện người ta mới biết được thế nào là ác.

Những cặp mâu thuẫn nói trên còn tác dụng lẫn nhau để sinh ra những trạng thái tổng hộp phức tạp hơn. Ví dụ, ta thử tổng hợp hai cặp ngày/đêm và lạnh/nóng, ta sẽ đi đến bốn trường hợp có thể xảy ra như dưới đây:

Ngày lạnh, ngày nóng, đêm lạnh, và đêm nóng.

Đó là quy luật kế tiếp trong Kinh Dịch: "Luỡng nghi sinh tứ tượng". Nghĩa là từ một sinh hai, ta lại có hai sinh bốn. Đi xa hơn nữa, từ bốn ta lại sinh tám: "Tứ tượng sinh bát quái" vân vân và vân vân....

Ý nghĩa căn bản của kinh dịch do đó là vũ trụ luôn luôn động và bắt đầu từ cái đơn giản nhất mà phát triển tới cái phức tạp.

Ngày / Đêm	Lạnh / Nóng	Ngày / Đêm	Lạnh / Nóng
Ngày	Lạnh	1	1
Ngày	Nóng	1	0
Đêm	Lạnh	0	1
Đêm	Nóng	0	0

Luỡng nghi sinh tứ tượng

Trong thí dụ trên ta đã dùng số 1 và số 0 để chỉ hai trạng thái đối nghịch của nhau.

Số 0 tương đương với cái mà Kinh Dịch gọi là âm, được tượng trưng bằng vạch đứt đoạn (▬ ▬) và số 1 tương đương với cái mà Kinh Dịch gọi là dương, được tượng trưng bằng một vạch liền (▬▬▬▬).

Một ví dụ khác: nếu ta coi tốt/xấu, cao/thấp, và mập/ốm là ba cặp đặc tính nhị nguyên của một số người, ta sẽ có tất cả tám tổng hợp khác nhau dưới đây:

Tốt / Xấu	Cao / Thấp	Mập / Ốm	Tốt / Xấu	Cao / Thấp	Mập / Ốm
Tốt	Cao	Mập	1	1	1
Tốt	Cao	Ốm	1	1	0
Tốt	Thấp	Mập	1	0	1
Tốt	Thấp	Ốm	1	0	0
Xấu	Cao	Mập	0	1	1
Xấu	Cao	Ốm	0	1	0
Xấu	Thấp	Mập	0	0	1
Xấu	Thấp	Ốm	0	0	0

Diễn tả bằng lời   *Diễn tả ký hiệu toán học nhị phân*

Phối hợp 3 đặc tính nhị nguyên (có hai thể đối nghịch), ta sẽ có 8 "tổng hợp" (combination) khác nhau.

Những ai đã quen với hệ thống nhị phân (binary) và ngành đại số nhị phân (boolean algebra) trong môn điện toán thì không xa lạ gì đối với bảng "truth table" ở trên. Nếu ta thay thế số 1 bằng một vạch liền và 0 bằng vạch đứt đoạn, thì bảng nói trên biến thành bát quái đồ trong Kinh Dịch.

Nếu tiếp tục dùng phương pháp trên mà phối hợp thêm nhiều đặc tính hay trạng thái nhị nguyên khác nhau, con số "tổng hợp" (combination) sẽ nhiều vô tận.

1.2.2.1.1. Kinh Dịch Dùng Để Bói Toán Như Thể Nào?

Bài viết này không có mục đích nghiên cứu về bói toán. Trong đoạn ngắn này ta chỉ bàn sơ về ý nghĩa của mỗi "tổng hợp" các yếu tố mà người sử dụng bói Dịch gọi là "quẻ".

Một trường hợp ta thấy hay xảy ra: khi một người đang lưỡng lự giữa hai sự chọn khác nhau, người đó thường "gieo" một đồng tiền ('tossing a coin", giống như người tây phương hay làm, để xem được "head" hay "tail"). Nếu đồng tiền rơi xuống nằm ngửa, người đó sẽ giải quyết theo một hướng. Trái lại nếu đồng tiền nằm sấp, người đó sẽ giải quyết theo hướng ngược lại.

Đó là một cách giải quyết theo may rủi (chance), giữa hai lựa chọn khác nhau hoặc đối nghịch nhau.

Chương III

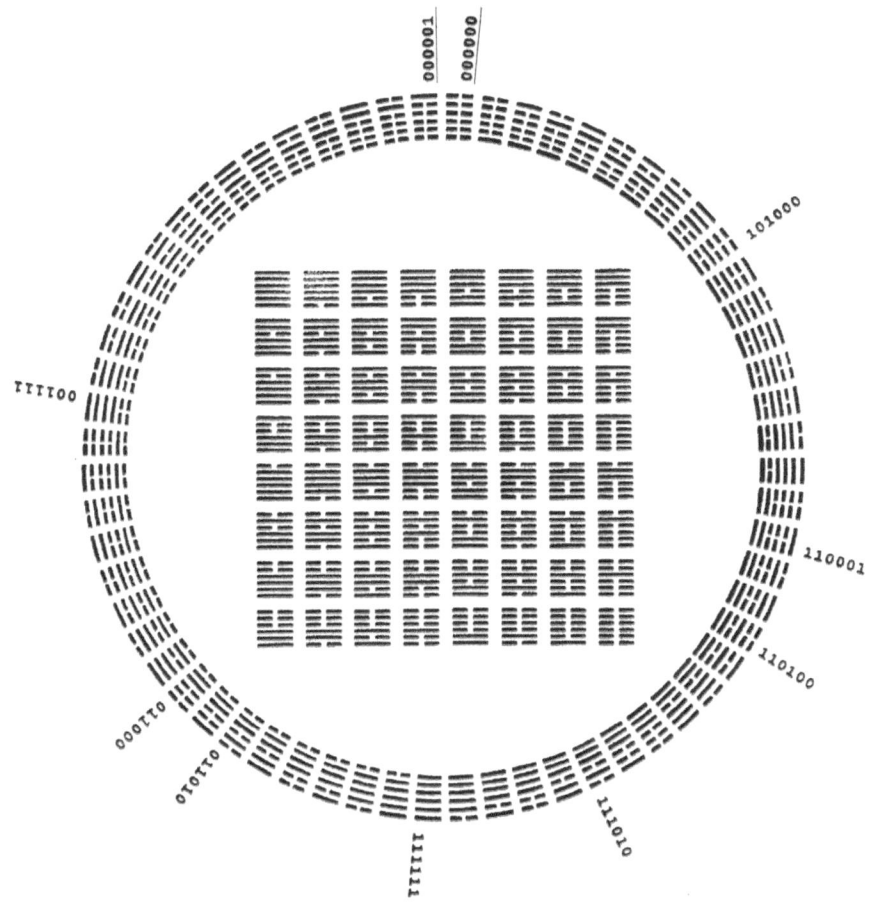

Hình 8: Trùng quái với 64 phương vị

'Sấp' và "ngửa" ở đây có nghĩa là âm và dương theo Kinh Dịch, và ta có thể tượng trưng "sấp" bằng một vạch liền, và "ngửa" bằng một vạch đứt đoạn, mỗi vạch còn được gọi là một "hào".

Cách giải quyết theo may rủi đó, trên căn bản Đông Phương, là bói toán, nghĩa là hỏi ý kiến quỷ thần, hay một đấng thiêng liêng nào đó.

Nếu một người muốn "hỏi ý kiến quỷ thần" mà gieo đồng tiền hai lần, thì sẽ có 4 khả năng có thể xảy ra, mỗi khả năng là một lời giải đoán của "quỷ thần", và Kinh Dịch diễn tả mỗi khả năng bằng cách phối hợp hai vạch theo quy ước dưới đây:

| Sấp | = | ▬▬▬▬▬▬ (vạch liền) | = | dương |
| Ngửa | = | ▬▬ ▬▬ (vạch đứt đoạn) | = | âm |

Gieo lần thứ nhất sấp/ngửa	Gieo lần thứ hai sấp/ngửa	Tên gọi theo Kinh Dịch là Tứ tượng
sấp	sấp	▬▬▬▬▬ thái dương ▬▬▬▬▬
sấp	ngửa	▬▬▬▬▬ thiếu dương ▬▬ ▬▬
ngửa	sấp	▬▬ ▬▬ thiếu âm ▬▬▬▬▬
ngửa	ngửa	▬▬ ▬▬ thái âm ▬▬ ▬▬

Có sách gọi quẻ ▬▬▬▬▬ / ▬▬ ▬▬ là thiếu âm, và ▬▬ ▬▬ / ▬▬▬▬▬ là thiếu dương.

Điều đó không có gì là quan trọng, tùy theo quy ước của ta định nghĩa "sấp" là vạch liền và "ngửa" là vạch đứt đoạn, hay ngược lại, đồng thời nó cũng tùy theo quy ước của chúng ta để vạch liền nằm trên và vạch đứt đoạn nằm ở dưới, hay ngược lại.

Nếu muốn "hỏi ý kiến quỷ thần" về một vấn đề phức tạp hơn, thì phải gieo đồng tiền nhiều lần hơn, và cách bói Dịch chỉ cho ta gieo có sáu lần thôi, nghĩa là sẽ có tất cả 64 giải đáp khác nhau, gọi là 64 quẻ, và như thế đã khá phức tạp.

Nội dung bói toán của Kinh Dịch không nhất thiết có nghĩa đáng chê hay đáng khen, vì Kinh Dịch thật ra dạy người ta về Đạo làm người (quân tử). Hơn nữa, trong phạm vi của đề tài tham luận này chúng ta không đề cập tới vấn đề bói toán.

Ở đây xin mở một dấu ngoặc để nói về nhà phân tâm học Carl Jung, có nghiên cứu Kinh Dịch và có bói thử hai lần bằng cách gieo ba đồng tiền. Sau hai lần bói Dịch đó, ông tin vào sự ứng nghiệm của bói Dịch.

Ý nghĩa toán học của trùng quái

Như trên đã nói, nếu ai đã làm quen với đại số nhị phân trong ngành điện toán, thì dễ quen thuộc với cách trình bày các quẻ thành tổng hợp những vạch liền và vạch đứt đoạn.

Có một điều rất đáng lưu ý là những quẻ trên vòng trùng quái, nếu được diễn tả bằng số nhị phân sẽ cho ta thấy những khám phá không ngờ. Nếu thay mỗi vạch liền bằng số 1, và mỗi vạch đứt đoạn bằng số 0, ta thấy ở dưới đáy vòng tròn, trùng quái bắt đầu với số nhị phân 000000 tương đương với số 0 trong hệ thống thập phân.

Cứ như thế đi theo nửa vòng tròn ngược chiều kim đồng hồ ta sẽ thấy những số nhị phân tương đương với những số dương từ 0 cho tới +31. Sau số +31, nếu ta tiếp tục đi ngược chiều kim đồng hồ, ta sẽ thấy những số âm từ -1 cho tới -32.

Các sách toán học dùng cho khoa điện toán đều có trình bày cách ký hiệu (notation) và quy ước (convention) cho những số nhị phân âm và dương (signed binary numbers).

Nhị phân tương đương với	số thập phân
000000	0
000001	+1
000010	+2
000011	+3
000100	+4
...	...
011111	+31
111111	-1
111110	-2
111101	-3
...	...
100000	-32

Người ta cũng có thể nhìn trùng quái một cách khác. Nếu để ý ta sẽ thấy những số ở vị trí đối tâm (diametrically opposite) trên vòng tròn trùng quái là những số bù của nhau (complementary). Ví dụ số 001000 thì bù với số đối tâm của nó là 110111 (Hình 9).

Hình 9: Tức là **Quẻ Lôi Địa Dự**   thì bù với   **Quẻ Phong Thiên Tiểu Súc**

Tóm lại, về phương diện toán học, Kinh Dịch đã khởi đầu cho số thập phân và đặt nền tảng rất vững cho số học nhị phân (binary arithmetic) từ trên hai ngàn năm nay. Tới thế kỷ 17, Leibnitz, nhà toán học và triết gia Đức mới nghĩ ra hệ thống nhị phân.

Vậy người đầu tiên dùng trùng quái để diễn tả hệ thống số học nhị phân phải là một bộ óc vĩ đại về toán học dưới thời ông ta, đồng thời vượt xa người đương thời. Do đó nếu người ta gán cho trùng - quái những ý niệm thần thánh thì cũng không lấy gì làm lạ.

Một khía cạnh toán học khác của trùng-quái là sự bắt đầu của quan niệm may rủi, mà ngày nay được phát triển thành khoa tính xác suất trong thống kê học (probability computation in statistics).

Khi ta gieo đồng tiên hai lần, ta thấy 4 khả năng có thể xẩy ra: sấp ngửa, sấp sấp, ngửa ngừa, và ngửa sấp.

Mỗi khả năng nói trên có 25% xác xuất cỏ thể xẩy ra (probability of occurence of 25%). Nếu không quan tâm đến thứ tự xẩy ra của sấp và ngửa hay ngửa và sấp thì sấp/ngửa hay ngửa/sấp cũng như nhau. Như thế. những trường hợp sấp ngửa có 50% xác suất có thể xẩy ra. Còn trường hợp thuần ngửa (all heads) hoặc thuần sấp (all tails) ít xẩy ra hơn (chỉ có 25%).

(Ghi chú: trong bói dịch, thứ tự xẩy ra của "sấp" và "ngửa" trong một quẻ bói làm cho mỗi quẻ bói khác nhau.)

Nếu suy rộng ra cho trường hợp gieo đồng tiền 6 lần, trường hợp thuần ngửa (six heads), Kinh Dịch gọi là thuần càn, rất ít xẩy ra. Trường hợp thuần sấp (six tails), Kinh Dịch gọi là thuần khôn, cũng rất ít xẩy ra.

Để tìm hiểu mức độ xác xuất của mỗi trường hợp, ta hãy chịu khó đếm các tổng hợp (combination) khác nhau trên trùng quái, và sẽ thấy bảng "truth table" và hình "bell curve" ở trang sau.

Để giúp ta dễ hiểu về bảng phân phối "truth table" vừa nói, ta hãy ứng dụng vào các trường hợp thực tế ngoài đời, nói theo ngôn ngữ của xác suất.

Những người cực kỳ thông minh sáng trí trên đời, nói chung, là một thiểu số rất nhỏ. Những người có bộ óc cực kỳ tối om cũng rất ít. Những người "thiện" vào bậc thánh cũng có ít trên đời. Và những người cùng hung cực ác, theo luật xác suất, cũng rất ít. Những người cực kỳ may mắn hay cực kỳ xui xẻo cũng là thiểu số. Đó là những loại người ở hai thái cực của đường "Bell curve".

Trường hợp	Số trường hợp xảy ra (Number of events)	Mức độ xác xuất (Probability of event)
Thuần dương + + + + + + (thuần càn)	1	1.56%
Năm dương một âm + + + + + -	6	9.37%
Bốn dương hai âm + + + + - -	15	23.44%
Ba dương ba âm + + + - - -	20	31.25%
Hai dương bốn âm + + - - - -	15	23.44%
Một dương năm âm + - - - - -	6	9.37%
Thuần âm - - - - - - (thuần khôn)	1	1.56%

Để biểu diễn mức độ xác suất của các trường hợp xảy ra, trong toán học người ta còn có mô hình dưới đây:

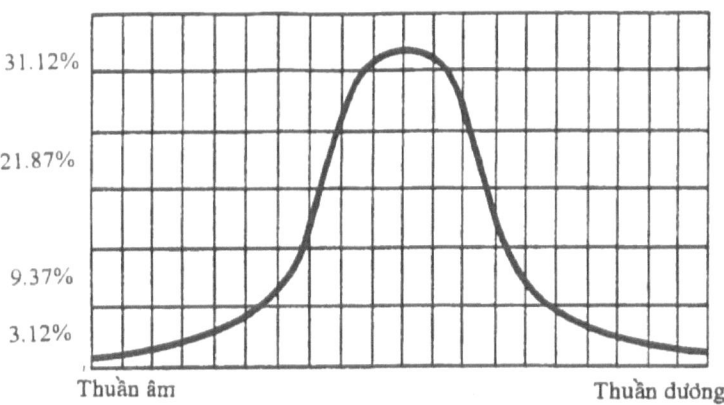

Hình 10: Bảng phân phối xác suất (Probability distribution)

Một lần nữa ta lại thấy hình Bell Curve. Bảng phân phối xác suất nói trên cũng cùng một tính chất với bảng phân phối xác suất chiều cao của người dân Hoa kỳ mà ta đã thấy ở trên.

Giữa hai thái cực của đường "bell curve", số người "trung bình" rất nhiều: thông minh vừa vừa, tốt vừa vừa, may mắn vừa vừa, cái gì cùng vừa vừa. Những người học giỏi trên trung bình, tốt trên trung bình cũng nhiều nhưng tương đối giảm bớt. Những người dưới trung bình cũng tương đối ít hơn.

Và tương quan xác suất giữa các hiện tượng, giữa các trạng thái, các đặc tính, là một tương quan rất đáng lưu ý vì nó đưa đến những hậu quả sâu xa trong quan niệm và đời sống văn hoá, xã hội, chính trị. Do hậu quả của tương quan xác suất nói trên mà người ta nhìn cuộc đời, nhìn xã hội với một con mắt khác (nhân sinh quan khác).

Tương quan xác suất có một hệ luận là con người sinh ra với tổng hợp những đặc tính khác nhau một cách phức tạp, mặc dầu bản thể vốn chỉ là một (thái cực). Và nếu mỗi người khác nhau, điều đó chỉ là hậu quả của may rủi (probability). Ý niệm trên là nền tảng của tinh thần bao dung trong văn hoá, cũng như tinh thần hoà đồng của thời đại "trăm hoa đua nở" trong đó tư tưởng Khổng giáo, tư tưởng Lão Trang và Phật giáo, cùng tự do phát huy.

Tóm lại, sự tìm hiểu về Kinh Dịch cho thấy người Trung Hoa đã bắt đầu biết về hệ thống số thập phân và nhị phân từ thời cổ xưa, trước Tây Phương hàng nhiều thế kỷ, mà tại sao họ không phát triển được một hệ thống toán học phức tạp và phong phú như Tây Phương.

Một trong những lý do chính có thể là vì cách trình bày không theo hệ thống định-vị (non positional) của chữ số Trung Hoa, giống như chữ số La Mã và khác với chữ số Ả Rập mà người Tây Phương sử dụng. Ví dụ dưới đây cho thấy cách viết số theo hệ thống Ả Rập và hệ thống Trung Hoa.

Theo định vị (positional)   Không theo định vị (non positional)

278   nhị bách thất thập bát

Cách viết theo hệ thống định vị trước hết rất giản dị, và sau nữa cho phép ta làm các loại tính cộng, trừ, nhân, và chia một cách rất dễ dàng và có hệ thống. Đó là một trong những ưu điểm mà Tây Phương đã sử dụng để tiến rất xa trong phạm vi toán học, đồng thời giúp cho sự phát triển vật lý học.

Mặt khác, nhờ sự trình bày dễ hiểu, có hệ thống, nên toán học dễ được phổ biến trong dân gian, và mở rộng môi trường phát triển khoa học, đưa đến cuộc cách mạng kỹ nghệ ở Tây Phương và lan ra khắp thế giới.

Trong khi đó, vì cách trình bày chữ số không theo nguyên tắc định vị của người Trung Hoa, nên Kinh Dịch đã chỉ hạn chế trong phạm huyền học và bói toán. Đồng thời, vì khó diễn tả, khó phổ biến, nên Kinh Dịch thời xưa chỉ được truyền dạy một cách giới hạn bằng phương pháp "tâm truyền", chứ không phổ cập đại chúng.

Chương III

1.2.2.1.2. Từ Kinh Dịch Đến Khổng, Lão Và Trang

Kinh Dịch khởi đầu với một nguyên lý thống nhất bao gồm những tương quan mâu thuẫn giữa các hiện tượng, bản thể, và đặc tính. Đó là nền tảng huyền học của Khổng giáo và Lão giáo.

Triết lý của Khổng Tử và triết lý Lão Trang là sản phẩm của tình trạng đương thời của các Ông. Đó là một thời đại loạn lạc, xã hội khủng hoảng liên miên vì chiến tranh giữa các nước nhỏ của Trung Hoa trong thời kỳ phong kiến, khiến cho nhân dân cực kỳ điêu đứng khổ sở.

Và triết lý của các ông trước hết là một phản ứng đối với tình trạng đương thời; thứ hai là một cố gắng diễn giải bản thể của con người cùng với mối tương quan giữa con người với nhau; và sau đó tìm cách đưa ra một giải pháp để làm cho con người bớt khổ sở điêu đứng.

Tuy là sản phẩm của cùng một tình trạng xã hội, nhưng quan niệm giải quyết vấn đề của hai học thuyết khác nhau, nếu không gọi là hai thái cực.

Khổng Giáo

Khổng Tử san định (soạn lại) Kinh Dịch, và ông cũng có tìm hiểu rất nhiều để ứng dụng trong việc xây dựng nền tảng triết học của ông. Tuy nhiên, Khổng Tử cũng như những học trò của ông chú trọng đến khía cạnh thực tế của việc điều hành xã hội hơn là đi sâu vào lãnh vực huyền học.

Căn bản của đạo Khổng là một triết lý về xã hội, về tương quan giữa con người trong xã hội, về bổn phận của con người trong việc ổn định, điều hoà xã hội. Đó là một triết lý ứng dụng hướng về đời sống, và hành động, hơn là triết lý về nguồn gốc hoặc bản thể của vũ trụ. Tuy ông có sử dụng căn bản huyền học của Kinh Dịch, nhưng ông coi việc bàn luận về quỷ thần không thực tế.

Để ổn định được xã hội và đem nó từ tình trạng loạn thành ra yên bình, học thuyết của Khổng Tử tập trung vào ba đối tượng:

- Con người.
- Tương quan giữa con người và gia đình.
- Tương quan giữa con người và xã hội.

Con người là những viên gạch xây dựng nên xã hội. Theo Khổng Tử thì bản chất con người vốn tốt (nhân chi sơ tính bản thiện). Nhưng xã hội làm cho con người hư hỏng, và ngược lại con người hư hỏng cũng làm cho xã hội hỏng thêm.

Trong tương quan hỗ tương đó, Khổng Tử chủ trương giáo dục con người dùng ảnh hưởng của Lễ, Nhạc và Đạo làm người. Đạo làm người ở đây có nghĩa là những nguyên tắc trong tương quan giữa con người với gia đình và xã hội.

Ảnh hưởng của Lễ và Nhạc có tính cách tâm lý, và ảnh hưởng của Đạo có tính cách nhào nặn huấn luyện thành một bản năng thứ hai.

Lễ, Nhạc và con người

Lễ, theo sự định nghĩa của Khổng Tử là, "cách sống ở đời" (bất học lễ vô dĩ lập, nghĩa là không học lễ thì không biết cách sống ở đời). Lễ gồm có những quy tắc về giao tế giữa những người ngang hàng, giữa người dưới với người trên hoặc người trên với người dưới. Lễ cũng gồm trong cách ăn mặc, đi đứng. Lễ còn gồm những lễ nghi để thực hành trong việc thờ cúng tổ tiên, ông bà cha mẹ.

Trong cách giao thiệp giữa người với người, Khổng Tử nói: "Ngay thẳng mà không có Lễ ắt gắt gỏng, dũng cảm mà không có Lễ ắt loạn" (xem Trung Quốc Triết Học sử, của Hồ Thích, dịch giả Huỳnh minh Đức). "Loạn" ở đây có lẽ để chỉ sự hung bạo của bản năng thú tính.

Vai trò của Lễ trước hết là làm thuần tính con người, làm giảm bớt những phản ứng theo thú tính của con người cổ sơ. Người xưa mặc áo quần dài và rộng lụng thụng, khiến cho đi đứng chậm chạp, đó là vì mục đích buộc người ta phải hành động chậm lại và có thì giờ suy nghĩ trước khi có những phản ứng theo bản năng thú tính. (Thu Giang Nguyễn Duy Cần)

Lễ còn có công dụng tạo những ảnh hưởng tâm lý đến người xung quanh. Khổng Tử có nói:

"...Kẻ mặc đồ xô gai chống gậy tang, chí không nghĩ đến nhạc, đó không phải tại không nghe, vì y phục khiến như thế vậy. Người mặc áo thêu và mũ lễ (cổn bào) nhà vua, dung mạo không kiêu ngạo, đó không phải tinh nghiêm trang, vì y phục khiến như thế vậy. Đội mũ sắt cầm binh khí, khí phách không sợ mà thối lui, yếu ớt, đó không phải hoàn toàn dũng mãnh, vì y phục khiến như thế." (Khổng Tử Gia Ngữ, Trung Quốc Triết Học Sử, Hồ Thích, trang 292).

Lễ áp dụng trong lễ nghi thờ cúng tổ tiên, ông bà, cha mẹ nhằm mục đích củng cố tình cảm đối với người đã khuất, luôn luôn nhớ đến ông bà cha mẹ.

Tóm lại công dụng của Lễ nhằm kiểm soát hành vi con người, kiểm soát thú tính, ngăn cản trước khi người ta làm bậy. Vai trò của Lễ trong xã hội Khổng Giáo quan trọng như vai trò luật pháp trong xã hội Tây Phương.

Nhưng trong khi luật pháp trừng phạt sự làm bậy, thì Lễ ngăn cản trước khi người ta làm bậy. Khổng Tử nói:

'Nhà cầm quyền dẫn dắt dân bằng pháp chế, trừng trị dân bằng hình phạt, thì dân sợ mà không phạm pháp chứ họ chẳng hề giỏi. Nếu nhà cầm quyền dẫn dắt dân bằng đức hạnh: trừng trị dân bằng lễ tiết, họ sẽ được cảm hoá trở nên tốt lành đồng thời cũng biết hổ thẹn nữa. (Trung quốc triết học sử, Hồ Thích)

Nhạc cũng có mục đích để cảm hoá lòng người như Lễ. Khổng Tử chủ trương dùng tiếng đàn ca phổ biến khắp trong nước để giáo hoá con người. Nhưng Khổng giáo phân biệt rõ ràng giữa âm nhạc "tốt" và âm nhạc "xấu", và cho rằng nhạc dâm dật sẽ hướng con người theo sự dâm dật, và nhạc đoan chính sẽ làm con người trở nên đoan chính, nhạc hung bạo khiến người nghe trở nên hung bạo.

Vì thế âm nhạc của Khổng giáo chú trọng vào lễ nghi thờ cúng. Theo quan niệm Khổng Giáo, nhạc tiêu khiển của những nhóm ca xướng như hát ả đào (thanh lâu) không phải là nhạc "tốt", và những ca sĩ nói trên bị liệt vào hạng "xướng ca vô loài" (indecent persons), đáng khinh trong xã hội.

Tương quan giữa con người và gia đình

Khổng Giáo coi lòng hiếu kính đối với cha mẹ là một đòi hỏi tối quan trọng trong tương quan với gia đình. Căn bản của đạo hiếu là quan niệm cho rằng cái thân của ta là "của cha mẹ". Nội dung của đạo hiếu gồm có ba quy luật luân lý chính:

-   Thứ nhất là tôn kính cha mẹ.

-   Thứ hai là không làm điều gì khiến cha mẹ phải hổ thẹn.

-   Thứ ba là thương cha mẹ và nuôi nắng, săn sóc các ngài.

Khổng Tử định nghĩa chữ hiếu là: 'Kính kỳ sở tôn, ái kỳ sở thân, sự tử như sự sinh, sự vong như sự tồn, hiếu chi chí dã". (Nho Giáo, Trần Trọng Kim). Nghĩa là: "kính trọng những gì cha mẹ mình tôn trọng, yêu những cái gì mà cha mẹ ưa thích, lúc cha mẹ còn sống cũng như lúc cha mẹ đã chết, đó chính là đạo hiếu vậy".

Khổng Tử nói rằng chỉ nuôi nắng cha mẹ cũng chưa đủ đạo hiếu, mà phải có lòng tôn kính nữa.

Luân lý của Khổng Tử coi đạo hiếu ngang hàng với đạo vua tôi, và đạo vợ chồng (quân thần, phụ tử, phu phụ). Nhưng, theo Hồ Thích thì các đệ tử của Ông càng ngày càng nâng cao đạo hiếu một cách quá quắt, và coi đạo hiếu là đầu mối của luân lý, tới mức cá nhân bị hoàn toàn phủ nhận.

Những người đời sau cũng hiểu đạo hiếu theo nghĩa cực đoan và chật hẹp, cho rằng đạo hiếu đòi hỏi con cái phải mù quáng vâng lời cha mẹ, và quên mất rằng Khổng Tử có nói: "...Trạch kỳ thiện giả nhi tòng chi, kỳ bất thiện giả nhi cải chi." Nghĩa là: "nếu cái gì tốt của cha mẹ thì nên theo, còn cái gì không tốt thì nên sửa đổi".

Thái độ hẹp hòi mù quáng của đa số những người theo đạo Khổng khiến người ta khăng khăng giữ những tập quán cũ của cha mẹ mà không dám đổi mới, không cần biết những tập quán của cha mẹ là sai hay đúng, và cũng trái với quan niệm "động" của Khổng Tử.

Cũng theo Hồ Thích thì do sự giải thích quá lố của những môn đệ Khổng Tử và ảnh hưởng đối với dân gian, khiến nên:

'Bậc cha mẹ trong đạo Khổng được xem như có quyền lực ngang với thượng đế hay quỷ thần của một tôn giáo".

Các học trò của Khổng Tử càng ngày lại càng bày đặt thêm nhiều nghi lễ phức tạp để cúng tế cha mẹ, tang chế rườm rà, khiến cho Mặc tử phải công kích.

Tương quan giữa công dân và nhà vua (Đạo quân thần)

Để ổn định cơ chế xã hội trong một nước dưới thời phong kiến, Khổng Tử tìm cách củng cố tương quan giữa người dân và nhà vua. Khổng Tử công nhận ông vua được mệnh trời (mandate from heaven) để cai trị nhân dân, vì thế người dân phải theo mệnh trời mà trung thành với nhà vua. Tuy nhiên, Khổng Tử cũng cho rằng trong tương quan nói trên, ông vua phải xứng đáng là ông vua, và người dân phải làm đúng bổn phận người dân.

Thế nào là "ông vua phải xứng đáng là ông vua'?

Khổng Tử cho rằng mệnh trời mà ông vua nhận lãnh là phải làm cho người dân no đủ, sau đó phải dạy cho dân biết sống theo đạo làm người (phú chi, giáo chi). Một ông vua sáng suốt là ông vua biết coi trọng người dân: "vua nhờ dân mà còn, và cũng vì dân mà mất" (Lễ-ký).

Theo Khổng Tử thì tuy người dân phải trung với vua, nhưng nếu một ông vua ác, dân có quyền phế bỏ.

Trên thực tế, óc "trung với vua" dưới thời phong kiến đã được củng cố mạnh, nên nói chung nhiều người có khuynh hướng trung thành với vua một cách mù quáng, coi vua như thần thánh. Các đệ tử của Khổng Tử ngày càng dẫn giắt người ta đi vào con đường tuyệt đối trung với vua, cho rằng một bầy tôi trung không thờ hai vua.

Vì óc tôn quân một cách quá đáng, nhà cửa của vua phải cao hơn nhà cửa của các quan, và nhất là của thần dân. Trong nhiều thế kỷ, nếp sống trên là một yếu tố cản trở phát triển.

Tương quan giữa người với người

Trong tương quan giữa con người với con người nói chung, Khổng Tử đề cao năm đức tính:

Nhân, tức là lòng thương đối với mọi người.

Nghĩa, tức là lòng chung thủy (loyalty) với cha mẹ, anh em, bạn bè và những người hợp tác với mình.

Lễ, tức là cư xử đúng khuôn phép với mọi người.

Trí, tức là biết hành động đúng với lẽ phải trái.

Tín, làm đúng lời hứa, đúng với sự tin cậy của người khác.

Đặc biệt, Khổng Tử đề cao việc học, đề cao kiến thức.

Học thuyết của Khổng Tử bị hai khuynh hướng công kích. Khuynh hướng thứ nhất là Mặc Tử, khuynh hướng thứ hai là Lão Tử và Trang Tử.

Mặc Tử sinh sau Khổng Tử độ 40 đến 50 năm, và học thuyết của ông mặc dầu mang nhiều mầu sắc Khổng học nhưng ông phản đối một số chủ trương của Khổng Tử. Trước hết ông chê Khổng Giáo chủ trương dùng nghi lễ rườm rà tốn tiền hại dân, nhất là trong khi Khổng Giáo không tin có quỷ thần, mà lại bày đặt thờ cúng quỷ thần. Thứ hai, ông chống lại chủ trương dùng âm nhạc, mỹ thuật của đạo Khổng. Thứ ba, ông chống chủ trương "mệnh trời" của Khổng Tử, vì không có bằng cớ gì cụ thể chứng minh có mệnh trời.

Về căn bản Mặc Tử là người chủ trương khổ hạnh (ascetic).

Học thuyết của Lão Trang

Lão Tử tuy sinh ra trước Khổng Tử, nhưng cùng trải qua một thời đại loạn lạc, chiến tranh, đạo đức suy đồi. Điểm đáng lưu ý là cách giải quyết vấn đề của Lão Tử và Khổng Tử trái ngược nhau.

Huyền học của Lão Tử cũng chủ trưởng có một nguyên lý cùng tột cao nhất, gọi là Vô Cực, rồi từ Vô Cực mới có Thái Cực, Lưỡng nghi (Lão Học gọi thái cực là "Đạo"). Vô Cực của Lão Học là "cái gì khởi đầu" mà ta không biết được. Vũ trụ quan nói trên của Lão Tử mãi 1300 năm sau mới được các nhà Nho (Chu đôn Di đời Tống) chấp nhận để sửa đổi quan điểm của Dịch học. (Xem cuốn "Kinh Dịch" của Nguyễn Hiến Lê).

Theo quan niệm của Lão Tử thì vạn vật và con người tự thân không có đẹp đẽ, tốt xấu, thiện ác. Những tên gọi đó sở dĩ có là vì người ta đặt ra mà thôi. Vì người ta trọng cái đẹp nên mới có cái xấu, vì người đề cao cái thiện nên mới có cái ác. Vì người ta đề cao danh lợi và địa vị nên mới có nhiều người tranh giành nhau, ghen tuông đố kỵ với nhau, và xã hội mới thành loạn.

Quan niệm của Lão Tử về nguyên nhân của tất cả những loạn lạc, chiến tranh, cũng như cảnh chém giết cướp bóc trong xã hội là bởi vì người ta bày đặt ra luật pháp, nghi lễ, bày đặt ra giá trị tốt xấu, thiện ác, bày đặt ra những hình phạt và những sự tưởng thưởng. Ông cho rằng vì bày ra pháp luật phức tạp nên mới có thêm trộm cướp. Những người bày đặt ra nghi lễ, đạo đức, luật pháp, là những nhà chính trị.

Thuyết của Lão tử là một phản ứng đối với sự can thiệp (hữu vi) của chính phủ, càng can thiệp thì càng thêm nhiều chuyện rắc rối, càng can thiệp thì tình trạng xã hội càng tệ thêm. Ông cho rằng sai lầm của những nhà chính trị đương thời là họ không có đủ tài để trị dân nhưng vẫn cố đấm ăn xôi, nghĩ rằng chỉ có mình ra tay gánh vác việc nước thì xã hội mới an. Như vậy, nếu cố làm mà hỏng việc thì thà không làm gì còn hơn. Đó là chủ trương "vô vi" chống lại "hữu vi".

Ông nói: "...Cho nên đem sự hiểu biết mà trị nước là điềm xấu cho quốc gia, không đem sự hiểu biết mà trị nước là điều tốt cho quốc gia".

Để hỗ trợ cho quan niệm vô vi, ông chứng minh cái "vô" (cái trống không) có sự hữu dụng của nó. Cái nồi dùng được để chứa thức ăn vì nó có chỗ trống ở trong. Cái nhà mà người ta ở được là vì nó có khoảng trống ở trong. Người ta đi ra đi vào qua cái cửa được cũng vì cái khoảng trống không của nó.

Nếu hiểu theo nghĩa ôn hoà thì chủ trương vô vi của Lão Tử giống như chủ trương của các nhà kinh tế "laisser- faire" khi nền kinh tế tư bản mới ra đời. Nếu hiểu theo nghĩa cực đoan thì học thuyết của Lão tử giống như chủ trương vô chính phủ (anarchy) của Pierre Proudhon bên Pháp vào thế kỷ thứ 19.

Chương III

Trang Tử

Trang Tử ra đời khoảng hai trăm năm sau Lão Tử. Tư tưởng của ông trong sách Nam Hoa Kinh rất giống tư tưởng của Lão Tử, nhưng cách trình bày của ông thì hơi khác. (Xem "Trang Tử Tinh Hoa" của Thu Giang Nguyễn Duy Cần). Thứ nhất, tư tưởng của Trang Tử được trình bày rất mạch lạc và có hệ thống. Thứ hai, ông đi sâu vào vấn đề hơn là Lão tử.

Giống như Lão Tử, Trang Tử chủ trương bỏ tất cả những quy-tắc, lễ-nghi gò bó làm con người mất tự do, và làm biến chất con người, làm con người mất hết bản tính tự nhiên khi mới sinh ra. Khi con người sống tự nhiên, theo đúng bàn tính của mình, tức là đã sống hợp với lẽ tự nhiên của trời đất, tức là hợp với "Đạo", sống hợp với Đạo tự nhiên là sống vô ngã (không còn cái ta), và hành vi vô ngã gọi là "vô vi".

Nội dung tư tưởng trên được trình bày trong thiên Tiêu-Diêu-Du.

Sống tự nhiên có phải là chiều theo thú tính không?

Câu trả lời của Trang tử là: không. Nếu ta chấp nhận cái khác nhau của mỗi người, không đặt ra những tiêu chuẩn nhân tạo để coi cái này tốt hơn cái kia, thì không gợi lòng tham danh, tham lợi của mọi người. Và như vậy không khiến cho con người tranh giành nhau, hà hiếp nhau, và chém giết nhau. Nội dung ý tưởng trên được trình bày trong thiên Tề-Vật-Luận.

Tuy nhiên, dù ta không đặt ra tiêu chuẩn cao thấp, nhưng lòng ham muốn của con người theo thú tinh vẫn còn, vậy lấy gì ngăn cản con người đừng làm bậy theo thú tính? Thiên Dưỡng-Sinh-Chủ trình bày những ý niệm cần có để dạy cho con người biết hạn chế dục vọng để tránh những tai hại cho bản thân, và trái lẽ tự nhiên.

Nhưng làm sao dạy dỗ nếu không nêu lên một số quy tắc "thế này là phải", và "thế kia là trái" ? Trang Tử dùng thiên Đức-Sung-Phù để giải đáp vấn đề trên. Nội dung của thiên này có ý nói rằng nơi mỗi người đều có cái "đức". Bậc thánh nhân thì có đức đầy đủ và chiếu sáng ra để cái "đức" của người khác hưởng ứng theo. Vậy bậc thánh nhân dùng đức để cảm hoá người ta theo hướng tốt, mà không cần đặt ra quy tắc luật lệ để cưỡng ép người ta theo mình.

Như vậy, "vô vi" theo Trang tử không có nghĩa là đừng làm gì cả, mà có nghĩa chỉ làm theo phong cách duy trì bản năng tự nhiên và không cưỡng ép làm người ta mất tự do và biến chất không còn tự nhiên.

Nhưng làm sao để đạt tới trình độ của thánh nhân để có thể cảm hoá mà không cần giảng dạy hoặc cưỡng ép người ta theo mình.

Theo Trang Tử thì bậc thánh nhân là người đạt được tới mức "vô kỷ, vô công, vô danh".

Vô kỷ là không còn "cái ta". Khi đã không còn cái ta, thì không còn nghĩ đến "công lao của ta", đó là "vô công". (Chữ "vô-công" của Trang Tử cùng phát âm giống chữ "vô-công" của Mặc tử. Nhưng chữ vô công của Mặc từ có nghĩa là "không công phạt nước láng giềng", theo chủ nghĩa hoà bình, chống chiến tranh). Cũng vì "vô kỷ" nên không còn nghĩ đến chuyện mưu cầu làm cho ta nổi danh, hoặc để lại danh tiếng cho đời sau. Và đó là "vô danh".

Điều trên có vẻ trái ngược với quan niệm của Nguyễn Công Trứ khi ông nói "Phải có danh gì với núi sông", mà ta sẽ có dịp bàn tới ở dưới.

Tóm lại bậc thánh nhân của Trang Tử hành động vì hợp với đạo, hợp với bản chất chân thật tự nhiên, nên con người đó là con người thực sự đúng với nghĩa con người, còn gọi là "chân nhân": "bậc chân nhân sinh ra không mừng, chết đi không sợ, thản nhiên mà đến, thản nhiên mà đi, không bận mắc vào đâu, thuận theo đạo mà sống nên người không cưỡng lại với trời"...

Và đạo của Trang Tử là để giải thoát con người ra khỏi những ràng buộc nhân tạo, để cho con người sống thật với mình.

1.2.2.2. *Huyền Học Ấn Độ - Tư Tưởng Phật Giáo*

Đạo Phật được truyền từ Ấn Độ tới Việt Nam (Trung tâm Luy Lâu ở Giao Châu) vào khoảng đầu kỷ nguyên Tây lịch. Theo ông Nguyễn Lang trong cuốn Việt Nam Phật Giáo Sử Luận thì trong giai đoạn phát triển của khuynh hướng đại thừa bên Ấn Độ, Phật giáo đã theo đường biển mà tới Việt Nam, và có thể trước khi đặt chân vào Trung Hoa (Trung tâm Lạc Dương và Bành Thành).

Trong giai đoạn đó, những người đầu tiên mang Phật giáo tới Việt Nam là những nhà buôn Ấn Độ theo đạo Phật, chứ không phải những tăng sư truyền đạo. Những nhà buôn đó thường phải nghỉ ngơi một thời gian tại Việt Nam để chờ mùa gió thuận tiện giong buồm về nước, và nhờ đó một số người Việt đã có cơ hội tiếp xúc với nếp sống của những phật giáo đồ, và tín ngưỡng của họ. Sau đó, khi phái đại thừa phát triển mạnh bên Ấn Độ và Trung Hoa, một số tăng sư mới đi truyền đạo tại các miền Viễn Đông trong đó có Việt Nam.

Đạo Phật tại Việt Nam trong giai đoạn sơ khai còn giới hạn trong giới bình dân, với những ý niệm đơn giản như "ở hiền thì gặp lành", hoặc "cứu người đói khổ", hoặc "Phật có phép thần thông hay hiện ra cứu người ngay lành gặp nạn".

Chương III

Trong những thế kỷ sau, có những tăng sư Ấn Độ và Trung Hoa theo nhau đến Việt Nam, đào tạo một hàng ngũ tăng sư Việt Nam, khiến cho Phật giáo Việt phát triển mạnh. Theo hoà thượng Thích mẫn Giác, thì Lục tổ Huệ Năng, tức là vị giáo chủ thứ sáu (the six Patriarch) của Phật Giáo Á Đông là một người Việt rất trẻ tuổi sinh khoảng năm 638 ở đất Giao Châu (Lĩnh Nam).

Lục tổ Huệ Năng là một trong những tăng sư Việt Nam có ảnh hưởng lớn đến văn hoá Á Đông. Giáo Sư John C.H. Wu, Viện trưởng Viện đại học văn hoá Trung Hoa ở Đài Loan đã ví Huệ Năng ngang hàng với Khổng Tử, Lão Tử, Trang Tử và Mạnh Tử. Cuốn Pháp Bảo Đàn Kinh (Platform Sutra) ghi lại những bài thuyết pháp của Lục tổ Huệ Năng đã được dịch ra nhiều thứ tiếng và có ảnh hưởng quyết định tới sự phát triển của Thiền Tông tại Viễn Đông.

Triết lý Phật giáo là một hệ thống tư tưởng về bản thể của vạn vật và bản thể của con người. Con người là trọng tâm của tư tưởng Phật giáo. Cuộc đời của con người là một biển khổ, và Phật giáo cho người ta thấy con đường giải thoát khỏi khổ đau. Bốn chủ đề mở đầu về giải thoát, được gọi là Tứ Diệu Đế (four noble truths), là:

-   Khổ: cuộc đời là biển khổ.

-   Tập: nguyên nhân gây nên sự khổ.

-   Diệt: sự thoát khỏi vòng khổ lụy.

-   Đạo: con đường giải thoát.

Đạo ở đây là "Bát chánh đạo", tức là tám điều phải thực hành cho đúng, để đạt tới tình trạng giải thoát. Nội dung tóm gọn của tình trạng giải thoát là nhìn thấy rõ bản thể thật của mình và của vạn vật. Một người khi nhìn rõ được bản thể của mình được gọi là đạt tới tình trạng "giác ngộ" (enlightened hay là awakened).

Một người đã giác ngộ thì đầu óc sáng suốt, nhìn rõ những cái gì là thật và những cái gì là hiện tượng giả tạo, giống như người đang bị sương mù che phủ bỗng nhiên thấy bầu trời quang đãng. Hành động của người đó không còn bị vướng mắc vào lối suy nghĩ thông thường trước kia. Người đó đã đạt tới Niết Bàn (Nirvana).

Niết Bàn là một cảnh giới của tư duy (state of mind or consciousness) khi người ta giác ngộ chứ không phải là một nơi chốn, hay địa danh mà nhiều người cụ thể hoá gọi là Tây Phương cực lạc, giống như thiên đàng của Thiên chúa giáo.

Có muôn ngàn cách khác nhau để đạt tới giác ngộ và Phật cũng dùng muôn ngàn cách khác nhau để giảng về đạo giác ngộ tùy theo trình độ của những người nghe. Vì thế những đệ tử của Ngài đã ghi chép không biết bao nhiêu kinh sách về lời giảng của Ngài, và nội dung có thể thay đổi tùy theo trường hợp để giúp trực tiếp cho người đương nghe.

Đại cương người ta thường phân chia ra hai cách tu, hoặc hai loại giáo lý cho gọn, đó là: "đại thừa" (Mahayana) và "tiểu thừa" (Hynayana). Tuy là hai đường tu khác nhau nhưng cùng để đạt một mục đích giải thoát.

Lục tổ Huệ Năng thì nói có bốn "thừa". Thấy, nghe, đọc, tụng, là tiểu thừa. Ngộ Pháp, hiểu nghĩa là trung thừa. Y pháp tu hành là đại thừa. Thông suốt hết vạn pháp, có đủ cả vạn hạnh, không xa lìa tất cả, mà chỉ xa lìa Pháp tướng, tác vô sở đắc (làm mà không nhắm được lợi cho mình), đó là tối thượng thừa. "Thừa" có nghĩa là tu hành, không cốt tranh biện ở miệng (Pháp Bảo Đàn Kinh).

Dù theo cách tu nào, giác ngộ là cảnh giới mà người tu theo đạo Phật nhắm đạt tới.

Giác ngộ nghĩa là tỉnh ngộ, trái với tình trạng còn "mê" (ngủ mê) khi chưa "ngộ", có nghĩa là nhìn thấy bản chất thật của con người và vạn vật, khác với những hiện tượng bề ngoài. Bản chất thật đó gồm có:

a. *Tính chất vô thường (impermanence) của vạn vật và hiện tượng (phenomenon)*: vô thường có nghĩa là không ngừng thay đổi. Vạn vật cũng như hiện tượng luôn luôn thay đổi từng giây từng phút. Cái "ta" không ngừng thay đổi, kể cả cái ta thể xác lẫn cái ta tâm lý. Vì thế cái ta mấy phút trước đây không còn là cái ta bây giờ, và cũng không còn là cái ta vài giây đồng hồ sau đây.

b. *Tính vô sắc của vạn vật*: những cái mà ta nhìn thấy bề ngoài của mọi vật hoặc mọi sự xảy ra gọi là "sắc tướng" (appearance), không nhất thiết là sự thật, mà tùy thuộc sự suy nghĩ chủ quan của ta.

c. *Trạng thái vô ngã*: vô ngã là trạng thái tâm hồn của một người đã khám phá ra cái "ta" chỉ là một hiện tượng giả tạo, một cái vỏ bề ngoài và nhân tạo.

Một đứa trẻ sơ sinh tự nó không biết nó là ai. Nó không có cái "ta". Nếu đứa trẻ đó lớn lên giữa thiên nhiên, không có người ở chung quanh, nó dần dần có thể tự tạo ra cái "ta" của nó trong tương quan với thiên nhiên, qua kinh nghiệm đói no, nóng lạnh, mưa nắng, sấm sét.

Nếu đứa trẻ đó lớn lên giữa xã hội loài người, nó sẽ khoác lên người một cái "ta" hoàn toàn khác, thành một người bình thường trong xã hội. Qua cuộc sống với cha mẹ, anh em, bạn bè, người đó có một cái tên do gia đình đặt cho. Người đó được nâng niu lúc còn tấm bé, được thưởng khi làm theo một số quy tắc, và bị phạt khi làm sai quy tắc đã được gia đình và xã hội quy định.

Những kinh nghiệm trong sự tương giao với thế giới bên ngoài đã tạo cho người đó một "lý lịch". Mặt khác, người đó hấp thụ những ý niệm thông thường về thế nào là thiện, và thế nào là ác, thế nào là xấu, thế nào là đẹp. Tóm lại người đó được dạy về những "giá trị" xã hội.

Tất cả những giá trị, quy tắc, luật lệ và cách giáo dục nói trên quyết định những hành vi của người đó và những phản ứng khi giao thiệp với xã hội chung quanh. Khi người đó bị bạt tai liền cảm thấy cái "ta" bị làm nhục. Khi người đó được ca tụng liền cảm thấy cái "ta" được xoa dịu và hãnh diện.

Một đứa trẻ lớn lên giữa thiên nhiên hoàn toàn không cảm thấy bị nhục mạ khi bị bạt tai, và không biết thế nào là hãnh diện. Cải "ta" của hai con người hoàn toàn khác nhau, và mừng, giận, vui, buồn, cũng khác nhau. Ta nói là hai người đó đã sống trong những điều kiện khác nhau (conditioned differently), do những ảnh hưởng khác nhau từ bên ngoài tới. Vậy cái "ta" ở trên không khác gì một cái áo khoác ngoài có thể thay đổi được tùy theo môi trường sinh sống.

Một người đã nhìn thấy cái "ta" là cái áo khoác ngoài, được tạo ra do những điều kiện bên ngoài thì dễ nhìn thấy tính chất giả tạo của cái ta, và dễ đi tới trạng thái "vô ngã". Trạng thái vô ngã còn được gọi là "chân như" (true suchness), tượng trưng cho Phật tính.

Cái áo khoác ngoài khiến người ta nhìn sự vật không đúng như bản chất thật của chúng. Tiếng nhà Phật gọi bản chất thật đó (fundamental nature) là "thể" hoặc "tánh" và cái áo khoác ngoài là "hiện tượng" hoặc "tướng".

Khi một người bị bạt tai mà tức giận, tiếng nhà Phật gọi sự tức giận đó là "vọng động của chân như", ví như khi ném một hòn đá xuống mặt nước hồ đang yên tĩnh, ta sẽ thấy những làn sóng lăn tăn nổi lên. sự yên tĩnh là "thể" chân như, và những sóng lăn tăn nổi lên là sự "vọng động" nhất thời của tình trạng yên tĩnh, cũng gọi là hiện tượng.

Phật tính: một người nhìn thấy được tính chất "vô thường", "vô sắc", và "vô ngã" là đã đạt tới trạng thái có thể giác ngộ. Người đó chỉ giác ngộ hoàn toàn khi hành động theo đúng như tính vô ngã. Khi bị bạt tai, người đó không coi là bị làm nhục. Khi được khen hay bị chê, người đó hoàn toàn thản nhiên. Đó là người đã tự giải thoát được mình, đã thoát ra khỏi những ràng buộc giả tạo, không còn bị những điều kiện bên ngoài chi phối những tư tưởng, những phản ứng của mình.

Người đó đã thoát ra khỏi "bể khổ". Nếu người đó thấy sự giác ngộ đem lại sự giải thoát cho mình và muốn chia sẻ kinh nghiệm đó để nhiều người khác cùng được giải thoát, thì người đó giống như Phật Thích Ca, nghĩa là có "Phật tính". Người đó có thành Phật hay không là tùy vào ý chí của chính họ.

Vậy, tư tưởng Phật giáo chỉ là con đường đưa tới giải thoát. Phật chỉ là một phàm nhân tự vươn lên trên mọi người tới mức siêu phàm (superhuman). Nói theo ngôn ngữ nhà Phật thì "Phật là chúng sinh (all beings) đã giác ngộ, và chúng sinh là Phật chưa giác ngộ.

Để đạt tới tình trạng "tỉnh ngộ", Phật giáo có muôn ngàn phương pháp khác nhau. Một người có thể giác ngộ trong nháy mắt nhờ may mắn (cơ duyên tốt) hoặc nhờ khả năng trí tuệ đặc biệt. Cái đó gọi là "đốn ngộ". Một người khác có thể mất nhiều thời gian học hỏi, tu tập, để đạt giác ngộ. Trường hợp đó gọi là "tiệm ngộ". Đốn ngộ hay tiệm ngộ cùng chỉ là giác ngộ, không có cái ngộ nào tốt hơn hoặc cao hơn cái ngộ nào. Đó là tính "bình đẳng" trong Phật giáo.

Trên đây là tóm lược những tư tưởng căn bản của Phật giáo mà người ta có thể giải thích được một cách hữu lý, và ai cho là phải thì theo, không bó buộc phải tin nếu không thấy hợp lý. Trên phương diện này, Phật giáo là một hệ thống tư tưởng tự do và khoa học.

Ngoài những tư tưởng trên, có hai vấn đề không rõ có thể gọi được là tư tưởng tự do và khoa học hay phải gọi là tín điều. Đó là vấn đề luân hồi và luật nhân quả.

Trong lãnh vực khoa học, luật nhân quả (law of cause and effect) có nghĩa như sau: ví dụ một người kỹ sư xây cất một cái cầu bằng xi măng cốt sắt (reinforced concret), vì làm ẩu đã để thiếu một bộ phận tăng cường bằng cốt sắt. Sau một thời gian ngắn chiếc cầu sụp đổ gây tai nạn chết người. Trên phương diện khoa học, thiếu sót về kỹ thuật trong sự làm ẩu là nguyên nhân, sự sụp đổ của cái cầu là hậu quả.

Trên phương diện giáo lý nhà Phật, hành động làm ẩu là cái nhân xấu, nên nó sinh ra một cái quả xấu cho người tạo ra nhân xấu. Cái quả xấu đó có tính cách trách nhiệm luân lý và có thể xảy ra trong kiếp này hay trong kiếp sau. Vấn đề khó ở đây là, đối với người phàm tục, ta không có cách gì để kiểm nghiệm luật nhân quả có đúng hay không, trừ khi chấp nhận nó như một tín điều.

Đối với vấn đề luân hồi ta cũng gặp một tình trạng như vậy. Tuy nhiên, để đạt tới giác ngộ không nhất thiết phải tin vào nhân quả hay luân hồi. Đó là tính chất tự do của triết lý Phật Giáo.

Tóm lại học thuyết của Phật Giáo là một học thuyết cực kỳ sâu rộng về phương diện triết học và tâm lý học ở nhiều trình độ khác nhau từ rất thấp đến rất cao. Nếu không nghiên cứu tìm hiểu kỹ thì rất dễ hiểu lầm.

Trong cách tu của Phật giáo có cách xuất thế (xa lánh cuộc đời) cũng như nhập thế (dấn thân giúp đời) tùy theo khuynh hướng và khả năng cá nhân cũng như tùy theo giai đoạn.

Đức Giáo Hoàng John Paul II là một bậc đại trí đương thời nhưng cũng không khỏi có thiếu sót nho nhỏ khi bình luận về Phật giáo. Trong cuốn sách Crossing the Threshold of Hope, Ngài nói rằng triết lý giải thoát của đạo Phật và cách tu thiền định làm người ta xa lánh cuộc đời (indifferent to the world). Thật ra lòng từ bi vô biên của người phật tử đối với chúng sinh là động lực rất mạnh để nhập thế chứ không phải để xa lánh cuộc đời.

Cuộc đời hành đạo gần năm mươi năm của Phật Thích Ca là một hành động nhập thế tích cực.

Lời bình luận của Đức Giáo Hoàng đã làm phật lòng Giáo hội Phật Giáo Tích Lan, khiến Giáo hội này đã tẩy chay cuộc viếng thăm của Đức Giáo Hoàng vào tháng 1 - 1994. Hành động tẩy chay cũng là một khuyết điểm nho nhỏ và bình thường, cho thấy Giáo hội Phật giáo Tích Lan chưa đạt tới cảnh giới vô sắc của nhà Phật.

Đạt tới trình độ giác ngộ thật khó lắm thay.

1.2.3. *Tổng Kết Về Huyền Học Và Nhân Sinh Quan Đông Phương*

Sau khi đã duyệt qua một cách hết sức khái quát những nét căn bản của ba đạo lớn ở Đông Phương, chúng ta còn bỏ sót một đạo là Ấn giáo. Sở dĩ Ấn giáo không được nói tới ở đây, vì nó phần lớn chỉ phát triển ở Ấn Độ. Thứ hai là vì Ấn giáo là một hệ thống tư tưởng rất bác tạp, không thể tóm gọn trong một ít hàng chữ trong phạm vi tài liệu nghiên cứu này.

Ta thấy đạo Khổng nhằm tạo nên một khuôn khổ để con người sống một cách có trật tự, và nhờ đó xã hội được ổn định. Khổng Tử nhìn thấy tính chất "động", nghĩa là mọi sự, mọi vật thay đổi với thời gian, nhưng đệ tử của ông có nhiều người không thấy được như ông suy nghĩ, và càng ngày càng làm cho đạo Khổng trở nên cứng nhắc và gò bó con người.

Mặt khác, đạo Khổng chủ trương "trung quân", một điều hợp thời trong chế độ phong kiến. Cũng vì chủ trương này có lợi cho vua chúa, nên qua các triều đại các ông vua đã hỗ trợ đạo Khổng và biến nó thành hệ thống tư tưởng chính thức của hệ thống quyền lực, đào tạo những người có học theo đạo Khổng thành một tập thể công chức trung thành với nhà vua.

Điều nói trên giúp cho đạo Khổng phát triển mạnh thành một hệ thống tư tưởng "nhập thế", phù hợp với những người dấn thân giúp đời. Mặt khác nó cũng giúp đạo Khổng thành một đạo được ưu đãi hơn đạo Lão Trang và đạo Phật.

Thái độ trọng việc học của Khổng Giáo có những tác dụng tốt cũng như xấu. Trên mặt tích cực, nó khuyến khích người ta luôn có tinh thần cầu tiến để học hỏi, và là một yếu tố có lợi cho phát triển. Trên mặt tiêu cực, xã hội Khổng Giáo đã quá trọng người trí thức mà coi khinh những người làm nghề buôn bán và công nghệ. Và đây là một trở ngại cho phát triển.

Cuộc cách mạng kỹ nghệ sau khi lan ra các nước Tây Phương đã không làm mở mắt đa số người Trung Hoa và Việt Nam. Vào cuối thế kỷ 19, lợi dụng những thành quả của cuộc cách mạng kỹ nghệ, các nước Tây Phương bành trướng buôn bán và đi chiếm thuộc địa để bảo đảm thị trường cho sản phẩm của họ.

Đứng trước những tiềm năng đe dọa của Tây Phương, một số nhỏ những người có học của Việt Nam như Nguyễn Đức Hậu, Nguyễn Trường Tộ, Nguyễn Điều, Đinh Văn Điền, Lê Đính, có đưa ra những đề nghị canh tân lối suy nghĩ, canh tân việc học, bỏ lối học mọt sách (bookworm), chuyển sang học khoa học kỹ thuật Tây Phương, mở rộng buôn bán với nước ngoài, lấy buôn bán nuôi quân, lấy khoa học kỹ thuật củng cố quân sự để hỗ trợ cho buôn bán.

Những đề nghị trên không phù hợp với lối suy nghĩ của đa số những đệ tử bảo thủ của Khổng Giáo, nên đã bị bác bỏ. Hậu quả là từ giữa thế kỷ 18 khi cuộc cách mạng kỹ nghệ bắt đầu, cho tới cuối thế kỷ 20, Việt Nam đã bỏ lỡ nhiều cơ hội canh tân.

Chính sách ưu đãi của vua chúa đối với đạo Khổng khiến cho tình trạng trăm hoa đua nở không hoàn toàn "đua nở", và đặc tính gò bó của những nhà Nho sau này đưa đến khuynh hướng bảo thủ và hậu quả là làm thui chột năng khiếu sáng tạo, cũng như hạn chế bản tính tự nhiên của con người. Khuynh hướng bảo thủ trong nhân sinh quan là yếu tố cản trở cho phát triển.

Để phản ứng lại khuynh hướng gò bó của Khổng Giáo, Lão Tử và Trang Tử đưa ra một nhân sinh quan trái ngược lại để khai phóng con người.

Tư tưởng Trang Tử tuy cao, nhưng cách trình bày hay dùng những ẩn dụ khiến nhiều người có trình độ thấp dễ hiểu nhầm những ý nghĩ bóng bảy của ông. Ví dụ khi ông mô tả "Liệt Tử cưỡi gió mà đi", qua lại trong cõi vô cùng (giống như cưỡi máy bay phản lực), thì những người chất phác hiểu theo nghĩa đen, tưởng đạo của ông là đạo tu tiên. Từ sự hiểu sai đó, đạo của Lão Trang khi đi sâu vào giới bình dân đã biến thành một thứ thờ cúng mê tín dị đoan.

Tuy nhiên, đối với giới có học (ngày xưa gọi là giới sĩ phu), thì tư tưởng Lão Trang có tác dụng quân bình lại những thái quá của Khổng giáo. Mặc dầu triết học của Lão Trang bị các học trò của Khổng Tử đả kích kịch liệt, và coi là một tà thuyết, nhưng nó vẫn có khả năng thấm sâu vào tâm thức Á Đông.

Sự mâu thuẫn triệt để giữa Khổng giáo và triết học Lão trang là một hiện tượng rất lành mạnh và rất hợp với huyền học Đông Phương. Nó tượng trưng cho cặp mâu thuẫn tổng hợp, tuy mâu thuẫn nhưng dung hoà được với nhau. Hai luồng tư tưởng đối chọi nhau ở trên giúp con người có một cái nhìn quân bình về cuộc đời, phối hợp khuynh hướng nhập thế (dấn thân) với khuynh hướng xuất thế (sống ẩn dật gần thiên nhiên) để duy trì một tình trạng lành mạnh về tinh thần.

Khi còn trai trẻ, mẫu người dấn thân như Nguyễn Công Trứ tích cực xông pha đánh giặc lập công, đem khả năng lãnh đạo để dinh điền lập ấp, khai khẩn đất hoang, giúp cho người dân mở mang đất đai và sống sung túc an bình. Tới khi về già, đã làm xong phận sự của một người dấn thân, Nguyễn Công Trứ quay về sống với thiên nhiên, với thơ, rượu, đàn, địch, thoát ly với những ràng buộc của công danh.

Một nhân sinh quan như trên là một tổng hợp rất lành mạnh của hai lối nhìn tuy đối nghịch nhưng mỗi lối nhìn thích hợp với từng giai đoạn. Sự tổng hợp nói trên có tính chất đặc biệt Á Đông, và có lợi cho sức khoẻ tâm thần, nếu người ta biết áp dụng cho đời sống hàng ngày. Cuộc sống hoạt động ban ngày đòi hỏi một sự tích cực dấn thân, nhưng ban đêm, khi nghỉ ngơi người ta phải biết để cho tâm thần thực sự thoải mái theo tinh thần Trang Lão hoặc Phật, để phục hồi lại nghị lực tinh thần cho ngày mai.

Nhân sinh quan tổng hợp nói trên có lợi cho sự phát triển đồng đều cả mặt tinh thần lẫn vật chất.

Như đã nói ở trên, nhân sinh quan Khổng Giáo đề cao người trí thức và hạ thấp giá trị của nghề buôn bán và công nghệ, nghĩa là có hại cho sự phát triển. Mặt khác, sự đề cao các đức tính cần kiệm, trọng tín nghĩa của Khổng giáo lại có lợi cho sự phát triển, như sẽ được nhắc tới trong phần dưới.

2. THẾ NÀO LÀ PHÁT TRIỂN?

Phát triển có thể là một "tình trạng" (a state of things) hay một "tiến trình" (a process). Trong phạm vi đề tài này, chúng ta hiểu theo cả hai nghĩa "tình trạng" và "tiến trình" phát triển. Từ ngữ "phát triển" có thể được định nghĩa là một tình trạng hoặc tiến trình bành trướng về kích thước hay số lượng, cùng với sự gia tăng phẩm chất của nhiều phạm vi hoạt động của xã hội loài người: kinh tế, chính trị, văn hóa, v.v... Phát triển phải là một tiến trình thay đổi theo chiều hướng đi lên để làm cho đời sống con người được thoải mái hơn, sung sướng hơn và nâng cao giá trị con người hơn trước. Ba yếu tố "thoải mái", "sung sướng", và "giá trị con người" là ba yếu tố tương đối tùy theo cách nhìn của mỗi dân tộc, mỗi địa phương, và mỗi thời đại.

Sau nhiều thế kỷ giao lưu về văn hoá và kinh tế, ngày nay sự khác biệt trong cách nhìn ngày càng giảm bớt, và người ta bắt đầu có những tiêu chuẩn gần nhau hơn về định nghĩa của phát triển. Tựu trung, trong phần trình bày này chúng ta nhìn vấn đề phát triển trên hai mặt vật chất và tinh thần.

2.1. Phương Diện Vật Chất

Mọi người có thể không đồng ý với nhau về vấn đề "tinh thần quan trọng hơn hay vật chất quan trọng hơn".

Trong phạm vi vật chất, trước hết chúng ta nên duyệt qua một vài quan niệm nhập môn về phát triển, lần lượt theo thứ tự: lương thực, nhà ở, sức khỏe, và tiện nghi.

2.1.1. Lương Thực

Từ ngữ phát triển là một từ ngữ mới để chỉ một tiến trình xưa như trái đất kể từ khi con người còn ăn những thức ăn sống sít hôi tanh và ngủ nơi hang hốc. Phát triển vật chất hiểu theo bản năng sinh tồn của loài người thời bán khai bắt đầu với miếng ăn, và nơi tạm trú chống lại những rủi ro thiên nhiên hoặc những đe dọa của thú dữ.

Trải qua nhiều ngàn năm, vấn đề phát triển về mặt lương thực và nhà ở vẫn là ưu tiên hàng đầu của con người trước khi nghĩ đến lãnh vực khác. Mỗi cá nhân tự lo vấn đề lương thực đã đành. Khi nhiều cá nhân hợp quần thành một nhóm, khả năng tự vệ được tăng cường, và nhu cầu lương thực là nhu cầu sinh tồn của tập thể.

Ban đầu, số lượng là vấn đề quan tâm hàng đầu. Vì nhu cầu số lượng, người ta đã phát minh ra cách trồng ngũ cốc, cách nuôi gia súc, sự gia tăng số lượng lương thực cho phép con người đa dạng hoá lương thực cũng như dự trữ lương thực phòng khi thiếu thốn.

Một khi đã có đủ lương thực để ăn, con người bắt đầu tìm cách làm cho lương thực ăn ngon hơn. Tiến trình gia tăng số lượng cũng như cải tiến phẩm chất là những bước đầu của tiến trình phát triển lương thực.

Với sự tiến bộ của khoa học kỹ thuật, việc chế biến lương thực để dự trữ lâu ngày cũng như để giúp đỡ cho sự chuyển vận dễ dàng là những bước phát triển có giá trị hiện đại.

Trong khi con người tiếp tục sinh sản, dân số gia tăng theo cấp lũy thừa (exponentially), thì ngũ cốc lệ thuộc vào diện tích đất đai hạn chế của một quốc gia. Điều này làm nhiều người lo lắng, trong đó có Malthus. Chính sự lo lắng đó là một trong những động lực thúc đẩy nhà nông tìm cách gia tăng năng xuất của ruộng đất. Phản ứng giây chuyền này đưa đến sự phát triển kỹ nghệ phân bón, việc cơ khi hoá các dụng cụ canh nông. Một số ngành công nghệ hoặc tiểu công nghệ là những sản phẩm phụ của tiến trình phát triển lương thực.

2.1.2. Nhà Ở

Tình trạng phát triển nhà ở là một tiến trình song song với tiến trình phát triển lương thực. Những phát triển ban đầu về nhà ở bắt đầu từ hang núi, hoặc những túp lều thô sơ làm bằng lá cây, và đất bùn. Dần dần người ta biết thay thế lá cây bằng rơm rạ, và qua nhiều ngàn năm người ta bắt đầu biết nung đất sét làm gạch xây tường và làm ngói để lợp mái.

Những tiến bộ khoa học kỹ thuật đã giúp cho nhà cửa xây cất có thêm nhiều vật liệu bền và khỏe bằng hợp kim, những chất "polymer", và "composite material". Phẩm chất luôn luôn đi kèm với số lượng trong tiến trình phát triển, làm thành đặc điểm văn hoá của mỗi dân tộc.

2.1.3. Sức Khỏe

Sau thực phẩm và nhà ở, là vấn đề sức khỏe. Bệnh tật là vấn đề chung của cả nhân loại, từ khi mới sinh ra. Nhưng trong giai đoạn bán khai, con người coi bệnh tật là do một hành động của thần linh, và nếu có tìm cách chữa chạy, thì các dân tộc bán khai chỉ biết khấn vái thần linh tứ phương. Cho tới khi khoa học tiến bộ, thì con người giác ngộ rằng sức khỏe có thể được chăm sóc, nhiều bệnh tật có thể được chữa trị mà không cần sự can thiệp của các đấng siêu nhiên.

Giai đoạn khám phá ra thuốc để chữa trị bệnh tật là một cái mốc cực kỳ quan trọng trong tiến trình phát triển của con người. Càng phát minh ra thuốc người ta càng tìm ra nhiều bệnh mới. Tuy nhiên, con số thống kê cho thấy tuổi thọ của con người có gia tăng theo tình trạng phát triển y khoa của mỗi nước. Và tuổi thọ trung bình có thể được coi là thước đo tình trạng phát triển sức khỏe của con người.

2.1.4. *Tiện Nghi (Convenience)*

Sau khi con người đã đáp ứng được những nhu cầu có tính cách cốt yếu là "ăn, ở và sức khỏe", khuynh hướng chung là đi tìm những phương tiện mới để sống cuộc đời thoải mái hơn. Những tiện nghi chính trên mặt vật chất gồm có vấn đề di chuyển, liên lạc truyền thông, giải lao thể chất như máy điều hoà không khí, tủ lạnh, vân vân.

Vấn đề giao thông liên lạc là một lãnh vực cực kỳ quan trọng gắn liền với sự gia tăng sản xuất lương thực. Giao thông liên lạc giúp cho sự phân phối hàng hoá, lương thực, giúp cho nông dân ra khỏi xóm làng và đi tới những miền xa xôi. Sự ra đi của nông dân và phương tiện liên lạc viễn thông làm thay đổi hẳn cơ cấu sản xuất, cơ cấu lao động cũng như ảnh hưởng đến quan niệm sống nói chung.

Tự động hoá dụng cụ máy móc gia dụng như xe hơi tự động, điện thoại tự động hoặc tự động hoá phương tiện sản xuất là một mức đo tình trạng phát triển.

2.2. Phương Diện Tinh Thần

Song song với những phát triển về mặt vật chất là những phát triển về mặt tinh thần. Ta có thể tóm tắt trong bốn lãnh vực chính dưới đây.

2.2.1. *Mở Mang Trí Tuệ Và Kiến Thức*

Thước đo của tình trạng phát triển trí tuệ, kiến thức là con số những cơ sở giáo dục, con số những người biết đọc biết viết, những học sinh, sinh viên đại học, những cán bộ giáo dục. Một cách khác để đo mức độ phát triển giáo dục là tỷ lệ ngân sách quốc gia dành cho giáo dục mỗi năm.

Ngoài những thước đo về số lượng còn phải kể những thước đo về phẩm chất.

Thước đo thứ nhất là mức độ thành công của học sinh và sinh viên. Joanne Jacobs của tờ báo San Jose Mercury News viết rằng học sinh gốc di dân thành công hơn học sinh gốc Mỹ đã lâu đời. Số điểm trung bình của học sinh di dân là 2,6 trong khi học sinh gốc Mỹ là 2,0. Học sinh gốc Á Châu được số điểm trung bình cao nhất. Người ta nghĩ rằng mức độ thành công của học sinh gốc Á Châu chịu ảnh hưởng sâu đậm của văn hoá, và quan niệm sống của mỗi sắc dân.

Chương III

2.2.2. Giá Trị Xã Hội Và Phát Triển

Một thước đo thứ hai là nội dung của giáo dục. Ở Hoa Kỳ, phụ huynh học sinh đang kết hợp với nhau để đòi quyền can thiệp vào nội dung giáo dục dành cho con cái. Họ không muốn giai cấp thư lại trong giáo dục giành toàn quyền quyết định về những điều con cái họ phải học. Sau nhiều năm xáo trộn xã hội với tỷ lệ thiếu nhi phạm tội gia tăng, rất nhiều phụ huynh học sinh quan tâm tới việc phục hồi giá trị gia đình, trong đó có quyền của cha mẹ tham gia trực tiếp vào việc giáo dục con cái tại nhà trường.

Trong năm 1994, có 7 tiểu bang tại Hoa Kỳ đang chính thức cứu xét việc đề nghị một Tu chính án về Quyền của Cha Mẹ (Parent Right Amendment) để được đưa vào Hiến Pháp. Ngoài ra còn có thêm 7 tiểu bang khác cũng có thể đi theo phong trào nói trên.[1]

2.2.3. Giá Trị Tâm Linh Và Phát Triển

Những xáo trộn xã hội cũng liên hệ tới nhu cầu tâm linh. Tình trạng phát triển có thể đưa tới ổn định hoặc xáo trộn xã hội, tùy theo mô thức và triết lý phát triển được lựa chọn. Khi xã hội lâm tình trạng xáo trộn, sự lo lắng khiến người dân có khuynh hướng đi tìm giải pháp tâm linh để phục hồi sự ổn định.

Một cuộc thăm dò ý kiến của dân chúng Miền Nam Hoa Kỳ vào đầu năm 1994 cho thấy 50% những người được thăm dò muốn có những đạo luật "thiên chúa giáo" cho Hoa Kỳ, 82% cho biết có cầu nguyện trong "tuần vừa qua", và 47% đã đọc thánh kinh "trong tuần vừa qua".[2]

Ở những nước theo đạo Hồi hay đạo Phật, vấn đề phục hồi đạo đức trên căn bản Hồi giáo hay Phật giáo cũng được đặt ra trong bối cảnh phát triển toàn bộ.

2.2.4. Giải Lao Tinh Thần, Một Thước Đo Của Phát Triển

Quyền tự do làm văn hoá nghệ thuật, tự do phổ biến và trao đổi tư tưởng, là những nhu cầu thiết yếu không có không được trong một bối cảnh phát triển. Trong nhiều trường hợp, văn hoá nghệ thuật được đồng hoá với nhu cầu giải lao tinh thần.

Mức độ giải lao tinh thần của một xã hội có ảnh hưởng tới năng xuất, và nhu cầu giải lao tinh thần gia tăng theo với trình độ phát triển của một nước.

3. NHỮNG QUAN NIỆM SỐNG CÓ LỢI CHO PHÁT TRIỂN

Để tóm lược những quan niệm sống có lợi cho phát triển, ta có thể gom chúng lại thành những nhóm dưới đây:

3.1. Những quan niệm có tác dụng thúc đẩy

- Cá nhân chủ nghĩa và tinh thần tư lợi (self interest).

- Óc ham lợi nhuận (the drive for profit).

- Muốn tiến bộ để hưởng thụ thành quả của tiến bộ.

3.2. Những quan niệm có tính cách xây dựng nền tảng cho phát triển

- Tinh thần cần kiệm để dành.

- Tinh thần trọng học thức, thích học hỏi, phát minh.

- Tinh thần thi đua cạnh tranh.

3.3. Những quan niệm sống có tính cách làm nảy sinh sự hợp tác

- Tinh thần gia đình, tinh thần bang hội.

- Tinh thần trọng tín nghĩa, trách nhiệm.

- Tinh thần đa nguyên, bao dung và nhường nhịn.

Tạp chí Forbes như đã được nhắc tới ở trên, trong chủ đề "The Bamboo Network", của tác giả Andrew Tanzer đã làm một thống kê cho biết vòng quanh thế giới có 18 người tỷ phú với sản nghiệp trên 5 tỷ mỹ kim, trong đó có 5 người là Trung Hoa. Những người này là những Hoa kiều bỏ xứ đi ra nước ngoài và thành công nhờ vào khả năng sẵn có, đồng thời nhờ vào môi trường sống dân chủ tự do hơn là ở trong nước họ.[3]

Trong số 57 triệu Hoa kiều ở ngoài nước có khoảng 53 triệu người sinh sống tại các nước Á Châu như Đài Loan, Hồng Kông, Tân Gia Ba, Nam Dương, Thái Lan, và Mã Lai Á. Hàng năm tổng sản lượng của khối Hoa kiều này là vào khoảng 500 tỷ mỹ kim, vượt xa tổng sản lượng của cả nước Trung Cộng với một tỷ rưỡi người.

Người Hoa kiều tại Hồng Kông, Đài Loan và Tân Gia Ba có số trữ kim gộp lại lên tới 180 triệu mỹ kim, tức là hơn cả Nhật và Đức gộp lại. Thế lực kinh tế của người Hoa là một mạng lưới không có biên giới.

Andrew Tanzer nhận định rằng sự thành công của Hoa kiều ngoài nước bắt nguồn từ lý do văn hoá chứ không phải chính trị. Quan niệm sống của người Hoa là Nhân sinh quan Khổng Mạnh, trọng sự cần kiệm, sự chăm chỉ, giữ tín nghĩa, trọng học thức và sự giáo dục, có tinh thần kết hợp chặt chẽ với gia đình và những người cùng quê hương bản quán. Bất cứ nơi nào có đông người Hoa định cư, họ đều lập những bang hội, như Bang Triều Châu, Bang Phúc Kiến, Bang Quảng Đông, v.v... để giúp đỡ tương trợ lẫn nhau.

Tín nhiệm là một vấn đề được coi là tối quan trọng trong việc làm ăn buôn bán của người Hoa. Nếu một nhà doanh thương người Hoa không giữ tín nhiệm trong công việc làm ăn, họ sẽ bị cả cộng đồng người Hoa tẩy chay. Trong công cuộc làm ăn, một lời hứa miệng được coi là có giá trị như một bản hợp đồng có chính quyền thị thực.

Tinh thần nhường nhịn, chín bỏ làm mười (người Hoa gọi là "xín xái") là một đặc tính giúp người Hoa có thể hợp tác làm ăn lâu dài và tránh được những sự ghen tỵ phân bì "anh làm ít mà sao hưởng nhiều, tôi làm nhiều mà sao được chia ít". Tinh thần "chín bỏ làm mười" khiến người ta nhìn xa, thấy được cái lợi lâu dài và sẵn sàng chấp nhận sự thiệt thòi ngắn hạn để nhắm cái lợi dài hạn trong sự hợp tác.

Tại sao người Hoa ra nước ngoài lại thành công hơn ở trong nước? Tanzer cho rằng lý do cũng chính là vì quan niệm của Khổng học ngày xưa coi rẻ và hà hiếp giới doanh thương. Giới trí thức thời xưa được xếp hạng cao trên đỉnh kim tự tháp Sĩ, Nông, Công, Thương. Giới "công" và "thương" đứng thấp nhất trên nấc thang xã hội.

Sau khi chủ nghĩa Cộng Sản toàn thắng ở Hoa Lục thì quan niệm kinh tế xã hội chủ nghĩa lại tiếp tục đàn áp giới doanh thương còn tệ hơn trước kia gấp nhiều lần. Tại Hoa Lục, như tại tất cả những nước theo xã hội chủ nghĩa, giới công thương hoàn toàn bị đoàn ngũ hoá dưới quyền nhà nước, và họ hoàn toàn trở thành những người công nhân vô sản.

Ở hải ngoại, trái lại, người Hoa đã lợi dụng hoàn cảnh dân chủ, hoặc tương đối dân chủ tại những quốc gia tạm cư để kinh doanh một cách thành công và làm giàu.

Vậy điều kiện thành công của Hoa Kiều hải ngoại bắt nguồn từ truyền thống gia đình và năm đức tính "nhân, nghĩa, lễ, trí, tín" của Khổng Giáo, phối hợp với hoàn cảnh dân chủ tại quốc gia tạm cư.

Bài học của các nước phát triển đáng cho ta suy gẫm khi chúng ta có những dự tính cho Việt Nam trong tương lai.

4. HAI TRIẾT LÝ PHÁT TRIỂN ĐỐI NGHỊCH

Trên quy mô lớn của quốc gia (macro scale, từ ngữ trong nước thường sử dụng là "vĩ mô"), nền kinh tế thị trường tại các nước phát triển trong nhiều thập niên đã qua cho thấy sự giằng co liên tục giữa hai nhân sinh quan đối nghịch về phát triển.

4.1. Khuynh Hướng Xã Hội

Nhân sinh quan thứ nhất có thể tạm gọi là khuynh hướng "xã hội" mà phần đông mang tính chất khuynh tả, hay còn gọi là cấp tiến. Nhiều người thiên tả trong thâm tâm có lý tưởng nhân bản, hoặc ít ra họ tự nhận là nhân bản.

Ở mỗi quốc gia Tây Phương những người thiên tả mang những tên gọi khác nhau, ở Hoa Kỳ họ mang nhãn hiệu "liberal". Ở Úc và ở Anh họ hoạt động dưới nhãn hiệu đảng Lao Động, ở Đức họ nằm trong Đảng Dân Chủ Xã Hội. Ở Pháp họ nằm trong Đảng Xã Hội. Và ở một số nước Đông Âu sau khi chế độ xã hội chủ nghĩa tan hàng, một đảng mới nào đó mang tên Đảng Xã Hội hoặc Tân Xã Hội, cho ta hiểu họ là hậu thân của đảng Cộng Sản.

Khuynh hướng thứ hai là khuynh hướng "tự do tư doanh" (free enterprise, cũng còn gọi là "Laisser-faire"). Ở Hoa kỳ, những người theo khuynh hướng này được gọi là "bảo thủ" (conservative), ở Úc họ được gọi là "liberal" (ngược với nghĩa "liberal" ở Hoa kỳ). Ở Đức, họ nằm trong Đảng Dân Chủ Thiên Chúa Giáo (Chritian Democrat). Ở Anh, họ nằm trong đảng Bảo Thủ.

Khuynh hướng "xã hội" trong phát triển đặt ưu tiên vào việc thực thi công bằng xã hội gồm có các điểm chính: bình đẳng bình quyền về kinh tế, tái phân chia lợi tức để giảm mức chênh lệch giữa giàu và nghèo.

Để thực hiện công bằng xã hội như trên, ta hãy lấy trường hợp của ứng cử viên Tổng thống thuộc đảng Xã Hội Pháp năm 1995 làm một ví dụ. Trong lập trường tranh cử, ông Lionel Jospin trình bày một chương trình xã hội thiên tả trong đó có các điểm chính sau đây:

-   Chính quyền can thiệp mạnh vào việc điều hành nền kinh tế.

-   Gia tăng thuế đánh vào những đầu tư tài chánh.

-   Chi tiêu vào các đại công tác để tạo công ăn việc làm.

-   Giảm giờ làm việc mà không giảm lương (ưu đãi giới công nhân).

-   Ngưng tất cả các chương trình tư hữu hoá các công ty quốc doanh.

Chương III

Trên đây, người ta chưa nói tới những chương trình trợ cấp xã hội chiếm một phần lớn ngân sách quốc gia của Pháp. Chủ trương xã hội của Pháp bắt đầu từ sau đệ nhị thế chiến, và Ba Lê trở thành tổng hành dinh của những tư tưởng chống tự do dân chủ. Mark Lilia trong cuốn "New French Thought: Political philosophy", cho rằng tư tưởng thiên tả của Pháp thời đó là sự "hoán cốt đoạt thai" (repackaging) nền tảng tư tưởng của các triết gia Đức như Marx, Nietzsche, và Heidegger.

Jean Paul Sartre với triết lý hiện sinh là sản phẩm đầu tiên của sự hoán cốt đoạt thai nói trên.

Tư tưởng xã hội chống tự do coi con người chỉ là một sản phẩm của lịch sử (a creature of history), vì thế con người không thực sự hiện hữu và chẳng có quyền gì cả.

Mặc dầu Jospin, trong lúc sắp sửa thay thế Mitterand cầm đầu đảng xã hội Pháp, đưa ra một chương trình thiên tả, nhưng tư tưởng thiên tả tại Pháp không còn sức hấp dẫn của bốn mươi năm trước. Tư tưởng tự do của Raymond Aron đã ảnh hưởng nhiều tới các nhà trí thức mới như Anne Godignon, Jean-Louis Thiriet và Pierre Manent.

Nhà viết sử Francois Furet chỉ trích những sự đổ máu cực đoan của cuộc cách mạng Pháp nhân dịp kỷ niệm 200 năm (1989). Tư tưởng của ông đánh dấu một giai đoạn lành mạnh về chính trị, sau những giai đoạn cấp tiến quá khích tại Pháp.

Ở Hoa Kỳ, những người theo nhân sinh quan tự do tư doanh chống lại khuynh hướng xã hội và gọi nó là khuynh hướng "tax and spend" (một tay thu thuế một tay tiêu tiền). Khuynh hướng tự do kinh doanh chỉ trích chính sách "tax and spend" vì những khuyết điểm có hại cho phát triển, như ta có thể thấy dưới đây:

- Chính quyền can thiệp mạnh đưa đến sự gia tăng chi tiêu vào các cơ sở công có nhiệm vụ kiểm soát theo dõi và điều hành. Các quy tắc luật lệ (regulation) phải được đặt ra để kiểm soát làm gia tăng nạn giấy tờ thư lại. Hậu quả luôn luôn đưa đến nạn tiêu xài hoang phí tiền thuế của dân, và tệ nạn tham nhũng.

- Việc chi tiêu vào các chương trình trợ cấp tự động "entitlement" luôn gia tăng vì nó không hạn chế số người được hưởng.

- Gia tăng thuế đánh vào người giàu, đa số là giới kinh doanh, khiến cho giới này không ham đầu tư kinh doanh nữa. Hậu quả là kinh tế suy thoái và dân nghèo mất việc làm.

- Sự can thiệp của chính quyền vào nên kinh tế thường đưa đến việc quốc hữu hoá các dịch vụ lớn trên quy mô quốc gia, biến chúng thành những công ty quốc doanh. Những công ty quốc doanh này đa số là lỗ. Công ty càng lớn càng lỗ nặng, và ngân sách quốc gia càng thâm thủng nhiều.

Một thí dụ thường được nêu lên là trường hợp của Hoa Kỳ. Hoa Kỳ là một nước phát triển nhanh và mạnh nhất thế giới, nhưng cũng lại là nước đi sau cùng trong số các quốc gia phát triển trên phương diện can thiệp của chính quyền. Kể từ thời kỳ New Deal dưới chính phủ Franklin Roosevelt, Hoa Kỳ mới bắt đầu chấp nhận sự can thiệp của chính quyền vào phát triển kinh tế, nhất là trong lãnh vực an sinh xã hội.

Năm 1965, chính phủ của Tổng thống Johnson đã đưa ra chương trình Đại xã hội (Great Society program) với mục đích giúp những người có lợi tức quá thấp thoát khỏi cảnh cùng cực. Một trong những chương trình đó nhằm trợ giúp những bà mẹ độc thân phải nuôi con (Aid to Families with Dependent Children, viết tắt là AFDC).

Những chương trình trợ cấp này được xếp vào một loại ngân sách gọi là entitlement programs, với ý nghĩa là những công dân hay những tổ chức nào hội đủ một số tiêu chuẩn đã định thì đương nhiên có quyền được hưởng trợ cấp (entitled to the support). Những chương trình lớn nhất trong số đó là Social security system, Medicare và Medicaid.

Một trong những quyền đương nhiên được hưởng trợ cấp xã hội là nếu một phụ nữ không có chồng mà lại có con thì đương nhiên có quyền được một căn nhà để ở và những trợ cấp lương thực cũng như hiện kim.

Lý tưởng giúp đỡ người nghèo là một lý tưởng tốt. Đó là một lý tưởng nhân bản. Nhưng hậu quả của chương trình đại xã hội là một tai hại lớn như con khủng long tàn phá xã hội Hoa Kỳ cả về mặt tinh thần lẫn luân lý và vật chất.

Vì "quyền đương nhiên được hưởng" của chương trình entitlement, số người phụ nữ Hoa kỳ không có chồng mà tự động để con đã leo thang như hỏa tiền địa không.

David W. Murray, một nhà nhân chủng học nghiên cứu về phong hoá của Hoa Kỳ và nhiều xã hội khác, viết "Nước Mỹ đang trở thành một nước của những đứa con hoang" (America is becoming a nation of bastards).

Con số thống kê năm 1954 cho thấy 4.5% những trẻ em mới sinh là con hoang (illegitimate). Năm 1991, tỷ số này tăng lên 29.5%. Theo báo cáo của Census Bureau năm 1991 thỉ tổng số con hoang tại Hoa kỳ là trên 3 triệu.

Dưới đây là một tài liệu thống kê khác về số trẻ em để hoang vào năm 1991.

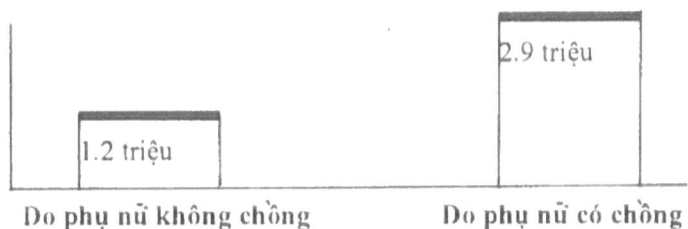

Hình 11: Thống kê về số trẻ sơ sinh năm 1991 –
So sánh số trẻ sinh ra do phụ nữ có chồng và phụ nữ không chồng

Tài liệu tham khảo: Chicago Tribune, National Center for Health Statistics, Office of Management and Budget

Tình trạng con không cha (illigitement) "là nhà có phước" đương bành trướng tại Hoa kỳ (Hình 11). Một bà mẹ có mười đứa con do mười ông bố vô danh lưu truyền lại làm kỷ niệm cho xã hội nâng niu nuôi nấng là một tình trạng khá phổ biến như một "high fashion".

Những người phụ nữ nói trên nghĩ rằng đời tư của họ đang có ai xía vô. Nhưng, tài liệu thống kê của các cuộc nghiên cứu đứng đắn cho thấy tình trạng "để rơi để vãi bất cần luật lệ" có liên hệ chặt chẽ với sự bành trướng tội phạm, ma túy, bỏ học và các căn bệnh xã hội nói chung (social pathology).

Những sự lạm dụng của chính sách đại xã hội đóng góp một phần rất lớn vào khủng hoảng ngân sách ở cuối thế kỷ 20 đe dọa sự tồn tại của xã hội Hoa kỳ.

Tổng số các chương trình "entitlement" lên tới trên 400, và tổng số chi tiêu cho các chương trình này tăng đều trong những năm qua. Nếu mức gia tăng tiếp tục như vậy thì tới năm 2030 chúng sẽ ngốn hết cả tổng số lợi tức liên bang.

Năm 1964, khi vận động cho Kế hoạch Đại xã hội, Tổng thống Johnson phát động cuộc chiến tranh chống nghèo đỏi và hứa hẹn sẽ chấm dứt tình trạng lệ thuộc vào trợ cấp thất nghiệp.

Những tài liệu thống kê mới nhất cho thấy kết quả ngược với ý muốn tốt của phe xã hội. Đối với riêng chương trình AFDC, thống kê cho thấy tình hình lệ thuộc vào trợ cấp xã hội ngày càng gia tăng.

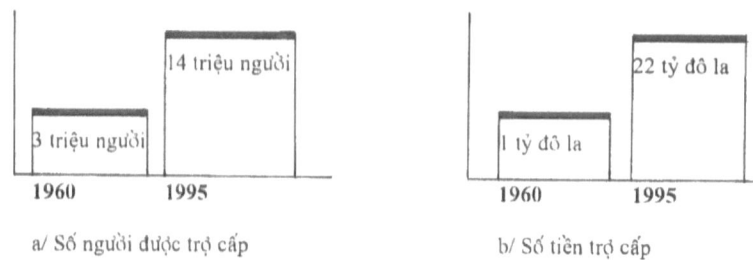

a/ Số người được trợ cấp   b/ Số tiền trợ cấp

Hình 12: Chương trình trợ cấp AFDC
Nguồn gốc tham khảo: Census Bureau

Trong vòng 5 năm (1990-1995), những trường hợp lãnh trợ cấp "welfare" tăng lên 34% trên toàn nước Mỹ. Các tiểu bang miền Bắc gia tăng ít hơn các tiểu bang miền Nam. Ví dụ tiểu bang Pennsylvania và New Jersey tăng 22%, tiểu bang North Carolina tăng 65%, và tiểu bang Georgia tăng 57%.

Trong thập niên 1960-1970, chỉ có 2% tổng số các gia đình Mỹ sống bằng trợ cấp welfare. Ngày nay (1995), 5% tổng số gia đình Mỹ lệ thuộc vào welfare. Điều này cho thấy chính sách trợ cấp xã hội của phe xã hội thiên tả không làm giảm nghèo đói.

Một số người vì thất nghiệp nên buộc lòng tiếp tục lệ thuộc vào trợ cấp welfare. Một số khác lạm dụng welfare, coi nó là của giời ơi đất hỡi, không lãnh cũng uổng. Một số khác, sau khi bắt đầu lãnh welfare một thời gian, họ có khuynh hướng trở thành "nghiện ngập welfare một cách say sưa" và sống "tiêu dao trong cảnh nghèo đói", hết cả lo lắng.

Người ta nói rằng một nền "văn hoá welfare" đang thành hình. Nhưng người Mỹ chưa đồng ý với nhau về bài thuốc chữa bệnh ghiền welfare. Bài thuốc đó nằm trong triết lý căn bản về phát triển.

4.2.   Khuynh Hướng Tự Do Kinh Doanh

Những người theo triết lý tự do kinh doanh chủ trương hạn chế tối đa sự can thiệp của chính quyền, khuyến khích tự do cạnh tranh, và để cho nền kinh tế thị trường tự do phát triển. Chính quyền chỉ can thiệp để điều chỉnh khi cần thiết. Dick Williams, một nhà bình luận nói rằng "chính quyền biết cai trị hay nhất là một chính quyền cai trị ít nhất", (giống như tư tưởng của Lão tử).

Khuynh hướng này chủ trương rằng "không thể làm cho người nghèo giàu lên bằng cách làm cho người giàu nghèo đi", và chống lại sự xách động giai cấp đấu tranh của những người theo khuynh hướng xã hội.

Để thực thi triết lý tự do tư doanh, chính quyền theo khuynh hướng này áp dụng những chính sách căn bản như sau:

- Giảm thuế, nhất là đối với giới kinh doanh, để khuyến khích đầu tư và phát triển, đưa đến hậu quả là giảm bớt thất nghiệp.

- Tư hữu hoá tối đa các dịch vụ công cộng lớn, để duy trì cạnh tranh tốt, để tăng hiệu năng và giảm phí phạm cùng như tham nhũng.

- Cắt bỏ nhiều cơ sở chỉnh quyền nhất là những cơ sở lo về chương trình entitlement. Đó là những cái thùng không đáy.

- Cắt giảm chi tiêu cho chính quyền. Bỏ bớt những quy luật kiểm soát (regulation and control).

Người ta ước tính riêng những lao công phụ trách quét dọn lau chùi của liên bang, nếu được điều hành bởi những công ty tư, sẽ hữu hiệu hơn nhiều và tiết kiệm được trên 9 tỷ mỹ kim mỗi năm (U.s. News & World Report, April 3, 1995).

Những người theo tư tưởng xã hội chỉ trích chủ trương tự do tư doanh nói trên là bất nhân, bắt người nghèo chịu thiệt thòi, và ưu đãi giới giàu. Hơn nữa họ cho rằng triết lý tự do kinh doanh thúc đẩy sản xuất (supply side economy) và thúc đẩy tiêu thụ, làm cho tình trạng lạm phát gia tăng, khiến giới nghèo lại càng nghèo thêm.

Những người chủ trương tự do tư doanh trả lời rằng đem tiền cho người nghèo theo kiểu của phe xã hội để cho lương tâm yên ổn chưa chắc đã là có lòng nhân ái (compassion). Nếu cho tiền theo kiểu đó để đi đến hậu quả kéo dài sự lệ thuộc của người nghèo thì mới là bất nhân.

Phe xã hội chỉ trích sự giảm bớt quy luật kiểm soát (deregulation) đối với giới kinh doanh lớn đưa đến sự lạm dụng làm hại môi sinh. Ví dụ các hãng dầu lớn nghĩ nhiều đến lợi nhuận mà không triệt để đề phòng những tai nạn như tàu chở dầu bị bể làm dầu lửa lan tràn mặt nước và triệt hạ môi sinh.

Những người theo tư tưởng xã hội ở Mỹ còn trích dẫn thời kỳ phát triển dưới thời Reagan là thời kỳ chính quyền chi tiêu nhiều làm gia tăng mức thất quân bình ngân sách. Dĩ nhiên những người xã hội thiên tả không khoan khoái lắm về sự kiện chính sách thi đua vũ trang của Reagan có tác dụng làm Liên Xô kiệt quệ và làm sụp đổ một phần lớn xã hội chủ nghĩa Cộng Sản.

Sự sụp đổ của huyền thoại xã hội chủ nghĩa còn đóng góp rất nhiều cho sự phục hồi của chủ nghĩa tự do tư doanh.

Cuộc tranh luận giữa phe xã hội và phe tự do tư doanh bắt ta nhớ lại cuộc tranh luận giữa hai phe Khổng học và phe Lão Trang hơn hai nghìn năm trước.

Ngày nay, hai nhân sinh quan nói trên thay nhau làm chủ chính sách phát triển tùy theo tình hình kinh tế xã hội và tùy theo xu hướng của người dân ở các nước dân chủ, nhất là Tây Phương. Hiện tượng tuần tự thay đổi trong ổn định nói trên là sức mạnh chính của nền dân chủ. Vấn đề then chốt bảo đảm sự thay đổi trong ổn định là quyền tự do lựa chọn của người dân.

Người dân phải có tiếng nói trong tiến trình phát triển. Người dân phải được tự do lựa chọn chính sách, và phải được tự do thay đổi người lãnh đạo khi cần thiết. Và đó là điều kiện then chốt của phát triển.

Tóm lại, những mâu thuẫn trong triết lý phát triển là những mâu thuẫn trên quy mô chính sách quốc gia (macro scale). Những thất bại của chính sách xã hội là hậu quả của sự mâu thuẫn giữa lý tưởng tuyệt đối và thực tại tương đối

5. MÂU THUẪN GIỮA LÝ TƯỞNG TUYỆT ĐỐI VÀ THỰC TẠI TƯƠNG ĐỐI

Những quan niệm sống có lợi cho phát triển nếu đi quá trớn lại có ảnh hưởng tai hại và phản lại phát triển. Lịch sử hiện đại cho thấy phát triển là một hiện tượng mâu thuẫn biện chứng. Chính trong sự phát triển lại nảy nở ra cái mầm phá hoại sự phát triển, nếu người ta không biết điều tiết để hạn chế tình trạng quá trớn.

Trước hết, tinh thần tôn trọng tự do và cá nhân chủ nghĩa đã khai phóng những khả năng tìm tòi và phát triển của con người trong mục tiêu xây dựng. Nhưng tự do cũng có những giới hạn của nó. Nếu người được hưởng quyền tự do không ý thức được giới hạn của mình thì dễ đi tới chỗ lạm dụng, và làm hại cho mục tiêu tối hậu mà mình nhắm tới.

Hậu quả của những phát triển sau đệ nhị thế chiến đem lại sự trù phú vật chất cho Hoa kỳ. Trong tình trạng phát triển vật chất đầy đủ, giới trẻ Hoa Kỳ tại các thành phố lớn cảm thấy tù túng về tinh thần. Con cái của những gia đình trung lưu ít phải lo lắng nhất về cuộc sống lại là những người cảm thấy cuộc sống tẻ nhạt nhất.

Họ là những người khởi đầu cho hiện tượng hippy vào năm 1967 ở San Francisco, ngã tư của đường Haight và đường Ashbury, nên còn được gọi là phong trào Haight - Ashbury.[4] Nhóm nhạc sĩ tứ quái Beatle để tóc dài là thần tượng của phong trào hippy. Họ lạm dụng chất ma túy LSD vốn chỉ được dùng hạn chế trong y học để chữa bệnh. Những người hippy sử dụng chất LSD trong mục tiêu kích thích tình dục. Sau đó họ hút cần sa và trai gái sống lẫn lộn trong tinh thần giải phóng tình dục.

Những người hippy là những người chống xã hội, nhưng không chủ trương lật đổ xã hội, mà chỉ trốn lánh một đời sống nhàm chán theo quy ước cổ truyền. Năm 1967 họ phát hành một tờ báo "underground" để phổ biến tư tưởng của họ. Phong trào của họ chủ trương chống truyền thống (counter-culture), trai gái để tóc dài như nhau (ngụ ý theo tư tưởng mới), mặc quần áo bừa bãi và rách rưới (dấu hiệu của tự do không theo quy ước đương thời). Họ chủ trương mọi người tuyệt đối tự do, bình đẳng, thương yêu nhau, tương trợ nhau.

Vì tránh những thành phố lớn, họ đi tìm thiên nhiên ở nông thôn.

Những ngươi hippy đi tìm ảo tưởng đã rơi vào thực tế phù phàng, với chủ trương luyến ái tự do, người hippy làm tình bừa bãi với nhiều người, sử dụng kim chích ma tuý để kích dục, và từ đó các chứng bệnh hoa liễu phát triển lan rộng, do hậu quả của cuộc cách mạng tình dục. Vì không lo vấn đề làm ăn nuôi thân, nhiều cô cậu hippy hết tiền xài phải đi ăn cắp, ăn trộm.

Theo một tài liệu thống kê, một phần tư những người hippy mắc bệnh hoa liễu. Đa số những người này là con cái gia đình trung lưu. Cuộc sống hỗn loạn và vô trách nhiệm đưa đến trộm cướp giết người. Vụ cô gái Linda Patrick bị thảm sát gây một ấn tượng kinh hoàng trong xã hội Mỹ.

Mặc dầu phong trào hippy dần dần chìm xuống và nhiều người thuộc thế hệ hippy nay đã trưởng thành và tỉnh ngộ, nhưng hậu quả của phong trào hippy còn kéo dài trong xã hội Mỹ và Tây Phương. Bệnh AIDS là một hậu quả mới của cuộc cách mạng tình dục. Nó nói lên mức độ trầm trọng của tình trạng xã hội sa đọa và nó tượng trưng cho cái giá khổng lồ tính bằng hiện kim mà xã hội phải trả cho sự phát triển khi con người mất tinh thần trách nhiệm xã hội và khi con người đi quá trớn trong khát vọng đuổi theo cái tuyệt đối.

Lòng ham chuộng tự do tuyệt đối, chủ nghĩa cá nhân quá trớn, tinh thần vô trách nhiệm và tình trạng trống rỗng tinh thần đang là mối đe dọa nghiêm trọng đối với các quốc gia phát triển.

Tinh thần nhân bản trong những quốc gia phát triển đem lại sự hoà đồng trong xã hội và đề cao tình thương, và trong một khoảng thời gian hai ba thập niên, nhiều quốc gia coi định chế pháp lý nhân bản của họ là một niềm hãnh diện và dấu hiệu của phát triển. Án tử hình được hủy bỏ tại nhiều quốc gia, và hầu hết các tiểu bang tại Hoa kỳ. Các tội phạm được xử lý khoan hồng và hình phạt ngày càng nhẹ hơn.

Sự loại bỏ án tử hình đưa đến những bản án khôi hài như trường hợp của tội nhân Colin Ferguson tại tòa án Nữu Ước. Ferguson can tội bắn chết 6 hành khách trên một tầu điện. Hắn bị tuyên án 6 án tù liên tiếp, mỗi án 25 năm, cộng thêm 50 năm về những tội phụ khác (Associated Press, March 23, 1995). Quan toà Donald Belfi tuyên bố Ferguson sẽ sống suốt đời trong tù. Điều đó chưa chắc. Hệ thống "Parole" có thể cho tù nhân ra tù sớm trước khi mãn hạn.

Trong quan niệm nhân bản người ta chủ trương dành cơ hội cải hoá cho kẻ phạm tội. Với chủ trương này, kẻ phạm tội ngày càng được ưu đãi hơn người thường. Hình phạt đối với mọi tội danh được giảm xuống. Để đạt những tiêu chuẩn đối xử nhân đạo, càng ngày quốc gia càng chi tiêu thêm nhiều tiền để trang bị nhà tù thêm phần thoải mái, bảo đảm dịch vụ y tế, những dịch vụ giải trí như truyền hình HBO cho các tội phạm cùng những bảo đảm vật chất và tinh thần khác.

Tóm lại nhà tù ở Mỹ là thiên đàng so với các trại cải tạo ở Việt Nam. Số chi tiêu cho mỗi người tội phạm Hoa kỳ lên tới mức trên 25,000 mỹ kim mỗi năm. Người thọ thuế Hoa kỳ là nạn nhân đầu tiên của tội phạm, vào cuối thế kỷ 20.

Hệ thống pháp lý của Hoa kỳ tôn trọng quyền hiến pháp của những người sát nhân, nhưng nhiều khi luật pháp Hoa kỳ lại không bảo vệ được chính những nạn nhân của những kẻ sát nhân. Để bảo vệ quyền hiến pháp của những tội phạm, luật Hoa kỳ có những điều khoản giúp cho tội phạm được trắng án chỉ vì những lỗ hổng luật pháp gọi là "kỹ thuật" (technicality).

Truyền thống Anglo Saxson vốn chấp nhận quyền công dân tham gia tích cực vào việc thi hành công lực (law enforcement). Nhưng gần đây càng ngày người dân càng khựng lại, vì những tội nhân hình sự có nhiều cơ may trắng án và quay lại trả thù những công dân giám thực thi quyền công dân của mình.

Trong nhiều trường hợp, kẻ sát nhân sau một thời gian bị giam giữ đã được thả. Sau khi được có tự do, kẻ sát nhân tiếp tục đường cũ. Một tài liệu nghiên cứu 100,000 cựu tù nhân cho thấy 63% những người đã được thả đã bị bắt trở lại vỉ tái phạm những tội hình sự gia trọng, trong số đó có 2,000 trường hợp sát nhân (theo Thomas Sowell, một nhà nghiên cứu của viện Hoover Institute).

Những tội phạm nói chung không bị trừng trị khắt khe vì chủ trương nhân đạo mềm yếu, khiến cho tội phạm không hãi sợ, và càng ngày càng gia tăng tới mức nổ bùng.

Theo thống kê của Pacific Legal Foundation, tội bạo hành ngày nay tăng gấp 6 lần nhiều hơn số lượng vào năm 1960, tức là hơn 30 năm trước đó.

Cũng theo thống kê trên, 75% tội phạm hình sự không bị giam giữ, mặc dù lãnh án tù. Trên toàn nước Mỹ, những phạm nhân chỉ bị nhốt một khoảng thời gian tương đương với 37% thời gian thật sự bị tuyên án, vì họ được trả tự do sớm.

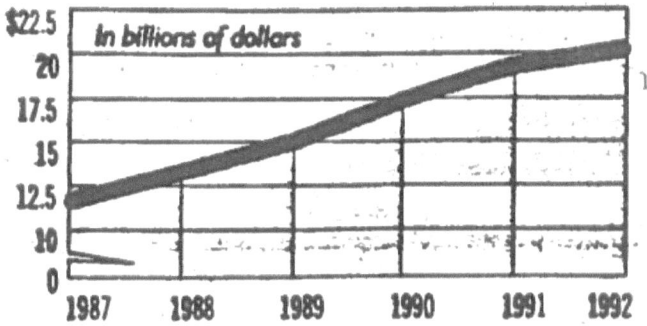

Hình 13: Chi phí để xây nhà tù trong 5 năm từ năm 1987 đến năm 1992
Nguồn cung cấp tài liệu: 'American Behind Bars', U.S. Department of Justice

Với đà gia tăng của tội phạm, các nhà tù không đủ chỗ chứa, mặc dầu nhà giam được xây càng ngày càng nhiều.

Người ta đã giải quyết vấn đề nhà tù bằng cách thả bớt tù, với hy vọng mong manh là họ đã được cải huấn. Như đã nói ở trên, lối suy nghĩ viển mơ đó (wishful thinking) trong nhiều trường hợp chỉ là ảo tưởng. Xã hội ngày càng bị mất an ninh, và người dân ngày càng xao xuyến hoang mang.

Khi nhà nước không giải quyết được vấn đề lo âu nói trên, và làm thiệt hại người dân lương thiện, thì người dân lương thiện phải nổi giận. Những người lương thiện khi bị dồn tới chân tường đã phải dùng bạo lực để bảo vệ công lý của riêng họ (nói theo lối Mỹ là: take the law in their hand).

Nói tóm lại, trong cách giải quyết nhân bản, có cái mầm làm tiêu diệt xã hội nhân bản nếu người ta không biết thực tế để ý thức rằng tinh thần nhân bản có những giới hạn của nó.

Mặt khác, sự đàn áp quyền tự do và sự trù dập cá nhân một cách có hệ thống tại một số quốc gia theo xã hội chủ nghĩa như Somalia, Ethiopia, Việt Nam, đang làm cho xã hội lùi bước về quá khứ phong kiến xa xưa, và giết chết mọi hy vọng phát triển.

6. QUAN NIỆM PHÁT TRIỂN TẠI MỘT SỐ QUỐC GIA ĐỆ TAM

Sau khi xã hội chủ nghĩa bị sụp đổ ở Liên Xô và Đông Âu, một số chế độ còn đeo cứng vào nhãn hiệu xã hội chủ nghĩa vì hoàn cảnh "trót leo lên lưng cọp bằng bạo lực" nghĩ rằng cỏ thể áp dụng kinh tế thị trường trên lưng cọp, nên đã xoay chiều 180 độ về quan điểm lợi nhuận, và điều chỉnh chính sách theo quan điểm mới.

Trong quan điểm lợi nhuận mới này, một thiểu số có quyền lực trong hệ thống cán bộ Đảng nắm đặc quyền nhà nước, cùng với bà con anh em và những hợp tác viên đã độc quyền khai thác tài sản quốc gia một cách điên cuồng và hoang dại cho chính bản thân họ. Cách thực thi chinh sách lợi nhuận vẫn nhằm bảo đảm một tương quan quyền lực chủ nô của xã hội chủ nghĩa. Trong tương quan quyền lực đó, sự phát triển, nếu có, chỉ là sự phát triển có lợi cho giai cấp đặc quyền thiểu số trong đảng.

Để tô vẽ cho một hình ảnh phát triển, người cầm quyền cùng nói đến lương thực, nhà ở, súc khoẻ, và tiện nghi. Nhưng vấn đề then chốt ở đây là AI LÀM CHỦ những lương thực, nhà ở, sức khỏe và tiện nghi?

Sự mâu thuẫn trong trường hợp này là sự mâu thuẫn gay gắt giữa giai cấp chủ nhân ông cầm quyền phè phỡn và giai cấp nô lệ cực kỳ đói khổ và bị chà đạp mất hết nhân phẩm.

7. KẾT LUẬN

Văn hoá là tổng hợp của nhiều yếu tố: triết học, tôn giáo, khoa học kỹ thuật, quan niệm sống (nhân sinh quan) của một tập thể xã hội.

Nhân sinh quan là một thành tố của văn hoá: nó tượng trưng cho lối suy nghĩ tập thể về cách sống ở đời và có ảnh hưởng sâu xa đến phát triển. Nhân sinh quan thành hình khi con người nêu lên câu hỏi về những tương quan lớn giữa các hiện tượng và sự vật, rồi tìm cách trả lời câu hỏi trên bằng sự giải thích để ứng dụng vào đời sống.

Có ba tương quan lớn mà khoa học cũng như triết học Tây Phương và Đông Phương đã tìm ra. Đó là tương quan mâu thuẫn, nhân quả, và xác suất. Ba tương quan này luôn luôn sống động trong tiến trình phát triển của xã hội loài người.

Kinh nghiệm của một số nước đã phát triển cho ta một số bài học để suy gẫm cho mọi dự tính phát triển trong tương lai:

a. Sự phát triển toàn diện và lành mạnh phải được nuôi dưỡng trong môi trường dân chủ, có sự quân bình giữa hai khuynh hướng đối nghịch, vừa sống với nhau vừa tranh đua với nhau để tìm giải pháp tốt nhất cho phát triển.

b.   Tiêu chuẩn để tìm giải pháp tốt nhất được quyết định bằng sự hài lòng của người dân. Phương pháp đánh giá sự hài lòng của người dân là sự bỏ phiếu tự do của người dân, để lựa chọn người đại diện hoặc nhóm đại diện có chính sách phát triển hợp lý. Khi người dân làm chủ dưới họng súng của Đảng lãnh đạo thì không có cách gì đánh giá được sự hài lòng của người dân.

c.   Lý tưởng nhân bản tuy đáng ca ngợi, nhưng kinh nghiệm cho thấy giao khoán cho một chính quyền thư lại (bureaucrat) thực hiện giấc mộng "nhân bản" thường là thất bại ê chề, vì chính quyền đó lạnh lùng không có tình cảm.

d.   Vậy người dân phải trực tiếp tham gia vào việc thực hiện lý tưởng nhân bản trong việc phát triển. Người dân phải được trang bị và đào tạo để có khả năng tham dự thành công trong mục tiêu trên.

CHƯƠNG IV:
NỀN TẢNG DÂN CHỦ PHÁP TRỊ ĐỂ PHÁT TRIỂN

Tóm lược

Những tiến triển của nhân toại kể từ khi có sử sách ghi chép tại cho thấy con người không ngừng cố gắng làm cho cuộc đời của mình đáng sống hơn. Trong hơn hai thế kỷ vừa qua, có một hiện tượng nổi bật cho thấy, nếu được tự do lựa chọn, con người có xu hướng và có khả năng tìm ra một số nguyên tắc tổng hợp với một số cơ chế và lề lối sinh hoạt giúp làm cho cuộc đời đáng sống hơn.

Tổng hợp của những nguyên tắc, cơ chế, và lề lối sinh hoạt nói trên được gọi bằng một tên chung là "dân chủ".

Dân chủ là một cuộc thí nghiệm được thực hiện tại một số xã hội trên thế giới với kết quả khả quan được đo lường bằng sự hài lòng của người dân khi họ thực sự có quyền tự do nói lên sự hài lòng hay không hài lòng của mình.

Cuộc đời đáng sống hay không đáng sống là một cảm nghĩ có tính cách chủ quan đối với từng cá nhân. Mặt khác, đối với toàn thể xã hội của một nước, người ta đo lường mức độ đáng sống hay không đáng sống bằng những con số thống kê, dựa trên đa số và ứng dụng định luật xác suất (law of probability).

Cuộc đời đáng sống hay không đáng sống thường được diễn đạt bằng một danh từ mới gọi là phát triển (development). Phát triển không có nghĩa thuần túy vật chất mà bao gồm cả lãnh vực tinh thần. Phát triển là một hiện tượng toàn diện. Một quốc gia đạt được một tổng sản lượng gia tăng mà đa số người dân bị đàn áp thì không được coi là phát triển.

1. BÀI HỌC DÂN CHỦ TẠI BA QUỐC GIA ĐIỂN HÌNH

Trong bài tham luận Lịch Sử Của Nền Dân Chủ Hiện Đại; ba quốc gia Hoa Kỳ, Pháp, và Anh, được chọn làm thí dụ điển hình, là 3 nước đi đầu trong cuộc cách mạng dân chủ. Trong khuôn khổ hạn hẹp của bài nghiên cứu nói trên, một số quốc gia dân chủ khác đã không được trình bày, mặc dầu có nhiều bài học hữu ích về các nền dân chủ khác mà chúng ta cần quan tâm.

Từ bối cảnh lịch sử nói trên, những người Việt Nam quan tâm tới việc xây dựng dân chủ có thể rút ra những kinh nghiệm gì?

Ba cuộc cách mạng dân chủ điển hình cho thấy những thí dụ phong phú về tiến trình dân chủ hóa tại ba quốc gia có nhiều điểm tương đồng rất đáng lưu ý. Mặt khác, những điểm khác biệt giữa ba cuộc cách mạng dân chủ cũng không phải là ít.

1.1. Những Điểm Giống Nhau

Cuộc cách mạng dân chủ tại ba nước Mỹ, Pháp và Anh có những điểm tương đồng về nguyên nhân xã hội-chính trị, về trào lưu tư tưởng của thời đại, và về tinh thần căn bản của triết lý dân chủ.

1.1.1.   Những Nguyên Nhân Xã Hội Chính Trị

Ba cuộc cách mạng tại Hoa Kỳ, Pháp, và Anh đều thoát thai từ sự mâu thuẫn gay gắt giữa đa số nhân dân bị áp bức và chế độ quân chủ phong kiến. Đó là những chế độ đang đi vào giai đoạn thoái trào vì tham vọng chiến tranh, vì lòng tham quyền hành của một nhóm thiểu số cố bám vào quyền lực độc tôn với những đặc quyền đặc lợi về kinh tế và chính trị.

Cuộc cách mạng kỹ nghệ thứ nhất đã thay đổi bộ mặt xã hội tại Tây Âu và thuộc địa Bắc Mỹ, với một giai cấp tư sản ngày càng bành trướng về khả năng kinh tế nhưng vẫn bị kèm kẹp trên phương diện quyền lực chính trị. Tình trạng đàn áp không làm cho giai cấp tư sản lùi bước vì họ được sự hỗ trợ và hướng dẫn của giới trí thức, những người tiền phong của cuộc cách mạng tư tưởng. Do đó tương quan lực lượng giữa giai cấp phong kiến và giai cấp tư sản ngày càng biến đổi theo chiều hướng có lợi cho cuộc cách mạng.

1.1.2.   Trào Lưu Tư Tưởng Của Thời Đại

Ba nước Mỹ, Pháp, và Anh đều chịu ảnh hưởng chung của cuộc cách mạng khoa học của thời Phục Hưng (Renaissance), tiếp theo bởi một trào lưu tư tưởng mới về triết học, chính trị và kinh tế của thời kỳ ngay sau đó, được gọi là thời đại Mạc Khải (Enlightenment) thuộc thế kỷ 17, 18. Những tư tưởng mới này xét lại tất cả những quan niệm khuôn mẫu cũ về vai trò cũng như quyền lực của nhà vua, đồng thời đề cao giá trị bẩm sinh của con người.

Luật chơi nói trên đưa đến một hệ luận là ý kiến của dân được thể hiện qua sự phát biểu tự do của đa số. Nguyên tắc đa số nói trên không giống nguyên tắc "đa số giả hiệu" trong những phiên tòa án nhân dân (kangaroo court). Mặt khác, tuy chấp nhận luật chơi đa số, một nền dân chủ thực sự không coi ý kiến của đa số là chân lý tuyệt đối. Do đó, đa số không có quyền đàn áp thiểu số, và luật pháp dân chủ triệt để bảo vệ thiểu số chống lại sự đàn áp của đa số.

Luật chơi thứ hai của nền dân chủ là chấp nhận tự do đối lập chính trị. Phe thiểu số trong mọi sinh hoạt chính trị luôn luôn được tôn trọng và được coi là lực lượng cân bằng cần thiết để ngăn cản phe đa số tiến tới độc tài. Vậy phe đối lập có nhiệm vụ đưa ra một giải pháp đối lập (alternative solution) trong trường hợp chính sách của phe đa số thất bại. Khả năng sửa chữa sai lầm của phe thiểu số là một đặc điểm đem lại sức mạnh cho nền dân chủ.

Trường hợp đối lập nói trên được gọi là đối lập xây dựng.

Những cặp đối lập mà ta thường thấy không phải luôn luôn có thể giải quyết rứt khoát theo nguyên tắc thiểu số phục tòng đa số. Có những trường hợp mâu thuẫn đối lập giữa hai lực lượng tương đương không thể giải quyết rõ rệt trắng đen theo nguyên tắc đa số. Luật chơi dân chủ giải quyết mâu thuẫn nói trên bằng sự dung hòa, điều đình, chứ không bằng bạo lực.

Tóm lại những điểm giống nhau nói trên là những điểm chung có tính cách cốt lõi của nền dân chủ hiện đại.

1.2. Những Điểm Khác Nhau

Hoàn cảnh lịch sử và văn hóa khác nhau của ba nước Mỹ, Pháp, và Anh có ảnh hưởng khá đặc biệt tới tiến trình cách mạng dân chủ của mỗi nước. Thế lực phong kiến ở Pháp, tinh thần trọng truyền thống ở Anh, tinh thần phiêu lưu đi tìm chân trời mới ở Mỹ, là những yếu tố quan trọng. Từ những sự khác biệt nói trên, ba nước Pháp, Anh, và Hoa Kỳ đã đi đến những thể chế dân chủ không giống nhau trên mặt hình thức.

Hoàn cảnh lịch sử và văn hóa: Như ta đã thấy, qua bài tóm lược về lịch sử của nền dân chủ hiện đại các người dẫn đầu cuộc cách mạng dân chủ tại ba nước Mỹ, Pháp, và Anh đều đồng ý với nhau về những quyền căn bản của con người và nhu cầu giành lại quyền làm chủ để giải phóng người dân. Nhưng họ có cái nhìn khác nhau về bản chất của con người, và những bước đi căn bản để thực hiện cuộc cách mạng dân chủ.

Những nhà cách mạng tư sản dân quyền của Pháp ôm ấp một lý tưởng lãng mạn về con người và cuộc cách mạng dân chủ. Họ tranh đấu cho những quyền căn bản của con người, nhưng sau khi lực lượng cách mạng nắm được chính quyền, thì họ lúng túng không đạt tới được một cơ chế hữu hiệu để xây dựng một nền dân chủ ổn định. Mặt khác, họ đã không dung hòa được lý tưởng tuyệt đối với thực tại tương đối.

Thể chế chính trị của Anh, theo sự mô tả của Montesquieu, là thể chế phân quyền, nhưng trên thực tế lại là một thể chế hợp quyền vì thủ tướng là một người thuộc đảng đa số cầm quyền trong quốc hội, do đó chính sách của hành pháp cũng là chính sách của lập pháp. Hành pháp của Anh luôn luôn hợp tác với lập pháp để thực hiện những chính sách quốc gia.

Chế độ tổng thống của Hoa Kỳ là một chế độ phân quyền một cách thật rõ ràng. Hành pháp Hoa Kỳ độc lập với lập pháp, và tổng thống Hoa Kỳ không luôn luôn thuộc đảng đa số trong quốc hội. Tính chất độc lập này dễ đưa tới tình trạng bế tắc về chính sách (gridlock) nhất là khi tổng thống thuộc đảng đối lập với đảng đa số trong quốc hội.

Một thí dụ điển hình là trường hợp Tổng thống Clinton thuộc đảng Dân Chủ trong khi quốc hội (cả thượng viện lẫn hạ viện) thuộc đảng Cộng Hoà. sự đối lập trong chính sách kinh tế và xã hội đã đưa đến tình trạng bế tắc trong nỗ lực cải cách hệ thống bảo hiểm sức khỏe, hệ thống welfare, hệ thống an sinh xã hội, và việc cân bằng ngân sách.

2. DÂN CHỦ PHÁP TRỊ VÀ PHÁT TRIỂN

2.1. Tinh Thần Pháp Trị

Tinh chất pháp trị là đặc tính quan trọng của nền dân chủ. Tính pháp trị của dân chủ đòi hỏi đặt ra một khuôn mẫu phổ quát có tính chất công chính và vô tư để mọi người cùng theo. Khuôn mẫu đó chính là luật pháp điều hành quốc gia, phải được chép thành văn để có thể phổ biến công khai cho toàn dân biết, và nhất là phải được áp dụng đồng đều, không có sự phân biệt đối xử.

a/ Luật pháp của một nước dân chủ pháp trị phải là một khuôn mẫu phổ quát áp dụng giống nhau tại bất cứ địa phương nào trong lãnh thổ quốc gia. Một người phạm tội tham ô tại tỉnh Đồng Nai phải bị trừng phạt giống như một người phạm tội tham ô tại tỉnh Vĩnh Phú. Nếu một việc được coi là hợp pháp ở địa phương này thì cũng phải được coi là hợp pháp ở địa phương khác. Một khế ước kinh doanh ký kết tại một địa phương này của quốc gia phải được tôn trọng địa phương khác. Một giấy nợ ký kết tại Vùng Tàu phải được tôn trọng ở Hà nội hoặc bất kỳ nơi nào khác trên lãnh thổ Việt Nam.

Nguyên tắc phổ quát nói trên đã bị làm ngơ dưới chế độ Hà nội từ nửa thế kỷ nay. Từ địa phương này sang địa phương khác ở Việt Nam, sự áp dụng luật pháp thay đổi giống như khi người ta đi từ lãnh địa phong kiến này sang lãnh địa phong kiến khác, vì các lãnh chúa phong kiến của đảng cộng sản ở mỗi địa phương quen chuyên quyền tự quyết định cái gì là đúng luật, cái gì là sai luật. Tình trạng trên đưa đến thảm trạng phát triển hoang đại khắp nơi tại Việt Nam.

b/ Luật pháp của một nước dân chủ pháp trị phải công chính và vô tư, nghĩa là khách quan và độc lập với các thế lực cầm quyền. Nếu cơ quan lập pháp, cơ quan hành pháp, cũng như cơ quan tư pháp đều bị một đảng chuyên chính khống chế thì việc làm luật, việc thi hành luật, và việc giải thích luật sẽ hết vô tư. Thủ đoạn thông thường của các chế độ chuyên chính là ngụy tạo một vẻ bề ngoài dân chủ để đánh lừa mọi người hầu che dấu chủ trương lâu dài và bất chính của một nhóm thiểu số tự coi là đỉnh cao trí tuệ.

Tình trạng bất minh của hiến pháp 1992 đặt đảng CSVN ở vai trò lãnh đạo tối cao chính là nguồn gốc phát sinh những lạm dụng quyền hành, làm mất trật tự kỷ cương ở khắp nơi tại Việt Nam. Tình trạng nói trên gây hoang mang cực độ trong xã hội, nhất là đối với những người kinh doanh không có một tắc quyền hành trong tay, luôn luôn bị đe dọa dưới chế độ vô pháp vô thiên (lawless regime), có nguy hại nghiêm trọng cho phát triển.

c/ Luật pháp tại một nước dân chủ pháp trị phải được viết thành văn để có thể phổ biến công khai cho toàn dân biết.

Tinh thần pháp trị không chấp nhận luật lệ mập mờ, nhiều thứ luật khác nhau ở nhiều cấp bậc khác nhau. Cuộc cách mạng dân chủ pháp trị là một tiến trình đấu tranh đòi sự xác định rõ ràng, công khai trên giấy trắng mực đen những tương quan quyền lực, những nguyên tắc vô tư để áp dụng đồng đều trong việc điều hành và ổn định xã hội nhằm tạo nền tảng bền vững cho phát triển.

Chế độ phong kiến ngày xưa không chấp nhận nguyên tắc công khai nói trên, trái lại chủ trương giữ bí mật những luật lệ và hình phạt, với mục đích phân biệt đối xử, khiến dân không biết để mà phản đối. Chế độ phong kiến ngày nay tại Hà Nội cũng duy trì truyền thống phong kiến đó. Tuy họ đạt được mục tiêu tạm thời là âm thầm bám chặt vào quyền lực, nhưng làm hư cơ hội phát triển đất nước.

d/ Luật pháp dân chủ phải được áp dụng đồng đều đối với mọi người, không phân biệt giữa ông Tổng Bí Thư Đảng hay thường dân. Trong nền dân chủ pháp trị, không có một giai cấp nào hay một cá nhân nào được coi là bất khả xâm phạm, và đứng trên pháp luật. Trong một nền dân chủ pháp trị, không thể có một cơ quan hay cá nhân nào phạm tội ác mà lại được hưởng cái dù che đặc biệt của "Đảng". Người đứng đầu đất nước cũng như một công dân hạng bét đều phải tôn trọng luật lệ như nhau, và phải bị xét xử đồng đều mỗi khi vi phạm luật lệ.

Tóm lại, tinh thần pháp trị là yếu tố tối cần thiết để bảo đảm những quy tắc công chính, vô tư, đồng đều, và trong sáng giúp cho xã hội ổn định và con người được an tâm để đóng góp cho sự nghiệp phát triển.

2.2.   Những Quan Niệm Dân Chủ Căn Bản Giúp Cho Phát Triển

Những quan niệm dân chủ căn bản về dân quyền có lợi cho phát triển đã được khai triển rộng rãi và giúp tạo điều kiện cũng như cơ hội rất tốt cho phát triển.

a/   Quyền tự do kinh doanh và quyền tư hữu đã khai phóng tiềm năng của con người trong lãnh vực kinh tế, tạo nên động lực phát triển của nền kinh tế thị trường trong hơn hai thế kỷ đã qua. Quyền tự do cạnh tranh chống lại sự độc quyền, sự hạn chế, đàn áp của những nhóm quyền lực, những nhóm tự nhận là đỉnh cao trí tuệ, đã khuyến khích sự thi đua nâng cao phẩm chất, nâng cao năng suất và hạ giá thành của dịch vụ và sản phẩm.

b/   Quyền hưởng cơ hội đồng đều giúp khai phóng và khuyến khích tiềm năng phát triển của mỗi cá nhân. Quyền bình đẳng bảo đảm sự tôn trọng giá trị bẩm sinh của con người, sự tôn trọng công bình xã hội, và chính là nguồn gốc của những chế độ an sinh xã hội. Nguyên tắc không phân biệt đối xử tạo sự hòa hợp giữa các giai cấp, các sắc tộc trong biên cương quốc gia, khiến những người có tài năng thuộc bất cứ chủng tộc nào cũng đều phấn khởi đóng góp vào sự nghiệp phát triển chung.

Mặc dầu con người sinh ra vốn khác nhau, nhưng khuynh hướng chung của con người giống nhau ở một điểm là luôn luôn tìm cách làm cho đời sống của mình khá hơn, tức là hướng về phát triển. Trong tiến trình phát triển và cạnh tranh, con người có thể có nhiều quyền lợi mâu thuẫn đối nghịch, sự mâu thuẫn được coi là tình trạng lành mạnh trong một chế độ dân chủ

c/   Quyền tự do ngôn luận, tự do tư tưởng đưa đến quan niệm chấp nhận khác biệt, chấp nhận đối nghịch, bảo đảm cơ hội đồng đều cho mọi thành phần xã hội cùng sinh tồn. Thái độ chấp nhận đối nghịch đồng nghĩa với tinh thần đa nguyên. Đó chính là nguồn gốc của tinh thần bao dung để hòa đồng những mâu thuẫn, và xây dựng nguyên động lực cơ bản để phát triển.

Để bảo đảm cho những dung hòa thỏa thuận nói trên, người ta phải đặt ra những giao kết tập thể mà các phe phải tôn trọng, xác định rõ những tiêu chuẩn để dung hòa, phù hợp với mục tiêu của phát triển, sao cho đạt được kết quả tối hảo. Sự giao kết tập thể nói trên chính là nguồn gốc đầu tiên của những cơ chế dân chủ. Và hiến pháp là hình thức giao kết tập thể ở cấp cao nhất, xác định thế tương quan quyền lực và cân bằng quyền lực của các cơ chế đại diện cho người dân.

2.3. Cơ Chế Dân Chủ Giúp Cho Phát Triển

Cơ chế dân chủ là một hệ thống tổ chức do hiến pháp xác định trong tương quan giữa quyền lực và trách nhiệm, đồng thời xác định những phương thức bảo đảm những quyền căn bản của cá nhân, và giúp cho phát triển. Sự cân bằng quyền lực giữa ba cơ quan đại diện cao nhất là một bảo đảm lâu dài cho sự ổn định, nhất là ngăn ngừa sự phát sinh ra nền độc tài của một cơ quan hành pháp hay một cơ quan lập pháp.

Cơ chế dân chủ có những ràng buộc và tạo ra trách nhiệm để cân bằng với quyền lợi. Quyền làm chủ đất nước ràng buộc người dân tham gia vào những hoạt động và những quyết định liên quan đến vận mạng của mình, thay vì ỷ lại vào chính quyền và chờ được chính quyền làm mọi việc thay cho mình. Chuyện "cơm nhà vác ngà voi" là chuyện bình thường trong nền dân chủ.

Cơ chế dân chủ pháp trị còn ràng buộc chính quyền với trách nhiệm của họ. Chính quyền dân chủ chỉ là đại diện của dân chứ không có quyền đứng trên đầu trên cổ người dân. Chính quyền phải chịu trách nhiệm chính trị cũng như trách nhiệm pháp lý về mọi lỗi lầm đối với người dân và phải chịu sự phán xét của dân. Nguyên tắc căn bản này của nền dân chủ pháp trị khiến cho những giao kết dân chủ trở nên có ý nghĩa cụ thể và bảo đảm lâu dài cho sự ổn định để phát triển.

Sự ràng buộc của cơ chế dân chủ cùng với nguyên tắc pháp trị (the rule of law) ngăn chặn tình trạng phát triển hoang dại, vô trật tự, có hại cho tương lai của con người. Sự tham dự tích cực của người dân trong cơ chế dân chủ để kiểm soát sự điều hành chính quyền giúp phát hiện kịp thời những sai lầm, những trục trặc trong sự vận hành của cơ chế, do đó giúp khai thông những bế tắc và tránh những hậu quả tại hại cho phát triển. Tinh thần trách nhiệm của người dân trong chế độ dân chủ giúp giảm thiểu sự can thiệp của hệ thống thư lại, và gia tăng năng xuất phát triển.

Người dân càng tham dự tích cực vào trong cơ chế đại diện thì càng giúp củng cố cho cơ chế này thêm hữu hiệu, đồng thời bảo đảm cho sự phát triển được ngon lành hơn.

2.4.   Lề Lối Sinh Hoạt Dân Chủ Ảnh Hưởng Tới Phát Triển

Lề lối sinh hoạt dân chủ phản ảnh sự vận hành của chế độ dân chủ. Lề lối sinh hoạt dân chủ là một cách trắc nghiệm sự hữu hiệu của cơ chế dân chủ. Nội dung cốt lõi của sự trắc nghiệm không phải là để làm cho nền dân chủ trở nên toàn hảo mà chính là để tìm hiểu xem người dân có hài lòng dưới chế độ mà họ đang sống hay không.

a/   Không có nền dân chủ toàn hảo

Không có một chế độ dân chủ nào được coi là toàn hảo. Chế độ dân chủ nào cũng có khuyết điểm. Nhưng chế độ dân chủ cho phép người dân có cơ hội và quyền lực để sửa chữa những khuyết điểm nếu có. Đó là lý do lớn nhất khiến chế độ dân chủ đã thắng chế độ xã hội chủ nghĩa Mác Xít.

Riêng trong những quốc gia đã phát triển, chế độ dân chủ cũng cho thấy những kết quả không đồng đều về phát triển. Mỗi quốc gia nói trên đã lựa chọn một triết lý phát triển khác nhau, hoặc trong mỗi quốc gia vào mỗi thời kỳ, người dân đã lựa chọn thay đổi triết lý phát triển qua những cuộc tuyển cử để thay đổi người đại diện với những đường lối, chính sách phát triển khác.

Có hai khuynh hướng chính được coi là đối nghịch trong triết lý phát triển: Dân chủ xã hội và dân chủ thị trường (còn gọi là tự do tư doanh: private enterprise). Hai huynh hướng này đưa đến những hậu quả khác biệt trong lãnh vực kinh tế, văn hóa, và xã hội. Sự va chạm và sự tranh luận giữa hai khuynh hướng nói trên cho chúng ta nhiều cơ hội tốt để học hỏi, suy ngẫm, so sánh, và rút ra những kinh nghiệm rất quý báu và hữu ích cho nỗ lực xây dựng đất nước sau này.

b/   Phát triển kinh tế có đem lại dân chủ hay không?

Vấn đề trên hay được nêu lên để bào chữa cho chính sách "cởi trói kinh tế" và "xiết chặt chính trị" của nhà cầm quyền Hà Nội.

Vấn đề thứ nhất được đặt ra ở đây là: "phát triển kinh tế cho ai hưởng?"

Nếu phát triển kinh tế cho một giai cấp đặc quyền đặc lợi hưởng, thì chắc chắn không có lợi gì cho đa số người dân còn lại, mà có thể còn có hại cho toàn xã hội. Hậu quả thường xẩy ra nhất là giai cấp đặc quyền đặc lợi sẽ củng cố chỗ ngồi của họ cho vững hơn bằng cách gia tăng độc quyền đàn áp. Một thí dụ là giai đoạn kinh tế trọng thương dưới tài điều khiển kinh tế của Colbert, mặc dầu ông ta làm cho nước Pháp giàu lên, nhưng điều này chỉ phục vụ cho quyền lợi của nhà vua (Louis 14), và đa số dân đen vẫn khổ cực (xem bài "Lịch sử của Nền Dân Chủ Hiện Đại" của cùng tác giả).

Thí dụ thứ hai cụ thể hơn là chính sách Đổi Mới và cởi trói kinh tế của nhà cầm quyền Hà nội tuy đem lại một số thành quả hào nhoáng bề ngoài, nhưng người hưởng thành quả đó là thiểu số cầm quyền, trong khi đa số người dân ngày càng nghèo đói hơn, và tình trạng đàn áp nhân quyền còn tệ hơn là dưới các chế độ thực dân phong kiến xa xưa.

Vậy nếu phát triển kinh tế mà không có dân chủ thì không đạt được mục tiêu tối hậu là làm cho đại đa số người dân sung sướng hơn.

Thứ hai, nền dân chủ tạo ra cơ hội và điều kiện cho sự phát triển, nhưng con người có đạt được mục tiêu hay không tùy thuộc vào chính sách phát triển hay hoặc dở. Vậy dân chủ không nhất thiết bảo đảm cho phát triển, nhưng không có dân chủ thì không có phát triển.

Thứ ba, kinh tế không phải là yếu tố duy nhất của phát triển. Phát triển là một tiến trình thay đổi theo chiều hướng đi lên để làm cho đời sống con người được thoải mái hơn, sung sướng hơn, và nâng cao giá trị con người hơn trước. Phát triển không phải chỉ là có thêm cơm ăn áo mặc, có thêm tiện nghi cho đòi sống, mà phát triển còn có nghĩa nâng cao phẩm giá con người xuyên qua sự tôn trọng những quyền căn bản của con người. Chỉ có dân chủ mới bảo đảm sự tôn trọng quyền con người, vả chỉ có dân chủ mới làm cho cuộc đời con người thực sự đáng sống hơn, hiểu theo nghĩa toàn diện.

c/   Tìm hiểu ý dân

Những thay đổi sâu rộng về chính trị, kinh tế và xã hội của ba cuộc cách mạng dân chủ điển hình đã xoay quanh trọng tâm chính là cá nhân của con người. Mục tiêu của những cải cách nói trên kể từ khi khai sinh ra tư tưởng dân chủ là làm cho con người được hưởng một cuộc đời đáng sống hơn.

Ý niệm về một cuộc đời đáng sống hơn không phải là một ý niệm đơn giản, và nó bao gồm nhiều yếu tố chủ quan khác nhau. Giả sử ta yêu cầu một triệu người Việt Nam, mỗi người liệt kê ra một danh sách các yếu tố làm cho cuộc đời đáng sống hơn, có thể ta sẽ nhận được cả trăm ngàn danh sách khác nhau.

Bình thường ra, đó không phải là biện pháp thực tế mà các vị đại diện dân cử đã sử dụng trong cuộc đời làm chính trị của mình để tìm hiểu ý dân. Tiến trình làm việc của các nhà chính trị dân chủ đi ngược lại phương pháp nói trên. Thay vì yêu cầu một triệu người đưa ra một triệu danh sách khác nhau liệt kê những khát vọng của họ, thì trái lại các nhà chính trị đưa ra một danh sách duy nhất gồm những điều mà họ phỏng đoán về khát vọng của số đông.

Muốn biết chắc, họ hỏi ý kiến của số đông qua nhiều cách. Phương pháp trực tiếp là mở cuộc trưng cầu dân ý (referendum hay plebescite). Cách này khá tốn tiền và thường chỉ được dùng để cho người dân trả lời "Có" hoặc "Không", chứ không thể áp dụng cho một "thực đơn" liệt kê nhiều món sơn hào hải vị khác.

Dân chủ hiện đương là vấn đề sôi bỏng của dân tộc ta. Nếu chúng ta chủ trương chuẩn bị canh tân để xây dựng một nước Việt Nam giàu mạnh, nhân dân Việt Nam hạnh phúc ấm no, thì chúng ta không thể làm ngơ đối với tình hình trong nước.

Đại Hội Đảng kỳ 8, 9, cho tới... 13 đều đưa đến bế tắc. Đảng Cộng Sản nhìn thấy điều đó. Trí thức, đảng viên, cán bộ, và nhân dân đều nhìn thấy điều đó. Nguyên nhân của sự bế tắc nói trên là nhà cầm quyền đã tự đặt ra luật chơi, rồi liên tục vi phạm luật chơi, coi thường mọi nguyên tắc căn bản của dân chủ, đem đất nước trở về tình trạng cực kỳ hoang dại của thời phong kiến. Bất cứ người Việt Nam yêu nước nào cũng đều lên án chế độ Hà nội hiện nay.

Càng ngày càng có nhiều người đảng viên chính thức ly khai, chia tay ý thức hệ với một chủ nghĩa cũ kỹ lỗi thời, và công khai nói lên cái nhìn đúng về vấn đề "đâu là dân tộc", và "thế nào là dân chủ".

Khi số người dám công khai chống đối trở thành đa số, người ta khó có thể đoán được chuyện gì sẽ xảy ra, và chuyện gì không xảy ra. Đứng trước viễn tượng đầy bất trắc nói trên, nhà cầm quyền Hà nội cần đi ra khỏi cơn mê nửa thế kỷ, để có thể nhìn ra giải pháp ổn thỏa cho đất nước và cho dân tộc.

Nếu không, chẳng chóng thì chày, lịch sử sẽ áp đặt giải pháp mà Hà nội lúc đó không thể chối từ, đó là:

1/   Công khai nhận trách nhiệm về tội ác trong hơn 50 năm qua

-    Trách nhiệm pháp lý

-    Trách nhiệm chính trị

2/   Chấp nhận sự phán quyết vô tư của một cơ chế dân chủ pháp trị.

3/   Chấm dứt mọi đàn áp nhân quyền. Thả hết các tù nhân chính trị, các tù nhân tôn giáo. Giải tán bộ máy công an, bảo vệ, và tách rời quân đội ra khỏi sự kiểm soát của Đảng Cộng Sản. Chấp nhận sự kiểm chứng và giám sát của công luận (báo chí, các tổ chức độc lập của quần chúng), và các cơ quan giám sát quốc tế.

    4/   Nhường lại quyền hành cho một chính quyền chuyển tiếp để chuẩn bị xây dựng một chế độ dân chủ, thực sự lo cho sự giàu mạnh và hạnh phúc của toàn dân.

CHƯƠNG V:
LIÊN HIỆP ÂU CHÂU

Một thí dụ về Thế hợp phân và viễn ảnh toàn cầu hóa

Tóm lược

Sự thành hình của các khối kinh tế như: Liên Hiệp Âu Châu (EU), NAFTA, AFTA (Asean FREE TRADE AREA), EFTA v.v... là những mốc lịch sử quan trọng của hậu bán thế kỷ thứ 20, cho thấy khuynh hướng "hợp tác" đưa đến "hợp nhất" (integration) theo chiều hướng "toàn cầu hóa". Mặt khác, sự sụp đổ của Liên Xô thành những Cộng hòa độc lập, sự tan rã của khối Balkan kéo theo cuộc nội chiến lại cho thấy những dấu hiệu phân rã (fragmentation) của những thực thể kinh tế và chính trị lớn thành những mảnh nhỏ, đi ngược lại chiều hướng toàn cầu hóa.

Hai hiện tượng có vẻ bề ngoài mâu thuẫn nói trên diễn ra song song với nhau có phải là điều nghịch lý hay không?

Bài tham luận ngắn dưới đây sẽ nghiên cứu trường hợp của Liên Hiệp Âu Châu nhằm khai triển ý nghĩa của thế hợp phân và viễn ảnh toàn cầu hóa để tìm hiểu sâu hơn về chủ đề có vẻ bề ngoài mâu thuẫn nêu trên.

1.   HIỆN TƯỢNG KẾT HỢP CỦA HẬU BÁN THẾ KỶ THỨ 20

Trước hết, hai nhóm chữ "thế hợp phân" và "toàn cầu hoá" cần được định nghĩa rõ trong khuôn khổ của bài tham luận này.

Thế hợp - phân ở đây có ý nói về hiện tượng kết hợp và sự phân rã của một quốc gia, một liên bang, một liên hiệp nhiều quốc gia độc lập, hay một khối đế quốc.

Nhóm chữ "toàn cầu hoá" (dịch từ: globalization hoặc mondialisation) dùng để chỉ sự kết hợp trên quy mô thế giới, có thể hiểu theo cả hai nghĩa kinh tế lẫn chính trị. Vấn đề toàn cầu hóa không phải là một vấn đề mới mẻ trong lịch sử. Giấc mộng thế giới đại đồng đã được đề cập đến và ráo riết tiến hành qua cương lĩnh của các đảng Cộng Sản Liên Xô, Trung Quốc, Việt Nam, v.v... Giấc mộng thế giới đại đồng đã tan thành mây khói khi các nước Cộng Sản Đông Âu chia tay với Liên Xô và chính Liên Xô thì bể thành nhiều nước cộng hòa độc lập.

Vậy tại sao người ta lại đang mơ mộng "toàn cầu hóa"? Nó có giống như giấc mộng thế giới đại đồng hay không?

Trên phương diện kinh tế, sự kết hợp một số quốc gia nhỏ thành một khối dân số lớn có một mục đích đơn giản là gia tăng khả năng cạnh tranh, sức mạnh kinh tế, và khả năng sinh tồn so với các nước xung quanh có dân số nhỏ. Đây là một ý niệm về "economy of scale", tức là ảnh hưởng kinh tế của khối lượng dân số lớn làm thành một thị trường nội địa lớn, đưa đến nhu cầu nội địa lớn, kích thích khối lượng sản xuất lớn. Một thí dụ nhỏ của ngành kỹ nghệ chế biến là phí tổn sản xuất và giá thành của một đơn vị sản phẩm sẽ giảm khi số lượng đơn vị gia tăng. Vậy một thị trường nội địa lớn đưa đến việc hạ giá thành của đơn vị sản xuất, với hậu quả là khả năng cạnh tranh mạnh hơn.

Liên Hiệp Âu Châu là một thí dụ về sự kết hợp nhiều quốc gia thành một thị trường lớn nhằm nâng cao khả năng kinh tế và khả năng sinh tồn của các nước trong khối liên hiệp. Tương tự như Liên Hiệp Âu Châu, sự thành hình của các khối NAFTA, SAPTA và AFTA cũng nhằm cùng một mục đích, và từ lãnh vực kinh tế, sự kết hợp có thể lan sang lãnh vực chính trị và quân sự.

Chúng ta hãy lưu ý tới một số hiện tượng cụ thể và nổi bật của hậu bán thế kỷ 20 có liên hệ mật thiết đến chiều hướng kết hợp nói trên mà người ta gọi là toàn cầu hoá. Đó là sự thành hình của các vùng thị trường chung mà người ta coi là bước đầu chuẩn bị cho sự kết hợp rộng lớn hơn về kinh tế trên quy mô thế giới.

Chương V

Bảng số 1 cho thấy một thí dụ về các vùng thị trường chung vào thời điểm năm 1993, và chúng ta có thể so sánh những nét đại cương về dân số, và tổng sản lượng của mỗi vùng.

Từ năm 1993 tới nay đã có nhiều thay đổi vì đã có thêm sự kết hợp mới hoặc một vài vùng thị trường đã bành trướng rộng hơn.

Tại vùng Nam Á, bốn nước Ấn Độ, Sri Lanka, Bangladesh và Thái Lan mới đây đã ký kết một thỏa ước mậu dịch tự do.[1] Liên Hiệp Âu Châu cũng thế, đã nâng tổng số các quốc gia trong liên hiệp lên 15 nước và ngày càng tiến gần tới vị thế kết hợp chặt chẽ.

Bảng số 1 (1993)

Vùng thị trường chung	Các nước trong vùng	Tổng số dân	Tổng sản lượng (tỷ Mỹ kim)
NAFTA (North American Free Trade Area)	USA, Canada, và Mexico	368 triệu	6500
EU (European Union) (1993)	Belgium, UK, France, Germany, the Netherlands, Greece, Ireland, Spain, Italy, Luxembourg, và Portugal	344 triệu	6231
CIS (Commonwealth of Independent States)	Armenia, Azerbaijan, Kyrgyzstan, Kazakhstan, Belarus, Russia, Ukraine, Tajikistan, Turmenistan, Moldavia, và Uzbekistan	277 triệu	1426
SAPTA (South Asian Preferential Trade Area)	Bangladesh, Bhutan, Nepal, India, Maldives, Pakistan, Sri Lanka	1.152 tỷ	379
AFTA (ASEAN Free Trade Area) (1993)	Brunei, Indonesia, Thailand, Malaysia, Singapore, the Philippines	330 triệu	312

2. BỐI CẢNH LỊCH SỬ CỦA LIÊN HIỆP ÂU CHÂU

Câu truyện Liên Hiệp Âu Châu có thể bắt đầu từ hơn nửa thế kỷ trước đây. Ngay sau khi đệ nhị thế chiến chấm dứt, Âu châu rơi vào một tình trạng khá tuyệt vọng. Các cường quốc kỹ nghệ Âu Châu đều bị hoàn toàn kiệt quệ do bom đạn tàn phá bình địa các trung tâm kỹ nghệ và kinh tế.

Mức sống nghèo khổ cùng cực của dân Âu Châu là một hiện tượng song hành với đà bành trướng của phong trào Cộng Sản. Liên Xô áp đặt hệ thống xã hội chủ nghĩa lên các nước Đông Âu. Đảng Cộng Sản phát triển mạnh tại Pháp, Ý, và các nước Tây Âu khác. Dư luận thế giới, nhất là Hoa Kỳ lúc đó, coi Tây Âu là một trái cây chín mùi sẵn sàng rơi vào cái rọ của Cộng Sản Liên Xô.

Ngày 5 tháng 6, năm 1947, ngoại trưởng Marshall của Hoa Kỳ đọc một bài diễn văn ngắn tại trường đại học Harvard, nói về nhu cầu phục hồi Âu Châu bằng viện trợ kinh tế. Lập tức, thông tín viên trên hai bờ Đại Tây Dương chuyển tín hiệu của Marshall tới các nhà lãnh đạo Âu Châu.

Và bài diễn văn nói trên đánh dấu một biến cố trọng đại khai trương cho một nửa thế kỷ phát triển của Âu Châu và sự thành hình của Liên Hiệp Âu Châu như ta biết hiện nay. Năm mươi năm phát triển của Âu Châu cho ta thấy một thí dụ rất sống động của sự kết hợp kinh tế và chính trị Âu Châu trong một môi trường dân chủ pháp trị. Và tại Âu Châu ta đã chứng kiến một thí dụ rất cụ thể của Thế Hợp Phân trong bối cảnh Toàn Cầu Hóa.

Bảng số 2: Những thời điểm lịch sử của Liên Hiệp Âu Châu

1947	Diễn văn của Ngoại Trưởng Marshall tại đại học Harvard đưa đến kế hoạch Marshall tái thiết Âu Châu
1948	Organization for European Economic Cooperation (Tổ chức Hợp Tác Kinh Tế Âu Châu)
1950	European Coal and Steel Community (Cộng Đồng Than và Thép Âu Châu)
1957	Treaty of Rome for European Economic Community còn gọi là Common Market
1991	Treaty of Maastricht for Monetary Union
1997	Treaty of Amsterdam for the Expansion of the Union

Sau bài diễn văn của ngoại trưởng Marshall đưa đến kế hoạch viện trợ ồ ạt để tái thiết Âu Châu, một số định chế đã theo nhau được dựng lên như Tổ chức Hợp Tác Kinh Tế Âu Châu và Công Đồng Than và Thép Âu Châu.

Chương V

Những tổ chức này có mục đích kết hợp dần dần một số nước tiền phong trên phương diện kinh tế và làm thành một vùng thị trường chung về than và thép, hai nguyên liệu quan trọng nhất cho việc phát triển kỹ nghệ.

Mười năm sau kế hoạch Marshall, một số nước Âu Châu đã tiến thêm một bước quan trọng tại hội nghị Rome qua việc ký kết một hiệp ước thành lập Cộng Đồng Kinh Tế Âu Châu mà người ta quen gọi là Thị Trường Chung (Common Market).

Bản đồ số 1: Âu Châu (1989)

Chú thích: Bản đồ số 1 cho thấy tình trạng chính trị của Âu Châu vào năm 1989. Khối Liên Xô lúc đó còn nguyên vẹn. Nước Đức còn trong cảnh qua phân thành hai miền Đông Đức và Tây Đức. Đường ranh giới chạy từ bắc xuống nam dọc theo biên thùy phía tây của Đông Đức, Tiệp Khắc, Hung Gia Lợi, và Nam Tư phân chia Liên Hiệp Âu Châu với Khối Warsaw.

Bản đồ số 2: Đông Âu và Liên Xô phân rã

Chú thích: Bản đồ số 2 cho thấy tình trạng phân rã ngay sau khi Đông Âu chia tay với Liên Xô và chính Liên Xô thì vỡ ra thành những nước cộng hòa độc lập. Sự phân rã của khối Cộng Sản Âu Châu xảy ra song song với việc thống nhất nước Đức.

Các nước tiền phong của Cộng Đồng Kinh Tế Âu Châu đã đặt những viên đá đầu tiên cho một công cuộc vĩ đại nhằm kết hợp Âu Châu thành một tổ chức thống nhất về kinh tế và chính trị. Có rất nhiều việc phải làm và nhiều khó khăn phải vượt qua kể từ khi đặt viên đá đầu tiên đến khi hình thành thực thể thống nhất. Đó là những chi tiết mà chúng ta sẽ đề cập tới ở những phần sau nữa.

Công việc chính yếu đầu tiên là xây dựng một nền tảng vững chãi. Trong lãnh vực tài chánh các nước trong cộng đồng kinh tế Âu Châu khởi sự với một hướng đi rõ rệt qua dự án thành lập một hệ thống tiền tệ duy nhất để giúp Âu Châu chống đỡ lại sự lấn lướt của làn sóng toàn cầu hóa tài chánh (globalisation financiere). Năm 1979, hệ thống tiền tệ Âu Châu (Système monétaire Européene) được thành lập.

Tháng 12 năm 1991, Cộng Đồng Kinh Tế Âu Châu họp tại Maastricht để cụ thể hóa việc thành lập liên bang Âu Châu (United States of Europe) với tầm vóc lớn hơn liên bang Hoa Kỳ. Công tác cụ thể và thiết yếu nhất mà các nước hội viên đồng ý với nhau là ấn định ngày giờ thống nhất đơn vị tiền tệ của Liên Hiệp Âu Châu (tên hiệu chính thức của một Âu Châu thống nhất).

Bước đi mới nhất của Liên Hiệp Âu Châu là việc họp thượng đỉnh tại Amsterdam vào tháng 6 năm 1997. Mục tiêu gần của hội nghị là điều chỉnh những trục trặc do tình hình kinh tế đưa đến những khó khăn trên mặt chính trị nội bộ. Mục tiêu xa của Hội Nghị Amsterdam là bành trướng Liên hiệp Âu Châu từ con số 15 hội viên hiện nay lên thành 30 trong vòng 20 năm tới.²

Ngày 16-7-1997, cơ quan hành pháp của Liên Hiệp Âu Châu đã chọn sáu nước được coi là có triển vọng gia nhập vùng mậu dịch tự do, đó là Poland, Hungary. Cộng hòa Czech, Slovenia, Estonia và Cyprus.

3. KẾ HOẠCH MARSHALL VÀ LIÊN HIỆP ÂU CHÂU

Để ôn lại bối cảnh lịch sử của Liên Hiệp Âu Châu, người ta không thể quên được tác dụng đầu tiên của kế hoạch viện trợ Marshall đã đem lại sự phục hồi kinh tế Âu Châu một cách nhanh chóng.

Tây Đức, kẻ thù cũ của Âu Châu và Hoa Kỳ, nhờ kế hoạch Marshall đã nhanh chóng phục hồi từ một nước bại trận và bị tàn phá bình địa biến thành một nơi phát triển kỹ nghệ phồn thịnh, và dần dần trở thành cường quốc kỹ nghệ hàng đầu của Tây Âu (xem Bảng số 3).

Sản lượng kỹ nghệ của Tây Đức gia tăng 62% chỉ trong vòng hai năm (1947 tới 1949). Nền ngoại thương của Tây Đức tăng vọt gấp đôi từ năm 1949 tới 1950, và tăng thêm 75% trong năm kế tiếp. Sự tăng trưởng của sản lượng thép cũng là một tiến bộ vượt bực của Tây Đức.

Bảng số 3: Tác dụng đầu tiên của kế hoạch Marshall

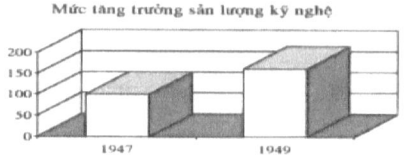

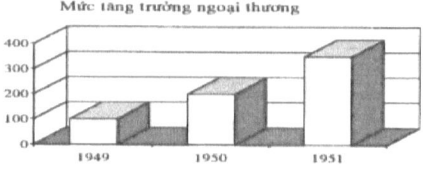

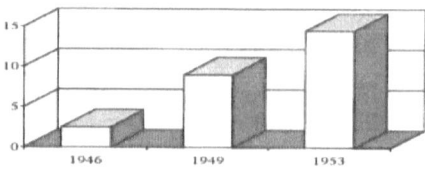

Chính sự tăng trưởng này đã khuyến khích các nước Âu Châu hội nhập vào vùng thị trường chung. Bảng số 4 cho thấy sự hội nhập đã diễn ra khá chậm chạp, kéo dài 40 năm để thành hình Liên Hiệp Âu Châu ngày nay với 15 thành viên. Để thực hiện sự kết hợp Âu Châu, người ta đã phải thi hành nhiều chính sách lớn về kinh tế và tài chánh.

Bảng số 4: Tiến trình hội nhập mỗi nước vào Liên Hiệp Âu Châu

1957	Bắt đầu với Cộng Đồng Kinh Tế Âu Châu gồm 6 nước: France
	Germany
	Italy
	Belgium
	The Netherlands
	Luxembourg
1973	Thêm 2 nước: Ireland và Denmark
1981	Thêm Greece
1986	Thêm 2 nước: Spain và Portugal
1991	Hiệp ước Maastricht đổi tên Cộng Đồng Kinh Tế Âu Châu thành Liên Hiệp Âu Châu
1992	Dân Denmark bỏ phiếu chống liên hiệp tiền tệ
1995	Thêm 3 nước: Austria, Sweden và Finland

Chương V

3.1.   Những Chính Sách Lớn Về Kinh Tế Và Tài Chánh Để Thống Nhất Liên Hiệp Âu Châu

Trước hết ta phải kể chính sách gỡ bỏ hàng rào mậu dịch (trade barrier), rồi đến chính sách thống nhất hệ thống tiền tệ vào một liên hiệp tiền tệ duy nhất (monetary union), giải thể độc quyền kinh doanh của nhà nước, tư hữu hóa các công ty quốc doanh, gỡ bỏ sự can thiệp của nhà nước qua sự giải tỏa các quy lệ (deregulation), cắt giảm chế độ an sinh xã hội, và cải tổ cơ cấu nhân dụng.

3.1.1.   Những Lợi Ích Của Việc Gỡ Bỏ Hàng Rào Mậu Dịch

Chính sách gỡ bỏ hàng rào mậu dịch tuy tiến hành chậm chạp từng bước ngắn nhưng đã có tác dụng mở rộng thị trường từ bắc xuống nam và từ tây sang đông. Chính sách này cho phép một người Ý mua cái máy giặt của Đức mà không phải nộp thuế nhập cảng, một người Hy Lạp có thể mua một chiếc xe hơi của Anh mà khỏi trả thuế nhập cảng (mặc dầu vẫn phải trả thuế "sale tax').

Việc gỡ bỏ hàng rào mậu dịch bao gồm mọi lãnh vực từ giao thông vận tải đến sản vật chế biến, sản phẩm dịch vụ, sản phẩm tin học cũng như sản phẩm trí óc. Chính sách gỡ bỏ hàng rào mậu dịch còn có nghĩa cho phép thành lập nhiều công ty đa quốc gia (multinational corporations)

Chính sách gỡ bỏ hàng rào mậu dịch được tiến hành chậm chạp vì người ta phải thi hành 222 biện pháp hành chánh đòi hỏi sự chấp thuận của từng quốc gia. Cho tới năm 1993 người ta mới thực thi được một nửa những biện pháp nói trên.

Những lợi ích của việc bãi bỏ hàng rào mậu dịch được người ta liệt kê ra rất nhiều:

Thứ nhất: nó giảm bớt sự khác biệt giá cả giữa các nước thành viên.

Bảng số 5: Sự khác biệt giá cả đối với hàng tiêu dùng và sản phẩm dịch vụ

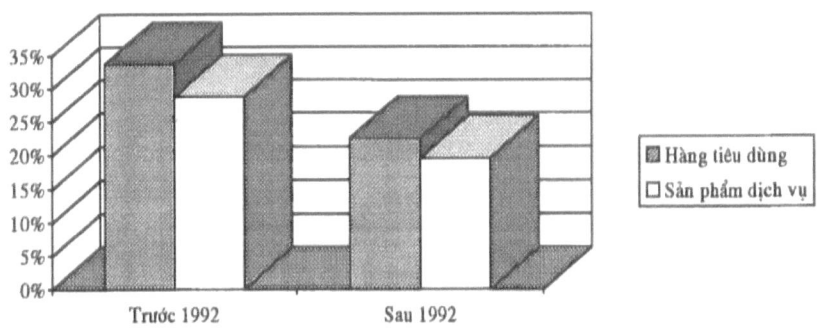

Liên Hiệp Âu Châu

Thứ hai: nó gia tăng mức độ mua bán hàng hóa giữa các nước trong vùng với nhau.

Thứ ba: giảm bớt phí tổ chuyên chở (riêng năm 1993: giảm 30 %), và giảm bớt những phí tổn của những dịch vụ tài chánh (financial transactions).[3]

Thứ bốn: hủy bỏ các mâu thuẫn giữa những luật lệ giao thương của các quốc gia thành viên.

Thứ năm: giảm bớt những tác dụng xung động (shock cushioning).

3.1.2.   *Những Lợi Ích Của Biện Pháp Thống Nhất Tiền Tệ*

Biện pháp thống nhất tiền tệ đưa đến một đơn vị tiền tệ duy nhất cho Liên Hiệp Âu Châu là một nhu cầu cốt yếu cho một vùng thị trường thống nhất. Nó đem lại một số lợi ích căn bản về chính trị và kinh tế.

Về mặt chính trị, việc phát hành một đơn vị tiền tệ chung thay thế những tiền tệ của các quốc gia dần dần sẽ giúp người Âu Châu quen dần với ý niệm một liên bang Âu châu mà họ là một thành viên. Chẳng những thế, nó còn biến Âu Châu thành một thế lực tài chánh khổng lồ, cạnh tranh với thế lực đô la của Hoa Kỳ.

Về phương diện kinh tế, biện pháp thống nhất đơn vị tiền tệ trước hết giúp cho sự giao dịch thương mại được dễ dàng hơn vì người ta khỏi phải đổi từ đơn vị tiền tệ nước này sang đơn vị nước khác. Người ta ước lượng rằng nhờ đó có thể giảm được phí tổn từ 15 tỷ mỹ kim đến 30 tỷ mỹ kim.

Lợi ích thứ hai về kinh tế là chấm dứt được những hành động phá giá tiền tệ của mỗi quốc gia trong mục tiêu cạnh tranh thị trường (như đã tùng xẩy ra trong quá khứ như vụ phá giá đồng lira, đồng peseta, và đồng pound).

Ngoài những lợi ích kể trên, nếu muốn gia nhập liên hiệp tiền tệ một nước thành viên phải hội đủ được ít nhất 4 tiêu chuẩn dưới đây:

Tổng số nợ (national debt) phải dưới 60 % GDP.

Thâm thủng ngân sách (budget deficit) phải dưới 3 % GDP.

Lãi suất dài hạn không được quá 2 % trên mức trung bình của ba quốc gia có lãi suất thấp nhất.

Lấy mức trung bình của ba quốc gia có lạm phát thấp nhất làm chuẩn, nước xin gia nhập không được có mức lạm phát quá 1.5 %.

3.1.3.   *Giải Thể Quốc Doanh Và Tư Nhân Hóa Các Xí Nghiệp Công*

Nhiều nước Âu Châu đã tiến hành giải thể các xí nghiệp quốc doanh và tư hữu hóa các xí nghiệp này, nhưng nước tiền phong trong nỗ lực này là Anh Quốc dưới sự lãnh đạo của bà Thủ Tướng Magaret Thatcher, được mệnh danh là người đàn bà sắt thép. British Telecom của Anh sau khi được tư hữu hóa đã phục hồi dần dần và qua các chương trình sa thải công nhân dư thừa đã trở thành một công ty viễn thông mạnh của Âu Châu.

Với năng suất cải tiến, năm 1995 công ty British Telecom đã đạt được một mức gia tăng lợi tức là 4.3% với tổng số lợi tức 3.02 tỷ bảng Anh (pound sterling).

Sự phục hồi sức mạnh của British Telecom đã giúp cho công ty này bành trướng qua đại Tây Dương để sát nhập thêm công ty viễn thông khác như ta sẽ thấy trong phần dưới. British Airways, một trong những công ty quốc doanh được tư hữu hóa cách nay một thập niên cũng biến thành một xí nghiệp có khả năng cạnh tranh mạnh trên thế giới và lấn vào thị trường hàng không của Pháp.[4]

Sau nước Anh là nước Pháp khi Jacques Chirac thắng phe xã hội và đắc cử Tổng Thống năm 1995. Tổng Thống Chirac chủ trương gỡ bỏ sự can thiệp của nhà nước vào nền kinh tế, cắt giảm chi tiêu của nhà nước.

Một trong những cải tổ đầu tiên của ông Chirac là dự án giải thể các công ty quốc doanh như Air France, một công ty thua lỗ suốt trong mười năm vì không phục vụ khách hàng theo đúng tiêu chuẩn thị trường, và năng xuất quá thấp. Chính dân Pháp cũng không muốn di chuyển bằng Air France. Suốt trong bảy năm liền, công ty quốc doanh này thua lỗ đều mỗi năm khoảng 3 tỷ rưỡi mỹ kim.

Nhiều xí nghiệp lớn bị quốc hữu hóa trong giai đoạn 17 năm cầm quyền của phe xã hội cũng dần dần được tư hữu hóa với hy vọng phục hồi sức mạnh kinh tế của các xí nghiệp này.

Kế hoạch tư hữu hóa France Telecom, cơ quan viễn thông quốc gia, có thể tiết kiệm cho nước Pháp khoảng 9 tỷ mỹ kim. Số tiền này góp phần trả cho việc cứu nguy (bail out) nhiều công ty quốc doanh khác trong đó có cơ quan bảo hiểm GAN và ngân hàng tín dụng Credit Lyonnais, bị thua lỗ vì những món vay nợ và đầu tư bừa bãi thiếu khôn ngoan. Chính phủ Pháp dự trù sẽ tư hữu hóa cơ quan bảo hiểm GAN và ngân hàng tín dụng Credit Lyonnais sau khi chỉnh đốn xong tình hình tài chánh của hai cơ quan lớn này.

Các biện pháp tư hữu hóa được tiến hành song song với việc giải tỏa quy lệ (deregulation), giảm bớt chế độ thư lại tốn tiền và cản trở phát triển. Tháng 4 năm 1997, các hãng máy bay trên toàn Âu Châu đều đi vào giai đoạn chót của chiến dịch giải tỏa quy lệ. Các hãng máy bay nhỏ của Âu Châu đã cạnh tranh mạnh mẽ với hãng Lufthansa của Đức và bành trướng nhờ "deregulation".

Nhiều hãng hàng không Âu Châu đã thuê những quản trị viên kinh nghiêm của Hoa Kỳ làm chủ tịch và giám đốc điều hành. Swissair của Thụy Sĩ và Lufthansa của Đức mới đây đã thuê hai quản trị viên của American Airlines làm chủ tịch để thực hiện những cải tổ.

Việc tư hữu hóa những công ty quốc doanh và giải tỏa quy lệ sẽ đưa đến một số hậu quả như giảm bớt nhân viên, công nhân, cải tổ cấu trúc nhân dụng (labor structure).

3.2. Cải Tổ Chế Độ An Sinh Xã Hội Và Cấu Trúc Nhân Dụng

Việc cải tổ hệ thống an sinh xã hội và cấu trúc nhân dụng là hai lãnh vực gây rắc rối nhất cho những quốc gia đang chuẩn bị gia nhập liên hiệp tiền tệ Âu Châu.

Theo sau Anh Quốc với những cải tổ dưới thời bà Thủ Tướng Magaret Thatcher trước đó hơn một thập niên, nước Đức là nước tiến hành việc cải tổ mạnh mẽ nhất tại Âu Châu. Mùa Thu năm 1996, Thủ Tướng Kohl đề ra chưomg trình "Tăng trưởng và Nhân dụng" (Growth and Employment) đòi hỏi phải thay đổi hệ thống thuế, hệ thống an sinh xã hội, giải tỏa quy lệ (deregulation), và cắt giảm sự chi tiêu của nhà nước.[5]

Chưomg trình cắt giảm chi tiêu đề ra cho năm 1997 là 46 tỷ mỹ kim, tức là 2% tổng sản lượng quốc gia (NDP) và Thủ Tướng Kohl đưa ra quốc hội biểu quyết đạo luật cải tổ hệ thống an sinh xã hội vào tháng 9,1996. Đạo luật được Quốc Hội Đức chấp thuận ngày 13-9-1996 cho phép các xí nghiệp được giảm phụ cấp đau ốm cho công nhân bị đau ốm.[6]

Việc cải tổ hệ thống an sinh xã hội đã bị nghiệp đoàn thợ thuyền tại Đức chống đối mạnh mẽ. Liên Đoàn Thợ Thuyền Kim Loại (IG Metal Union) sau khi thất bại trong đợt vận động chống các dự luật cải tổ, đã phát động chiến dịch chống các xí nghiệp áp dụng chính sách cắt giảm trợ cấp đau ốm từ 100% xuống 80%. Việc cắt giảm nói trên tiết kiệm cho các xí nghiệp khoảng 2 tỷ mỹ kim mỗi năm riêng trong ngành kỹ nghệ kim loại và điện.[7]

Đạo luật tháng 9, 1996 một phần nữa nhằm cắt giảm lương công nhân Đức, vốn được coi là cao nhất thế giới.

Chẳng những lương công nhân Đức quá cao, các xí nghiệp Đức còn bị trói buộc bởi nhiều luật lao động khắt khe khiến họ phải trả một món tiền quá cao (55 ngàn mỹ kim) mỗi khi họ cho một công nhân nghỉ việc. Với phí tổn lao động cao như vậy, khả năng cạnh tranh của một xí nghiệp Đức thua sút các xí nghiệp ngoại quốc rất nhiều. Để đối phó với khó khăn trên, nhiều xí nghiệp Đức ngưng phát triển ở trong nước và chuyển vốn đầu tư ra nước ngoài.[8]

Nhiều xí nghiệp kim loại của Đức đã phải đóng cửa và trung bình mỗi năm có thêm khoảng 140,000 thợ mất việc. Nếu tính gộp tất cả các loại xí nghiệp khác nhau của Đức thì trong 5 năm qua có thêm khoảng 1 triệu người thợ Đức phải nghỉ việc.

Việc chuyển vốn đầu tư ra nước ngoài có nghĩa là công ăn việc làm trong nước bỏ chạy ra ngoại quốc. Cho tới tháng 7-1997, tổng số thất nghiệp tại Đức lên tới 4 triệu 300 ngàn người, và điều đó cho thấy sự thất bại của một chính sách xã hội o bế công nhân một cách quá đáng, đã gây thiệt hại cho chính người công nhân. Một số nghiệp đoàn lao động Đức đã phải nhượng bộ các xí nghiệp để cứu vãn tình thế. Nhiều xí nghiệp điều đình thẳng với công nhân và cắt đứt liên hệ với nghiệp đoàn.

Tại nhiều xí nghiệp, công nhân đã nhượng bộ và chấp nhận tăng giờ làm việc mỗi tuần từ 35 lên 40 giờ, hoặc chấp nhận làm tới mức 100 giờ "overtime" không tăng lương. Một nghiệp đoàn gồm 720 ngàn công nhân đã điều đình giảm 10% lương công nhân đối với một số xí nghiệp gặp khó khăn. Đó là một hình thức bảo hiểm công ăn việc làm cho công nhân.

Những sự nhượng bộ nói trên về phía nghiệp đoàn lao động và công nhân không đủ để phục hồi tình trạng nhân dụng. Chính phủ Đức cần thực hiện được những cải tổ trong thị trường lao động và hệ thống quy lệ (regulation system) một cách sâu rộng để gia tăng khả năng cạnh tranh của người thợ Đức trên thị trường thế giới.

Thủ tướng Kohl còn một khoảng thời gian tới tháng 10, 1998 mới phải đương đầu với cuộc bầu cử, do đó ông ta có thể thực hiện một số biện pháp cải tổ mạnh mẽ. Trong khi đó tình trạng hậu tiến của Đông Đức và những chi phí 100 tỷ mỹ kim mỗi năm cho vùng này là một gánh nặng lớn và cản trở việc cải thiện tình hình nói chung.

Về phía nước Pháp, cuối năm 1995 Thủ Tướng Alain Juppe đưa ra dự án cắt giảm trợ cấp cho công nhân viên chức chính phủ (civil servants" benefits). Ngay lập tức các nghiệp đoàn phát động thợ thuyền đình công và tổ chức nhiều cuộc biểu tình kéo dài mấy tuần lễ làm tê liệt Paris và ông Juppe đã phải hủy bỏ dự tính cắt giảm trợ cấp nói trên.

Cuối năm 1996, Thủ Tướng Pháp lại đưa ra dự án giảm thuế với hy vọng khuyến khích phát triển kinh doanh. Riêng thuế lợi tức tại Pháp là một thứ thuế nặng nhất thế giới (56.8%) và ông Juppe dự định giảm xuống tới mức

47%, và sự cắt giảm này đem lại cho khoảng 5 tỷ mỹ kim cho dân đóng thuế.

Thủ Tướng Juppe kêu gọi giới tiêu thụ chi tiêu rộng rãi số tiền để dành. Trong khi đó giới tiêu thụ không quên rằng các thứ thuế đánh trên hàng tiêu dùng như thuốc lá, xăng nhớt, và rượu đã gia tăng để bù lỗ cho số cắt giảm thuế lợi tức.

Những dự tính của chính phủ Juppe nhằm cắt giảm ngân sách quốc gia đòi hỏi phải cải tổ hệ thống an sinh xã hội, cấu trúc nhân dụng, tư hữu hóa các xí nghiệp quốc doanh, dĩ nhiên đã gặp sự chống đối mạnh mẽ từ phía Nghiệp đoàn. Ngày 17-10-1996, vào khoảng 1 triệu rưỡi công nhân đã đình công để phản đối chính sách ngừng tăng lương.

Uy tín của ông Juppe cũng như của chính sách cải tổ bị suy giảm trầm trọng khiến cho cuộc bầu cử quốc hội Pháp vào mùa xuân 1997 đã đem lại thắng lợi lớn cho phe Xã Hội. Ông ta đã phải từ chức Thủ Tướng, và chương trình cải tổ nhằm cắt giảm ngân sách không biết sẽ đi về đâu.

Những cố gắng nêu trên của một số nước Âu Châu điển hình trong các chính sách lớn về kinh tế và tài chánh đều nhắm tới một đích chung là hợp nhất các nước này vào trong một liên hiệp kinh tế và chính trị có tầm vóc lớn và khả năng cạnh tranh mạnh trong nền kinh tế toàn cầu hiện nay cũng như trong tương lai.

Liên Hiệp Âu Châu hiện nay có một số ưu điểm quan trọng so với Hoa Kỳ về kích thước kinh tế cũng như dân số. Tương quan kinh tế giữa Âu Châu và Hoa Kỳ vừa có tính cách cạnh tranh gay gắt nhưng lại vừa có tính cách hợp tác và bổ túc cho nhau.

4. NHỮNG ƯU ĐIỂM CỦA LIÊN HIỆP ÂU CHÂU SO VỚI HOA KỲ

Liên Hiệp Âu Châu có một số ưu thế đáng kể đối với Hoa Kỳ trên phương diện quy mô của nền kinh tế. Do sự sát nhập ngày càng thêm nhiều quốc gia, tổng số dân của Liên Hiệp Âu Châu ngày càng gia tăng, và hiện nay đã vượt qua tổng số dân của vùng Thị Trường Tự Do Bắc Mỹ NAFTA. Ưu thế dân số nói trên sẽ giúp Liên Hiệp Âu Châu có một khả năng cạnh tranh đáng kể đối với vùng thị trường Bắc Mỹ.

Bảng số 6:

a. Sự bành trướng dân số của Liên Hiệp Âu Châu

	1949	1992	1997
Dân Số	270	345	375

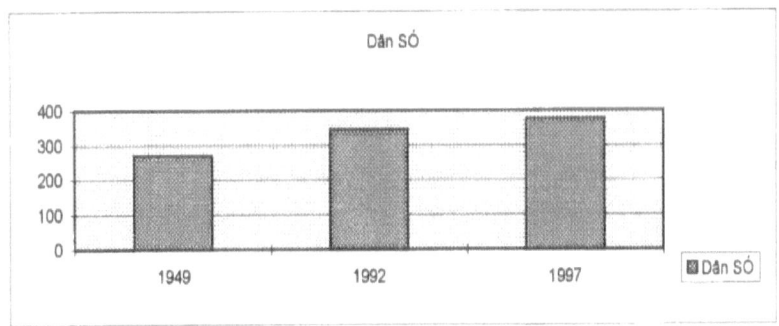

b. Tổng sản lượng quốc nội (GDP) 1996

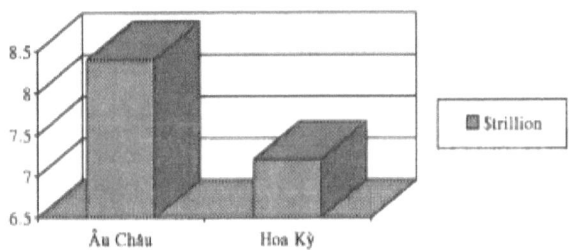

c. Tổng số trữ kim của Liên Hiệp Âu Châu

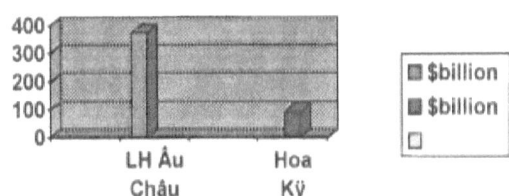

Trong tương quan kinh tế toàn cầu, Âu Châu đang lấn vào thị trường Nam Mỹ vốn được coi là mảnh vườn sau của Hoa Kỳ. Liên Hiệp Âu Châu đã ký kết một thỏa hiệp tự do mậu dịch vào năm 1999 với Khối Kinh Tế Mercosur gồm một số quốc gia Nam Mỹ do Brazil và Argentina đứng đầu. Trong khi đó Âu Châu đã đầu tư vào việc xây dựng hạ tầng cơ sở như điện thoại, viễn thông, năng lượng và hệ thống cung cấp nước tại một số quốc gia Nam Mỹ.[9]

Ngoài những ưu điểm đáng kể nói trên, Liên Hiệp Âu Châu phải đối phó với một số trở ngại quan trọng.

5.   NHỮNG TRỞ NGẠI MÀ ÂU CHÂU PHẢI ĐỐI PHÓ

5.1.   Những Khó Khăn Trong Việc Gỡ Bỏ Hàng Rào Mậu Dịch

Theo sự xác nhận của ông Raniero Vanni d'Archirafi, vị chủ nhiệm cơ quan quản lý thị trường nội địa của Liên Hiệp Âu Châu, thì cho tới năm 1994, nhiều luật lệ có tác dụng cản trở mậu dịch tự do vẫn còn tồn tại. Việc mua bán trong lãnh vực năng lượng vẫn chưa được tự do. Nước Đức còn cấm nhập cảng một vài loại bồn chứa xăng của Anh.

Vấn đề khác biệt văn hóa là một trở ngại đáng kể. Mặc dầu một người ở Ý có thể mua một chiếc máy giặt của Đức mà không phải trả thuế nhập cảng, nhưng ít có người Ý nào chịu cất công đi từ Ý sang Đức để mua một cái máy giặt.

Chính sách bao cấp là một trở ngại lớn lao khác đối với việc gỡ bỏ hàng rào mậu dịch. Nước Pháp còn duy trì mức độ bao cấp khá cao đối với ngành canh nông. Nước Đức còn duy trì chính sách bao cấp đối với ngành kỹ nghệ điện. Nói chung, một số nước chậm chạp nhất trong nỗ lực gỡ bỏ hàng rào mậu dịch là Pháp, Tây Ban Nha, và Ý.

5.2.   Nạn Thất Nghiệp

Nạn thất nghiệp của Âu Châu là một bài toán nhức nhối của Liên Hiệp: 18.5 triệu, nghĩa là bằng tổng số dân của của ba nước Denmark, Finland và Sweden gộp lại. Mặc dầu Âu Châu nói nhiều về nạn thất nghiệp, nhưng đa số các quốc gia trong Liên Hiệp chưa tập trung nỗ lực giải quyết nạn thất nghiệp vì vấn đề này không phải là một áp lực chính trị lớn từ phía quần chúng.

Một người thợ thất nghiệp Âu Châu được hưởng trợ cấp thất nghiệp cao (khoảng 19,000 mỹ kim tại Đức) và hoàn toàn không phải lo về phí tổn y tế. Với cái lưới an sinh xã hội nói trên (social safety net), người thợ Âu Châu ít khi biểu tình đình công dữ dội vì vấn đề thất nghiệp. Nếu họ có nêu vấn đề thất nghiệp trong các cuộc biểu tình thì cũng chỉ có tính cách "nhõng nhẽo".

Trên thực tế, với phụ cấp thất nghiệp cao, nhiều người thợ kém tay nghề lựa chọn tình trạng thất nghiệp hơn là đi làm với một đồng lương thấp. Những người có tay nghề cao hoặc những chuyên viên có trình độ chuyên môn cao mà bị thất nghiệp thì không phải là đa số.

Bảng số 7: Nạn thất nghiệp tại Âu Châu

	1994	1995	1996	1997
Thất nghiệp tại Đức	10.5%	10.3%	11.2%	12% - 13%
Thất nghiệp tại Pháp	---	---	---	12.8%
Thất nghiệp tại Âu Châu	---	11%	---	11 %

Thất nghiệp mà được bảo đảm an toàn thì đúng là thiên đàng, Ai mà chẳng thích!

Vì thế, người thợ Âu Châu đã xuống đường biểu tình mạnh mẽ làm tê liệt giao thông và đời sống công cộng khi một chính sách cắt giảm chi tiêu đe dọa cái lưới an toàn nói trên. Đó là cái tháng 12 đen tối tại Pháp năm 1995. Và tâm trạng nói trên của người thợ Âu Châu cũng chính là một trong những khó khăn lớn cản trở những nỗ lực đổi mới của các chính phủ đang chuẩn bị tiến tới Liên Hiệp.

Tâm trạng người Âu Châu cũng không khác người Hoa Kỳ. Những người Hoa Kỳ được hưởng welfare lâu năm cũng bắt ghiền và biến tình trạng thất nghiệp ăn welfare thành một lối sống, một nền "văn hóa". Những chính trị gia mị dân của Quốc Hội Hoa Kỳ muốn câu được phiếu đã góp phần "vĩnh cửu hóa" (perpetualization) chính sách welfare.

Do đó, phong trào cải tổ chính sách an sinh xã hội tại Hoa Kỳ ban đầu cũng gặp nhiều cản trở chống đối do sức trì kéo thông thường của xã hội (social inertia). Và ta cũng không ngạc nhiên khi thấy sức phản ứng mạnh mẽ tại Âu Châu chống lại những nỗ lực cải tổ, vì truyền thống an sinh xã hội tại đây đã bén rễ trong một thời gian lâu hơn.

Người thợ Âu Châu không thích uống thuốc đắng. Và một vị thuốc ngon miệng không nhất thiết chữa được căn bệnh xã hội và kinh tế nhưng lại "được lòng dân". Vì thế, Thủ Tướng Pháp Lionel Jospin khi vừa được trao cho trách nhiệm lãnh đạo quốc gia đã hứa hẹn giảm giờ làm việc mỗi tuần mà không giảm lương với hy vọng sẽ có dư thêm công ăn việc làm cho người thất nghiệp. Đây là vị thuốc ngọt rất được người thợ ưa thích.

Làm ít giờ đi mà vẫn hưởng lương như cũ thì ai mà chẳng thích!

Điều bất lợi ở đây là biện pháp trên sẽ mang lại hậu quả là có thể làm tăng giá nhân công lên khoảng 11%, có ảnh hưởng tác hại đối với ngoại thương cũng như tác dụng ngược lại thị trường lao động của Pháp. Các xí nghiệp Âu Châu cũng như xí nghiệp Pháp có khuynh hướng thuê thợ bán thời gian thay vì tuyển thợ mới làm toàn thời vì nhân công quá cao cũng như trợ cấp nghỉ việc mà xí nghiệp phải trả cũng quá cao.

Tuy nhiên, tại Ý và Hy Lạp lề lối làm việc bán thời gian không được luật pháp cho phép. Tại Đức và Tây Ban Nha, luật pháp mới cho phép các xí nghiệp tư được tuyển thợ bán thời gian từ năm 1994.

Nạn thất nghiệp liên hệ chặt chẽ với cấu trúc lao động, chế độ an sinh xã hội và quy chế lương bổng, và quan trọng hơn hết là vấn đề ngân sách.

Bội chi ngân sách (budget deficit) là hiện tượng khá phổ biến của các quốc gia chi tiêu nhiều cho các chương trình xã hội, nhất là các chương trình được gọi là "entitlement". Đó là những cái thùng không đáy. Ngoài ra, chương trình tư hữu hóa các xí nghiệp quốc doanh còn tiến hành chậm chạp, và bao lâu mà cơ cấu nhân dụng còn nặng về lãnh vực công thì nhà nước còn phải còng lưng mà mang cái gánh nặng ngân sách cho các xí nghiệp này.

Mặt khác, riêng nước Đức mỗi năm phải chi 100 tỷ mỹ kim trợ cấp cho vùng phía đông kể từ khi thống nhất. Đó là một áp lực ngân sách nặng và vẫn còn đang tiếp tục. Các nước khác trong Liên Hiệp Âu Châu đều nhìn thấy nhu cầu cắt giảm ngân sách, nhưng nếu xiết chặt ngân sách sẽ làm chậm sự tăng trưởng, đồng thời bị dân phản đối.

Căn bệnh bội chi ngân sách của các nước Âu Châu là căn bệnh khó trị như chứng phong thấp. Nếu chữa bằng thuốc mạnh thì lại sinh biến chứng thành những căn bệnh khác tàn phá ngũ tạng. Nếu không chữa nhanh thì quốc gia phải đi "cà nhắc" không bắt kịp thời biểu của kỷ nguyên mới.

Bảng số 8: Bội chi ngân sách (% GDP)

	1994	1995	1996	1997
Germany	2.4 %	3.6%	---	---
France	---	$65 tỷ	5.0%	---

5.3. Cấu Trúc Nhân Dụng Không Lành Mạnh

Mặc dầu có những nỗ lực tư hữu hóa các xí nghiệp quốc doanh, nhưng cho tới nay các xí nghiệp Âu Châu đa số còn là quốc doanh và chương trình tư hữu hóa tiến hành khá chậm chạp. Trong thời gian 20 năm (1975-1995), Hoa kỳ tạo ra 36 triệu công ăn việc làm, trong đó 31 triệu ở trong lãnh vực tư. Cũng trong 20 năm đó, Âu Châu tạo ra 6 triệu việc làm, nhưng trong

đó chỉ có 1 triệu thuộc lãnh vực tư, và 5 triệu thuộc lãnh vực công (xin xem
Bảng số 9).

Mặt khác, để có một ý niệm về nan đề nhân dụng tại Âu Châu, ta hãy
xem ba nước có nền kinh tế đầu tầu tại Âu Châu là Đức, Anh, Pháp, so sánh
với Hoa Kỳ và Nhật Bản. Bảng số 10 cho thấy giá nhân công và thuế suất có
liên hệ thật là chặt chẽ.

Bảng số 9: So sánh Âu Châu với Hoa Kỳ

Số việc làm tạo ra từ 1977 - 1997

31 triệu
----

5 triệu   5 triệu
-------   -------
                          1 triệu

Khu vực   Khu vực   Khu vực   Khu vực
tư   công   tư   công

Hoa Kỳ   **Âu Châu**

Bảng số 10: So sánh Âu Châu với Hoa Kỳ và Nhật Bản

Giá nhân công cao   Thuế suất cao

Đức   _____   Đức   _____
Nhật _____   Nhật _____
Pháp _____   Pháp _____
Hoa Kỳ ____   Hoa Kỳ _____
Anh   ____   Anh   _____

   0 5 10 15 20 25 30   0 10 20 30 40 50 60 70
(*'Germany - Reform At Last?'*, Business Week, September 23, 1996)

Nói tóm lại, hệ thống an sinh xã hội làm chặn đứng sức tăng trưởng công
ăn việc làm.

5.4. Hệ Thống Thuế Quá Tùy Tiện, Phức Tạp, Và Kỳ Thị [10]

Trong một Liên Hiệp Âu Châu thống nhất, người ta chờ đợi một hệ
thống thuế duy nhất. Trong thời gian chờ đợi ban đầu, dân Âu Châu còn
phải đối phó với một rừng thuế. Riêng trong lãnh vực thuế trị giá gia tăng

(value-added tax) có trên 200 giá biểu thuế khác nhau trong 15 nước của Liên Hiệp. Thuế mua bán xe tại Đan Mạch là 213% trong khi tại Đức 15%. Một chiếc xe Mercedes mua tại Đức là 35,000 mỹ kim trong khi mua tại Đan Mạch là 90,500 mỹ kim.

Vấn đề "quyền đánh thuế" là một chủ quyền mà mỗi nước trong Liên Hiệp muốn ôm cho chặt. Hiện nay muốn biểu quyết một thay đổi cho hệ thống thuế của Liên Hiệp Âu Châu, người ta phải được sự đồng ý của 100% đại diện 15 nước.

Mỗi nước Âu Châu có khuynh hướng ưu đãi một sản phẩm riêng của quốc gia, ví dụ tại Ý, các xí nghiệp được trừ thuế lợi tức nếu mua xe Fiat loại nhỏ, để sử dụng cho các nhân viên điều hành nhưng không được trừ thuế nếu mua xe minivan hoặc xe jeep loại lớn của Chrysler. Đó là tình trạng mà Lino Piedra, phó chủ tịch công ty Chrysler gọi là tùy tiện, phức tạp và kỳ thị (arbitrary, complicated, and discriminatory).

Giá biểu thuế quá khác biệt theo từng quốc gia đối với hàng tiêu dùng như rượu mạnh. Ví dụ tại Ý, một chai rượu phải nộp thuế 2 mỹ kim, trong khi cùng một chai rượu đó phải trả thuế 18.68 mỹ kim tại Thụy Điển. Tình trạng trên đã khuyến khích sự buôn lậu. Thuế đánh trên những nhân viên thuê mướn tạm thời từ một nước khác (cùng trong Liên Hiệp Âu Châu) cũng thay đổi tùy nước, 10% ở Anh, 85% ở Pháp, và 116% ở Áo.

Vấn đề thống nhất Liên Hiệp Âu Châu gắn liền với vấn đề thống nhất hệ thống thuế má phức tạp hiện nay (1995).

Hệ thống thuế Âu Châu còn là một yếu tố cản trở sự tăng trưởng kinh tế. Thuế trị giá gia tăng (Value-Added Tax) chiếm 41.4 % của tổng sản lượng nội địa so với 29.4 % của Hoa Kỳ. Vào khoảng 1965, thuế trị giá gia tăng của Âu Châu cũng ngang ngửa với Hoa Kỳ.

Vào thời gian đó, Âu Châu chỉ có thuế gián thâu, thuế bán xỉ, thuế bán lẻ (excise tax, whole sale, và retail tax). Dần dần, để đối phó với nạn trốn thuế, các nước Âu Châu đã theo nhau áp dụng thuế trị giá gia tăng.

Ngày nay thuế trị giá gia tăng ở Âu Châu cũng như thuế bán xỉ và bán lẻ càng ngày càng làm cho dân Âu Châu hạn chế chi tiêu, khiến cho tổng số tiền thu thuế của quốc gia suy giảm. Năm 1995, số thuế thu được của Pháp sụt mất 8 tỷ mỹ kim, khiến Thủ Tướng Juppe phải tuyên bố một tình trạng quốc nạn (national peril). Cũng trong năm đó mức thâu thuế của Đức giảm 5%.[11]

Thuế trị giá gia tăng đã kéo Âu Châu thụt lùi trong khu vực dịch vụ. Đối với lãnh vực sản xuất chế biến, các nhân viên kế toán có thể có khả năng tính trị giá gia tăng của một sản phẩm từ lúc nó còn là một vật liệu cho tới khi nó là một thành phẩm trên thị trường.

Nhưng đối với những người hành nghề tự do trong khu vực dịch vụ như thợ sửa ống nước hoặc những cố vấn điện toán, thật khó có thể tính ra được trị giá gia tăng của sản phẩm dịch vụ. Đó là một trong những nguồn gốc chính của tình trạng trốn thuế và một lý do nữa của nạn thất thu.

5.5. Chính Sách Bao Cấp (Subsidy) Cản Trở Mậu Dịch

Chính sách bao cấp còn tồn tại ở một mức độ mạnh mẽ đã tạo sự phân biệt kỳ thị đối với các sản phẩm trao đổi trong vùng, và đi ngược lại tinh thần tự do mậu dịch của Liên Hiệp Âu Châu. Đầu tháng 7,1997, Uỷ Hội Âu Châu chuẩn bị kêu gọi các nước trong Liên Hiệp cắt giảm 30% trợ cấp giá nông phẩm và hạn chế mức độ bao cấp cho nông dân.[12]

Theo chính sách bao cấp trước đây, nếu nông phẩm ứ đọng trên thị trường thì chính phủ Liên Hiệp Âu Châu sẽ can thiệp bằng cách mua số nông phẩm thặng dư với một giá cao hơn giá thị trường và tồn trữ số nông phẩm đó tới khi nào bán được hoặc nếu không sẽ phải hủy bỏ số nông phẩm đó. Điều đó có nghĩa là bảo đảm một giá mua tối thiểu đối với nông dân.

Chính sách bao cấp trước đây đã khiến giá nông phẩm của Âu Châu cao hơn giá thị trường quốc tế, và trong thập niên 1980-1990 đã tạo nên tình trạng ứ đọng nông phẩm cao như núi. Chính sách cắt giảm bao cấp là điều cần thiết để có thể tiêu thụ được nông phẩm trên thị trường quốc tế, nhưng chắc chắn sẽ bị một vài quốc gia và bị nông gia phản đối mãnh liệt.

Để bù lỗ cho nông dân, chính phủ Liên Hiệp Âu Châu sẽ trả một số tiền bồi thường. Tuy nhiên đây vẫn là một hình thức bao cấp khác và không phù họp với một nền kinh tế thị trường mở thoáng.

Một số thống kê mới nhất về Liên Hiệp Âu Châu

Khoảng hai chục năm sau khi Liên Hiệp Âu Châu thành hình, có một số dữ kiện đáng lưu ý cho thấy sự tiến triển của cơ cấu kinh tế và chính trị nói trên. Sau khi chế độ xã hội chủ nghĩa sụp đổ tại Đông Âu và Liên Xô, có nhiều thay đổi xảy ra đối với Liên Hiệp Âu Châu. Sự thay đổi đáng lưu ý nhất là sự gia tăng con số thành viên của tổ chức này lên 27 quốc gia vào năm 2007, do sự gia nhập của nhiều quốc gia Đông Âu mới thoát ách Cộng Sản, ví dụ như: Czech Republic, Estonia, Hungary, Latvia, Lithuania, Poland, Slovakia, Slovania, Bulgaria, và Romania. Trong khi đó, vào cuối năm 2019, sau cuộc thắng cử mạnh mẽ của Đảng Bảo Thủ tại Anh Quốc, chính phủ Luân Đôn đã quyết định rứt khoát rút lui khỏi Liên Hiệp Âu Châu.

6. LIÊN HIỆP ÂU CHÂU VÀ VIỄN ẢNH TOÀN CẦU HÓA

Tóm lại, cho tới đây ta đã có một ý niệm về sự thành hình của Liên Hiệp Âu Châu trên phương diện kinh tế. Đó là một tiến trình khá chậm chạp, và sau đúng nửa thế kỷ nó vẫn chưa hoàn tất. Đó là một đặc điểm rất quan trọng, và nó cũng là một ưu điểm chứ không phải là một khuyết điểm.

Là một ưu điểm vì tiến trình thay đổi chậm chạp đó phù hợp với thực tế dân chủ và thực trạng xã hội của Âu Châu. Nhờ đó Liên Hiệp Âu Châu đã hình thành trong hòa bình và ổn định, thay vì trải qua một cuộc chiến tranh thôn tính và sát nhập qua sự áp đặt chính trị.

Đặc điểm thứ hai của Liên Hiệp Âu Châu là cơ cấu chính trị. Sự thành hình và hoạt động của cơ cấu chính trị Âu Châu lại còn chậm hơn sự thành hình của cơ cấu kinh tế. Cơ cấu chính trị của Liên Hiệp Âu Châu gồm ba định chế căn bản của mọi nền dân chủ, đó là cơ quan lập pháp (European Parliament), cơ quan hành pháp (European Commission), và cơ quan tư pháp (European Court of Justice).

Ba cơ quan nói trên còn ở trong giai đoạn trưởng thành và nhiệm vụ cũng như việc làm của những cơ quan này còn rất hạn chế, chưa so sánh được với những định chế của một chính quyền trung ương mạnh. Sự trưởng thành chậm chạp của ba định chế nói trên của Liên Hiệp Âu Châu cũng lại là một ưu điểm lớn phản ảnh một sự trưởng thành trong khuôn khổ dân chủ, đòi hỏi sự đồng tình của đa số nhân dân trong mọi quyết định chính trị có liên quan đến tương lai của họ.

Hậu quả của sự trưởng thành chậm chạp đó là Âu Châu đã tránh được những khủng hoảng lớn gây ra do những mâu thuẫn địa phương, mâu thuẫn văn hóa và mâu thuẫn xã hội.

Nói tóm lại, câu truyện của Liên Hiệp Âu Châu cho ta một thí dụ rất sống động về thế hợp phân. Sự kết hợp của Tây Âu, sự phân rã của Đông Âu tượng trưng cho hai mặt đối nghịch của cùng một hiện tượng. Đó là hiện tượng sinh tồn và phát triển trong tương quan giữa con người với con người, dù sống tự do độc lập hay sống thành bầy, thành nhóm có tổ chức.

Trong lịch sử lâu dài, con người luôn luôn đứng trước hai lựa chọn đối nghịch: sống độc lập hoặc hợp quần thành tổ chức. Nếu sống độc lập riêng rẽ thì được hưởng tự do tối đa, và nếu sống hợp quần thì phải hy sinh một phần tự do để đổi lấy một số điều lợi khác.

Nói một cách tổng quát thì sự kết hợp thành quốc gia hay sự liên hiệp nhiều quốc gia trong lịch sử thường xảy ra vì một hay nhiều lý do căn bản sau đây:

Thứ nhất: Khi người ta cùng bị đe dọa bởi một hiểm họa chung.

Thứ hai: Khi người ta cùng chia sẻ một số điểm tương đồng về kinh tế, văn hóa, chủng tộc, ý thức hệ, v.v...

Thứ ba: khi người ta bị áp đặt bằng bạo lực chuyên chính và không có quyền lựa chọn.

Khi bị đe dọa bởi một hiểm họa chung nhiều khi người ta tự nguyện kết hợp với nhau thành một khối lớn vì nhu cầu sinh tồn. Đó là một sự tự do chọn lựa kết hợp một cách dân chủ mà không cần có sự áp đặt. Trường hợp tái lập nước Do Thái sau đệ nhị thế chiến là một thí dụ lịch sử khá cụ thể.

Mặt khác dù không bị đe dọa bởi một hiểm họa chung từ bên ngoài, nhưng khi người ta có nhiều điểm tương đồng căn bản thì sự hợp quần đem lại nhiều lợi ích và giúp cho tập thể phát triển. Trong một cộng đồng thật lớn như Liên Hiệp Âu Châu khó mà có được sự tương đồng về mọi mặt như văn hóa, kinh tế, chủng tộc, ý thức hệ, do đó khó có được sự kết hợp toàn bích. Tuy nhiên nếu những yếu tố tương đồng to lớn hơn và lấn át được những dị biệt nho nhỏ thì sự kết hợp dễ thành công trên căn bản tự nguyện và dân chủ.

Sự thành lập Liên Bang Hoa Kỳ cũng là một thí dụ nổi bật của sự kết hợp dân chủ, tự do, khiến cho nó bền vững và có thể uyển chuyển thay đổi để thích ứng với nhu cầu thực tế.

Mặt khác, trong những chế độ kết hợp bằng bạo lực chuyên chính bất chấp ý dân, những mâu thuẫn nội bộ luôn luôn gay gắt. Do đó, khi cần thay đổi vì sự kết hợp không còn lý do tồn tại, các chế độ này không biết thay đổi theo cách nào khác ngoài cách phân rã. Vì những mâu thuẫn gay gắt sẵn có từ bên trong, sự phân rã dễ gây bạo động đổ máu.

Hai hình thức kết hợp đối nghịch nhau là dân chủ và chuyên chính có đặc tính rõ ràng giúp ta dễ nhận diện. Trong hình thức hợp nhất dân chủ, các thành viên phải tự nguyện bằng cách nộp đơn xin gia nhập. Trái lại trong hình thức hợp nhất chuyên chính, các thành viên được mời tham gia dưới áp lực của xe tăng và bom đạn.

Có một nhận xét đáng lưu ý là các chế độ kết hợp bằng sự áp đặt chuyên chính trong lịch sử ngày càng có tuổi thọ ngắn đi. Bảng số 10 so sánh tuổi thọ của một số chế độ kết hợp bằng sự áp đặt chuyên chính như đế quốc La Mã, đế quốc Byzantine, đế quốc Ottomann, đế quốc Anh, đế quốc Pháp và đế quốc Liên Xô.

Sự phổ biến khoa học kỹ thuật và nhất là cuộc cách mạng tin học ngày càng giúp con người am tường hơn về tình hình thế giới, về thân phận của mình, về quyền căn bản của mình, và nhất là về vai trò làm chủ của mình. Do đó con người ngày càng khó bảo và càng thích tự quyết định cho số mạng của mình và càng trở nên thách thức đối với các hình thức cai trị chuyên đoán của một thiểu số tự coi mình là "ba má" của nhân dân.

Do các lý lẽ nêu trên, các chế độ kết hợp theo phương pháp dân chủ ngày càng có nhiều triển vọng sống lâu, và sẽ dần dần thay thế các chế độ áp đặt chuyên chính. Sự biến dạng của Âu Châu trong nửa thế kỷ vừa qua cho thấy xu hướng chính của lịch sử nhân loại hiện đại.

Bảng số 11: Tuổi thọ của một số chế độ áp đặt chuyên chính

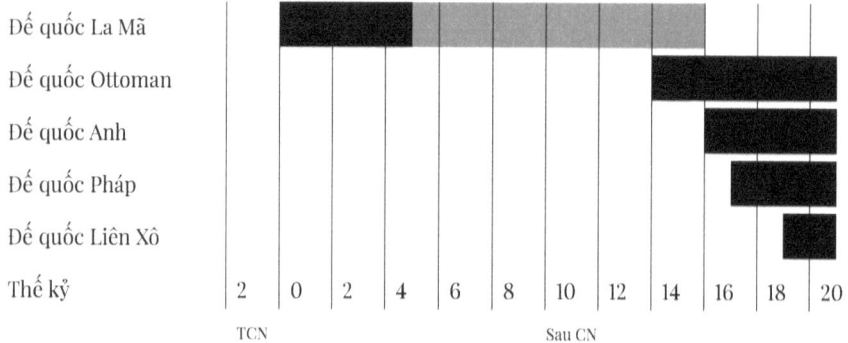

Sự phân rã của một số kết hợp chuyên chính và sự hình thành của những kết hợp dân chủ không những xẩy ra song song với nhau mà người ta còn đang nhìn thấy triệu chứng kết hợp dân chủ của các chế độ chuyên chính vừa mới phân rã ngày hôm qua.

Đó chính là lý do mà ta nói rằng sự kết hợp và phân rã chỉ là hai mặt đối nghịch của cùng một hiện tượng trong tương quan giữa con người với con người.

Liên Hiệp Âu Châu còn là một thí dụ của Toàn Cầu Hóa trên một quy mô nhỏ về kinh tế. Trong phần kế tiếp chúng ta sẽ tìm hiểu vấn đề toàn cầu hóa mà người ta đang nói tới trên khắp thế giới. Chúng ta cần lưu ý rằng vấn đề toàn cầu hóa hiện nay chỉ được hiểu theo nghĩa kinh tế mặc dầu những hậu quả chính trị của toàn cầu hóa là một điều khó tránh khỏi.

6.1.   Hiện Tượng Toàn Cầu Hóa

Sự kết hợp của nền kinh tế thế giới bắt đầu xuất hiện từ bốn thập niên trước đệ nhất thế chiến khi chế độ kim bản vị mới được công nhận và được mọi người tin tưởng, nhờ đó hối suất tiền tệ hầu như được giữ ở mức ổn định tuyệt đối. Điều này giúp cho việc vay mượn, việc đầu tư trực tiếp, và việc trao đổi buôn bán giữa các nước được điều hòa và phát triển ở một mức độ chưa từng thấy.

6.1.1. Hối Đoái, Quan Thuế Và Mậu Dịch

Tình trạng kinh tế khó khăn giữa hai cuộc thế chiến, nhất là cuộc khủng hoảng kinh tế thế giới đã làm suy giảm mức độ giao thương giữa các nước. Trước khi đệ nhị thế chiến chấm dứt, các nước kỹ nghệ Tây Phương đã họp một hội nghị lịch sử năm 1944 tại Bretton Wood để đi đến một thỏa ước thành lập quỹ tiền tệ quốc tế (IMF) nhằm ấn định giá biểu hối đoái cố định hầu giúp cho sự ổn định mậu dịch. Sau đó 3 năm, một thỏa ước mới gọi là Thỏa ước Chung về Quan Thuế và Mậu Dịch (GATT = General Agreement on Tarrif and Trade) được ký kết năm 1947 nhằm hủy bỏ quan thuế đánh trên các hàng hóa nhập cảng giữa các nước ký kết thỏa ước này.

Thỏa ước Bretton Wood cũng như thỏa ước GATT không được các quốc gia tôn trọng qua những cuộc phá giá tiền tệ, cũng như qua việc duy trì hàng rào quan thuế và những chính sách bao cấp hàng hóa xuất cảng. Tuy vậy, các nước đã dần dần làm quen với hối suất thả nổi (floating currency exchange rate). Nền ngoại thương quốc tế vẫn phát triển cho tới năm 1973 khi thế giới bị chấn thương bởi cuộc khủng hoảng dầu hỏa.

Nhưng dưới sự bảo trợ của thoả ước GATT các nước vẫn tiếp tục điều đình theo chiều hướng đi đến một tổ chức quốc tế nhằm thực thi chính sách mậu dịch tự do bằng cách giảm dần thuế nhập cảng các hàng ngoại quốc. Tổ chức quốc tế nói trên có tên là Tổ chức Mậu dịch Quốc tế (World Trade Organization hay là Organisation Mondiale du Commerce) là một bộ phận thúc đẩy tiến trình toàn cầu hóa nền kinh tế (mondialisation de l'économie).

Trong khi tổ chức WTO tiếp tục thúc đẩy các nước tiến tới bãi bỏ hoàn toàn hàng rào quan thuế, nền mậu dịch thế giới đã phát triển tới một mức chưa từng thấy, và được nhiều giới phân tích kinh tế gọi là một sự bùng nổ về ngoại thương. Số thương vụ trên toàn thế giới lên tới 1.5 ngàn tỷ mỹ kim mỗi ngày.[13]

Toàn cầu hóa nền kinh tế là chiều hướng tiến tới nền mậu dịch tự do trên khắp thế giới. Toàn cầu hóa nền kinh tế có một số đặc điểm quan trọng: a/ tiêu chuẩn hóa; b/ tự do cạnh tranh; và c/ phân công lao động (division of labor).

Tiêu chuẩn hóa sản phẩm là một đặc điểm ở bình diện hạ tầng cơ sở, giúp cho sự phổ biến rộng rãi một sản phẩm, và mở rộng thị trường. Một trái banh nhãn hiệu Adidas dù sản xuất tại Pháp hay tại Hồi Quốc cũng giống y như nhau. Một chiếc bánh hamburger của McDonald sản xuất ở Mỹ và một chiếc sản xuất ở Úc Đại Lợi cũng giống như "hai anh em sinh đôi".

Tự do cạnh tranh: sự trao đổi mậu dịch giữa các nước phải được quyết định bằng luật cung cầu (law of supply and demand) và không có sự can thiệp giả tạo của chính quyền.

Nguyên tắc phân công lao động: có nghĩa là chuyên biệt hóa sản xuất được quyết định bằng cách so sánh lợi ích giữa hai hay nhiều quốc gia buôn bán với nhau để xét xem nên sản xuất món hàng nào và không nên sản xuất món hàng nào thì có lợi cho cả mọi phía. Nói một cách đơn giản, nguyên tắc này có nghĩa là hàng hóa sẽ được sản xuất ở nơi nào mà giá thành rẻ nhất và được bán ra tại nơi nào mà giá mua trên thị trường cao nhất.

Áp dụng nguyên tắc trên cho lãnh vực sản xuất máy điện toán chẳng hạn, một công ty khôn ngoan sẽ mua các bộ phận rời ở nhiều nơi khác nhau với giá rẻ nhất để ráp thành toàn bộ một cái máy điện toán với phẩm chất thích nghi để đạt khả năng cạnh tranh cao.

Cả ba nguyên tắc trên được áp dụng cho mọi hình thức kinh doanh và phát triển của toàn cầu.

6.1.2. *Những Hình Thức Phát Triển Của Toàn Cầu Hóa.*

Hiện tượng toàn cầu hóa đang phát triển rất nhanh tới một tốc độ chóng mặt khiến cho dư luận thế giới rất quan tâm. Có người tỏ ra lạc quan, trái lại có người bi quan và lo sợ những hậu quả xấu do toàn cầu hóa đem lại. Dù sao, người ta không cần thúc đẩy toàn cầu hóa, và người ta cũng không có cách gì ngăn cản toàn cầu hóa, vì nó vẫn lù lù tiến tới. Nền kinh tế toàn cầu hóa đang phát triển dưới nhiều hình thức và rất đa diện. Dưới đây ta hãy tạm liệt kê một số hình thức lớn của toàn cầu hóa.

6.1.2.1. *Công Ty Đa Quốc Gia (Multinational Corporation)*

Hình thức đơn giản nhất là một công ty mẹ (parent company) phát triển ra nhiều công ty con (affiliates) ở nhiều nước khác nhau để trở thành một công ty đa quốc gia (multi national corporations). Ví dụ: công ty hóa chất Bayer của Đức mua nhãn hiệu Bayer tại Mỹ cách đây hai năm, hoặc công ty Coca Cola, Mc Donnald, UPS mở cơ sở hoạt động tại nhiều nước trên thế giới.

Những công ty đa quốc gia với phương tiện sản xuất và phân phối trên toàn cầu đã chiếm nhiều tiện nghi trong việc buôn bán nội bộ (intrafirm trade). Người ta ước lượng số thương vụ theo hướng buôn bán nội bộ của các công ty đa quốc gia lên tới một phần ba tổng số hàng hóa trao đổi trên toàn cầu. Riêng đối với Hoa Kỳ, khoảng 23% hàng hóa xuất cảng là do các công ty mẹ gửi cho các công ty con của Hoa Kỳ trên thế giới. Thêm vào đó, 10% hàng xuất cảng từ Hoa Kỳ là do các công ty con của nước ngoài đặt cơ sở tại Hoa Kỳ gửi cho các công ty mẹ ở các nước khác.[14]

Mặt khác số lượng buôn bán nội bộ của các công ty đa-quốc-gia nước ngoài tại Hoa Kỳ lên tới một phần tư tổng số hàng nhập cảng, trong khi đó số lượng nhập cảng vào Hoa Kỳ của các công ty con trên thế giới lên tới 18% tổng số nhập cảng.

6.1.2.2. *Hợp Nhất Nhiều Công Ty (Merging)*

Hai, hay nhiều công ty, có thể hợp nhất làm một để trở thành một công ty đa quốc gia. Tháng 11, 1996, công ty British Telecom đã điều đình để mua công ty MCI của Hoa Kỳ với giá 20 tỷ mỹ kim.16 Giới chức bộ Thương mại Hoa Kỳ phụ trách chống tổ hợp (anti- trust) vừa mới chấp thuận việc mua bán nói trên, tuy nhiên Ủy Hội Viễn Thông Liên Bang (the Federal Communication Commission) còn phải cứu xét xem có nên cho phép một công ty ngoại quốc nắm trong tay một công ty viễn thông nội địa hay không.

Trong khi việc sát nhập MCI vào British Telecom chưa ngã ngũ thì công ty WorldCom mới đây lại điều đình trả giá 30 tỷ mỹ kim để mua MCI (đầu tháng 10-1997).

Hai công ty British Telecom và MCI nếu hợp lại sẽ bao gồm 44 liên doanh quốc tế khác. Do trào lưu tư hữu hóa cũng như sự gỡ bỏ kiểm soát cùng với những phát minh kỹ thuật, người ta cho rằng thị trường viễn thông có thể lên tới 1 ngàn tỷ mỹ kim vào khoảng năm 2000.

Năm 1993, công ty sản xuất xe hơi Volvo của Thụy Điển và công ty xe hơi Renault của Pháp dự tính hợp nhất và chỉ còn chờ chính phủ Pháp chấp thuận vì công ty Renault lúc đó còn là một công ty quốc doanh. Tháng 7, 1997 công ty Volvo lại điều đình cùng công ty GM Motors để mua 13% số cổ phần của GM trong liên doanh xe vận tải nặng Volvo GM tại Bắc Mỹ.[15]

Năm 1997 được tiên đoán là năm nhộn nhịp với những công ty hợp nhất. Các công ty lớn tìm cách mua thêm công ty khác nhằm mở rộng cơ sở và gia tăng mức lời. Sự lên giá cổ phần chứng khoán trong năm 1997 khiến nhiều công ty lời to và dư tiền vốn. Phong trào mua thêm công ty diễn ra nhiều nhất trong ngành kỹ thuật, ngân hàng, vật liệu căn bản (kim loại, hóa chất, và giấy) viễn thông, bảo hiểm và kỹ nghệ an ninh.[16]

6.1.2.3. Liên Doanh (Alliance)

Liên doanh là một hình thức khác để tiến tới một công ty đa quốc gia. Công ty British Telecom trong khi dự định mua công ty MCI của Mỹ đã đang liên minh với Telefonica của Tây ban Nha (Spain) và Portugal Telecom (Bồ đào Nha). Trong khi đó Telefonica của Tây Ban Nha lại là một liên doanh tay đôi với công ty AT&T của Mỹ.

Cùng lúc đó Deutsche Telecom của Đức, France Telecom của Pháp và Sprint của Mỹ lại làm thành một liên minh khác.

6.2. Mậu Dịch, Đầu Tư, Và Nhân Dụng

Sự khai sinh ra công ty đa quốc gia bằng nhiều cách khác nhau đã phát sinh ra những giây liên lạc chằng chịt vượt Đại Tây Dương và vượt biên giới nhiều quốc gia, ảnh hưởng tới ba lãnh vực: mậu dịch, đầu tư, và nhân dụng.

Số lượng mậu dịch giữa Âu Châu và Hoa Kỳ trong năm 1996 lên tới 225 tỷ mỹ kim. Từ năm 1986 tới năm 1992, số vốn đầu tư trực tiếp từ Hoa Kỳ vào Âu Châu gia tăng trung bình 15% mỗi năm, và tới năm 1992 đã lên tới 40% tổng số đầu tư của Hoa Kỳ trên thế giới. Các xí nghiệp Hoa Kỳ trong năm 1996 đầu tư 315 tỷ mỹ kim tại Âu Châu, 82 tỷ tại Gia Nã Đại và 40 tỷ tại Nhật.

Những dữ kiện vào năm 1995 cho thấy những xí nghiệp Âu Châu có một số tích sản lên tới 325 tỷ mỹ kim tại Hoa Kỳ, trong khi đó số đầu tư của Nhật Bản vào Hoa Kỳ là 108 tỷ mỹ kim.

Do ảnh hưởng của mậu dịch và đầu tư của các công ty đa quốc gia, Âu Châu đã thuê mướn công nhân Hoa Kỳ và ngược lại Hoa Kỳ cũng thuê mướn công nhân Âu Châu. Các xí nghiệp Âu Châu thuê trên 3 triệu công nhân Hoa Kỳ và thêm 2 triệu rưỡi công nhân Hoa Kỳ có công ăn việc làm nhờ các ngành xuất cảng sang Âu Châu. Mặt khác, các xí nghiệp Hoa Kỳ tại Âu Châu cũng mướn tới 3 triệu công nhân Âu Châu.[17]

Riêng tại Pháp, mức đầu tư ngoại quốc gia tăng từ 22 tỷ mỹ kim vào năm 1980 lên tới 140 tỷ vào năm 1996, phần lớn phát xuất từ Hoa Kỳ. Trong năm 1995, Hoa kỳ có 120 dự án đầu tư tại Pháp. Những thành phố như Metz, Nancy, và Strasbourg tại vùng Loraine là những vùng kỹ nghệ nặng thu hút sự đầu tư của ngoại quốc. Vùng Rhône-Alpes, nhất là thành phố Lyon, thu hút sự đầu tư ngoại quốc trong lãnh vực nghiên cứu y khoa, hóa chất, ngành dệt, và ngành điện tử.[18]

Bảng số 12: Các xí nghiệp xây cất Âu Châu có cơ sở xuyên quốc gia

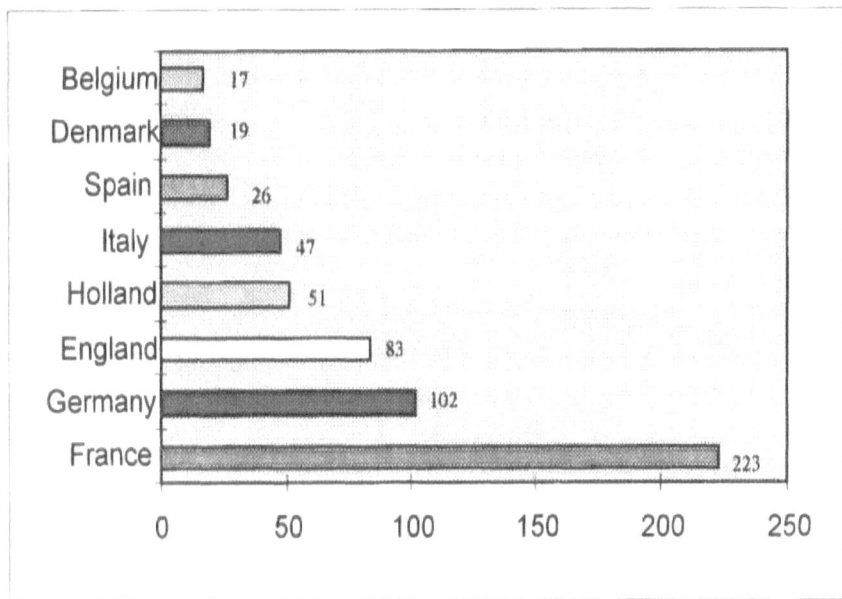

Tài liệu: European International Construction (EIC)

6.3. Những Lợi Ích Của Toàn Cầu Hóa

Dư luận thế giới hiện nay cho thấy có hai thái độ đối nghịch: một thái độ thì lạc quan còn thái độ kia thì bi quan đối với viễn ảnh toàn cầu hóa. Những người lạc quan cho rằng toàn cầu hóa đem lại nhiều ích lợi như gỡ bỏ hàng rào mậu dịch, phá vỡ độc quyền kinh doanh của nhà nước, khuyến khích phong trào tư hữu hóa, khuyến khích cải tổ cơ cấu nhân dụng, như ta đã thấy xảy ra trên quy mô nhỏ tại Âu Châu.

Song song với tiến trình gỡ bỏ độc quyền kinh doanh của nhà nước và khuyến khích phong trào tư hữu hóa, sự giao thương buôn bán và đầu tư đã nối liền các quốc gia với nhau trên căn bản ưu thế tương đối (comparative advantage), làm giảm giá cả thị trường, tăng gia mãi lực của người dân và do đó nâng cao mức sống nói chung.

Sự gỡ bỏ độc quyền kinh doanh của nhà nước tại Âu Châu trong các lãnh vực hàng không, hỏa xa, viễn thông, và điện nước, đã biến nhiều công ty trong lãnh vực công thành những xí nghiệp tư vươn lên mạnh mẽ. Chính điều này thúc đẩy các công ty Hoa Kỳ liên doanh với các công ty Âu Châu để khai thác thị trường cũng như các công Âu Châu tự do khai thác thị trường tư doanh tại Hoa Kỳ. Mặt khác các xí nghiệp thuộc ngành kỹ thuật cao tại Âu

Châu khai thác thị trường tài chánh của Hoa Kỳ để gây vốn vì môi trường Âu Châu còn nhiều bất trắc khó vay mượn.

Công ty European Silicon Structure (ES2), một xí nghiệp chuyên sản xuất các IC chip (cơ phận bán dẫn tổng hợp) của Pháp, là một thí dụ điển hình. Công ty này đặt cơ sở tại Luxembourg và được sự đầu tư của công ty ATMEL, một hãng sản xuất cơ phận bán dẫn tại San Jose, California.

Dưới áp lực của sự cạnh tranh thị trường, các xí nghiệp tư cũng như công phải cải tổ cơ cấu nhân dụng để nâng cao năng suất lao động cũng như để giảm bớt phí tổn sản xuất.

6.3.1. Ảnh Hưởng Làm Hạ Thấp Giá Cả

Ảnh hưởng của toàn cầu hóa đối với giá cả của hàng tiêu dùng cũng như của dịch vụ tuy không đều nhau tại mỗi quốc gia, nhưng theo chiều hướng chung là khiến cho giá cả giảm xuống một cách rất rõ rệt. Toàn cầu hóa nền kinh tế cho phép người tiêu thụ so sánh giá cả các sản phẩm và lựa chọn món hàng theo ý thích, nhất là theo giá rẻ nếu món hàng cùng một loại và cùng phẩm chất.

Bảng số 13: So sánh giá hàng tiêu dùng (consumer goods)

Loại hàng	Giá cao / nơi sản xuất		Giá hạ / nơi sản xuất	
Đèn pin Varta (torch light)	349 f	Âu Châu	179 f	Á Châu
Áo sơ mi Frégate	48.5 f	Pháp	39.95 f	Bangladesh
Trái banh Adidas	1010 f	Pháp	495 f	Pakistan
Lò nướng vi-ba (micro-ondes)	1400 f	Pháp	499 f	Á Châu
Máy tính Genius de Vtech	1850 f	Pháp	949 f	Trung Cộng

Nguồn: Tạp chí Capital, Juillet 1997 – Dossier International.

Nhiều loại hàng tiêu dùng có giá khác biệt nếu được sản xuất ở hai nơi khác nhau. Các công ty lớn đi tìm những nơi nào nhân công rẻ hoặc phí tổn sản xuất nói chung hạ thấp để thành lập những khu chế xuất (export processing zone) sản xuất những món hàng hạ giá, và đem về bán lại ở nơi khác với giá hời.

Bảng số 13 cho thấy những thí dụ về sự khác biệt giá cả của cùng một loại hàng có cùng mẫu mã của một công ty nhưng sản xuất ở hai nơi khác nhau.

Mặt khác những tiến bộ kỹ thuật trong lãnh vực tin học, viễn thông, và không vận, cũng có ảnh hưởng hỗ trợ cho nền kinh tế toàn cầu hóa, tận dụng nguyên tắc ưu thế tương đối trong lãnh vực ngoại thương.

Một chiếc răng giả của một bệnh nhân có thể được chế biến qua nhiều giai đoạn tại nhiều nơi cách xa nhau nhiều ngàn dặm và được trao tới bệnh nhân trong một thời gian ngắn: 8 ngày. Giá chuyên chở trung bình của mỗi chiếc răng giả nói trên là 10 franc. Phí tổn tổng cộng của một chiếc răng vào khoảng từ 500 tới 1000 franc, tùy theo mức độ tinh tiến, và người nha sĩ sẽ gửi cho bệnh nhân một hóa đơn khoảng từ 3000 tới 5000 franc cho chiếc răng nói trên.

Trong ngành dịch vụ như viễn thông, phí tổn để gọi một cú điện thoại 3 phút từ New York đi London đã giảm từ 100% xuống 7% trong vòng 75 năm nay. Giá chuyên chở bằng máy bay giảm xuống một nửa trong vòng 20 năm qua.

6.3.2. *Mãi Lực Gia Tăng - Đời Sống Khá Hơn*

Giá cả hạ thấp có nghĩa là mãi lực của dân chúng gia tăng, tức là con người có khả năng mua sắm nhiều hơn với cùng một số tiền trong túi. Mặt khác, trong thời gian 20 năm (1975-1995) dân số toàn cầu tăng 39%, trong lúc đó tổng sản lượng nội địa trên toàn cầu gia tăng gần gấp 5 lần (tạp chí Capital đã dẫn). Như vậy đời sống con người nói chung đã được nâng cao rất nhiều, nhất là tại Á Châu và tại các quốc gia đã giàu có.

6.4. **Những Bất Lợi Do Toàn Cầu Hóa Đem Lại**

Sự cạnh tranh trên thế giới ngày càng lan ra toàn cầu và đưa đến sự hình thành những khối kinh tế lớn, một bước trung gian của toàn cầu hoá. Đây là nguyên nhân thúc đẩy những tiến bộ kỹ thuật, nhưng cũng đồng thời làm mất đi một số công ăn việc làm tại những nơi mà giá nhân công cao, mặc dầu có những ngành không bị ảnh hưởng bởi sự cạnh tranh, và như thế công ăn việc làm cũng không bị ảnh hưởng, ví dụ những ngành nghề tự do, nghề cắt tóc, nghề làm vườn, trồng cây.

Tình trạng khiếm dụng đang xảy ra tại các nước vùng Caribean vì công ăn việc làm bị thu hút vào Mễ Tây Cơ (Mexico). Từ Jamica tới Cộng hoà

Dominique, các nhà sản xuất áo quần cũng như các đồn điền trồng mía làm đường đều than phiền bị mất hàng ngàn công nhân vì những người này đi tìm công việc ngon lành hơn ở vùng NAFTA.

Do sự bãi bỏ quan thuế trong khu vực NAFTA, hàng may mặc sản xuất tại Mễ Tây Cơ hạ giá khoảng 40% so với hàng sản xuất tại các nước vùng Caribean. Ngành kỹ nghệ dệt tại vùng Caribean vốn phát triển từ khoảng 1980 tới 1995. Kim ngạch xuất khẩu của Jamaica riêng trong ngành may mặc gia tăng từ 10 triệu mỹ kim lên 600 triệu mỹ kim trong thời gian nói trên.

Năm 1996, kim ngạch xuất khẩu của ngành may mặc đã giảm sút 7% và khoảng 7000 thợ mất việc. Trong cả vùng Caribean nói chung có khoảng 123,000 công việc bị mất cùng với 150 xí nghiệp may mặc.[19]

Những nước vùng Caribean đứng ngoài vùng thị trường tự do NAFTA bị ảnh hưởng thu hút nhân công của Mễ Tây Cơ là một nước nằm trong NAFTA Trên phương diện những nước hội viên của NAFTA, tác dụng của toàn cầu hóa về phương diện nhân lực đối với từng nước có khác nhau. Các giới đầu tư Hoa Kỳ đã tìm thấy nguồn công nhân kém tay nghề nhưng lương rẻ tại Mễ Tây Cơ. Điều đó có nghĩa là một số công nhân kém tay nghề của Hoa Kỳ bị mất việc.

Mặt khác những nước tiền tiến trong vùng thị trường tự do cũng gặp phải khó khăn tương tự trong lãnh vực nhân dụng. Nền mậu dịch của nước Pháp trong khung cảnh toàn cầu hóa cũng đem lại sự suy giảm nhân dụng cho nước Pháp.

Sự giao thương   với Hoa Kỳ khiến 49,000 người thợ Pháp mất việc.

                với Nhật Bản khiến 31,000 người Pháp mất việc.

                với Đức khiến 58,000 người Pháp mất việc.

                với Ý khiến 97,000 người Pháp mất việc.

                với Trung Cộng khiến 46,000 người Pháp mất việc.

Riêng sự buôn bán với Đông Nam Á đã khiến cho thêm 47,000 người Pháp có việc làm (tạp chí Capital, tài liệu đã dẫn).

Vậy, ảnh hưởng bất lợi trong lãnh vực nhân dụng là một hậu quả chung cho nhiều nước tiền tiến về kỹ nghệ. Giữa các nước tiền tiến về kỹ nghệ, thì Hoa kỳ gặp khó khăn ít hơn là Âu Châu về phương diện nhân dụng, một phần vì Hoa Kỳ hiện đang ở trong chu kỳ tăng trưởng kinh tế. Mặt khác, tuy Hoa Kỳ bị mất đi những công việc kém tay nghề, nhưng được bù lại những việc có tay nghề cao nhờ sự gia tăng đầu tư của ngoại quốc trong các ngành kỹ thuật cao.

––––––––––

Chương V

6.4.1. Những Chấn Thương Xã Hội Của Toàn Cầu Hoá

Ảnh hưởng của toàn cầu hoá đối với vấn đề nhân dụng không nhất thiết sẽ kéo dài. Những cải tổ guồng máy nhà nước nhằm làm giảm bớt sức nặng thư lại, giảm bớt sự trì trệ, và gia tăng năng suất, nếu thực hiện được sẽ bù lại những mất mát trong các lãnh vực khác trong trường kỳ. Tuy nhiên, trong đoản kỳ, những chuyển động trong lãnh vực nhân dụng như thêm việc cho một số người và làm mất việc của một số người khác có tác dụng tạo nên căng thẳng xã hội.

Để duy trì các định chế của một xã hội đa nguyên, và giải quyết những căng thẳng xã hội, những phí tổn tài chánh sẽ gia tăng. Giữa những lợi ích và những thiệt hại, giữa những người được lợi và những người bị thua thiệt sẽ phải có những mặc cả, điều đình để dung hòa (arbitrage).

6.4.2. Electronic Cash - Electronic Money - Electronic Banking

Do những tiến bộ vượt bực trong lãnh vực viễn thông và tin học, lề lối làm việc cũng trải qua những bước tiến nhẩy vọt, nhanh hơn khả năng bắt kịp của con người. Tiền bạc di chuyển trong những cuộc trao đổi tài chánh qua hình thức electronic cash - electronic money đang đi tới chỗ qua mặt chính quyền. Nếu Nhà nước chưa kịp thay đổi để bắt kịp và theo rõi những trao đổi tài chánh nói trên, thì Nhà nước sẽ mất quyền kiểm soát.

Hiện tại đã có những vụ lường đảo qua electronic banking lên tới nhiều triệu mỹ kim xẩy ra tại Hoa Kỳ, nhưng nhiều ngân hàng không giám tiết lộ công khai vì sợ gây những chấn động tâm lý một cách nguy hiểm cho những dịch vụ giao hoán trong ngành ngân hàng.

6.4.3. Tình Trạng Nhạt Nhẽo Vô Vị (Banalisation) Do Hậu Quả Của Toàn Cầu Hóa

Sự tiêu chuẩn hóa trong cố gắng mở rộng thị trường là một điều tự nhiên phải đến như nó đã diễn ra trong thị trường mở rộng tại Hoa Kỳ. Siêu thị Kroger, siêu thị Home Depot, nhà hàng "fast food" McDonald, mang cùng một hình ảnh đồng nhất tại khắp nơi trên đất Mỹ. Một du khách từ Âu Châu sang thăm Hoa Kỳ sau khi đi thăm nhiều thành phố khác nhau, họ thường đi đến một kết luận là nó giống nhau quá, và chỉ cần đi thăm một nơi là đủ.

Ở bên Âu Châu, sự khác biệt giữa nhiều quốc gia nhỏ khiến cho Âu Châu có một hình ảnh luôn luôn thay đổi và phong phú về văn hóa. Nhiều người Âu Châu muốn duy trì tình trạng đa dạng như vậy và không muốn Âu Châu sẽ tiến tới tình trạng nhàm chán do hậu quả của toàn cầu hoá, khiến cho cả Âu châu có một hình ảnh "McDonald's hamburger" đồng nhất như nhau.

Điều kiện tiêu chuẩn hoá đường rầy của Âu Châu chẳng hạn, đòi hỏi một hệ thống đồng nhất về chiều rộng, về mức độ vận tốc di chuyển, v.v... Hiện nay, hệ thống Euro Star chưa thực hiện được tiêu chuẩn vận tốc đồng nhất giữa Pháp và Anh. Trên khúc đường từ Paris tới bờ biển Manche, xe Euro Star có thể chạy tới vận tốc 300 km một giờ. Nhưng bắt đầu bước vào địa phận Anh Quốc vận tốc phải giảm thấp đi vì địa hình không thuận lợi cho vận tốc cao.

Để giải quyết vấn đề thống nhất vận tốc, người ta có thể xây lại đường rầy mới, nhưng người dân Anh phản đối dự án xây cất mới, lấy cớ rằng họ muốn duy trì khung cảnh cổ kính của Anh cũng như không muốn gây những thay đổi bất lợi cho môi sinh.

7. ÂU CHÂU VÀ NỀN KINH TẾ TOÀN CẦU

Không phải chỉ riêng có dân Anh chống sự thay đổi, hoặc chống sự chuyển hoá sang nền kinh tế toàn cầu, mà nhiều dân tộc khác của Âu Châu cũng đang "nổi loạn chống lại toàn cầu hoá.[20]

Dưới áp lực của sự cạnh tranh trên thị trường quốc tế, cũng như do sự thuyết phục của giới cố vấn kinh tế Anglo-Saxon (English-speaking gurus), nhiều giới lãnh đạo Âu Châu cố gắng cải tổ nền kinh tế theo chiều hướng toàn cầu hoá. Nhưng nhiều người Âu Châu bắt đầu rên la đòi giảm bớt đà thay đổi.

Sự chống đối đến từ giới trí thức cũng như từ phong trào quốc gia cực hữu Jean - Marie Le Pen của Pháp hoặc Đảng Dân Chủ Xã Hội của Đức, hoặc từ quần chúng lao động. Jean-Claude Barreau, một nhà xã hội học Pháp cho rằng Âu Châu tiến quá nhanh tới Liên Hiệp tiền tệ. Một nhóm trí thức khác thì coi nền kinh tế tư bản là một đe dọa. George Soros đưa ra luận thuyết cho rằng kỷ luật của nền kinh tế "laissez-faire" cũng tàn bạo như kỷ luật của chế độ Phát Xít hay chế độ Cộng Sản.

Trong một cuộc thăm dò ý kiến mới dây, theo tạp chí Business Week ngày 24, tháng 2, 1997, 60% dân Pháp được thăm dò đã chấp nhập tình trạng thất nghiệp cao với nhiều trợ cấp tại Pháp hơn là tình trạng thất nghiệp thấp với một lưới an sinh xã hội rách tả tơi tại Hoa Kỳ. Người Âu Châu, nói chung, tự hào về mức sống cao của thợ thuyền, tin tưởng vào công bằng xã hội, vì cho rằng sự tự do cạnh tranh đưa đến hố sâu ngăn cách giữa giàu và nghèo.

Sự chuyển đổi của Âu Châu sang nền kinh tế toàn cầu là một sự chuyển đổi trong dân chủ, do đó các nhà lãnh đạo không thể làm nhanh hơn nếu sức trì kéo của xã hội đòi phải chậm lại. Âu Châu đã có truyền thống an sinh xã hội trên một thế kỷ, và những thay đổi tại Âu Châu trong 50 năm qua là một bước tiến rất dài, một cách hòa bình, không có cách mạng đổ máu. Nếu dân Âu Châu đòi vài ba chục năm nữa để hoàn tất sự chuyển hóa thì đó không phải là một đòi hỏi quá lố.

Tuy nhiên, trong ngắn hạn, nếu Âu Châu giảm bớt tốc độ thay đổi thì những căn bệnh xã hội tại Âu Châu có thể gia tăng. Đó là những khó khăn mà các nhà lãnh đạo hiện nay đang phải đối phó.

KẾT LUẬN

Trong khi các quốc gia phát triển và các quốc gia đang phát triển thực hiện những tiến bộ rất đáng khích lệ để làm cho cuộc đời người dân khá hơn, thì một số quốc gia khác còn đang loay hoay ở bên lề cuộc đời, trong đó có Việt Nam. Nền kinh tế toàn cầu hóa đang ảnh hưởng đến tất cả thế giới, có lợi cho một số quốc gia, nhưng cũng gây khó khăn cho một số quốc gia khác.

Bài học của Liên Hiệp Âu Châu trong tiến trình chuyển hóa để đáp ứng những đòi hỏi của nền kinh tế toàn cầu cho ta thấy mọi chính sách thay đổi được đặt trọng tâm trên căn bản tự do dân chủ. Tất cả mọi quyết định thay đổi phải nhắm vào lợi ích lâu dài của người dân, và phải có sự chấp nhận của người dân. Ý muốn của người dân phải do chính người dân tự do nói lên chứ không phải do một đỉnh cao trí tuệ nói giùm một cách độc đoán chuyên chính.

Một cuộc nghiên cứu mới đây nhất cho thấy các quốc gia có tự do dân chủ nói chung đạt được mức phát triển kinh tế cao hơn là những quốc gia kém dân chủ. Phát triển kinh tế và lối sống dân chủ là hai mặt bất khả phân của một vấn đề: đó là sự hài lòng của người dân.

Vấn đề quan trọng nhất của phát triển là ai được hưởng lợi ích của tăng trưởng kinh tế. Trong một nền dân chủ, đa số người dân được hưởng những thành quả kinh tế do mồ hôi nước mắt của họ tạo nên. Trong một chế độ mà quyền lực chuyên chính tập trung trong tay một thiểu số, thì những kết quả gặt hái được do sự tăng trưởng kinh tế sẽ chỉ được phân phối hạn chế trong một thiểu số chóp bu. Đa số nhân dân còn lại sống như những oan hồn bên lề xã hội.

Đứng trên quan điểm của toàn dân thì những tăng trưởng nói trên không thể gọi là phát triển.

Đứng trên quan điểm kinh doanh của nền kinh tế thị trường, những chế độ chưa đạt tới một trình độ dân chủ tối thiểu sẽ không được hưởng sự hợp tác tốt đẹp của nền kinh tế thế giới. Mặc dầu trong ngắn hạn, một số xí nghiệp quốc tế đã tìm cách hợp tác với mấy nước như Trung Cộng và Việt Nam, nhưng trong dài hạn, nguyên tắc kinh tế thị trường không phù hợp với những định chế độc tài chuyên chính. Nhiều giới kinh doanh quốc tế đang xét lại sự hợp tác của họ.

Sự hợp tác sẽ đưa đến thất bại cho giới kinh doanh quốc tế, hoặc sự hợp tác sẽ đem lại sự sụp đổ của chế độ chuyên chính như trường hợp của Liên Xô và Đông Âu. Một trong hai khả năng nói trên sẽ phải xảy ra.

PHẦN HAI

NHỮNG VẤN ĐỀ THAM LUẬN VỀ
CHIẾN TRANH, CÁCH MẠNG VÀ HÒA BÌNH

CHƯƠNG VI:
CUỘC CHIẾN TRANH TRUNG ĐÔNG 1991

Iraq xâm lăng Kuwait - Liên Quân Phản Công

Tháng 8 năm 1990 đánh dấu một biến cố cực kỳ quan trọng trong mối bang giao giữa các nước "Ả Rập anh em". Người hùng Saddam xua quân chiếm Kuwait, gây ngạc nhiên và kinh hoàng cho các quốc gia Ả Rập, kể cả Kuwait, và mở màn cho một cuộc chiến tranh lớn nhất của Hoa Kỳ tại hải ngoại kể từ sau cuộc chiến tranh Việt Nam. Cuộc chiến tranh Trung Đông 1991 được mệnh danh là "Gulf War" giữa Iraq chống lại một liên minh quân sự gồm nhiều quốc gia trong số đó có 12 quốc gia Ả Rập, và Hoa Kỳ đóng vai chủ động và then chốt.

Cuộc chiến tranh Trung Đông 1991 có phần nào liên hệ tới cuộc chiến tranh chống khủng bố diễn ra đúng 10 năm sau đó tại A Phú Hãn (Afghanistan) nhằm lật đổ chế độ Taliban và tiêu diệt phần lớn lực lượng khủng bố al-Qaida. Nội dung của bài nghiên cứu này duyệt qua những nét chính của cuộc chiến Trung Đông 1991 và nhân đó ôn lại một phần lịch sử nhỏ của cuộc chiến tranh Việt Nam, xuyên qua cuộc chiến tranh không tập tại Bắc Việt.

1. BỐI CẢNH CHIẾN LƯỢC -
CHÍNH TRỊ, QUÂN SỰ, VÀ NGOẠI GIAO

Ngày 16 tháng 1 năm 1991 mở đầu một giai đoạn lịch sử hết sức quan trọng của vùng Trung Đông. Cuộc xung đột võ trang giữa siêu cường Hoa Kỳ và "Tên đồ tể thành Bát Đa" (The Butcher of Baghdad) là một biến cố đáng ghi nhớ và có một hậu quả lâu dài trong mối quan hệ giữa Hoa Kỳ và các quốc gia Ả Rập. Việc Iraq xâm lăng Kuwait ngay vào giai đoạn suy thoái của Liên Xô, đưa đến hành động can thiệp sâu rộng bằng quân sự của Hoa Kỳ với sự hỗ trợ của Liên Hiệp Quốc, nhất là với sự hợp tác của Liên Xô, đã tạo một ấn tượng đặc biệt về một thế quân bình mới trên toàn cầu.

Nhiều nhà phân tích thời cuộc đã tốn nhiều giấy mực trong giai đoạn khởi đầu, từ khi chiến xa Iraq nghiền nát Kuwait, ngày 2 tháng 8 năm 1990, cho tới khi Tổng Thống Hoa Kỳ George H. Bush khai diễn Chiến Dịch Bão Sa Mạc (Desert Storm Campaign). Để có một khái niệm về bối cảnh của cuộc chiến tranh giữa lực lượng Liên Quân (Coalition Forces) dưới cái dù của Liên Hiệp Quốc, ta hãy lần lượt duyệt qua các điểm phân tích dưới đây.

Bản đồ Trung Đông

1.1. Mười Năm Chuẩn Bị

Dầu lửa trở thành vũ khí chiến lược kể từ trận Chiến Tranh Yomkipour (1973). Dầu lửa của vùng Trung Đông cung cấp cho hai phần ba số lượng nhiên liệu tiêu thụ của Nhật Bản, một phần ba số lượng tiêu thụ của Âu Châu, và một phần mười số lượng tiêu thụ tại Hoa Kỳ.

Năm 1973 các nước Ả Rập đã dùng giá cả dầu lửa làm áp lực chiến lược, và gây hậu quả kinh tế trầm trọng cho các quốc gia kỹ nghệ Tây Phương. Trước đó, giới truyền thông Liên Xô (hãng thông tấn Tass) khuyên các nước Ả Rập sử dụng dầu hoả làm một vũ khí chiến lược đối với Tây Phương (Atlanta Journal ngày 2-7-1982)

Năm 1979 lại đánh dấu một khúc quanh mới: Liên Xô xâm lược A Phú Hãn và lực lượng Hồi Giáo cực đoan (Fundamentalist Muslims) lật đổ Quốc Vương Ba Tư. Mũi dùi xâm lược của Liên Xô thọc sâu xuống vùng biển ấm Trung Đông cộng với sự bành trướng của phong trào Hồi Giáo quá khích đã tạo nên một viễn ảnh đen tối của một cuộc chiến tranh giành các giếng dầu ở Trung Đông.

Kể từ đầu thập niên 1980-1990, Hoa Kỳ đã quan tâm đến viễn ảnh đáng lo ngại nói trên và Ngũ Giác Đài đã sửa soạn thực hiện kế hoạch Dàn Quân Cấp Tốc (Rapid Deployment) nhằm bảo vệ các giếng dầu hỏa trong trường hợp xẩy ra một cuộc chiến tranh lớn tại Trung Đông. Và Lực Lượng Đặc Nhiệm Dàn Quân Cấp Tốc (Rapid Deployment Task Force) được thành lập vào tháng 2 năm 1980.

Điều kiện tiên quyết để có thể thực hiện kế hoạch trên đòi hỏi phải có một số căn cứ tiền phương để trú đóng binh lính Hoa Kỳ trên một số quốc gia Ả Rập ôn hòa (nghĩa là thân Tây Phương). Điều cực kỳ khó khăn là vào lúc đó không có một quốc gia Ả Rập nào chịu cho Hoa Kỳ thiết lập căn cứ đóng quân trên lãnh thổ của họ vì sự đe dọa thường trực của phong trào Hồi Giáo quá khích.

Và họ chỉ sẵn sàng để Hoa Kỳ mang quân tới cứu nguy khi chính nước họ gặp đại biến như trường hợp của Vương Quốc Saudi Arabia trước sự đe dọa trực tiếp của Saddam Hussein vào năm 1990.

Để chờ đợi thời cơ, Hoa Kỳ đã thực hiện năm công tác tối quan trọng dưới đây:

Thứ nhất: Thành lập một Bộ Chỉ Huy Trung Ương (Central Command - CENTCOM) vào năm 1983, đặt bản doanh tại Tampa thuộc Tiểu Bang Florida, và thảo ra kế hoạch hành quân (Operation Plan 90 - 1002) để đương đầu với các cuộc tấn công giả định của Liên Xô hoặc của các lực lượng khủng bố Hồi Giáo Ba Tư nhắm vào các giếng dầu.[1]

Thứ hai: Vận động ngoại giao ngầm: song song với việc dự thảo kế hoạch hành quân, Ngũ Giác Đài đã sử dụng Trung Tướng hồi hưu Richard Secord để bắt liên lạc với các nước Ả Rập ôn hòa như Saudi Arabia, Jordan, Ai Cập (Egypt) và Oman.[2] (Ông tướng này đã bị liên lụy trong vụ "Iran-Contra" vì những liên hệ phức tạp và bí mật với vài nước Trung Đông). Nhiệm vụ của Secord là điều đình để trong trường hợp có biến động thì Hoa Kỳ có thể được sử dụng một số căn cứ cho kế hoạch Dàn Quân Cấp Tốc.

Thứ ba: Lập căn cứ tiếp liệu trừ bị: Hoa Kỳ bố trí sẵn lực lượng hàng hải (Maritime-Preposition-Ship) với 13 tàu vận tải di chuyển trên khắp các đại dương chở đầy ắp chiến xa M60, đại pháo, xe vận tải nặng, hỏa tiễn chống chiến xa, nhiên liệu, thực phẩm và nước uống. Ngay sau khi Iraq chiếm cứ Kuwait, chín trong 13 chiếc tàu này đã cấp tốc tới Vịnh Saudi trong một thời gian kỷ lục.[3] Mặt khác, Hoa Kỳ cũng dự trù sẵn một số lượng lớn lao các đồ tiếp liệu tồn trữ tại Saudi Arabia (trị giá một tỷ mỹ kim), tại Ai Cập và tại Tây Đức. Các máy bay trinh sát viễn thông (AWAC), một loại máy bay được trang bị dụng cụ điện toán và có khả năng quan sát ở tầm xa cũng được bố trí tại Saudi Arabia trong suốt giai đoạn 1980-1990.

Thứ bốn: Luyện quân chiến đấu trên chiến trường sa mạc: trong suốt thời gian sáu năm trước khi Iraq động binh chiếm Kuwait, Hoa Kỳ đã thiết lập một trung Tâm Huấn Luyện tại Fort Irwin, trên Sa Mạc Mojave thuộc Tiểu Bang California, để mỗi năm huấn luyện 14 lữ đoàn bộ binh về chiến tranh sa mạc (desert warfare).[4]

Thứ năm: Duyệt lại nhận thức về tình hình bạn - thù tại Trung Đông: năm 1989, Tướng Schwarkorpf, Chỉ Huy Trưởng CENTCOM đã thuyết phục chính quyền Bush rằng kẻ thù tương lai của Mỹ ở Trung Đông chính là Iraq chứ không còn là Liên Xô hoặc Ba Tư (Iran) nữa. Và Tướng Colin Powell, lúc đó là Tổng Tham Mưu Trưởng Liên Quân Hoa Kỳ, chỉ thị cho CENTCOM thảo kế hoạch chi tiết để đối phó với một cuộc xâm lăng do Iraq phóng ra. Kế hoạch này hoàn tất những nét đại cương vào tháng 7 năm 1990 (vài tuần lễ trước khi Iraq đánh Kuwait) với một dự thảo điện toán chuẩn bị cho cuộc hành quân trong đó Hoa Kỳ phải đương đầu với Saddam Hussein xâm lăng Kuwait.

Vài ngày trước khi chiến xa Iraq tiến vào Kuwait, tướng Schwarkopf đã huy động gần 400 sĩ quan và chuyên viên điện toán của CENTCOM cùng lược duyệt lại hệ thống liên lạc cho chiến dịch chuyển quân và dàn quân. Vì vậy người ta không ngạc nhiên khi Hoa Kỳ đã chuyển quân vào Saudi Arabia với một tốc độ kỷ lục: 200,000 quân trong 9 tuần lễ (U.S. News *&*World

Report, ngày 15 tháng 10, 1990).

Như vậy, từ nhiều năm trước, quân đội Hoa Kỳ đã được huấn luyện và chuẩn bị đối phó với chiến thuật và vũ khí của Liên Xô. Và trong 10 năm trước đó Hoa Kỳ lại bắt đầu dự trù đối phó với một địch thủ mới, học trò của Liên Xô, sử dụng đúng chiến thuật và vũ khí của Liên Xô, trong hình thái chiến tranh sa mạc mà quân đội Hoa Kỳ đã thực tập một cách chuyên cần.

1.2.   Cọp Vào Bẫy

Một tuần lễ trước khi Saddam Hussein tiến quân vào Kuwait, ông ta có dịp thảo luận với đại sứ Hoa Kỳ tại Baghdad về tình trạng mâu thuẫn gay gắt giữa Iraq và Kuwait. Đại sứ Hoa Kỳ khi đó là Bà April Glaspie lại tỏ vẻ hồn nhiên cho biết là Hoa Kỳ không muốn can thiệp vào mâu thuẫn này ("We have no opinion on the Arab-Arab conflict, like your border disagreement with Kuwait").[5] Sau khi thông báo tín hiệu "trung lập", Bà Glaspie vui vẻ rời Baghdad đi nghỉ hè!

Hình như sợ rằng tín hiệu "trung lập" chưa được đón nhận đúng đắn, 48 tiếng đồng hồ trước cuộc xâm lăng của Iraq, phát ngôn viên của Bộ Ngoại Giao Hoa Kỳ, bà Magaret Tutwiler, lại tái xác nhận ý kiến của bà Đại Sứ Glaspie bằng một "tiết lộ": Hoa Kỳ không có một hiệp ước phòng thủ nào (defense treaty) với Kuwait, do đó không bị buộc phải bảo vệ Kuwait. Biết vậy, Saddam Hussein hý hửng đẩy quân vào Kuwait.

Người ta chờ đợi lịch sử cung cấp thêm dữ kiện để đoán biết ai đã lừa và ai đã bị lừa trong vụ này. Trong cuộc chiến tranh Trung Đông này, dường như Hoa Kỳ đã cố tình tỏ vẻ giữ thế trung lập để nhử cho Iraq tiến vào Kuwait, tức là Kuwait bị đóng vai con mồi và Iraq bị lừa. Hư thực ra sao, người ta chưa thể quả quyết được. Nhưng với những dữ kiện sẵn có, hẳn là Saddam Hussein đã tin tưởng rằng mình chiếm được thế thượng phong, và sẽ sẵn trớn tung đám Vệ Binh Cộng Hòa (Republican Guards) nuốt trửng luôn Saudi Arabia sau khi chiếm xong Kuwait.

1.3.   Diễn Tiến Màn Xâm Lăng Kuwait

Cuối tháng 7 năm 1990, thế giới không có phản ứng khi 100 ngàn quân Iraq dàn theo dọc biên giới Kuwait. Sở dĩ không phản ứng vì nghĩ rằng Hussein dọa già, làm áp lực quân sự cho mục tiêu chính trị: buộc Kuwait bồi thường thiệt hại vì Kuwait hạ giá bán dầu lửa khiến Iraq bị thiệt hại nhiều tỷ mỹ kim. Hussein còn tố cáo Kuwait đã …ăn cắp dầu (!!!) trên lãnh thổ Iraq. Lúc đó Tổng Thống Murabak của Ai Cập đã phải vất vả làm con thoi dàn xếp một giải pháp ngoại giao hòa bình giữa các nước Ả Rập anh em.

Ngày 2 tháng 8, Saddam Hussein xua quân vượt biên giới để xâm lăng

Kuwait, viện cớ do sự yêu cầu của một "lực lượng cách mạng" đã lật đổ chính quyền hoàng gia Kuwait và thành lập "Chính Phủ Lâm Thời Tự Do Kuwait". Ngày 5 tháng 8, ba đại diện sinh viên "cách mạng" Kuwait được lên tiếng trên đài phát thanh, và người ta nhận ra hai sinh viên nói theo thổ âm Iraq và người thứ ba nói theo thổ âm Syria.[6]

Lý do chuyển quân (làm áp lực để đòi bồi thường) là một màn ngụy trang che dấu ý đồ xâm lăng, một chiến thuật giai đoạn. Hussein muốn làm cho thế giới (đặc biệt là Hoa Kỳ) tưởng rằng 100 ngàn quân kia chỉ gây áp lực đòi nợ, chứ không nhằm mục tiêu xâm lược. Thực tế là Iraq có đánh lừa được Hoa Kỳ hay bị Hoa Kỳ tương kế tựu kế đánh lừa lại? Đó là điều mà chúng ta vẫn chưa thể biết chắc được.

Sau khi đã bố trí quân đội trên toàn thể lãnh thổ Kuwait và dàn các lực lượng chiến xa tới sát biên giới Saudi Arabia, Saddam Hussein lại chuyển tất cả lực lượng Vệ Binh Cộng Hòa về hậu tuyến khiến nhiều nhà nghiên cứu suy diễn rằng Iraq lui về thế thủ. Lối suy diễn trên phù hợp với dụng ý của Saddam Hussein, đó là ngụy trang thế công bằng cách tái phối trí lực lượng theo hình thức thế thủ.

Tại sao lại phải dụng công như vậy? Lý do chính là nhằm đánh lừa khả năng thám báo của Hoa Kỳ.

Người ta biết rằng với kỹ thuật tình báo điện tử trải dài theo dọc chiến tuyến giữa Saudi Arabia và Kuwait, Hoa Kỳ có thể thu lượm được những tin tức chuyển quân hay bố trí của Iraq trên một chiều sâu cả ngàn cây số. Như vậy những chuẩn bị tấn công của lực lượng xung kích tiền phương sẽ khó có thể qua mặt được Liên Quân (Coalition Force) vì tin tức tình báo của Hoa Kỳ được thâu lượm rất nhanh. Tuy nhiên vấn đề khai thác, giải đoán tin tức, và lấy quyết định cũng đòi hỏi một thời gian đủ cho các lực lượng xung kích của Vệ Binh Cộng Hòa từ hậu tuyến bất ngờ phóng mạnh một mũi công chọc thủng phòng tuyến của một đối phương lơ là.

1.4. Bàn Tay Của Liên Xô

Ngay từ mùa Thu năm 1990, một tài liệu nghiên cứu của Hạ Viện Hoa Kỳ đã nói tới kế hoạch nghi binh nghi trang của Iraq rất phù hợp binh thuyết Liên Xô trong thế công cũng như trong thế thủ.[7] Như người ta biết, Liên Xô vào lúc đó duy trì một phái đoàn trên 5000 cố vấn quân sự và kỹ thuật tại Iraq và giữ vai trò quan trọng trong việc huấn luyện quân đội Iraq về chiến lược, chiến thuật, và kỹ thuật sử dụng vũ khí Liên Xô.

Tài liệu nghiên cứu nói trên của Hạ Viện còn tiết lộ cuộc viếng thăm Iraq của một phái đoàn cố vấn quân sự cao cấp Liên Xô trong thời gian từ 17 tháng 7 đến 13 tháng 8, 1990. Trưởng phái đoàn là Đại Tướng Albert Michailovich Makashov. Sự hiện diện của phái đoàn này trùng hợp với sự khai diễn cuộc chiến xâm lăng Kuwait.

Tờ báo Libération của Pháp tại Paris còn cho biết là trên các băng tần truyền tin của quân đội Iraq, Liên Quân có nghe được tiếng Nga, với một nội dung rõ ràng có tính chất quân sự.

2. SADDAM HUSSEIN - ÔNG LÀ AI?

Khi tung ra cuộc xâm lăng Kuwait, Saddam Hussein đã đưa ra những lý do vụng về để biện minh cho hành động của mình như đã được trình bày ở trên. Nếu nghiên cứu kỹ hơn về bản chất và tham vọng của Saddam Hussein, cũng như quá trình chính trị của ông ta, người ta sẽ hiểu rõ hơn những lý do chính yếu đằng sau cuộc xâm lăng chớp nhoáng và đẫm máu này.

2.1. Quá Khứ Chính Trị Và Thành Tích

Saddam Hussein (còn được viết là Hussain) sinh ra và lớn lên trong giới anh chị đao búa, bắt đầu giết người từ năm 14 tuổi, và đã ám sát đối thủ chính trị từ năm 22 tuổi. Năm 1956, Saddam gia nhập phong trào Hồi Giáo Quốc Gia Ả Rập (Arab Ba'th Movement) là một phong trào có mục tiêu thống nhất các quốc gia Ả Rập, và lên làm Tổng Thống Iraq từ năm 1979. Mặc dầu phong trào Ba'th nhằm thống nhất các quốc gia Ả Rập thành một khối,[8] nhưng ngay trong nội bộ phong trào này cũng xẩy ra sự chia rẽ tranh chấp giữa nhiều phe phái khác nhau. Trong số những phe phái mạnh nhất người ta phải kể đến phong trào Ba'th của Iraq và Syria. Kể từ khi Phong trào Ba'th được thành lập năm 1943 cho đến nay, chưa bao giờ các quốc gia Ả Rập đã thống nhất được với nhau, ngay cả trong giai đoạn chiến đấu với "kẻ thù chung" là Do Thái. Trong khi đó Hussein luôn nuôi hy vọng trở thành lãnh tụ của khối Ả Rập thống nhất. Tham vọng này có phải là nhằm phục vụ quyền lợi của dân Ả Rập và Hồi Giáo hay không là một điều còn phải xét lại.

2.2. Chế Độ Độc Tài Chuyên Chính

Chế độ Hussein là một trong những chế độ độc tài và tàn bạo nhất thế giới, ngang với Cộng Sản Việt Nam. Ông ta áp dụng phương pháp tổ chức và kỹ thuật khủng bố giống cộng sản y như khuôn đúc. Ngay sau khi Hussein lên cầm quyền năm 1979, một cuộc thanh trừng nội bộ đẫm máu do ông ta thực hiện đã xử tử một phần ba số đảng viên của đảng Ba'th, trong đó có 500 đảng viên cao cấp. Để củng cố quyền lực, Hussein sử dụng một hệ thống công an mật vụ có nhân số lên tới trên 250,000 người với nhiệm vụ kiểm soát mọi hành vi và tư tưởng của quân đội và dân chúng.

2.3.   Một Con Người Nổi Tiếng Hiếu Sát

Hussein giết người không gớm tay, khát máu không thua Hồ chí Minh, tuy không xảo quyệt như họ Hồ, nên mới để lộ những hành vi khát máu của mình cho thế giới thấy. Trong cuộc chiến tranh gần một thập niên với Ba Tư (Iran), Hussein đã sử dụng những loại vũ khí độc hại, kể cả vũ khí hóa học, để tàn sát thường dân vô tội với mục đích khủng bố. Những vũ khí hóa học còn được dùng để tàn sát chính dân Iraq thuộc bộ lạc thiểu số Kurd.

2.4.   Lợi Tức Dầu Hỏa Và Vũ Khí Khủng Bố

Trong những năm trước khi xảy ra chiến tranh với Kuwait, Hussein đã dùng nguồn lợi tức dầu hỏa để phát triển hệ thống vũ khí hóa học, vũ khí vi trùng, vũ khí nguyên tử, và hệ thống phi đạn có thể mang đầu đạn nguyên tử hoặc hóa học. Nếu được thảnh thơi ngồi ăn mâm cỗ Kuwait, với khả năng khai thác dầu hỏa gia tăng gấp đôi do cuộc xâm lăng mang lại, với một trí tưởng tượng phong phú, và với bản chất khát máu, Hussein sẽ còn thực hiện nhiều chương trình giết người vĩ đại và "ngoạn mục", tuy không tinh vi bằng các kế hoạch tàn sát của họ Hồ và đàn em.

2.5.   Hussein Và Các Tổ Chức Khủng Bố

Hussein hợp tác chặt chẽ với các tổ chức khủng bố quốc tế. Trước khi tấn công Kuwait, Hussein đã tiếp xúc nhiều lần với trùm khủng bố Abu Nidal, và cháu của Nidal vừa mới được thiết lập cơ sở trước đó tại Bagdhad. Một tên trùm khủng bố khác là Abu Abrahim cũng có mặt tại thủ đô Bagdhad trong thời gian xảy ra cuộc xâm lăng Kuwait.[9]

2.6.   Lực Lượng Quân Sự Của Saddam Hussein

Iraq có một quân số hùng hậu đứng hàng thứ tư trên thế giới vào lúc đó (sau Liên Xô, Trung Cộng, và Cộng Sản Việt Nam), gồm khoảng một triệu quân chính quy. Không lực Iraq được trang bị khoảng 800 máy bay MIG và Mirage, lớn hơn cả không lực của Anh, của Pháp, hoặc của Đức. Với số chiến xa 5,500 chiếc, tức là nhiều hơn số chiến xa của Hitler ngay trước khi xâm lăng Ba Lan, và nhiều hơn tổng số chiến xa của Anh và Pháp gộp lại vào thời kỳ xâm lăng Kuwait, người ta không ngạc nhiên khi "lãnh tụ anh hùng" Saddam Hussein đã xơi tái Kuwait sau hơn 48 tiếng đồng hồ giao tranh.

Với một sức mạnh quân sự như trên, với một lý lịch nhuộm đầy máu, với chủ trương dùng khủng bố làm vũ khí trong bang giao quốc tế, với quá khứ chính trị theo đuổi một chủ nghĩa quốc gia quá khích, với tham vọng bá chủ khối Ả Rập và các giếng dầu Trung Đông, Saddam Hussein tượng trưng cho mối đại họa của các nước lân bang. Và khi Hussein xua quân chiếm Kuwait, ông ta tự tạo cho mình nhiều kẻ thù, và tự niêm yết bản án trên ngực mình.

Vì thế người ta không ngạc nhiên khi thấy đa số các nước Ả Rập tham gia vào liên minh chống Iraq.

3. PHẢN ỨNG CỦA THẾ GIỚI - THẾ THUẬN LỢI CỦA HOA KỲ

Chẳng những Hussein đe dọa sự ổn định của Trung Đông, mà còn đe dọa sự ổn định của thế giới. Ngay lập tức, tại Liên Hiệp Quốc, Hoa Kỳ đã vận động được cả Liên Xô để đi đến một nghị quyết đầu tiên của Hội Đồng Bảo An (United Nations Security Council) lên án hành động xâm lược của Hussein bằng cách phong tỏa kinh tế Iraq và đòi hỏi Hussein phải lập tức rút quân khỏi Kuwait.

Nội dung của Nghị Quyết nói trên nhằm mục tiêu tương đối giới hạn: dùng sự trừng phạt kinh tế để tạo áp lực với Iraq, và không xác định những biện pháp chế tài cứng rắn khác nếu Iraq không tuân theo nghị quyết. Câu hỏi đầu tiên được đặt ra là: một biện pháp mềm dẻo như vậy liệu có đem lại kết quả mong muốn hay không?

Trong quá khứ, những trường hợp phong tỏa kinh tế như vậy ít khi đạt được kết quả như mục tiêu đề ra vì nhiều lý do:

- Hoặc vì có nhiều nước xé rào, lén lút hoặc công khai buôn bán với quốc gia bị trừng phạt.

- Hoặc vì hành động phong tỏa kinh tế không đủ tác dụng hữu hiệu làm áp lực đối với quốc gia bị trừng phạt.

- Hoặc vì điều kiện cần thiết để có hiệu quả đòi hỏi một thời gian lâu dài, và thường có những biến cố xảy đến sớm hơn làm đảo lộn cả thời biểu dự trù.

Trường hợp của Iraq là một thí dụ cụ thể cho thấy người ta chưa có cơ hội để trắc nghiệm sự hữu hiệu của biện pháp phong tỏa kinh tế thì cuộc công phạt ngày 16-1-1991 đã biến vấn đề tranh luận thành vô nghĩa.

Dù hữu hiệu hay vô hiệu, bản nghị quyết phong tỏa kinh tế đã giúp Hoa Kỳ đạt được một số mục tiêu giai đoạn mà ta sẽ có dịp phân tích kỹ hơn trong những phần kế tiếp. Một trong những lợi ích chính do bản nghị quyết đem lại là Hành Pháp Hoa Kỳ đã có chính nghĩa để vận động dư luận thế giới cũng như trong nước để thi hành những biện pháp cứng rắn hơn đối với Iraq.

Nhu cầu - Khả năng - Thời cơ

Có ba vấn đề lớn Tổng Thống George H. P. Bush đã phải đánh giá trước khi đi đến một quyết định cực kỳ nghiêm trọng liên quan đến chiến tranh hay hòa bình, đó là: nhu cầu, khả năng, và thời cơ.

3.1. Nhu Cầu Của Hoa Kỳ Và Thế Giới

Nói về nhu cầu, Hoa Kỳ có lợi gì khi khai chiến ở Trung Đông? Vì dầu hoả ư? Vì sự ổn định của Trung Đông và thế giới ư? Hay là vì nguyên tắc chống hành động xâm lăng bằng võ lực? Hoặc giả chỉ vì chống lại chính sách khủng bố của Hussein?

Mỗi người có thể tùy theo chủ quan của mình mà lựa chọn một lý do mạnh nhất để giải thích quyết định của Ông Bush. Nhưng trên thực tế, chắc chắn ở vai trò lãnh đạo, Ông Bush phải lấy quyết định dựa trên sự cân nhắc tổng hợp nhiều khía cạnh của vấn đề chứ không thể đơn thuần nhìn theo một khía cạnh hoặc một lý do duy nhất.

Nếu chỉ vì dầu hoả, thì giả sử Hussein nuốt trôi Kuwait qua một diễn tiến hòa bình, liệu ông Bush có phản ứng bằng sức mạnh quân sự hay không? Nếu chỉ vì nguyên tắc chống xâm lăng bằng vũ lực, thì tại sao khi Liên Xô lợi dụng vụ khủng hoảng tại Kuwait để đem quân đàn áp mấy nước Baltic, mà ông Bush đã không can thiệp bằng biện pháp vũ trang?

Câu trả lời là khả năng và thời cơ không cho phép Hoa Kỳ làm chuyện đó, mặc dầu Hoa Kỳ có nhu cầu can thiệp để bênh vực mấy nước Cộng Hòa Baltic nhỏ bé trước sự ăn hiếp của Liên Xô.

Mặt khác, có một câu hỏi lớn mà ta có thể nêu lên là: nếu không chấp nhận giải pháp chiến tranh thì Hoa Kỳ và thế giới sẽ đứng trước viễn ảnh gì?

Saddam Hussein liệu có dừng lại ở Kuwait không? Saudi Arabia "có nhiều hy vọng" sẽ là con mồi kế tiếp. Với một số chiến xa nhiều gấp mười lần số chiến xa của Saudi Arabia, nếu thế giới chỉ có lên án mà không có hành động thì Hussein có thể nhai nghiền vương quốc Saudi một cách ngon lành như ăn bữa cơm trưa sau màn điểm tâm Kuwait. Và sau đó tới lượt các nước nhỏ quanh vịnh dầu hoả.

Kiểm soát được các nước thuộc vịnh Ba Tư (Persian Gulf) có nghĩa là kiểm soát được hai phần ba tổng số lượng dầu hỏa trên thế giới. Hussein có ngưng lại đó hay không là điều không ai có thể dự đoán nổi với một câu trả lời chính xác. Nhưng với phần lớn trữ lượng dầu hoả Trung Đông ở trong tay, với vũ khí hóa học và vi trùng, với số lượng vũ khí nguyên tử được hoàn thành, nếu Hussein theo đà chiến thắng hỏi thăm luôn vương quốc Jordan thì sao? Sau khi củng cố sức mạnh ở Saudi và Jordan, ai cấm Hussein tiến lên "chiếu cố" Syria và Ai Cập (Egypt) để giải quyết "vấn đề nội bộ của Ả Rập".

Giả thuyết trên không phải là một câu truyện giả tưởng, vì nó nhắc nhở người ta nhớ lại câu truyện Hitler đúng nửa thế kỷ trước. Thực ra, khi bộ binh của Hitler vượt sông Rhein trên đường Tây Tiến, ít người nghĩ rằng ông ta sẽ nuốt trôi Âu Châu và gây ra cuộc Đệ Nhị Thế Chiến. Hussein có làm được như Hitler hay không là điều không ai có thể tiên đoán được, nhưng nếu Hussein làm được như Hitler thì sao? Đó là một nghi vấn rất đáng sợ. Nó đáng sợ không phải vì sức mạnh bề ngoài của Hussein, mà vì sự nhu nhược của những nhà lãnh đạo chính trị nghe theo khuynh hướng chủ hòa của quần chúng, khiến cho không có quốc gia nào đứng ra cản bước ông ta.

Nếu có một lực lượng nào đứng ra cản bước ông ta, thì theo như sự khôn ngoan thông thường, tấn công Hussein ngay lúc đó tại Kuwait có lợi hơn và dễ hơn là đợi đến lúc cọp dữ có thêm vây thêm cánh.

Và đó chính là lý do khiến cho ông Bush tuyên bố vào giữa tháng 1-1991 khi quyết định xuống tay: "càng sớm càng hay" ("Sooner rather than later"). Chính cái viễn ảnh chiến tranh lan rộng đã đóng góp vào yếu tố khả năng và thời cơ, giúp ông Bush dễ dàng hành động hơn và hành động sớm hơn.

3.2. Khả Năng Của Hoa Kỳ Trong Một Liên Minh Với Một Số Quốc Gia Tây Phương Và Ả Rập.

Không biết về khả năng của Hoa Kỳ, Hussein đã có những quyết định cực kỳ nhầm lẫn và tai hại cho cả một đời.

Về phương diện quân sự, trong hình thái chiến tranh sa mạc, ưu thế về khoa học kỹ thuật là ưu thế quyết định sự thắng bại. Chiến tranh du kích trong khung cảnh hiện đại không thể tiến hành trên sa mạc để chống lại một đối phương có ưu thế tuyệt đối về không quân và lục quân như Hoa Kỳ. Và do đó Hussein không có cách nào kéo dài cuộc chiến như ông ta mong muốn theo kiểu cuộc chiến tranh tiêu hao giữa Iraq và Iran mà ông ta đã biết.

Cũng trên phương diện quân sự, trước kia trong thời kỳ chiến tranh lạnh, Hoa kỳ đã phải cất kỹ một số vũ khí cực kỳ tối tân, sợ rằng bí mật quân sự có thể chẳng may lọt vào tay Liên Xô. Trong cuộc chiến tranh Trung Đông, Hoa Kỳ đã tung ra thử nghiệm tất cả các bửu bối vũ khí quy ước từ trước tới đó chưa có dịp khai hoả. Những loại vũ khí này đã giúp Hoa Kỳ vừa rút ngắn chiến tranh, vừa giảm bớt thương vong tới mức tối thiểu.

Trước khi chiến tranh bùng nổ, giới chức quân sự Hoa Kỳ ước lượng tỷ số thương vong so với số phi vụ xuất trận là 3%. Đó là một sự ước lượng mà ban đầu nhiều người cho là chủ quan và lạc quan. Sau khi chiến tranh diễn ra, tỷ số này thực sự còn thấp hơn nhiều, không tới một phần nghìn (0.06%).

Số bộ binh Hoa Kỳ chết vì dụng trận chỉ vào khoảng hơn 100 người trong khi số quân Iraq bị chết lên cao tới mức Hoa Kỳ không muốn nhắc tới sợ làm buồn lòng người Ả Rập nói chung.

Trên phương diện chính trị, điều làm cho nhiều người hết sức ngạc nhiên về khả năng thuyết phục ngoại giao đã giúp Hoa Kỳ có thể quy tụ được một liên minh của một số nước Âu Châu và Ả Rập đồng tình hậu thuẫn cho hành động chiến tranh chống Iraq và giải phóng Kuwait. Điều này cho thấy ông Bush đã nắm bắt được thời cơ hiếm có của giai đoạn hậu chiến tranh lạnh trong đó Mạc Tư Khoa và Bắc Kinh không còn giữ thái độ thù nghịch với Hoa Kỳ trong một cuộc chiến tranh chống lại một nước Ả Rập.

3.3.   Thời Cơ Chính Trị Vào Giai Đoạn Iraq Xâm Lăng Kuwait

Cuộc chiến tranh lạnh giữa Hoa Kỳ và Liên Xô đã chấm dứt từ mấy năm trước đó đem theo một số hậu quả gián tiếp và trực tiếp. Mặc dầu Iraq luôn luôn là khách hàng lớn của Liên Xô, nhưng trong địa vị suy thoái trên thế giới, Liên Xô cần bắt tay với nhiều nước Ả Rập "ôn hòa", trong đó Kuwait lại là nước Ả Rập có mối giây liên lạc mật thiết với Mạc Tư Khoa, có thiết lập tòa đại sứ tại Mạc Tư Khoa, được Liên Xô viện trợ quân sự, và tiếp nhận chuyên viên kỹ thuật của Liên Xô.[10]

Mặt khác, trên phương diện bang giao quốc tế, Liên Xô không muốn bị lùi xuống vai trò thứ yếu đối với Hoa Kỳ. Nếu hoàn cảnh bó buộc không thể từ chối (không muốn bị mất ảnh hưởng đối với vùng Trung Đông), thì Liên Xô sẽ lựa chọn sự hợp tác trên thế bình đẳng (equal partnership) với Hoa Kỳ.

Hơn nữa, trong tương quan dầu lửa trên thế giới, nếu Hussein không bị chặn đứng, ông ta có thể làm bất cứ chuyện gì khiến giá dầu gia tăng, gây nên một cuộc khủng hoảng kinh tế toàn cầu, thì Liên Xô sẽ không tránh khỏi hậu quả tai hại và nghiêm trọng.

Thời cơ thuận lợi cho Hoa Kỳ có thể được tóm lược trong mấy điểm dưới đây:

Thứ nhất: Tại Hội Đồng Bảo An Liên Hiệp Quốc, Hoa Kỳ đã có thể vận động được đa số phiếu, kể cả phiếu của Liên Xô (thay vì bị Liên Xô phủ quyết như thường thấy trong quá khứ), để đạt được những sự hỗ trợ chính trị cho chính sách chiến tranh.

Thứ hai: Với sự hợp tác của Liên Xô, và sự ủng hộ của Liên Hiệp Quốc, Hoa Kỳ cũng dễ dàng đạt được sự hợp tác của các nước Ả Rập và thế giới thứ ba.

Thứ ba: Với sự hợp tác của Liên Xô, phe tả trong giới đại học, truyền thông và ngành lập pháp Hoa Kỳ cũng thiếu "xăng nhớt" để hoạt động và lẽ sống để gây thành cao trào phản chiến mạnh mẽ và lâu dài.

Thứ bốn: Mối ám ảnh của cuộc chiến tranh Việt Nam đã phai mờ, và hai cuộc chiến tranh nhỏ tại Grenada và Panama đã dượt cho người Mỹ quen dần trở lại với cảnh máu lửa. Một điểm khác cực kỳ quan trọng trong tâm trạng người Mỹ là sự xác định phải trái trong cuộc chiến tranh Trung Đông tương đối giản dị. Người Hoa Kỳ ít bị yếu tố ý thức hệ và sự thiên vị của giới truyền thông thiên tả làm hoa mắt. Số thanh niên ghi danh nhập ngũ vào năm 1991 đã tăng 60% so với năm trước.[11] Giới trẻ tại đại học tuy có lo âu về vấn đề quân dịch nhưng họ có mặc cảm tội lỗi đối với hành động trốn quân dịch.

Thứ năm: Vai trò quyền lực của giới truyền thông đã bị lu mờ sau cuộc chiến tranh Việt Nam. Người Mỹ đã đặt dấu hỏi lớn về sự trung thực của giới truyền thông. Nhiều người còn có ác cảm với thái độ kiêu binh hỗn xược của một số phóng viên báo chí và truyền hình. Trong khi đó 80% dân Mỹ tin tưởng vào quân đội Mỹ,[12] một thái độ hoàn toàn khác với thái độ của dân Mỹ trong giai đoạn chiến tranh Việt Nam.

4. CHIẾN DỊCH BÃO SA MẠC - GIẢI PHÓNG KUWAIT

Kể từ khi CENTCOM được thành lập, Trung Tướng Schwarzkopf được giao phó trách nhiệm chuẩn bị đối phó với những biến cố có thể xảy ra tại các quốc gia Ả Rập sau đây: Ai Cập (Egypt), Sudan, Ethiopia, Kenya, Somalia, Yemen, Oman, Saudi Arabia, Qatar, United Arab Emirates, Bhrain, Jordan, Iraq, Iran (Ba Tư), Kuwait, Afghanistan (A Phú Hãn), và Pakistan (Hồi Quốc)[13] Trước năm 1982, vùng này được chia sẻ giữa bộ Tư Lệnh Âu Châu (European Command) tại Stuttgart, Đức Quốc, và Bộ Tư Lệnh Thái Bình Dương (Pacific Command) tại Hawaii.

Để cập nhật với tình hình biến chuyển tại đây, Tướng Schwarzkopf đã thực hiện những chuyến viếng thăm ngoại giao nhằm hâm nóng mối giây liên lạc với các vị nguyên thủ của các nước này. Một việc làm quan trọng không kém là liên lạc chặt chẽ với các tòa đại sứ Hoa Kỳ tại mỗi nước để thâu thập những tin tức cần thiết về tình hình quân sự, ngoài sự hỗ trợ rất hữu hiệu của hệ thống tình báo vệ tinh.

Qua sự liên lạc với các nước Ả Rập này, nhận xét của Tướng Schwarzkopf là đa số các quốc gia Ả Rập không lo sợ sức mạnh quân sự cũng như tham vọng và sự tàn bạo của Hussein vì nghĩ rằng Iraq quá yếu sau nhiều năm chiến tranh với Iran (Iran không phải là một quốc gia Ả Rập). Họ còn nghĩ rằng Hussein sẽ không bao giờ xâm lăng một quốc gia Ả Rập anh em.

Một điều làm Tướng Schwarzkopf ngạc nhiên là nhiều nhà lãnh đạo Ả Rập hoan nghênh sự hiện diện quân sự của Hoa Kỳ tại Vịnh Ba Tư (Persian Gulf) do hậu quả của cuộc chiến tranh tiêu hao giữa Iraq và Iran. Hạm đội hải quân Hoa Kỳ đã có mặt để bảo vệ tàu chở dầu (oil tankers) của các nước Ả rập chống lại của sự đánh phá bằng hỏa tiễn của Iran (cuộc chiến tranh trên biển này của Iran vào năm 1987 còn được mệnh danh là "Tanker War" đã bị sự can thiệp của Hoa Kỳ bẻ gẫy).

Qua những cuộc thao diễn quân sự chung với mấy nước như Ai Cập và Saudi Arabia, dần dần các nước này chấp nhận sự có mặt hạn chế của lực lượng CENTCOM trên lãnh thổ của họ.

Tới mùa Thu năm 1989, sự có mặt của Hoa kỳ càng trở nên cần thiết hơn đối với Kuwait trước sự đe dọa của Iraq. Mặc dầu đã tái chiếm được bán đảo Al Faw từ tay Iran để có lối thoát ra vùng Vịnh Ả Rập, nhưng chính Iraq đã tàn phá toàn bộ những hải cảng và phương tiện giao thông trên bán đảo này. Đồng thời sự lưu thông trên sông Shatt al-Arab đã bị tắc nghẽn, vì suốt trong thời gian chiến tranh đất bồi đã không được vét cạn. Vì thế Iraq rất muốn chiếm hải cảng quân sự Umm Qasr của Kuwait giáp giới lãnh thổ Iraq.

Chính vào mùa Thu năm 1989, Tướng Schwarzkopf bắt đầu nghĩ rằng Iraq với một quân số lớn và nằm ngay phía bắc của các giếng dầu Ả Rập là mối đe dọa gần nhất đối với thế giới. Trong vai trò Tư Lệnh của CENTCOM, Tướng Schwarzkopf đã đề nghị và thuyết phục chính quyền Hoa Kỳ đổi Kế Hoạch Hành Quân 90-1002 nhắm vào một cuộc tấn công giả định của Iraq thay vì của Liên Xô.[14]

Trên nguyên tắc, một sự sửa đổi như vậy phải mất hai năm mới hoàn tất. Nhưng CENTCOM đã huy động tối đa nhân lực để hoàn tất trong vòng trên dưới một năm. Những diễn biến quân sự vào mùa Thu 1990 may mắn thay đã gần như song hành với giả thuyết của Kế Hoạch Hành Quân 90-1002.

Tuy được gọi là kế hoạch hành quân trên lý thuyết, nhưng vào lúc đó lực lượng quân sự của CENTCOM giống như một con cọp không có răng, vì các đơn vị hải- lục - không quân chỉ hiện hữu trên giấy tờ và trong giả tưởng. Hơn nữa kế hoạch hành quân được dự trù vào lúc đó chỉ gồm có phần phòng ngự (defensive) mà chưa có phần tấn công (offensive).

Mặc dầu CENTCOM cung cấp cho chính phủ Kuwait những không ảnh của chiến dịch chuyển quân của Iraq tới sát biên giới Kuwait, nhưng Kuwait không tin rằng Iraq sẽ thực hiện cuộc xâm lăng, mà chỉ nhằm tạo áp lực đe dọa Kuwait. Các nước Ả Rập khác như Ai Cập, Saudi Arabia, và ngay cả Liên Xô đều suy đoán giống như Kuwait. Riêng Tổng Thống Mubarak của Ai Cập, trong vai trò con thoi hòa giải giữa Iraq và Kuwait đã được Hussein xác quyết là sẽ không xâm lăng Kuwait.

Trong khi Tướng Schwarzkopf tin rằng Iraq sẽ xâm lăng Kuwait, ban đầu ông ta dự đoán Hussein sẽ chỉ chiếm một nửa phía bắc, dưới vĩ tuyến 30 để làm chủ vùng dầu hỏa Rumalia và bảo đảm quyền kiểm soát lối thoát ra vịnh Ba Tư qua hải cảng quân sự Umm Qasr.

Trên thực tế, Saddam Hussein đã xua quân chiếm toàn bộ lãnh thổ Kuwait.

Trong cuốn sách Hồi Ký "It Doesn't Take A Hero" Tướng Schwarzkopf tỏ ra ngạc nhiên khi thấy lực lượng xâm lăng của Iraq đã phải tốn một thời gian trên dưới hai ngày mới chiếm xong Kuwait. Điều nhầm lẫn của Hussein là đã để cho lực lượng thiết giáp phí quá nhiều thì giờ hành quân trong thủ đô Kuwait City. Theo Schwarzkopf nghĩ, vai trò của lực lượng thiết giáp là đánh bọc ở bên ngoài phía Tây của thành phố và tiến nhanh về phía Nam tới biên giới Saudi Arabia trong một thời gian rất ngắn.

Với lực lượng hùng hậu tiến vào Kuwait, Hussein lẽ ra phải lợi dụng sự bất ngờ của thế giới để tiến chiếm luôn Saudi Arabia và đặt thế giới vào một tình thế đã rồi.

Quân đội của Kuwait đã chống trả dữ dội trong thành phố và đã cầm chân Iraq trong hơn hai ngày, và Iraq chỉ thực sự làm chủ tình hình vào ngày 5 tháng 8. Sự chậm trễ của Iraq đã giúp Hoa kỳ có thì giờ phản ứng.

Phản Ứng Của Hoa Kỳ

Ngày 5 tháng 8, Tổng Thống Bush đã đứng trước Tòa Bạch Ốc lên án Iraq và tuyên bố: "Cuộc xâm lăng Kuwait không thể chấp nhận được" (This will not stand, this agression against Kuwait). Chiến lược chống Iraq bắt đầu thành hình kể từ lời tuyên bố nói trên, và toàn bộ cuộc chiến tranh đã diễn ra qua những giai đoạn chính sau đây:

Giai đoạn 1: Phản ứng cấp thời

Giai đoạn 2: Thành hình một liên minh nhiều nước chống Iraq.

Giai đoạn 3: Chuẩn bị chuyển từ phòng thủ sang thế công.

Giai đoạn 4: Công phạt lực lượng Iraq và giải phóng Kuwait.

4.1.   Giai Đoạn 1: Phản Ứng Cấp Thời

Đứng trước tình hình khẩn trương, Hoa Kỳ và thế giới đều sửng sốt và quan tâm. Tuy nhiên mỗi nhà lãnh đạo có những suy nghĩ khác nhau về biện pháp đối phó, nhất là mỗi quốc gia nằm trong một cương vị khác nhau. Đối với Hoa Kỳ, vấn đề Kuwait mang một tầm quan trọng to lớn vì Iraq đã thách thức và dằn mặt Hoa Kỳ. Mặt khác, Hoa Kỳ là nước duy nhất có khả năng quân sự để đối phó với Iraq bằng một lá mộc bảo vệ Saudi Arabia và ngăn chặn Hussein tiến tới.

Nhưng đó chỉ là một giải pháp tạm thời vì Hoa Kỳ không thể duy trì một lực lượng viễn chinh lớn 500,000 quân ở một nước Ả Rập trong một thời gian lâu dài với một mức phí tổn khủng khiếp cho ngân sách chỉ vì một mục đích phòng ngự.

Một trong những câu hỏi lớn là Saudi Arabia có chấp nhận để Hoa kỳ đổ quân ồ ạt vào vương quốc này không? Trong mấy ngày ban đầu không ai biết câu trả lời sẽ ra sao. Câu trả lời cho vấn đề trên là then chốt quyết định sự thành bại của giải pháp quân sự.

Mặt khác, không một nước Ả Rập nào dám chấp nhận sự đóng quân lâu dài của Hoa Kỳ trên đất họ. Vậy Hoa Kỳ không thể phí tiền và phí công dựng lên một lá mộc tạm thời. Giả sử Iraq tạm thời rút quân khỏi Kuwait để Hoa Kỳ cất lá mộc đi, ai dám đánh cuộc rằng Iraq không mang quân trở lại trong một ngày đẹp trời nào đó?

Giả sử Saudi Arabia cho Hoa Kỳ tiếp tục đóng quân tại đây, mà Hussein không tiến đánh và cũng không rút quân khỏi Kuwait, thì đó lại là một vấn đề lưỡng nan khác. Hoa Kỳ sẽ làm gì bây giờ đây? Không lẽ tiếp tục ngồi giữa sa mạc vừa ngủ gật vừa xỉa răng cọp chăng?

Chính những vấn đề lưỡng nan đó đã gợi ra một viễn ảnh giải quyết bài toán tận gốc: đó là dùng võ lực trục xuất Iraq ra khỏi Kuwait, đánh quỵ khả năng quân sự của Iraq, và vĩnh viễn không cho Hussein quay trở lại.

Đó là "logic" của giải pháp quân sự. Nhưng trên phương diện chính trị quốc nội, Hành Pháp Hoa Kỳ phải đối phó với phe đối lập tại Quốc Hội mỗi khi phải mang quân ra nước ngoài; mặt khác, còn phải đương đầu với phản ứng của giới truyền thông cũng như của dân chúng Hoa Kỳ nếu cuộc khủng hoảng đưa đến một cuộc chiến tranh mang lại nhiều thương vong cho lính Mỹ.

Đứng trước những khó khăn trên, Hành Pháp Hoa Kỳ đã tìm cách xây dựng nền tảng cho một sự can thiệp rộng lớn, nhưng bắt đầu bằng những bước đi nhỏ và ngắn hạn có tính toán và rất thận trọng. Về mặt chính trị Hoa

Kỳ phải vận động dư luận thế giới qua tổ chức Liên Hiệp Quốc. Về mặt quân sự, Hoa Kỳ phải tỏ ra ôn hòa bằng cách thực hiện một giải pháp hoàn toàn có tính cách phòng thủ tự vệ.

4.1.1. *Vận Động Dư Luận Quốc Tế Lên Án Hành Động Xâm Lăng Của Iraq*

Ngay trong ngày 2 tháng 8, Hoa Kỳ đã vận động Hội Đồng Bảo An LHQ thông qua Nghị Quyết 660 lên án hành động xâm lăng của Iraq, và đòi hỏi Iraq phải lập tức rút quân khỏi Kuwait một cách vô điều kiện. Nghị quyết này đã được biểu quyết với tỷ số 14-0, trong đó có cả lá phiếu của Cuba. Yemen là đại biểu duy nhất không bỏ phiếu.

Ngày hôm sau, tại Mạc Tư Khoa, Hoa Kỳ và Liên Xô ra một tuyên cáo chung lên án cuộc xâm lăng và cắt đứt nguồn tiếp tế vũ khí cho Iraq.

Đứng trước sự quyết tâm của Liên Hiệp Quốc, Iraq làm ngơ và tiếp tục củng cố lực lượng xâm lăng Kuwait. Ngày 6 tháng 8, Hội Đồng Bảo An lại ra Nghị Quyết 661, lên án sự ngoan cố của Iraq, và công bố biện pháp trừng phạt Iraq bằng kế hoạch cấm vận kinh tế và quân sự. Nghị quyết này còn mạnh mẽ xác nhận điều khoản 51 của Hiến Chương Liên Hiệp Quốc cho phép các quốc gia hội viên có quyền tự vệ một cách đơn phương hoặc đa phương.

Trong số những đồng minh của Hoa kỳ thì Thủ Tướng Magaret Thatcher là người có lập trường cứng rắn nhất, khuyến nghị giải pháp đơn phương sử dụng vũ lực để trục xuất Iraq ra khỏi bờ cõi Kuwait.

Trên thực tế, Hoa Kỳ theo đuổi phương thức vận động đa phương qua Liên Hiệp Quốc nhờ đó có thể thu hút được đa số các nước Ả Rập cùng liên minh, nhằm chứng tỏ cho Saddam Hussein thấy ông ta phải đương đầu với cả thế giới. Mặt khác, trên phương diện đối nội, sự hỗ trợ quốc tế qua Liên Hiệp Quốc có tác dụng tâm lý thuận lợi cho Hành Pháp Hoa Kỳ và giúp cho những chuẩn bị quân sự được xuôi chèo mát mái.

Trong phương thức vận động đa phương qua Liên Hiệp Quốc, Hoa Kỳ luôn luôn phải quan tâm trước hết đến bốn đại biểu thường trực (permanent members) của Hội Đồng Bảo An là Liên Xô, Anh, Pháp, và Trung Cộng (Hoa Kỳ là thành viên thứ năm). Và Liên Xô là quốc gia được Hoa Kỳ quan tâm nhất. Mặc dầu Ngoại Trưởng Shevardnadze hợp tác chặt chẽ với ông Baker, nhưng có những thành phần thân Iraq trong chính quyền Liên Xô luôn luôn tìm cách thọc gậy bánh xe, làm cho những công tác vận động của Baker trở nên khó khăn.

Chính vì ảnh hưởng của thành phần thân Iraq nên Liên Xô né tránh đề nghị gửi quân tham gia trong chiến dịch phòng ngự. Điều này có lợi cho Hoa Kỳ khi Chiến Dịch thế thủ (Desert Shield) đổi thành Chiến Dịch tấn công (Desert Storm) về sau này, vì phe thân Iraq trong chính phủ Liên Xô đã giảm mức độ hữu hiệu trong nỗ lực thọc gậy bánh xe.

Dù không tham gia trong chiến dịch phòng ngự, sự hợp tác về mặt chính trị của Liên Xô tiếp tục đóng góp một cách rất hữu ích cho Hành Pháp Hoa Kỳ trong việc đối phó với các chính trị gia quốc nội. Đó là một điều hài hước mà chúng ta sẽ nhận thấy trong những phần kế tiếp.

Mặc dầu có những cố gắng của thành phần thân Iraq trong chính quyền Liên Xô nhằm ngấm ngầm giúp Iraq, nhưng Hussein tiếp tục tự hại mình bằng những hành động xuẩn động gây phẫn nộ trên thế giới. Ngày 9 tháng 8, Hội Đồng Bảo An lại ra Nghị Quyết 662 lên án việc Saddam Hussein công bố sát nhập Kuwait vào lãnh thổ Iraq.

Nghị Quyết 662 nhắc lại sự đòi hỏi Iraq phải lập tức rút ra khỏi Kuwait, phục hồi chủ quyền cho chính phủ Kuwait, sự toàn vẹn lãnh thổ của Kuwait, và yêu cầu các quốc gia hội viên Liên Hiệp Quốc không công nhận sự sát nhập trái phép đối với Kuwait.

Sau đó Nghị Quyết 665 mạnh mẽ đặt ra ngoài vòng pháp luật mọi sự giao thương với Iraq, đồng thời cho phép sử dụng biện pháp quân sự để thực thi lệnh cấm vận.

Trong nhiều ngày liên tiếp, những nghị quyết của Hội Đồng Bảo An đem lại những sự hỗ trợ tâm lý và chính trị cho những toan tính của Hành Pháp Hoa Kỳ.

4.1.2. Dàn Quân Bảo Vệ Saudi Arabia

Song song với những nỗ lực ngoại giao của Ngoại Trưởng Baker đưa đến những nghị quyết chính trị của Liên Hiệp Quốc, những vận động kín đáo liên quan đến biện pháp quân sự đã diễn ra trên trục liên lạc Hoa Thịnh Đốn và Riyadh. Đại Sứ Saudi Arabia tại Hoa Kỳ, Hoàng Thân Bandar, được gặp Bộ Trưởng Quốc Phòng Dick Cheney và Tổng Tham Mưu Trưởng Colins Powell, được xem những không ảnh về tình hình bố trí quân của Iraq trên toàn nước Kuwait, và được chia sẻ những tin tức tình báo liên hệ.

Phía Hoa Kỳ tiết lộ cho ông Bandar thấy khả năng quân sự ngắn hạn và dài hạn của Hoa Kỳ trong việc chặn đứng quân Iraq, và ngỏ ý sẵn sàng giúp bảo vệ Saudi. Điều cần thiết là phía Saudi nên ngỏ lời yêu cầu trước.[15]

Ngay lập tức, Bandar bay về Saudi Arabia để báo cáo với Quốc Vương Fahd. Sự đáp ứng của Quốc Vương Saudi rất thuận lợi: Ông chính thức yêu cầu Hoa Kỳ can thiệp để bảo vệ Saudi bằng quân sự và muốn gặp một phái bộ của Hoa Kỳ tại Thủ Đô Saudi để thảo luận chi tiết. Bộ Trưởng Quốc Phòng Cheney liền bay qua Riyadh. Khi Tổng Thống Bush tuyên bố "This will not stand. This agression against Kuwait", thì chính là lúc Bộ Trưởng Cheney đang trên đường tới Saudi.

Trong cuộc hội kiến với Quốc Vương Fadh, Ông Cheney nhắc lại những hành động lừa bịp và xâm lăng trắng trợn của Iraq đã bị hầu như toàn thể thế giới cô lập. Trung Cộng, Nhật Bản, Cộng Đồng Âu Châu cùng với Liên Hiệp Quốc đều đi theo cùng một chiều hướng chống lại Iraq. Tuy nhiên chính sách cấm vận không biết tới bao giờ mới có tác dụng, trong khi đó lực lượng quân sự của Iraq có thể nuốt trôi Saudi Arabia bất cứ lúc nào.

Sau đó ông Cheney trình bày chiến lược giáp công hai mặt của Hoa Kỳ, một là qua biện pháp cấm vận, hai là dàn quân bảo vệ Saudi Arabia, tạo nên áp lực chính trị và quân sự buộc Iraq phải rút quân. Ông Cheney cũng bảo đảm với Quốc Vương Fadh rằng quân đội Hoa Kỳ sẽ rời khỏi lãnh thổ Saudi Arabia ngay sau khi nhiệm vụ hoàn tất, không chậm trễ một phút.

Quốc Vương Saudi, sau khi hội ý với triều thần, đã chấp thuận sự điều quân của Hoa Kỳ vào Saudi càng sớm càng tốt. Đó là ngày 6 tháng 8, và quyết định của Quốc Vương Fadh đã thành lịch sử. Ngay sau đó Tổng Thống Bush nhận được báo cáo của Bộ Trưởng Quốc Phòng Cheney từ Saudi Arabia, và lệnh điều quân được lập tức ban hành.

Quốc Vương Fadh đồng ý để Hoa kỳ đem 100,000 quân vào để bảo vệ Saudi theo ý nghĩa một lá mộc phòng ngự (defensive shield), và chiến dịch dàn quân phòng thủ này được mệnh danh là Desert Shield.[16] Chẳng những Quốc Vương đồng ý... "cho phép" Hoa Kỳ bảo vệ Saudi Arabia, mà ông còn kín đáo ngỏ ý hy vọng Hoa Kỳ sẽ trục xuất Iraq ra khỏi Kuwait và nhất là lấy đầu Saddam Hussein.

Những thành công về ngoại giao nhằm cô lập Saddam Hussein và nhằm thuyết phục Saudi Arabia cho phép thực hiện việc đóng quân là những khích lệ rất lớn cho kế hoạch chiến tranh. Nhưng được phép đóng quân là một chuyện, mà ai chịu trang trải kinh phí vĩ đại cho chiến dịch Desert Shield là vấn đề khác cần phải giải quyết.

Hơn nữa, kế hoạch cấm vận của Liên Hiệp Quốc khiến cho một số nước thân hữu của Hoa Kỳ bị thua thiệt nhiều tỷ mỹ kim trong việc giao thương với Iraq. Nếu muốn những nước này tiếp tục tích cực trong liên minh chống Iraq trong một thời gian cần thiết, Hoa Kỳ phải có một giải pháp ổn thỏa.

4.2.   Giai Đoạn 2: Hình Thành Liên Minh Chống Iraq

4.2.1.   Vận Động Ngoại Giao

Từ khi có quyết định đem quân vào Iraq cho tới lúc hoàn thành cuộc bố trí, Hoa Kỳ cần có một khoảng thời gian nhất định. Theo sự ước lượng ban đầu của Tướng Schwarzkopf, thời gian đó lên tới một năm. Trên thực tế, Hoa Kỳ đã đổ trên 200,000 quân vào Saudi Arabia trong một thời gian kỷ lục là 8 tuần lễ.

Trong thời gian mấy tuần lễ đầu, nếu Saddam Hussein thúc quân chiếm Saudi Arabia thì với non chục ngàn quân, Tướng Schwarzkopf không tin rằng Hoa Kỳ đủ khả năng kháng cự. Phải chăng Saddam e ngại không lực của Hoa Kỳ? Điều đó có thể đúng một phần. Một phần khác là Thổ Nhĩ Kỳ bắt đầu chuyển quân tới biên thùy Iraq, đe dọa bên ngang hông khiến Saddam không thể dốc hết quân ra tiền tuyến.

Trong lúc đó bà Thatcher hứa hẹn đem lực lượng hải quân hỗ trợ cho việc cấm vận, và Tây Ban Nha chấp thuận để Hoa Kỳ sử dụng không phận cho mục đích hành quân. Ngoài ra còn nhiều quốc gia khác tham gia vào kế hoạch cấm vận do Hội Đồng Bảo An kêu gọi. Chính những tin tức về sự kết hợp quân sự và ngoại giao quốc tế đã đóng góp một phần lớn tạo áp lực khiến Iraq phải bỏ ý định tiến qua Kuwait về phía Nam.

Việc xây dựng lực lượng Liên Minh thực ra đã được chính Saddam giúp đỡ một phần lớn do sự kiêu căng, hung tợn của ông ta đối với các nước Ả Rập anh em. Hơn một tuần lễ sau khi Saddam xâm lăng Kuwait, Hội Nghị Thượng Đỉnh của Liên Đoàn Hồi Giáo được triệu tập tại Cairo. Trưởng phái đoàn Iraq tới Cairo đem theo 100 cận vệ võ trang với súng tiểu liên Kalashnikov, khiến các phái đoàn tham dự ớn da gà.[17]

Đối vấn đề Kuwait, đại diện Iraq tuyên bố thẳng là không có "cái gọi là Kuwait", mà chỉ có lãnh thổ của Iraq. Vì thế Hội Nghị Thượng Đỉnh thay vì giải quyết sự tranh chấp giữa hai nước Hồi Giáo anh em đã biến thành hội nghị về việc tham gia với quân đội Hoa Kỳ trong Liên Minh chống Iraq. Ngày 10 tháng 8, cuộc bỏ phiếu đã đưa đến kết quả 12 phiếu ủng hộ và 8 phiếu chống.

Để phản ứng lại, Saddam kêu gọi một cuộc thánh chiến chống lại lực lượng của Tây Phương đang bắt đầu tập hợp trên lãnh thổ Saudi Arabia. Một trong những người hưởng ứng lời kêu gọi trên là Usama Bin Laden, một công dân Saudi.

4.2.2. Vận Động Tài Chánh Để Trang Trải Kinh Phí Cho Chiến Dịch

Dù chưa xẩy ra chiến tranh, nhưng riêng kinh phí cho việc chuyển vận quân lính, quân trang, quân nhu, nói tóm lại là phí tổn về hậu cần cho một đoàn quân viễn chinh lên tới mức vĩ đại. Ngay từ ban đầu, người ta "phỏng đoán" (guesstimate) rằng kinh phí này lên tới nhiều chục tỷ mỹ kim, đó là chưa kể tới những kinh phí đồn trú mấy trăm ngàn quân tại một quốc gia xa xôi.

Để giải quyết vấn đề "tiền" nói trên, Ngoại Trưởng Baker lại phải làm một cuộc vận động ngoại giao nhân chuyến viếng thăm 9 nước thuộc phạm vi của Hội Nghị Thượng Đỉnh Helsinki giữa Bush và Gorbachev.[18]

Vấn đề "tiền" này còn có một ý nghĩa chính trị đối nội, chứng tỏ cho chính giới và quần chúng Mỹ thấy rằng tất cả mọi quốc gia đều chia sẻ gánh nặng, chia sẻ rủi ro, và chia sẻ trách nhiệm, chứ không phải chỉ riêng Hoa Kỳ. Với ý nghĩa chính trị và ngoại giao, người ta không thể trình bày kinh phí này theo một bản kết toán "đo lọ nước mắm, đếm củ dưa hành" của một một ba nội trợ. Vì thế ông Baker đã quyết định nhân gấp đôi mọi dự đoán về phí tổn vào lúc đó.

Đối với Quốc Vương Fadh, chiến dịch chống Saddam Hussein là một vấn đề sinh tử của Saudi Arabia còn vấn đề "tiền" là một vấn đề thứ yếu và ông mau mắn chấp nhận con số 15 tỷ mỹ kim do Ngoại Trưởng Baker đưa ra. Nhưng Saudi Arabia cũng đòi hỏi Kuwait phải đóng góp một số tiền tương đương, nghĩa là 15 tỷ mỹ kim. Cuộc vận động với Kuwait cũng thành công một cách dễ dàng. Đúng theo sự tiên đoán của Saudi Arabia, Kuwait sẵn sàng đóng góp 15 tỷ mỹ kim như Hoa Kỳ yêu cầu.

Ai Cập không phải là một quốc gia dầu hỏa như Saudi Arabia và Kuwait. Tại Ai Cập, Hoa Kỳ không đòi hỏi sự đóng góp tài chánh. Trái lại, muốn lôi kéo Ai Cập vào liên minh quân sự chống Iraq, Hoa Kỳ còn phải xí xóa số nợ 7.1 tỷ mỹ kim mà Ai Cập chưa hoàn trái. Tổng Thống Mubarak rất căm hận Hussein đã lừa bịp khi bảo đảm rằng không có ý định xâm lăng Kuwait. Vì lo sợ mối đe dọa của Iraq nên Mubarak sẵn sàng gửi quân tham gia vào lực lượng Liên Minh (Coalition Forces).

Tại Thổ Nhĩ Kỳ (Turkey), trong chuyến công du trước nữa, ông Baker đã hứa sẽ tìm cách bù đắp sự thua thiệt khoảng một tỷ mỹ kim do biện pháp cấm vận gây ra cho Thổ. Để đáp lại, Thổ Nhĩ Kỳ có nhiệm vụ khóa ống dẫn dầu từ Iraq qua Thổ trên đường đi ra Địa Trung Hải (Mediterranian Sea).

Nếu tính bù qua xớt lại, cho tới lúc này lực lượng Liên Minh đã có một ngân sách đáng kể để trang trải các chi phí (trên lý thuyết). Sợi giây liên lạc chặt chẽ giữa một số thành viên đang được củng cố. Nỗ lực vận động sự hợp tác của Ngoại Trưởng James Baker được coi là thành công trên căn bản "có qua có lại".

4.3.   Giai Đoạn 3: Chuyển Từ Thế Thủ Sang Thế Công

Khi Tướng Schwarzkopf thuyết trình cho Tổng Thống Bush vào đầu tháng 8 về kế hoạch hành quân 90-1002 thì lực lượng quân sự của Iraq trên lãnh thổ Kuwait gồm có khoảng 100,000 quân bộ chiến và 850 chiến xa. Tới giữa tháng 9, số quân bộ chiến của Iraq dành cho chiến trường Kuwait đã tăng lên trên 300,000 và số chiến xa tăng lên 2750 cộng thêm với 1500 khẩu đại pháo có khả năng bắn đầu đạn hơi độc hóa học.

Mặc dầu số quân của Iraq tăng lên hơn gấp ba, nhưng có nhiều dấu hiệu cho thấy Saddam Hussein bỏ ý định xâm lăng Saudi Arabia. Mặt khác, rõ ràng ông ta có ý định cố thủ tại Kuwait để thi gan với ông Bush. Các đơn vị chiến xa của Iraq được lùi xa hơn về phía sau, các đơn vị bộ binh thì được dàn theo dọc biên giới Kuwait và các đơn vị Vệ Binh Cộng Hòa được lùi xa hơn nữa về thế thủ.[19]

Về phía Liên Quân, lực lượng bố trí tại Saudi thừa sức phòng thủ, nghĩa là thừa sức đánh bại một cuộc tấn công của Iraq. Tướng Không Quân Chuck Horner bảo đảm rằng không một máy bay nào của Iraq có thể vượt qua lưới phòng thủ trên trời. Lực lượng không quân của Liên Minh có ưu thế về số lượng là 3/1 đối với Iraq, và được bố trí tại 21 phi trường. Vào lúc đó, mỗi ngày lực lượng không quân thực hiện trên 700 phi vụ để tuần tiễu và thao dượt.

Ở dưới đất, nếu Iraq tấn công bằng một mũi dùi chiến xa, Liên Quân sẽ để cho địch quân tiến qua tuyến phòng thủ để bao vây, đánh tiêu diệt lực lượng hậu cần (logistic) trước rồi thanh toán mũi dùi tiền phương sau.

Tóm lại, số quân hiện hữu của Liên Quân dư sức trong sứ mạng phòng thủ, nhưng thiếu khả năng tấn công. Bộ Tư Lệnh CENTCOM ước lượng nếu muốn tấn công, phía Liên Quân phải có các điều kiện sau đây: thứ nhất, một ưu thế quân số tối thiểu là 2/1 đối với bên địch; thứ hai, phải có quân Ả Rập hợp tác cùng đánh; thứ ba, hễ đánh phải đánh thắng; và thứ tư, phải có thêm một lực lượng trừ bị ở phía sau.

Nếu muốn đạt tới ưu thế quân số như trên, Hoa Kỳ cần di chuyển ba quân đoàn thiết giáp nặng của Hoa Kỳ từ Âu Châu sang Saudi.

Vào lúc đó Lữ Đoàn 7 Chiến Xa của Anh chưa tới, Sư đoàn 6 Chiến Xa Nhẹ của Pháp vừa tới nhưng chưa bố trí xong, Sư Đoàn 4 Cơ Động của Ai Cập thì còn ở Ai Cập để chờ Saudi cho phép nhập nội, và Sư Đoàn 9 Chiến

Xa của Syria đang trên đường đi tới, nhưng ngày tới thì chưa biết.

Đó là một hoàn cảnh tiến thoái lưỡng nan cho đoàn quân của Hoa Kỳ đã tới sớm hơn các lực lượng đồng minh. Sau ba tháng trời ngồi tắm nắng giữa sa mạc, binh sĩ Mỹ thắc mắc không biết mình ngồi phơi nắng suông để làm gì. Ngoài những cuộc thao dượt, họ chỉ có một trò giải trí là mở radio nghe "vọng cổ" để "thương về quê mẹ" và uống Coca-Cola "sec". Tại Saudi Arabia, binh sĩ Mỹ phải sống trong một kỷ luật khắt khe: "No Drug, No Drink". Nữ quân nhân đi ra phố không được mặc T-shirt và quần chẽn phô trương một cách nửa kín nửa hở bộ ngực và cặp đùi khêu gợi, khiến cho mấy người "thánh thiện" như ... Osama bin Laden có thể không dằn nổi cơn bão lòng mà trở thành "insane".

Các đoàn văn nghệ giải trí cho quân đội không được phép cho nữ diễn viên trình diễn trên sân khấu,[20] vì người Ả Rập sợ rằng các nữ diễn viên này sẽ làm nhơ bẩn vương quốc vốn được giao cho trọng trách canh gác Thánh Địa Mecca của Hồi Giáo.

Chi tiêu mấy chục tỷ mỹ kim để cho mấy trăm ngàn quân ngồi ngắm lạc đà trên sa mạc là một trò giải trí khô khan và đắt tiền. Vấn đề đóng quân mà không đánh tới là một khó khăn không những chỉ riêng cho Bộ Tư Lệnh Tiền Phương tại Saudi Arabia. Tại Hoa Kỳ, nhiều người dân vốn ủng hộ ông Bush trong phản ứng chống Saddam Hussein cũng bắt đầu bất mãn vì họ không biết Hoa Kỳ muốn gì. Các cuộc thăm dò dân ý cho thấy tỷ lệ ủng hộ ông Bush đang đi xuống mau, và giúp sức cho những đối thủ chính trị của ông ta tại quốc nội. Các đồng minh của Hoa Kỳ cũng lo ngại vì không biết Hoa Kỳ định tính chuyện gì tại Saudi. Các nước Ả Rập thì sợ rằng Hoa Kỳ sẽ đem con bỏ chợ.

Tới lúc này, nhu cầu chuyển từ thế phòng thủ sang thế tấn công đã bắt đầu ló dạng.

4.3.1. *Tăng Gấp Đôi Quân Số Tại Saudi Arabia*

Sau hơn hai tháng tạo áp lực bằng cách bố trí một lực lượng quân sự hùng hậu tại Saudi, không riêng gì Liên Quân mà cả thế giới đều không ghi nhận được một dấu hiệu gì cho thấy Iraq bỏ ý định cố thủ tại Kuwait. Sau khi cho mấy sinh viên "Kuwait giả hiệu" lập Chính Phủ Cách Mạng, cuối cùng Saddam công bố sát nhập Kuwait thành một Tỉnh của Iraq. Hành Pháp Hoa Kỳ quyết định cần phải biểu dương sự quyết tâm bằng cách tăng áp lực quân sự và ngoại giao đối với Saddam Hussein.

Ngày 22 tháng 10, Tướng Colins Powell bay tới Riyadh để gặp Tướng Schwarzkopf, và một lần nữa công nhận rằng lực lượng hiện hữu của Liên

Quân không đủ để chuyển sang thế công. Bộ Tư Lệnh CENTCOM lúc đó bèn trình bày kế hoạch tấn công: một mặt chặn ngang địch quân, và một mặt đánh bọc ngang hông ở hướng Tây của Iraq với một lực lượng hùng hậu. Muốn thế, Liên Quân cần thêm những quân đoàn thiết giáp.

Con đường đánh bọc ngang hông về phía Tây cần phải được đánh giá kỹ về phương diện hậu cần (logistics). Những xe vận tải nặng chở 5,000 gallon xăng không thể di chuyển trên cát mềm của vùng sa mạc. Cho tới lúc này, vùng phía Tây Iraq chưa được quan trắc địa hình (land surveying).

Cuộc họp giữa hai Tướng Powell và Schwarzkopf đã đưa đến một sự hội ý về kế hoạch, nhu cầu, và khả năng quân sự để chuyển sang thế công và để đánh thắng Saddam Hussein. Nhưng, theo Tướng Powell, tại Hoa Thịnh Đốn vào lúc đó, mọi quyết định còn phải chờ tới sau cuộc bầu cử Quốc Hội giữa nhiệm kỳ (mid-term election) vào tháng 11. Rồi sau đó mới có thể quyết định dậm chân tại chỗ hay là tiến tới. Nếu có ý định tiến tới thì Hành Pháp sẽ phải vận động hai mặt: Liên Hiệp Quốc và Quốc Hội Hoa Kỳ.[21]

Nhưng đột nhiên, vào ngày 31 tháng 10, Tướng Powell loan báo cho Schwarzkopf biết là cứ việc tiến hành chuẩn bị lực lượng để tấn công, và Tướng Schwarzkopf sẽ được cung cấp mọi phương tiện cần thiết, và còn hơn thế nữa ("It wìl be dramatic. You're gonna get everything you asked for and more).[22]

Tại Hoa Thịnh Đốn, sau khi hội ý với Ngoại Trưởng Baker, Bộ Trưởng Quốc Phòng Cheney, Tướng Powell, và Cố Vấn An Ninh Scowcroft, Tổng Thống Bush đã chính thức quyết định tăng gấp đôi quân số tại Saudi vào ngày 31 tháng 10, ngay trước khi Tướng Powell loan báo cho Schwarzkopf. Việc tăng quân số này được thực hiện gồm cả việc gia tăng lực lượng chiến xa nặng cho mặt trận bộ chiến bằng cách chuyển ba quân đoàn chiến xa từ Âu Châu sang.[23]

Vấn đề kế tiếp của Tổng Thống Bush là một mặt vận động ngoại giao với các nước Ả Rập, Liên Xô, và Liên Hiệp Quốc, và sau đó vận động Quốc Hội.

4.3.2. Vận Động Ngoại Giao

Tại Ả Rập, Ngoại Trưởng Baker nhận được sự đáp ứng nồng nhiệt. Các nước Ả Rập thở phào nhẹ nhõm vì họ đã cất được một gánh nặng chứa chất nỗi lo sợ sự thiếu cương quyết của Hoa Kỳ.

Những đòi hỏi của Hoa Kỳ gồm có: trước hết, trong trường hợp công phạt Iraq, các nước Ả Rập sẽ cho phép Hoa Kỳ quyền điều động toàn bộ cuộc chiến; thứ hai, nếu tấn công Iraq, Hoa Kỳ sẽ phải oanh tạc Thủ Đô Bagdadh; thứ ba, nếu Saddam Hussein tấn công Do Thái và nếu Do Thái phản ứng để tự vệ thì các nước Ả Rập không rời bỏ Liên Minh.

Đối với ba điều kiện trên, các nước Ả Rập đều chấp nhận.[24]

Bước khó khăn kế tiếp là vận động Hội Đồng Bảo An Liên Hiệp Quốc ra một Nghị Quyết cho phép Hoa Kỳ và Liên Quân sử dụng võ lực để trục xuất quân Iraq ra khỏi Kuwait. Hoa Kỳ có một lợi thế trong tháng 11, vì đó là phiên Hoa Kỳ chủ tọa Hội Đồng Bảo An. Nếu để sang tháng 12 thì vai trò chủ tọa rơi vào tay Yemen là một nước thân Iraq.

Bất cứ một nghị quyết nào của Hội Đồng Bảo An sẽ không thành hình nếu một trong 5 hội viên thường trực (permanent member) bỏ phiếu phủ quyết. Một trong 5 hội viên thường trực đáng lo ngại là Trung Cộng. Sau nhiều lần Ông Baker cố gắng thuyết phục, Ngoại Trưởng Trung Cộng khăng khăng bác bỏ giải pháp dùng võ lực, và lý luận rằng cần kiên nhẫn để chờ chiến dịch cấm vận có tác dụng lên Iraq.

Mặc dầu đại biểu Trung Cộng không đồng ý bỏ phiếu thuận, nhưng miễn là không bỏ phiếu phủ quyết thì nghị quyết vẫn có hiệu quả. Theo sự tính toán của Ngoại Trưởng Baker thì Trung Cộng hiểu rằng một sự phủ quyết trong trường hợp này sẽ có hậu quả rất tai hại cho bang giao giữa hai nước, mà Trung Cộng lại đang cần Hoa Kỳ. Vì thế Baker báo cáo cho ông Bush biết là tệ lắm thì đại biểu Trung Cộng chỉ bỏ phiếu trắng.

Đối với Liên Xô, Ngoại Trưởng Baker phải kiên nhẫn thuyết phục Shevardnadze trong 13 tiếng đồng hồ. Ngoại Trưởng Liên Xô chống lại giải pháp sử dụng võ lực vì nghĩ rằng cần cho Saddam thêm thời giờ. Ông Baker lý luận rằng Hussein không quan tâm gì đến biện pháp cấm vận, và sẵn sàng để cho mọi người dân Iraq chết đói hết trơn trọi rồi mới bỏ cuộc. Ông ta cũng nhắc nhở Shevardnadze rằng nếu có sự trì trệ, Liên Quân Ả Rập không thể chờ tới sau tháng 3-1991, khi Đại Lễ Ramadan bắt đầu, và sau đó là Mùa Hè nóng như thiêu tại sa mạc.

Cuộc tấn công như vậy sẽ phải hoãn tới Mùa Thu, và sợ rằng Liên Minh sẽ không còn đứng vững tới lúc đó. Shevardnadze cũng hiểu Liên Minh các nước Ả Rập lỏng lẻo và èo ọt như thế nào. Ông ta hỏi rằng liệu Hoa Kỳ có nắm chắc phần thắng tại Iraq không? Với kinh nghiệm ê càng tại A phú Hãn, Shevardnadze khuyên Hoa Kỳ phải cẩn thận đối với những báo cáo tô hồng của giới quân nhân.

Ngoại Trưởng Baker đã đánh một đòn ngoại giao táo bạo chưa từng thấy bằng cách đề nghị Tướng Howard Grave thuyết trình cho Shevardnadze nghe về kế hoạch hành quân nhằm đánh thắng Iraq. Ông Baker nghĩ rằng đó là một hành động hi hữu khi một quân nhân cao cấp của Hoa Kỳ thuyết trình cho Ngoại Trưởng Liên xô về kế hoạch hành quân chống lại một quốc gia khách hàng của Liên Xô.

Theo sự ước lượng của Bộ Quốc Phòng thì Hoa Kỳ có thể đánh thắng trong một thời gian từ ba tới bốn tuần lễ. Nhưng sợ rằng Shevardnadze không dễ tin, Ông Baker căn dặn trước để Tướng Grave đưa ra ước lượng lâu hơn gấp ba lần. Shevardnadze vẫn còn cho rằng sự ước lượng đó có thể lạc quan. Tuy nhiên, xuyên qua vẻ chân thành của Tướng Grave, Shevardnadze cảm kích về sự trao đổi tin tức tối mật nói trên.

Vấn đề sau đó là thuyết phục Gorbachev. Theo Gorbachev, có hai khó khăn chính yếu. Thứ nhất, khi đưa ra một tối hậu thư cho một nước Ả Rập, phản ứng thông thường là họ càng trở nên ngoan cố. Khó khăn thứ hai là, khi đe dọa dùng võ lực, Hoa Kỳ đã sẵn sàng để dùng võ lực chưa, nếu Iraq ngoan cố không tuân theo nghị quyết Liên Hiệp Quốc một lần nữa?

Baker trả lời rằng:" Tổng Thống Hoa Kỳ hiểu rất rõ điều đó. Mặc dầu ông ta bất đắc dĩ mới dùng võ lực, nhưng sẵn sàng sử dụng nếu cần." Ông Baker cảm thấy lập trường của Shevardnadze đã tiến rất gần với lập trường Hoa Kỳ, về vấn đề phải đạt cho được nghị quyết Hội Đồng Bảo An trong tháng 11. Riêng Gorbachev thì chưa tới mức mong muốn.

Nhưng Gorbachev hứa sẽ suy nghĩ trong vòng 11 ngày trước khi gặp Tổng Thống Bush trong một hội nghị về Âu Châu tại Paris.

Tại Luân Đôn, mặc dầu Bà Thatcher không tin rằng có thể đạt được một nghị quyết của Liên Hiệp Quốc cho phép sử dụng võ lực, nhưng nước Anh sẵn sàng ủng hộ Hoa Kỳ bất cứ quyết định ra sao. Nước Pháp là hội viên thường trực cuối cùng sẵn sàng ủng hộ Hoa Kỳ. Tổng Thống Mitterrand hứa sẽ đóng góp nhiều hơn là một số quốc gia bạn và đồng minh của Hoa Kỳ đã đóng góp.

Ngoại Trưởng Baker còn phải bay qua nhiều quốc gia kém quan trọng khác. Với sự đồng ý trước của Tổng Thống Bush, Ông Baker đã bỏ sẵn vào túi một ít viên "kẹo ngoại giao" (diplomatic sweetener) để thuyết phục những nước còn lửng lơ chưa quyết định rứt khoát. Với cây gậy và củ cà rốt, ông ta tin rằng đã quy tụ được một đa số thuận lợi.

Ngày 29 tháng 11, Hội Đồng Bảo An đã bỏ phiếu và thông qua Nghị Quyết 678 với 12 phiếu thuận, hai phiếu chống của Cuba và Yemen, và một phiếu trắng của Trung Cộng. Nghị Quyết 678 tiếp tục tố cáo và lên án Iraq đã làm ngơ đối với tất cả 11 nghị quyết trước đó của Liên Hiệp Quốc, và cho phép các quốc gia hội viên cùng hợp tác với Kuwait để dùng "mọi biện pháp cần thiết" (all necessary means) nhằm trục xuất Iraq ra khỏi Kuwait nếu Iraq không tự ý rút trước ngày 15 tháng 1 năm 1991.[25]

Nghị Quyết 678 đã đánh dấu một biến cố lịch sử tại Trung Đông.

4.3.3. Nội Tình Chính Trị Của Hoa Kỳ

Ngay sau khi Hoa Kỳ đổ quân vào Saudi Arabia, một làn sóng phản chiến đã nổi lên tại nhiều nơi trên đất Mỹ làm người ta liên tưởng đến thời kỳ Chiến Tranh Việt Nam. Mặc dầu mức độ chống đối chiến tranh của các cuộc biểu tình phản chiến còn yếu, nhưng những tin tức được loan tải trên đài CNN cũng đủ là những dấu hiệu lạc quan đối với Saddam Hussein, một người không hiểu gì về thực trạng chính trị của Hoa Kỳ.

Cho tới Mùa Hè 1990, lần đầu tiên Saddam mới biết rằng, tại Mỹ, người ta có thể chỉ trích tổng thống mà không bị bắn bỏ.[26]

Tiếp theo các cuộc biểu tình phản chiến là một số biến cố cho thấy dấu hiệu chia rẽ tại Hoa Kỳ và sự suy yếu của Hành Pháp. Một số nhà phân tích thời cuộc chỉ trích rằng ông Bush coi vấn đề dầu hỏa quan trọng hơn sinh mạng của người Mỹ. Lời chỉ trích này trở thành một chủ đề lớn cho các phong trào phản chiến. Bình luận gia Mark Summer của chương trình nghiên cứu Peace and Conflict Studies Program tại Đại Học Berkley, California, đặt vấn đề: "Có đáng hy sinh từ 20,000 tới 50,000 lính Mỹ chỉ vì 5% số lượng dầu hỏa tiêu thụ hàng ngày hay không"?

Những lập luận tương tự cũng được nhắc tới nhắc lui trên diễn đàn truyền thông và nhất là diễn đàn Quốc Hội Mỹ.

Ngay từ đầu tháng 9, Quốc Hội Mỹ đã cảm thấy bẽ bàng khi ông Bush đem quân vào Trung Đông mà không tham khảo ý kiến Quốc Hội, nghĩa là dường như làm ngơ đối với đạo luật War Power Act. Đạo luật này là sản phẩm của Chiến Tranh Việt Nam, theo đó, Quốc Hội có quyền rút quân Mỹ về nước trong vòng 60 ngày nếu Tổng Thống tự tiện gửi quân ra nước ngoài mà quên không xin phép ba má.

Thượng Nghị Sĩ Sam Nunn đề nghị (và được sự ủng hộ của nhiều nghị sĩ khác) một sự cải cách, theo đó, Quốc Hội sẽ không đòi rút quân về nếu Tổng Thống ngoan ngoãn tham khảo ý kiến Quốc Hội đều đều. "Tham khảo" ở đây có nghĩa là thông báo, thảo luận, và xin ý kiến. Theo sự suy nghĩ của Ngoại Trưởng Baker, nếu có sự tham khảo với Quốc Hội về vấn đề đối phó với Iraq, thì ngay ngày hôm sau, tin tức đã lọt tới các đài truyền hình, mà Saddam là một khán thính giả trung thành của đài CNN.

Ngày 8 tháng 11, Quốc Hội lại nổi giận khi ông Bush tuyên bố gia tăng quân số tại Trung Đông từ 230,000 lên 430,000 mà không tham khảo với

Lập Pháp. Hơn một tuần lễ sau đó, ngày 21 tháng 11, Thượng Nghị sĩ Sam Nunn họp với phóng viên báo chí để tố cáo rằng đường lối mới của ông Bush là tiến tới chiến tranh.

Ông Sam Nunn là Chủ Tịch Ủy Ban Quân Lực Thượng Viện, một người có thẩm quyền về các vấn đề quân sự và có uy tín tại Quốc Hội. Làm đầu tầu cho một số lớn các nhà lập pháp Dân Chủ, Sam Nunn đòi phải kiên nhẫn theo đuổi chính sách cấm vận và chống lại chủ trương vội vã tiến tới giải pháp dùng võ lực.

Điều tai hại nhất cho ông Bush là xưa nay Thượng Nghị Sĩ Sam Nunn vốn nổi tiếng là có khuynh hướng "diều hâu" trong vấn đề bang giao quốc tế. Vậy mà trong vấn đề Iraq xâm lăng Kuwait ông ta lại tỏ ra có khuynh hướng "bồ câu". Một số các nhà bình luận chính trị cho rằng Ông Sam Nunn đang chuẩn bị ra tranh cử Tổng Thống nên phải chuẩn bị một tư thế xem ra phù hợp với đa số khuynh hướng chính trị trong nước.[27]

Một ngày trước khi Hội Đồng Bảo An thông qua Nghị Quyết lịch sử 678, Ông Sam Nunn đã triệu tập nhiều cuộc điều trần của nhiều cựu tướng lãnh và cựu viên chức Bộ Quốc Phòng vốn chủ trương kiên nhẫn theo đuổi chính sách cấm vận. Hai quân nhân nặng ký trong số các điều trần viên đó là Đại Tướng Không Quân David Jones và Đô Đốc Hải Quân William Crowe, trước kia vốn là hai vị Tổng Tham Mưu Trưởng Quân Lực Hoa Kỳ, dĩ nhiên là những tiếng nói đáng lưu ý trong giới quân đội chống lại giải pháp dùng võ lực.[28]

Đô Đốc Crowe cho rằng "dù phải chờ tới 12 tháng hoặc 18 tháng, thay vì 6 tháng, để cho chính sách cấm vận có tác dụng thì cũng đáng chờ nếu tránh được chiến tranh." Tướng Không Quân David Jones thì cảnh cáo rằng "hành động tăng quân số gấp đôi tại Saudi Arabia có thể buộc Hoa Kỳ phải nhảy vào chiến tranh - có thể là quá sớm và cũng có thể là không cần thiết."[29]

Sau khi Hội Đồng Bảo An công bố Nghị Quyết 678, một phần những tác dụng tai hại do các cuộc điều trần gây ra đã bị hóa giải.

Tuy nhiên, Hành Pháp còn phải vượt qua một chặng đường khó khăn cuối cùng trước khi phóng ra cuộc tấn công bằng quân sự, đó là vận động Quốc Hội chấp thuận sử dụng võ lực. ông Bush đã cân nhắc kỹ lưỡng vấn đề có nên yêu cầu Quốc Hội chấp thuận dùng võ lực nếu Iraq không tuân theo Nghị Quyết của Hội Đồng Bảo (rút khỏi Kuwait trước ngày 15-1-1991).

Có hai cách để vận động Quốc Hội đối với hành động chiến tranh: một là, Lưỡng Viện Quốc Hội công bố bản Tuyên Chiến với Iraq (Declaration of War) để Hành Pháp thi hành; hai là, Quốc Hội thông qua một quyết nghị chung chấp thuận cho Hành Pháp sử dụng võ lực trong những điều kiện phù hợp với Nghị Quyết 678 của Liên Hiệp Quốc.

Nếu chọn giải pháp tuyên chiến, Hành Pháp có 90 ngày để theo đuổi chiến tranh mà không cần sự chấp thuận của Quốc Hội. Theo nhận định của Bộ Quốc Phòng, thì thời gian đó dư để kết liễu cuộc chiến. Dù Bộ Quốc Phòng tính sai, thì Quốc Hội cũng không có cách gì bỏ phiếu để ngưng đánh nhau. Mặc dầu đó là một sách lược rất hay, nhưng nó sẽ tạo một tiền lệ mới về tranh chấp hiến định (constitutional fight) giữa Hành Pháp và Lập Pháp, và do hậu quả của cuộc tranh chấp như vậy, các vị Tổng Thống tương lai sẽ bị bó tay trong chính sách đối ngoại.[30]

Thượng Nghị sĩ Cộng Hòa Richard Lugar đề nghị Tổng Thống triệu tập một phiên họp Quốc Hội để thảo luận về một nghị quyết cho phép Hành Pháp dùng võ lực tại Kuwait. Ông Lugar, dưới áp lực của cử tri trong vùng, đã nhiều lần nêu lên giải pháp trên. Nếu chọn giải pháp này, giữa lúc Quốc Hội còn giận dữ về việc tăng quân tại Saudi, là một lựa chọn nguy hiểm. Nếu Quốc Hội ra nghị quyết bác bỏ lời yêu cầu của Hành Pháp, ông Bush sẽ hoàn toàn bị bó tay. Tổng Thống không thể tiến hành chiến tranh khi Quốc Hội minh thị chống đối.

Nếu điều nói trên xảy ra, liên minh quốc tế chống Iraq sẽ thắc mắc về sự quyết tâm của Hoa Kỳ, và Tổng Thống sẽ khó lòng có khả năng tiến hành các chính sách đối ngoại.

Một khả năng thứ ba có thể xảy ra là Quốc Hội chấp thuận giải pháp chiến tranh, với điều kiện Chính Phủ Bush chờ đợi sáu tháng hoặc một năm để trắc nghiệm sự hữu hiệu của chiến dịch cấm vận. Đó là một khả năng không thể chấp nhận được, như đã được phân tích khá đầy đủ trước kia.

Sau khi bàn đi tính lại với ban tham mưu, Tổng Thống Bush đã quyết định đưa vấn đề ra Quốc Hội để thảo luận. Hành Pháp và Lập Pháp đã tranh cãi suốt cả tháng 12 và có vẻ sẽ không đi đến kết quả gì cụ thể, cho tới lúc Tổng Thống Bush đưa ra một đề nghị giống như một trái bom nổ.

4.3.4. Tuyệt Chiêu Của Tổng Thống Bush

Lưỡng Viện Quốc Hội 1990 không phải là đất dụng võ của Ông Bush, vì Đảng Dân Chủ chiếm đa số tại Thượng Viện lẫn Hạ Viện. Nền kinh tế Hoa Kỳ trong năm 1990 cũng không phải là đất dụng võ của Ông Bush. Những dấu hiệu suy thoái kinh tế làm ông ta bận tâm và nhức đầu, đau bụng mỗi ngày. Nhưng có một khó khăn lớn khác mà ông Bush không khắc phục nổi, đó là khuyết điểm ngôn ngữ của chính ông ta. Không phải là ông Bush "ăn nói cà lăm" nhưng ông ta không có tài năng ăn nói hấp dẫn "dễ thuyết phục quần hào" của một nhà hùng biện.

Trong suốt năm tháng trường xây dựng chiến lược chống Iraq qua những vận động ngoại giao với các nước Ả Rập và Liên Hiệp Quốc, chính quyền của ông Bush đã tạo được những thành quả ngoại giao chưa từng thấy trong chính sách đối ngoại. Mặc dầu vậy, ông Bush vẫn lúng túng không thuyết phục được Quốc Hội và quốc dân về chính sách đối phó với Iraq.

Ngày 30 tháng 11, Tổng Thống Bush họp báo và đưa ra đề nghị táo bạo: Ông sẽ gặp Ngoại Trưởng Tariq Aziz của Iraq tại Hoa Thịnh Đốn trong khoảng tuần lễ của ngày 10 tháng 12, và Ngoại Trưởng Baker của Hoa Kỳ sẽ gặp Saddam Hussein tại Baghdad trong khoảng thời gian từ 15 tháng 12, 1990 tới 15 tháng 1, 1991. Sự quyết định về ngày họp sẽ hoàn toàn uyển chuyển tùy theo sự thuận tiện cho cả đôi bên.

Mục đích của hai cuộc gặp gỡ này là để hai bên trực tiếp nói truyện với nhau về giải pháp cho Kuwait, và thực sự hiểu được ý định của đối phương. Theo sự nhận định của ông Bush thì Saddam Hussein có vẻ không hiểu sự quyết tâm của Liên Minh Quốc tế, và nghĩ rằng Liên Minh chỉ có mục đích dọa dẫm chứ không thực tình dám sử dụng võ lực nếu Iraq duy trì lập trường cứng rắn. Nếu hiểu được sự quyết tâm của Hoa Kỳ và Liên Minh thì có lẽ Iraq sẽ tỏ ra biết điều hơn.

Tổng Thống Bush nói trước là cuộc gặp gỡ này theo đúng tinh thần của Nghị Quyết 678, nghĩa là không có một sự nhượng bộ nào về phía Liên Minh, và Iraq phải rút quân khỏi Kuwait vô điều kiện để duy trì hòa bình. Tổng Thống Bush cũng nói rằng đây là một nỗ lực cuối cùng nhằm đạt tới hoà bình vì chính ông có bổn phận làm tất cả mọi chuyện có thể làm vì tính mạng và sự an toàn của binh lính Hoa Kỳ.

Các nước Đồng Minh hơi bất bình vì không được thông báo trước. Hơn nữa, đề nghị nói trên đã gây nên một tình trạng hoảng hốt tại các nước Ả Rập trong Liên Minh quân sự, vì họ nghĩ rằng Hoa Kỳ vừa đánh vừa run như trong cuộc Chiến Tranh Việt Nam và đang tìm một lối thoát để khỏi phải đánh nhau. Đối với các đồng minh Ả rập, Hoa Kỳ chỉ cần một ít ngày để trấn an. Ngoại Trưởng Baker giải thích rằng, vì nhu cầu giữ bí mật tuyệt đối, chính ông đã phải dấu kín cả năm hội viên thường trực của Hội Đồng Bảo An. Ông ta cũng tâm sự riêng với họ rằng, trong thâm tâm, ông ta nghĩ rằng cuối cùng Hoa Kỳ vẫn phải sử dụng võ lực.[31]

Mặt khác, hành động của Hoa Kỳ có tác dụng tốt đối với hai đồng minh Pháp và Liên Xô, nhằm chứng tỏ cho họ thấy Hoa Kỳ không hấp tấp đi đến chiến tranh. Đối nội, hành động nói trên nhằm nhấn mạnh rằng Quốc Hội không nên cản mũi Tổng Thống trong chính sách đối ngoại. Đối với Saddam Hussein, nếu ông ta nghĩ rằng Hoa Kỳ đang bị trống ngực đánh lô tô thì lại càng tốt. Ông ta càng cứng rắn và chủ quan bao nhiêu thì lại càng có lợi cho kế hoạch chiến tranh của Hoa Kỳ.

Saddam lại càng thêm phần chủ quan đối với lời tuyên bố của Tướng Calvin Waller, Tư Lệnh Phó Chiến Dịch Desert Shield, nói rằng Hoa Kỳ chưa sẵn sàng đánh cho tới giữa tháng 2. Lý do chính là cần bố trí cho xong lực lượng Bộ Chiến cùng với số lượng hậu cần (logistics) vĩ đại. Lời tuyên bố của Tướng Waller muốn hiểu đúng cũng được, mà sai cũng được. Đúng, nếu áp dụng cho việc khởi sự Trận Bộ Chiến. Sai, nếu áp dụng cho Trận Chiến Tranh Không Tập. Hoa Kỳ có thể khởi sự ném bom từ 15 tháng 1 để đánh quỵ tiềm năng quân sự của Iraq, trong khi có khoảng thời gian chừng 1 tháng để bố trí Bộ Binh và hệ thống hậu cần trước khi khởi sự Trận Bộ Chiến vào giữa tháng 2.

Nếu Saddam Hussein hiểu nhầm thì cũng tốt chứ không có hại gì (!!!).

4.3.5. Quốc Hội Hoa Kỳ Biểu Quyết Đánh Iraq

Tại Quốc Hội, các Nghị Sĩ và Dân Biểu Dân Chủ cảm thấy bối rối. Đứng trước sự hỗ trợ của một liên minh quốc tế mạnh mẽ chưa từng thấy, và một ông Tổng Thống đang cố gắng tột đỉnh để tìm kiếm hoà bình, họ cảm thấy khó lòng có thể chống đối ông ta. Theo nhận định riêng của Ông Baker trong cuốn The Politics of Diplomacy, đề nghị hòa bình của ông Bush đã hóa giải hầu như hoàn toàn những tai hại gây ra do cuộc điều trần trước Uỷ Ban Quân Lực Thượng viện mà Ông Sam Nunn chủ tọa.

Sau cuộc họp mặt buổi trưa hôm đó với giới lãnh đạo Quốc Hội, các dân biểu và nghị sĩ đã hết lời ca ngợi sáng kiến của Tổng Thống trước báo chí.

Trong khi chờ đợi kết quả cuộc gặp gỡ giữa Hoa Kỳ và Iraq, Quốc Hội đã quyết định đình hoãn việc họp về nghị quyết chiến tranh chống Iraq cho tới khi cuộc họp ngã ngũ vào ngày 9 tháng 1, 1991.

Các Nghị Sĩ và Dân Biểu Dân Chủ thân Do Thái đã giúp một phần quan trọng trong việc biểu quyết đánh Iraq. Hai Thượng Nghị Sĩ Al Gore và Joe Lieberman, hai Dân Biểu Les Aspin và Stephen Solarz, mặc dầu nghi ngại Hành Pháp hơi ngả về phía Ả Rập, nhưng đều nhận thấy rằng cuộc chiến tranh chống Iraq có viễn tượng tiêu diệt một kẻ thù nguy hiểm của Do Thái, và trên đường dài sẽ có lợi cho Do Thái.

Chính Saddam Hussein cũng đóng góp một phần quan trọng để tự hại mình. Ngày 27 tháng 12, tờ báo Baghdad Observer viết một bài bình luận với một giọng điệu thách thức, và tỏ ra đặt nhiều tin tưởng vào sự chống đối của Lưỡng Viện Quốc Hội Hoa Kỳ. Bài bình luận này nói rằng Hoa Kỳ đừng nên sợ bị mất mặt, mà chỉ cần nhận lỗi trong việc vội vàng tiến tới chiến tranh ("...The U.S. administration has to realize that there is no loss of face in admitting the error of the rush to [war]...").

Ngày hôm sau Saddam lại nhắn Hoa Kỳ qua đại diện ngoại giao tại Hoa Thịnh Đốn, Đông Kinh, và Âu Châu với một giọng điệu cứng rắn: Iraq sẵn sàng đối thoại xây dựng với điều kiện Hoa Kỳ từ bỏ đường lối bá quyền. Ông ta nhấn mạnh nếu Hoa Kỳ muốn Iraq rút ra khỏi Kuwait thì Do Thái phải rút ra khỏi vùng West Bank (Tây ngạn Sông Jordan) và vùng Gaza.

Sau cuộc họp giữa Baker và Aziz vào ngày 9 tháng 1, 1991 tại Geneva sự kiêu căng và cố chấp của Iraq đã làm tan vỡ mọi hy vọng tìm kiếm hòa bình. Sự chống đối của Quốc Hội đối với chính sách của Hành Pháp cũng bị tan rã theo.

Ngày 12 tháng 1, 1991, Lưỡng Viện Quốc Hội đã biểu quyết chấp thuận cho Tổng Thống có quyền sử dụng võ lực theo tinh thần của Nghị Quyết 678 của Hội Đồng Bảo An. Thượng Nghị Sĩ Sam Nunn vẫn bỏ phiếu chống lại quyết định của Tổng Thống Bush.

Năm năm sau, trong một cuộc phỏng vấn, Ông Sam Nunn tỏ ra tiếc rằng đã bỏ phiếu chống lại cuộc công phạt Iraq. Ông công nhận là đã nhầm lẫn, và lá phiếu đó đã có ảnh hưởng tai hại đến uy tín của ông trong vai trò một chuyên viên thượng thặng về quốc phòng tại Thượng Viện. Vì sự nhầm lẫn đó, ông Sam Nunn đã bỏ mọi dự tính, nếu có, về việc ứng cử Tổng Thống.[32]

Trong suốt mười năm sau cuộc điều trần của hai vị tướng cựu Tổng Tham Mưu Trưởng, người ta thấy cuộc cấm vận kinh tế do Liên Hiệp Quốc áp đặt lên Iraq cho tới giờ vẫn chưa có tác dụng buộc Iraq tuân theo những biện pháp kiểm soát vũ khí sinh học và hoá học. Saddam Hussein sẵn sàng hy sinh cả triệu người dân để cho họ chết đói miễn là giữ vững được quyền lực trong tay.

Nếu người ta nghe theo ý kiến của hai vị tướng lãnh nói trên và chờ cho chiến dịch cấm vận có hiệu quả thì, cho tới giờ, gần nửa triệu binh sĩ Mỹ vẫn còn ngồi ngủ gật trên sa mạc Saudi Arabia. Họ có thể kiên nhẫn ngồi chờ cho tới khi có cháu nội, cháu ngoại, Saddam cũng vẫn không nhúc nhích.

4.4.   Giai Đoạn 4: Công Phạt Iraq - Giải Phóng Kuwait

Tối Thứ Tư, 16 tháng 1, 1991, Tổng Thống Bush đọc một bài diễn văn được truyền hình trên toàn quốc và trên thế giới, loan báo quyết định của Hoa Kỳ và Liên Quân phải sử dụng võ lực để trục xuất quân xâm lăng Iraq ra khỏi lãnh thổ Kuwait. Ông nói rằng "Thế giới không thể chờ đợi lâu hơn nữa", chính sách cấm vận đã được áp dụng trên 5 tháng để thuyết phục Saddam Hussein, và Hoa Kỳ cũng như đồng minh đều đi đến kết luận rằng riêng chính sách cấm vận không đủ để thuyết phục Hussein. ông Bush nhắc lại những hành động tàn phá trấn lột một tiểu nhược quốc do Saddam tiến hành, và những đe dọa của những vũ khí sinh học, hóa học, và cả vũ khí hạch tâm trong tay Saddam.

Ông Bush đưa ra hai điều minh xác rất quan trọng: thứ nhất, khi cuộc chiến tranh chấm rứt, quân đội Hoa kỳ sẽ triệt thoái lập tức về nước; và thứ hai, "this will not be another Vietnam" (Đây không phải là một trường hợp giống như Việt Nam), vì quân đội Mỹ sẽ được sự hỗ trợ tối đa và sẽ không bị trói tay như trong trường hợp của cuộc chiến tranh Việt Nam.[33]

Trong khi Tổng Thống Bush đọc diễn văn thì không lực Mỹ đang bay trên trời Saudi và tiến về các mục tiêu tại Iraq. Cuộc Chiến Tranh Trung Đông 1991 chính thức khai diễn và gồm có hai giai đoạn rõ rệt:

- Trận Chiến Tranh Không Tập (the Air War), và

- Trận Bộ Chiến (the Ground War).

4.4.1. Trận Chiến Tranh Không Tập

Tổng Thống Bush bác bỏ đề nghị của một vài tướng lãnh cao cấp muốn chờ cho bộ binh Hoa Kỳ bố trí đầy đủ vào tháng 2 rồi mới tấn công. Ông quyết định phóng ra cuộc chiến tranh không tập 17 tiếng đồng hồ sau khi đáo hạn 15 - 1 - 1991 như đã quy định trong nghị Quyết 678. Trong khi cuộc chiến tranh không tập tiến hành, Bộ Tư Lệnh CENTCOM còn có khoảng thời gian chừng một tháng để hoàn tất cuộc vận chuyển và bố trí lực lượng bộ chiến.

Bí quyết của cuộc chiến tranh Trung Đông 1991 là sử dụng mọi phương tiện hiện đại của không lực để đánh quỵ khả năng đề kháng của Iraq, sau đó dùng bộ binh để thu dọn chiến trường.

Trên nguyên tắc, quân bộ chiến của phe tấn công phải có một ưu thế quân số tối thiểu là 2/1 mới có hy vọng thành công. Trên thực tế, nhờ có sự áp dụng hỏa lực hiện đại và vũ bão của không quân, công tác của quân bộ chiến trở thành quá dễ dàng, với một ưu thế quân số dưới 2/1.

Sứ mạng chiến lược của cuộc Chiến Tranh Không Tập gồm có bốn phần được thực hiện qua bốn mục tiêu rất rõ rệt: thứ nhất, làm tê liệt hoặc tiêu diệt hệ thống lãnh đạo chiến tranh, hệ thống chỉ đạo, liên lạc và điều khiển, diệt khả năng vũ khí sinh học, hóa học, và hạch tâm; thứ hai, chiếm ưu thế tuyệt đối trên không; thứ ba, tiêu diệt hệ thống hậu cần và hạ tầng cơ sở kỹ nghệ; và thứ tư, tiêu hao lực lượng Vệ Binh Cộng Hòa và các lực lượng bộ chiến Iraq và tiếp tục nhiệm vụ yểm trợ bộ binh khi Trận Bộ Chiến được tiến hành.

Với 1800 máy bay Hoa Kỳ, 435 máy bay của đồng minh như Saudi, Kuwait, Anh, Ý, và Pháp sẽ bay trên trời, hệ thống kiểm soát không lưu và điều động các phi vụ trở nên cực kỳ phức tạp chưa từng thấy trong lịch sử chiến tranh, và chỉ có thể thực hiện nổi nhờ sự sử dụng hệ thống kết hợp bằng điện toán.

Thứ nhất: Làm Tê Liệt Hệ Thống Lãnh Đạo Chiến Tranh (chỉ đạo, liên lạc, và điều khiển)

Ban đầu, kế hoạch không tập nhắm vào khoảng 100 mục tiêu được coi là chiến lược. Những mục tiêu này gồm: các đài radar có nhiệm vụ báo động cho các hệ thống phòng không; các trung tâm điện thoại và viễn thông để liên lạc từ trung ương đi đến toàn quốc và các cấp chỉ huy tại mặt trận; hệ thống vũ khí có khả năng tàn sát tập thể như hóa học, sinh học, và hạch tâm, kể cả những xưởng sản xuất vũ khí.

Con số 100 mục tiêu chiến lược ban đầu tăng dần dần lên khoảng 300 do các tin tức tình báo bổ túc thêm mỗi ngày. Từ nhiều tháng trước, sĩ quan quân báo của Hoa Kỳ đã liên lạc với các hãng thầu xây cất của Âu Châu, nhất là Tây Đức, để thâu lượm các chi tiết kỹ thuật về hàng trăm các công sự quốc phòng mà các hãng này đã giúp xây cất trên lãnh thổ Iraq. Những chi tiết tình báo này được cập nhật hóa vào trong hệ thống điện toán điều khiển Trận Không Tập.

Ngoài các dữ kiện tình báo nói trên, khối kế hoạch của CENTCOM còn có những dữ kiện từ tin tình báo của cơ quan bạn, những tin tức từ những du khách thăm Iraq, những chuyên viên điện tử viễn thông thiết trí những cơ sở viễn thông tại đây. Nhờ có những dữ kiện nói trên mà các loại bom chính xác mới có thể trở nên hiệu nghiệm khi ném vào các mục tiêu chiến lược.

Theo sự ấn định từ trước, vào lúc 2 giờ 40 phút buổi sáng ngày 17 tại Iraq, một số máy bay trực thăng hiện đại của Bộ Binh và Không Quân Hoa Kỳ tấn công và loại bỏ hai giàn radar tiền thám (early - warning radar installation) tại biên giới Iraq -Saudi. Theo sau toán trực thăng này là một toán phản lực cơ F-15 loại chiến đấu kiêm oanh tạc xâm nhập không phận Iraq để phá hủy những trung tâm chỉ huy phòng không gần biên giới nhất.

Mấy hoạt động đầu tiên nói trên đã mở rộng một hành lang cho một loạt các phi cơ chiến đấu và oanh tạc tiến vào nội địa Iraq. Trước hết, các máy bay F-117, còn được gọi là máy bay vô hình (Stealth fighters), bay thẳng tới Thủ Đô Baghdad và triệt hạ hoàn toàn hai giàn radar lớn nhất và Trung Tâm Điện Thoại Viễn Thông khiến cho tất cả mọi liên lạc điện thoại và radio giữa Baghdad và toàn quốc bị tê liệt. Đó là vào lúc 3 giờ 10 phút.

Song song với các hoạt động của phi cơ Bộ Binh và Không Quân, 100 phi đạn thiềm - du Tomahawk (cruise missile) của Hải Quân Hoa Kỳ từ Vịnh Ả Rập bay tới tấn công các mục tiêu tại Baghdad. Trong suốt 48 tiếng đồng hồ đầu tiên, mục đích của cuộc không tập là không cho Iraq một giây phút để thở.[34]

Trong tất cả các cuộc không tập ban đầu đó, không có một phi cơ chiến đấu nào của Iraq dám bay lên chống trả, nhưng vùng trời Baghdad bừng sáng rực như đốt pháo bông. Lực lượng phòng không của Iraq mất hệ thống chỉ huy, đành phải nhắm mắt phóng đại lên không trung những hỏa tiễn địa không (SAM) hoặc bắn đại lên không trung với tất cả các loại súng phòng không lớn nhỏ có trong tay, biết chắc rằng nếu không bắn trúng được Ông Trời thì cũng trúng được Ông Địa.

Phía Hoa Kỳ, trong hai ngày đầu có 2 phi cơ bị bắn rớt. Theo dự phóng từ trước thì số tổn thất có thể lên tới 75 phi cơ. Phía Iraq có 6 máy bay Mig và Mirage bị hạ. Rất nhiều máy bay Iraq chỉ bay lượn vòng tròn "biểu diễn văn nghệ" ở gần mặt đất và né tránh đụng độ với không lực của Hoa Kỳ và Liên Quân.

Trong đợt tấn công đầu tiên này, 400 phi cơ đã thực hiện 850 phi xuất (sorty) và loại bỏ khoảng 240 mục tiêu. Sau khi bị mất các đài radar và hệ thống viễn thông, toàn thể bộ máy chiến tranh của Iraq trở thành vừa mù, vừa câm, vừa điếc.

Những tiến bộ về khoa học kỹ thuật áp dụng cho các máy bay chiến đấu, máy bay oanh tạc, cũng như áp dụng vào các loại vũ khí chính xác, khiến cho hỏa lực không tập của Hoa Kỳ đạt được những hiệu quả gấp trăm lần với một tỷ lệ tổn thất nhỏ không tới một phần ngàn. Trong hai tuần đầu của cuộc không tập, tổng cộng số phi xuất thực hiện là 35,000, và một nửa số đó mang nhiệm vụ chiến đấu. Sự dự phóng ban đầu về tỷ lệ tổn thất là 3% (nghĩa là: cứ 100 phi xuất có 3 máy bay bị mất). Sau khi kiểm điểm lại, tỷ lệ tổn thất chỉ có 0.06% (nghĩa là trong 10 ngàn phi xuất mới bị mất 6 máy bay).

Thứ Hai: Quyền Bá Chủ Trên Không Trung (Air Supremacy)

Sau khi hệ thống radar điều khiển phòng không bị triệt hạ gần hết, các hỏa tiễn địa không (SAM) của Iraq đành phải bay "lang thang" trên trời như là đi "du ngoạn" và không nhắm vào mục tiêu nào cả vì không có radar điều khiển. Lực lượng phòng không của Iraq không dám sử dụng một số đài radar còn sót lại vì mỗi khi phóng lên làn sóng điện của radar thì đài radar sẽ trở thành đích nhắm của không quân Mỹ và Liên Quân.

Với hệ thống phòng không của Iraq bị tê liệt, Hoa Kỳ và Liên Quân bắt đầu nắm quyền bá chủ trên không trung.

Khả năng làm chủ trên không trung là điều kiện cần thiết để các lực lượng Liên Quân có thể hoạt động tự do ở trên trời, ở dưới đất và trên biển mà không bị địch quân cản trở hoặc đe dọa. Quyền bá chủ trên không còn có nghĩa địch quân bị bịt tai bịt mắt, không còn khả năng nhìn từ trên không xuống đất để theo dõi những sự bố trí quân, chuyển quân, vân vân... của phe Liên Quân.

Tuy nhiên giới tình báo Hoa Kỳ tiết lộ rằng Liên Xô đã cung cấp cho Iraq những dữ kiện tình báo vệ tinh nhằm giúp Iraq biết về các mục tiêu để phóng hỏa tiễn Scud. Đồng thời Liên Xô còn cho Iraq biết về thời biểu của những quỹ đạo vệ tinh không thám (spy satellite) của Hoa Kỳ để Iraq có thể che giấu những hệ thống vũ khí lưu động của mình khi vệ tinh của Hoa Kỳ bay qua vùng trời Iraq.[35]

Cuộc không tập đầu tiên đánh vào Iraq khiến cho Saddam hoàn toàn bị bất ngờ. Sau đó, Iraq bị mất hầu hết khả năng tự vệ, vì không nhìn thấy địch đang đến, và không có khả năng phản kích hữu hiệu. Iraq có một lực lượng Không Quân lớn và mắc tiền vào hàng thứ sáu trên thế giới nhưng cũng đành chịu bó tay. Những hầm chứa máy bay của Iraq được Saddam Hussein mô tả là "bất khả xâm phạm" (invulnerable).

Nhưng sau khi bị loại bom chính xác điều khiển bằng laser viếng thăm thì những hầm nói trên không còn bất khả xâm phạm, và tất cả có 147 chiếc máy bay của Iraq[36] đã bỏ nhiệm vụ chiến đấu để đi "tỵ nạn" tại Iran trong một hoàn cảnh hỗn loạn. Một số những máy bay còn lại đã không dám bay đi trốn mà phải "lết bằng đường bộ" tới những làng mạc có dân cư vì họ biết rằng Liên Quân không chủ trương ném bom những nơi đông dân. Còn những máy bay khác của Iraq hoặc bị bom phá hủy trên bãi đậu hoặc bị bắn hạ trên không.

Thứ Ba: Cắt Đứt Đường Giây Hậu Cần Và Khả Năng Vận Tải

Sau khi đã nắm quyền bá chủ trên trời, Không Lực của Hoa Kỳ và Liên Quân bắt đầu tấn công vào hệ thống đường giao thông vận tải để cắt đứt hệ thống tiếp tế nhiên liệu, vũ khí, thực phẩm, đồng thời cô lập địch quân trên các chiến trường.

Trước hết, các đường bộ cho xe hơi, đường xe lửa, và các cây cầu bắc ngang qua sông Tigres và Euphrates dần dần bị ném bom làm hư hại tới mức không còn sử dụng được nữa. Khi các đường vận chuyển bị cắt đứt, hệ thống phân phối nhiên liệu đương nhiên bị tê liệt. Thêm vào đó các kho chứa nhiên liệu bị bom phá hủy trụi trơn, nên dù cho hệ thống phân phối còn đó thì cũng không còn nhiên liệu để phân phối và sử dụng. Tình trạng khan hiếm nhiên liệu để chạy máy khiến nhiều đơn vị cơ động lớn của Iraq (mechanized units) đành nằm yên một chỗ để chịu trận.

Điều nói trên không có nghĩa là hệ thống liên lạc của Saddam bị tê liệt một trăm phần trăm. Hoa Kỳ đã cố tình để sót một số đường giây viễn thông và một số điểm chốt (nodes) đặc biệt không bị hủy diệt để lợi dụng trong kế hoạch Nghi Binh và Lừa Địch mà ta sẽ có dịp nói tới ở dưới.

Tới lúc này, giả sử Saddam Hussein muốn phản công thì cũng không có khả năng thực hiện ý định đó, vì bộ máy chiến tranh của ông ta giống như một cơ thể mà tay chân bị rơi rụng mỗi nơi một chiếc. Quân lính Iraq ở ngoài mặt trận không biết những gì thực sự đang xẩy ra ở trung ương, và hệ thống chỉ huy ở trung ương lại nhận được những tin tức sai lạc về những gì đang xẩy ra ngoài mặt trận, do những biện pháp nghi binh và lừa địch mà ta sẽ thấy đầy đủ chi tiết hơn ở dưới.

Kế đó, máy bay của Liên Quân tấn công các xe vận tải, chiến xa, và nhất là các kho bom đạn, vũ khí. Một kho vũ khí lớn nhất bị trúng bom đã phát nổ và cháy sáng đến nỗi người ta có thể nhìn thấy từ một địa điểm ở Saudi Arabia cách xa nơi phát nổ 200 dặm.[37]

Thứ Bốn: Đánh Cho Mềm Xương Lực Lượng Bộ Binh Địch

Sứ mạng cuối cùng của Trận Chiến Tranh Không Tập là tập trung hỏa lực vào lực lượng Vệ Binh Cộng Hoà và các đơn vị Bộ Binh trên chiến trường Kuwait. Lực lượng Vệ Binh Cộng Hòa với một quân số 125,000 (8 sư đoàn) là một lực lượng tinh nhuệ nhất của Iraq, có đầy đủ phương tiện cơ động và, trong cuộc Chiến Tranh Iran - Iraq, lực lượng này đã từng làm mưa làm gió trên chiến trường.

Nhưng trong cuộc Chiến Tranh Trung Đông 1991, lực lượng Vệ Binh Cộng Hòa không có đất dụng võ nữa, vì họ bị cầm chân tại chỗ không nhúc nhích dưới những thảm bom của B - 52 gieo xuống cả ngày lẫn đêm. Có một vài đơn vị tìm cách phá vòng vây, nhưng họ hoàn toàn bị tiêu diệt. Muốn có hy vọng sống, các lực lượng này phải chôn chiến xa dưới sa mạc, chỉ để hở ụ súng ở trên mặt cát. Trong tư thế này, mặc dầu ổ súng có thể ngọ nguậy, nhưng chiến xa bị chôn chân dưới đất và hết đường di động. Lực lượng chiến xa của Vệ Binh Cộng Hòa thay vì là một lực lượng cơ động để tấn công, nay tự nhiên biến thành những cổ pháo cố định, và chỉ có một giá trị phòng thủ giới hạn.

Trận chiến tranh mà Saddam Hussein thường quảng cáo là "Mother of all battles" bắt đầu trở thành một chủ đề khôi hài trên thế giới.

Trong hai tuần đầu của cuộc không tập, có hai biến cố nho nhỏ làm cho người ta bị phân tâm ít nhiều, mặc dầu những biến cố này không có ảnh hưởng quan trọng đến cuộc chiến. Đó là vụ Iraq phóng hỏa tiễn Scud vào Do Thái, và vụ Iraq đột kích vào Khafji trên lãnh thổ Saudi.

4.4.1.1. *Vấn Đề Do Thái (The Israel Issue)*

Ngày 18 tháng 1, trong khi lực lượng Liên Quân đang bận bịu với cuộc không tập thì Iraq phóng 7 hỏa tiễn Scud vào Do Thái, gây nên một cuộc khủng hoảng nhỏ nằm trong lòng cuộc khủng hoảng to. Vấn đề Do Thái đã được đặt ra từ mấy tháng trước vì Saddam dọa sẽ phóng hỏa tiễn vào Do Thái nếu bị Liên Quân tấn công.

Khoảng đầu tháng 9, 1990, Saddam Hussein, Yasser Arafat, và Quốc Vương Hussein của Jordan đã bí mật gặp nhau tại Jordan. Ngày 6 tháng 10, Saddam Hussein lại bí mật gặp gỡ Quốc Vương Husein của Jordan và Yasser Arafat của Palestine để hoạch định việc kích thích dân Pelestine nổi dậy trong vùng Do Thái chiếm đóng. Theo lời các viên chức ngoại giao Tây Phương thì ba ông nói trên muốn tìm cách chuyển sự chú ý từ cuộc tranh chấp Vịnh Ba Tư sang cuộc tranh chấp giữa Palestine và Do Thái. Arafat, Chủ Tịch Tổ Chức Giải Phóng Palestine (PLO), được giao cho trách nhiệm quậy lên cuộc nổi dậy đã bị chìm xuống suốt trong thời gian 3 năm trước đó.[38]

Hai ngày sau cuộc họp mật nói trên, ngày 8 tháng 10, khi một nhóm dân Do Thái tìm cách vào hành lễ tại Temple Mount trong Cổ Thành Jerusalem, họ đã bị một nhóm Palestine ném đá. Temple Mount là một nơi thánh địa đối với cả dân Do Thái lẫn Palestine. Dân Palestine gọi địa điểm này là Haram es-Sharif, và gần đó có một đền thánh mà nhiều người Palestine cũng hay tới để hành lễ. Một cuộc gây gổ đã xẩy ra và nhiều đám đông Palestine đã kéo tới ném đá vào nhóm dân Do Thái. Cảnh sát đã nổ súng bắn bừa vào đám đông khiến nhiều người Palestine bị chết.

Ban đầu chính phủ Do Thái đã tố cáo vụ xung đột này có tổ chức và do Saddam đứng đằng sau. Nhưng sau đó Do Thái không muốn có sự liên kết giữa vấn đề tranh chấp Do Thái - Palestine với cuộc Chiến Tranh Trung Đông, nên cải chính và nói lại rằng không có bàn tay Saddam trong vụ Temple Mount.

Saddam Hussein chủ trương dùng cuộc tranh chấp Do Thái – Palestine để đem lại chính nghĩa cho cuộc xâm lăng Kuwait. Sau khi gặp phải sự chống đối của hầu hết toàn thế giới, ông ta đòi hỏi giải quyết vấn đề Do Thái chiếm đất của dân Palestine trước khi Iraq rút khỏi Kuwait. Đó là một sáng kiến rất độc đáo của Saddam: lôi Do Thái vào vòng chiến khiến các nước Ả Rập trong Liên Minh quân sự, vốn coi Do Thái là kẻ thù không đội trời chung, sẽ bỏ Liên Minh.

Mặc dầu ông Baker đã được các thành viên Ả Rập chấp thuận để Do Thái phản ứng nếu Saddam Hussein tấn công trước, nhưng các nhà lãnh đạo Ả Rập không biết có đủ sức kềm hãm dân Ả Rập của họ tránh được biểu tình bạo động hay không. Vì thế, để chắc ăn, Hoa kỳ đã điều đình trước với Do Thái và yêu cầu nước này cố nhịn và tránh phản ứng. Do Thái cũng hiểu rằng giữ cho Liên Minh vững là một điều có ích cho quyền lợi lâu dài của họ. Tuy nhiên, các nhà lãnh đạo Do Thái tại Thủ Đô Tel Aviv cũng không biết có đủ sức kềm giữ người dân của mình hay không.[39]

Có lẽ để trấn an dư luận trong nước trước sự đe dọa của Iraq, ngày 9 tháng 1, Bộ Trưởng Ngoại Giao Do Thái là David Levy tuyên bố rằng Do Thái sẽ không ngần ngại trả đũa Iraq nếu bị tấn công, dù biết rằng hành động trả đũa có thể phương hại đến Liên Minh chống Iraq.

Ông Levy nói rằng "một quốc gia có tinh thần trách nhiệm không thể để cho mình bị tấn công mà không trả đũa chỉ vì muốn bảo vệ một Liên Minh của Hoa Kỳ".

Ngay sau khi Liên Quân khởi sự oanh kích Iraq, Saddam Hussein đã phóng nhiều hỏa tiễn Skud vào Tel Aviv và Haifa thuộc Do Thái. Lập tức ông Baker liên lạc với các đồng minh Ả Rập để trấn an họ, và liên lạc với Do Thái để yêu cầu nước này tự chế những phản ứng của mình. Bộ Trưởng Quốc Phòng Do Thái là Moshe Aren trả lời thẳng thừng: "Chúng tôi không có sự lựa chọn nào khác",... "Tụi nó đã tấn công. Chúng tôi phải trả đũa". Ngoại Trưởng Baker phải giải thích rằng nếu Do Thái trả đũa thì tức là rơi vào bẫy của Hussein.

Ngay sau khi Iraq bắn hỏa tiễn vào Do Thái, Tướng Schwarzkopf đã cho không quân đi truy kích những dàn phóng Scud ở miền Tây của Iraq. Ngoại Trưởng Baker liên lạc với Thủ Tướng Shamir, đoan hứa sẽ thay Do Thái để làm bất cứ điều gì nhằm bảo vệ Do Thái và trả đũa thay cho Do Thái.

Thủ Tướng Do Thái vẫn khăng khăng đòi hỏi để chính tay Do Thái trả đũa vì ông ta bị áp lực của giới tướng lãnh. Ngoại Trưởng Baker phải trả lời trắng trợn rằng hành động trả đũa của Do Thái chỉ có hại cho Do Thái mà

_____

Cuộc Chiến Tranh Trung Đông 1991

thôi. Trong thâm tâm, Hoa Kỳ dư biết rằng dù có muốn trả đũa, phi cơ của Do Thái cũng không thể bay qua không phận của Saudi để tới Iraq. Nếu không có mật hiệu của vùng hành quân, các phi cơ này chắc chắn sẽ bị bắn rớt.

Sau nhiều cuộc điều đình giằng co, cuối cùng Do Thái chấp nhận để Hoa Kỳ mang vào Do Thái một pháo đội hỏa tiễn Patriot để chống hỏa tiễn Scud. Vấn đề Do Thái trong cuộc Chiến Tranh Trung Đông 1991 mang tính chất chính trị hơn là quân sự.[40]

Nhưng hậu quả của nó đã khiến cho Hoa Kỳ phải sử dụng khoảng 25% của tổng số các phi vụ vào việc lùng kiếm và tiêu diệt các giàn phóng hỏa tiễn Scud. Do sự truy lùng tận tình của không lực Liên Quân, những binh sĩ phụ trách hỏa tiễn Scud của Iraq bị đe dọa nghiêm trọng. Những giàn phóng này thường phải được dấu kín ở một nơi khuất nẻo, và mỗi lần có lệnh phóng hỏa tiễn, những binh sĩ phụ trách phải vội vã đẩy giàn phóng tới vị trí đã định, khai hỏa vội vã, rồi vội vã chạy trốn để khỏi bị máy bay truy kích. Vì thi hành công tác một cách bôi bác như thế nên độ chính xác và hữu hiệu giảm đi rất nhiều. Số hỏa tiễn bắn vào Do Thái cũng giảm xuống dần tới mức không còn là một vấn đề nóng bỏng nữa.

4.4.1.2. *Trận Đột Kích Táo Bạo Tại Al Khafji*

Sau hai tuần lễ không tập, không lực của Liên Quân đã thực hiện 30,000 phi vụ. Và số tổn thất là 18 máy bay, mặc dầu bộ máy tuyên truyền của Iraq nói rằng có 180 máy bay của Liên Quân bị hệ thống phòng không của Iraq bắn rớt.[41]

Trong hàng ngũ tham mưu của Bộ Tư Lệnh CENTCOM có sự mâu thuẫn giữa các tướng lãnh Không quân và Bộ Binh khi phải quyết định mục tiêu nào cần tấn công trước. Giữa Không quân và Hải Quân cũng có sự mâu thuẫn trong vấn đề sử dụng loại vũ khí nào để tấn công các phi trường. Ban đầu, Hải Quân chủ trương dùng phi đạn Tomahawk để tàn phá 44 phi trường quân sự của Iraq ngay trong tuần lễ đầu tiên. Giới chỉ huy cao cấp của Không Quân phản đối lên Bộ Tư Lệnh vì họ cho rằng sử dụng phi cơ oanh tạc thì hữu hiệu hơn, và Không Quân sẽ phụ trách việc đó.

Nhưng khi máy bay của không quân bắt đầu đánh phá các phi trường thì hơn 100 máy bay của Iraq đã "đi lánh nạn" bên Iran từ lúc nào mất rồi.

Dù sao thì kể từ phút này, Hoa Kỳ và Liên Quân hoàn toàn làm chủ trên không. Điều đó có nghĩa là Iraq hoàn toàn mù tịt về tất cả những gì đang xẩy ra ở dưới đất về phía Nam của biên giới Saudi. Và điều đó cũng có nghĩa là Liên Quân phải nắm vững tình hình ở trên trời cũng như dưới đất.

Chương VI

Thế nhưng điều bất ngờ xẩy ra vào ngày 30 tháng 1, khi một lực lượng bộ binh Iraq vượt biên giới Kuwait - Saudi và đánh chiếm một thị trấn bỏ trống của Saudi là Al Khafji. Lực lượng đột kích của Iraq, với một quân số khoảng 700, có sự yểm trợ của 45 chiến xa của Sư Đoàn 5 Cơ Động vượt biên giới tiến sâu khoảng 10 dặm về phía Nam và ung dung chiếm Khafji, một thị trấn trước kia có khoảng 20,000 dân, nhưng hầu hết đã di tản từ khi Iraq pháo kích các bồn chứa dầu của Khafji. Lực lượng Thủy Quân Lục Chiến Hoa Kỳ tại đây mới di chuyển khỏi Khafji về phía Tây.[42]

Hai tiểu đoàn khác của Iraq cũng vượt biên giới cách đó 45 dặm về phía Tây, nhưng bị các lực lượng thiết giáp và phi cơ của Thủy Quân Lục Chiến Mỹ đẩy lui. Lực lượng Iraq chiếm Khafji được 36 tiếng đồng hồ thì bị lực lượng Saudi và Qatar tiến đánh với sự hỗ trợ của pháo binh, trực thăng Cobra, phi cơ F/A -18 và F/A-10 của Thủy Quân Lục Chiến.

Cuộc phản công khiến 400 lính Iraq phải đầu hàng, bị bắt làm tù binh, và 20 chiến xa bị phá hủy. Đây là trận đánh bộ chiến đầu tiên của quân Saudi trong lịch sử của vương quốc, và khiến họ lên tinh thần.

Phía tình báo Hoa Kỳ có dịp đánh giá về cuộc hành quân và nhận định rằng lực lượng bộ binh Iraq thực tình không đáng sợ như trước kia nhiều người vẫn tưởng. Họ hành quân không bám được địa hình và dễ bị lạc hướng, lại thiếu dụng cụ định hướng trong khi di động (navigational aids). Những chiến xa Iraq chạy thoát về bên kia biên giới thì bị lạc lõng vào chính giữa những bãi mìn của họ.

Trận Khafji cũng để lộ nhược điểm của quân đội Iraq về phương diện chỉ huy và thiếu huấn luyện chiến thuật về điều động hỏa lực theo sự di chuyển của địch quân trên chiến trường. Mặt khác, phía Hoa Kỳ cũng nhận thấy chiến xa Iraq không chịu nổi sức công phá của hỏa tiễn TOW.[43] Thật ra điều này đã được khám phá trong Trận Tổng Công Kích vào Mùa Hè 1972 tại Việt Nam.

Những tù binh Iraq bị bắt đã cung cấp nhiều tin tình báo có giá trị chiến lược cho Hoa Kỳ trong kế hoạch chuẩn bị Trận Bộ Chiến.

Trận đột kích tại Khafji chỉ là một biến cố rất nhỏ nhưng cũng đủ để những người có khuynh hướng giật gân làm to chuyện, mô tả nó như là một biến cố có thể xoay chuyển tình hình. Ngay cả một nhà phân tích như David Halberstam, trong một chương trình phỏng vấn trên đài truyền hình CNN đã hồn nhiên tuyên bố: "...One hundred years later, this could become like the Tet Offensive in 1968...".

Lời bình luận nói trên có thể hiểu theo hai ý nghĩa trái ngược nhau:

Ý nghĩa thứ nhất: cuộc tấn công thị trấn Khafji và cuộc chiếm đóng ngắn ngủi mặc dầu có tạo một tác dụng tâm lý lúc ban đầu vì yếu tố bất ngờ, nhưng nó hoàn toàn không đem lại một chiến thắng quân sự cho Iraq. Một trăm năm sau, khi yếu tố tâm lý đã lắng xuống, lịch sử sẽ viết về Trận Tấn Công Khafji tương tự như trận Tổng Công Kích Tết Mậu Thân, một thất bại quân sự của Việt Cộng.

Ý nghĩa thứ hai: Cuộc tấn công Khafji cho thấy mặc dầu quân số khổng lồ của Liên Quân đóng trùng trùng điệp điệp tại biên giới Iraq - Saudi, và mặc dầu những khoe khoang về khả năng võ khí tối tân và những thắng lợi của chiến tranh không tập, Liên Quân và Hoa Kỳ vẫn bị đánh một trận bất ngờ. Hậu quả của trận đánh này sẽ đưa Hoa Kỳ đến chỗ bại vong, giống như hậu quả của trận Tết Mậu Thân.

Trong không khí xôn xao ngay sau cuộc tấn công Khafji, lời bình luận của Halberstam có vẻ mang ý nghĩa thứ hai. Nếu đúng như thế thì có lẽ ông ta không hiểu gì về cuộc Chiến Tranh Việt Nam. Nó cũng cho thấy ông ta không hiểu gì về cuộc Chiến Tranh Trung Đông 1991. Và rất có thể ông ta chỉ hiểu "lõm bõm" về những vấn đề căn bản của chiến tranh, tuy rằng ông ta có viết nhiều về Chiến Tranh Việt Nam.

4.4.1.2. Chuyển Từ Chiến Dịch Không Tập
Sang Trận Bộ Chiến

Quân đội Iraq có một ưu điểm là họ rành việc xây cất những công sự phòng thủ rất kiên cố để bảo vệ lực lượng đồn trú. Nhờ đó số lượng thương vong của binh sĩ Iraq tương đối không lên cao lắm, so với số lượng bom đạn ném xuống trên đầu họ.

Cho tới ngày 24 tháng 2, sau hơn 5 tuần lễ ném bom, giới tình báo của Tướng Schwarzkopf ước lượng Iraq đã mất 1,685 chiến xa trong tổng số 4,280, và mất 925 thiết vận xa trong tổng số 2870.[44] Đó là một tỷ số tiêu hao còn thấp để Liên Quân có thể tính tới chuyện khai diễn Trận Bộ Chiến. Hơn nữa, theo sự ước tính của cơ quan CIA dựa trên không ảnh, sự tổn thất của Iraq còn ít hơn nhiều so với sự ước tính của Schwarzkopf.[45]

Sự khác biệt nói trên chỉ có giá trị tương đối tùy theo quan niệm về tổn thất. Ví dụ một trái bom ném gần một chiếc xe tăng chôn dưới cát, theo không ảnh ghi nhận, khó có thể biết chiếc xe tăng đó có bị coi là loại khỏi vòng chiến hay không, vì nó không di động. Nhưng nếu nhìn trên khía cạnh chiến thuật, nếu nòng súng ca - nông của chiếc xe tăng đó bị cong, thì nó không còn hữu dụng. Lý do là nó bị chôn dưới đất và khả năng duy nhất của nó là bắn súng ca - nông thì nay đã bị loại bỏ.

Mặt khác, theo sự ước lượng ban đầu, Schwarzkopf nghĩ rằng với cường độ không tập dữ dội như vậy, lực lượng Iraq đã đến lúc tan rã, và dấu hiệu đầu tiên của sự tan rã là hàng loạt những toán quân địch ra đầu hàng. Nhưng cho tới lúc đó, số quân Iraq ra hàng mới lên tới trên 1000 người. Đó là một con số còn quá thấp.

Mặc dầu vậy, với tin tức tình báo thu thập được từ các tù binh, Tướng Schwarzkopf biết rằng đa số lính Iraq đã quá mệt vì bị ném bom "mờ cả người" (half-senseless), lại thêm bị đói và lạnh (hệ thống hậu cần bị đánh rã rời), nên sẵn sàng ra hàng từng loạt một khi Trận Bộ Chiến bắt đầu. Vì lý do đó Tướng Schwarzkopf tin rằng mặt trận phía quân Iraq sẽ sụp đổ nhanh chóng ngay sau khi khai diễn Trận Bộ Chiến.

Hơn nữa, Tướng McPeak trong Bộ Tham Mưu thì nghĩ rằng chiến dịch Không Tập đã tới một mức giới hạn "diminishing return", nghĩa là nếu gia tăng thêm nỗ lực, kết quả thâu lượm được vẫn ngày càng giảm xuống.

Tại Hoa Thịnh Đốn, Tổng Thống Bush và Bộ Tham Mưu của ông cũng không nghĩ rằng nên kéo dài thêm chiến dịch Không Tập, tuy nhiên vì những lý do khác. Đó là vì Tổng Thống Liên Xô, Gorbachev, lại tìm cách thọc gậy bánh xe một cách có lợi cho Iraq. Cuối tháng 12, Ông Shevardnadze từ chức Ngoại Trưởng để phản đối và tố cáo một số nhân vật trong Chính Trị Bộ Liên Xô âm mưu phục hồi quyền lực của Đảng Cộng Sản. Phía Hoa Kỳ mất một người bạn có thế lực trong hàng ngũ Liên Xô. Người kế vị Ông Shevardnadze là Primakov, một nhân vật ngả theo Ả Rập (Arabist), và rất thân với Saddam.

Ngày 11 tháng 2, Primakov đi Baghdad để đề nghị làm trung gian "gỡ mối tơ lòng" cho Mỹ và Iraq, và ngày hôm sau Ngoại Trưởng Aziz của Iraq bay sang Mạc Tư Khoa. Hoa Kỳ biết việc đó sẽ đưa đến đâu và cảm thấy không vui. Trong lúc đó đài CNN loan tin sự can thiệp của Liên Xô có thể đưa đến kết quả là nếu Iraq chịu công bố "rút quân không điều kiện" khỏi Kuwait thì Liên Xô sẽ điều đình để yêu cầu Liên Quân tức khắc ngừng bắn.

Buổi tối 21 tháng 2, Gorbachev liên lạc bằng điện thoại với Tổng Thống Bush để trình bày giải pháp hòa bình của Liên Xô. Tổng Thống Bush trả lời rằng Iraq phải thỏa mãn hai đòi hỏi tiên quyết trước khi Hoa Kỳ và Liên Quân nói truyện. Đó là: thứ nhất, Iraq phải rút tất cả quân đội khỏi Kuwait; thứ hai, những nhà lãnh đạo hợp pháp của Kuwait phải được trở về làm chủ Kuwait.

Ông Bush nhấn mạnh Saddam không được phép ràng buộc vấn đề Iraq rút quân khỏi Kuwait với vấn đề tranh chấp giữa Do Thái và Palestine. Và ông minh xác rằng Hoa Kỳ không muốn cho Saddam Hussein một tý lý do gì để huênh hoang rằng đã đạt được thắng lợi, dù rất nhỏ bé bằng con kiến càng. Tổng Thống Bush nhẹ nhàng (như một tảng đá) nói rằng đề nghị của ông Gorbachev không thể chấp nhận được.

Tổng Thống Bush nhân danh Liên Quân đòi hỏi Tổng Thống Saddam Hussein phải công khai tuyên bố một cách chính thức rằng sẽ rút toàn bộ quân đội khỏi Kuwait trong vòng một tuần lễ, bắt đầu từ trưa ngày 23 tháng 2. Ngoài ra quân của Saddam tại Kuwait phải để lại tất cả vũ khí máy móc dụng cụ nặng (ví dụ như chiến xa T - 72 đã chôn dưới đất) và dụng cụ kỹ thuật cao (high tech gears).[46]

Với tối hậu thư nói trên, Tổng Thống Bush ra lệnh cho Tướng Schwarzkopf phối hợp với Liên Quân chuẩn bị khai pháo. Ngay trong đêm 23 tháng 2, Saddam Hussein cho đặc công đốt cháy 140 giếng dầu tại Kuwait, và tiếp tục đốt thêm nhiều giếng dầu khác trong những ngày kế tiếp. Theo tờ U.S. New & World Report ngày 4 tháng 3, 1991, tổng số giếng dầu bị đốt lên tới 170. Kuwait có tất cả 950 giếng dầu trên toàn quốc.

Lúc 10 giờ đêm 23 tháng 2, Tổng Thống Bush tuyên bố trong bài diễn văn truyền đi trên toàn quốc: "Cuộc giải phóng Kuwait đã đi vào giai đoạn chót. Tôi hoàn toàn tin tưởng vào khả năng của lực lượng Liên Quân trong việc hoàn tất sứ mạng này một cách nhanh chóng và quyết liệt".[47]

4.4.2. *Trận Bộ Chiến 100 Tiếng Đồng Hồ*

Giai đoạn chót của Chiến Dịch Bão Sa Mạc khai diễn với toàn bộ Hải Lục Không Quân của Hoa Kỳ và của Liên Minh chống Iraq.

Dư luận rất quan tâm đến những tổn thất có thể xẩy ra về phía lực lượng bộ binh Hoa Kỳ khi phải tấn công bộ binh Iraq. Các giới tướng lãnh cũng như dân sự đều e ngại khả năng sử dụng vũ khí hoá học của Iraq. Trong số những nhân vật chính thức và có thẩm quyền, mỗi người đưa ra một ước lượng khác nhau về dự đoán số binh sĩ bị thương và bị chết. Dân Biểu Les Aspin phỏng đoán từ 500 đến 1000 người chết (riêng lính Mỹ). Đó là con số phỏng đoán thấp nhất, tuy còn quá cao so với kết quả thực tế.

Trong tháng 12, 1990, Bộ Quốc Phòng Hoa Kỳ đặt mua sẵn 16,099 bao plastic để bó tử thi.[48]

Theo sự dự đoán của Trường Cao Đẳng Quốc Phòng (War College) của binh chủng Bộ Binh Hoa Kỳ thì Trận Bộ Chiến sẽ gây một tổn thất lớn cho Bộ Binh Hoa Kỳ. Trong một bản phân tích dài 120 trang của Trường này, tác giả là Trung Tá Douglas V. Johnson II, một chuyên viên về Trung Đông, nhận định rằng lực lượng Bộ Chiến của Hoa Kỳ phải đối diện với lực lượng

Iraq và sẽ phải thực sự "đào nó lên và ủi nó ra khỏi Kuwait". Tác giả Johnson II tiên đoán quân Iraq sẽ chiến đấu giai giẳng và bám chặt vào Kuwait và bắt buộc Hoa Kỳ phải "bẩy nó ra" (pry them loose).[49]

Đứng trước những ước lượng bi quan nói trên, Bộ Tư Lệnh CENTCOM đã có một kế hoạch hành quân chớp nhoáng và sấm sét, sử dụng tối đa hỏa lực để giải quyết chiến trường nhanh chóng cũng như giảm thiểu tổn thất.

4.4.2.1. Nghi Binh Và Lừa Địch[50]

Một trong những vũ khí quan trọng nhất trong Trận Bộ Chiến là kế hoạch nghi binh nghi trang (deception and camouflage) của Hoa Kỳ. Bộ Tư Lệnh CENTCOM đã sử dụng chiến thuật lừa địch (deception), một quan niệm cổ xưa từ thời Chiến Quốc. Cuốn Tôn Ngô Binh Pháp, cách đây 2500 năm, ngày nay được giảng dậy tại tất cả các trường quân sự lớn của Hoa Kỳ.

"Truyền nhân" của Tôn Ngô ở thế kỷ 20 tại Hoa Kỳ là một thiếu tá Bộ Binh, John A. Kaye, thuộc Nha Ý Niệm và Chủ Thuyết (Concept and Doctrine Directorate) của Bộ Binh. Ông dậy về Tôn Ngô Binh Pháp cho một số những phần tử ưu tú nhất của các đại học quân sự. Những sĩ quan này đã say mê nghiền ngẫm binh thuyết của Tôn Ngô Binh Pháp, và họ họp thành một nhóm lấy tên là "the Jedi Knights" (điển tích trong phim Star War) nằm trong Bộ Tư Lệnh CENTCOM, và chuyên lo tìm ra những mánh khóe lừa địch.

Một trong những nguyên tắc quan trọng nhất của Tôn Ngô Binh Pháp là "binh bất yếm trá", nghĩa là trong thuật dụng binh cần phải biết lừa địch, "trong chiến tranh, đừng sợ khi phải lừa địch". Trong việc hành quân, nói thật cho địch biết về ý định của mình là một tật xấu nhiều người Hoa Kỳ mắc phải vì họ đã thuộc lòng 10 điều răn của Chúa, trong đó nói dối là một trọng tội.

Vào đầu tháng 9, 1990, Tướng Michael Dugan, Tham Mưu Trưởng Không Quân của Hoa Kỳ, trong một cuộc phỏng vấn của báo chí, đã tiết lộ rằng Hoa Kỳ sẽ dùng chiến tranh không tập để tiêu diệt tiềm năng của Iraq trong cuộc tấn công sắp tới, sau đó Bộ Binh sẽ tiến lên thu dọn chiến trường. Vào lúc đó (đầu tháng 9, 1990) lập trường chính thức của Hoa Kỳ là giúp Saudi Arabia tự vệ chống lại ý đồ xâm lăng của Iraq, và chưa hề nói đến chuyện tấn công Iraq.

Do đó, Tướng Dugan đã học bài học vỡ lòng của Tôn Ngô Binh Pháp: nói thật cho địch biết về ý định của mình chẳng những là một cách hay nhất để tự giết mình; nó còn là một cách hay nhất để bị... bể nồi cơm.

Tổng Thống Bush đã lập tức cách chức Tướng Dugan. Ông tướng này đã công khai "nói sai" ý định của vị Tổng Tư Lệnh. Đáng bị đá đít. Ông lại còn nói thật cho địch biết ý định chiến lược và chiến thuật của ta. Nếu Tướng Dugan là một vị tướng của Saddam thì chắc chắn ông ta đã bị đầu lìa khỏi cổ.

Che dấu ý đồ của ta không cho địch biết là phần tiêu cực. Phần tích cực là kế hoạch đánh lừa địch, khiến địch hiểu sai ý đồ của ta, nói nôm na là "cho địch vào xiệc".

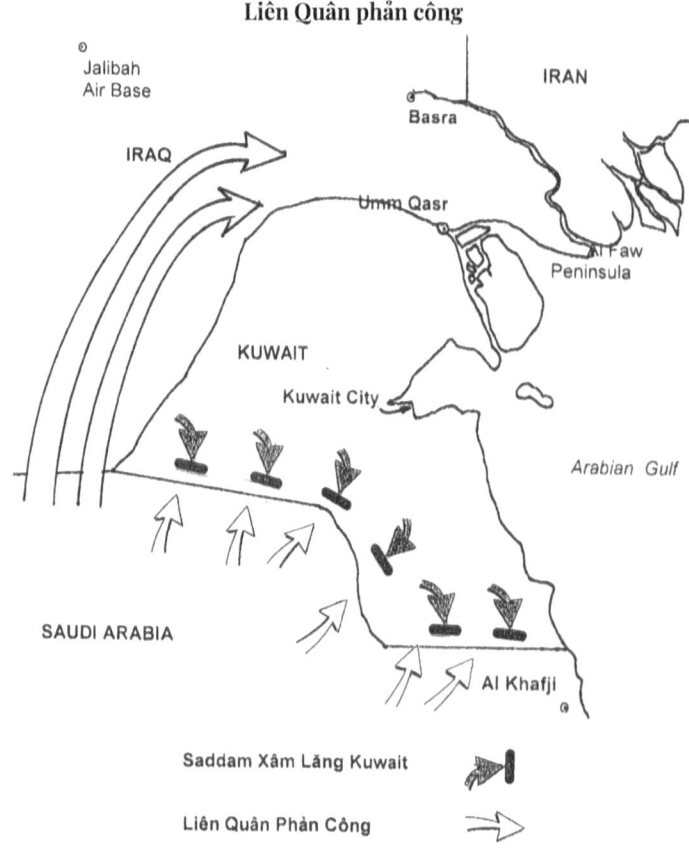

Liên Quân phản công

Jalibah
Air Base

IRAN

Basra

IRAQ

Umm Qasr

Al Faw
Peninsula

KUWAIT

Kuwait City

Arabian Gulf

SAUDI ARABIA

Al Khafji

Saddam Xâm Lăng Kuwait

Liên Quân Phản Công

Vào đầu tháng 9, khi Hoa Kỳ mới đổ quân vào Saudi, lực lượng Hoa Kỳ còn rất nhỏ bé, và khó lòng kháng cự nổi một cuộc tấn công quy mô của Iraq. Hoa Kỳ cần mua thời gian. Và giới quân sự Hoa Kỳ đã "rỉ tai" với báo chí về "một lực lượng hùng hậu" đã được đồn trú tại Saudi mà trên thực tế chưa có. Ngay lập tức, báo chí đã vô tình trở thành "nguồn tin tình báo đáng tin cậy" của Saddam.

Đây không phải là lần đầu tiên và cũng không phải là lần cuối cùng Saddam bị vào xiệc. Để kéo sự chú ý của Iraq đi xa khỏi mục tiêu quân sự cực kỳ quan trọng của Liên Quân, Hoa Kỳ đã thực hiện nhiều cuộc tập dượt của Thủy Quân Lục Chiến đổ bộ lên Kuwait.[51]

Qua báo chí và hình ảnh truyền hình tô mầu của đài CNN, chắc chắn Saddam Hussein đã say mê theo dõi những cuộc thực tập của Thủy Quân Lục Chiến Mỹ một cách thích thú và chuẩn bị kỹ lưỡng công việc phòng thủ mặt biển để "ăn gỏi ông Bush" trên bãi biển. Nhưng đây lại là một kế nghi binh khác của Tướng Schwarzkopf, vì lực lượng Thủy Quân Lục Chiến đã được để dành cho mục tiêu khác dễ hơn và đỡ tổn thất nhân mạng hơn.

Hoa Kỳ không hề tấn công mặt biển và đã thành công trong việc thu hút một lực lượng quan trọng của Saddam (6 sư đoàn) về phía bờ biển để làm những công việc "dã tràng xe cát Biển Đông". Những sư đoàn này của Saddam đã xây cất những công sự chiến đấu mà không bao giờ được dùng tới.

Như đã nói ở một tiểu đoạn phía trên, trong chiến dịch không tập nhằm vào hệ thống liên lạc viễn thông của Iraq, Hoa Kỳ đã cố tình không phá hủy một số "điểm chốt" (nodes) của hệ thống viễn thông quân sự để sử dụng trong kế hoạch nghi binh và lừa địch.

Qua nhiều năm, Liên Xô đã giúp hoặc bán cho Iraq những dụng cụ hiện đại về viễn thông và điều khiển quân sự. Hoa Kỳ đã nắm được một số bí mật đáng giá về những dụng cụ ấy. Thêm vào đó, trong Chiến Tranh Trung Đông, Liên Xô lại kín đáo chuyển giao cho Hoa Kỳ một số bí mật quân sự chọn lọc của Iraq. Tình báo Hoa Kỳ đã trúng mùa, và kế hoạch nghi binh nghi trang đã có một mùa gặt bự.

Nhờ kỹ thuật nghe lén (eavesdropping) và giải mật mã (decryption), Cơ Quan An Ninh Quốc Gia (the National Security Agency) đã có thể bắt được những liên lạc quân sự bí mật của hệ thống lãnh đạo Iraq. Dù nội dung của những liên lạc này đã được "mật mã hóa" (encrypted) nhưng Cơ Quan An Ninh Quốc Gia đã giải mật mã được. Chẳng những thế, Hoa Kỳ còn sử dụng chính hệ thống viễn thông của địch để bơm vào đó những tin tức giả hiệu. Nhờ thủ đoạn này, mặc dầu Hoa Kỳ đã quậy cho lực lượng quân sự của Iraq nát ra như một tô bún riêu, nhưng họ đã bơm cho Saddam những tin tức ngụy tạo khiến ông ta vẫn tưởng rằng mình còn mạnh, còn ngon.

Theo quan niệm sách vở của quy ước chiến (conventional warfare), Trận Bộ Chiến sẽ đánh trực diện (headlong assault) vào lực lượng Iraq đang dàn ra cố thủ dọc theo biên giới phía Nam của Kuwait. Muốn vậy, đường lối chân phương là sử dụng ưu thế tuyệt đối về hỏa lực và cơ giới phối hợp với sự tập trung tối đa lực lượng Bộ Binh để thắng địch. Nói nôm na là "lấy thịt đè người". Chiến thuật này thường thường đem lại một cuộc xung đột đẫm máu cho cả hai bên nếu bên bị tấn công kháng cự quyết liệt, và bên tấn công có thể bị tổn thất quá nặng tới mức phải bỏ cuộc.

Theo tin tức tình báo được khai thác từ các tù binh Iraq, lực lượng Hoa Kỳ biết rằng Saddam dự đoán Liên Quân sẽ theo đúng quan niệm sách vở quy ước chiến nói trên. Tướng Schwarzkopf bèn tìm cách làm cho Saddam càng tin chắc hơn rằng Liên Quân sẽ hành động đúng như ông ta dự đoán.

Và đây là một cuộc nghi binh nghi trang để lừa địch quy mô và lớn nhất trong toàn thể cuộc Chiến Tranh Trung Đông 1991. Sau này, trong một cuộc họp báo, Tướng Schwarzkopf kể lại rằng *"mục đích của kế hoạch này là để khiến cho bên địch tưởng là chúng ta đang làm theo đúng ý họ".*

Đối diện với lực lượng Iraq dọc theo biên giới phía Nam của Kuwait, Quân Đoàn 7 của Hoa Kỳ cùng với Quân Đoàn 18 Không Vận (18th Airborne) và các đơn vị tâm lý chiến của Bộ Binh đã dàn cảnh ra hình ảnh của một cuộc bố trí quy mô, gồm có một bộ chỉ huy hành quân đông đảo tại vùng Wadi al-Batin. Họ dựng lên những hỏa tiễn giả tạo, bồn chứa nhiên liệu giả tạo, xe vận tải giả tạo, chiến xa giả tạo, hệ thống liên lạc hành quân giả tạo. Đàng sau những hình nộm của chiến xa và lực lượng cơ động cũng có những dụng cụ tạo âm thanh, dụng cụ phát nhiệt và phun khói, khiến cho những máy dò (sensors) của Iraq bên kia giới tuyến cũng bị lừa.

Iraq đã mất khả năng hoạt động và thám báo trên không nên chỉ còn một số khả năng rất hạn chế để nghe ngóng tình hình địch trực tiếp ngay trước mặt và rất gần.

4.4.2.2. Kế Hoạch Dàn Quân Thực Sự - Trận Đánh Sấm Sét

Để đối phó với sự bố trí giả tạo ở trên, lực lượng của Iraq đã dàn ra dọc theo biên giới phía Nam của Kuwait, và chiều sâu của lực lượng phòng thủ kéo dài về phía sau khoảng hơn 300 dặm lên phía Bắc, tức là lấn vào lãnh thổ Iraq khoảng 100 dặm. Lực lượng Vệ Binh Cộng Hòa được bố trí sâu về hậu tuyến, và những sư đoàn bố trí ở tiền phương là những sư đoàn tương đối kém ưu tú của Iraq, tuy đã có nhiều năm kinh nghiệm chiến đấu trong cuộc Chiến Tranh Iran - Iraq, nhưng tất cả đều mệt mỏi, và đói rách tả tơi.

Tuyến phòng thủ đầu tiên của lực lượng Iraq là một bãi mìn có chiều sâu một dặm tới hai dặm. Sau bãi mìn là nhiều lớp giây kẽm gai quấn quít vào nhau, gây trở ngại tối đa cho sự di chuyển của lực lượng tấn công. Sau đó là bức thành bằng cát (perms) dài hàng trăm dặm, cao gần 7 thước (20 feet). Sau bức thành bằng cát là con mương cạn nhưng sẽ được đổ đầy dầu cho kế hoạch hỏa công. Và sau cùng mới tới một hàng chiến xa chôn dưới cát, và ở đằng sau có pháo binh trợ lực, sử dụng đạn thường cũng như đạn hóa học.[52]

Bãi mìn, hàng rào kẽm gai, và bức thành bằng cát có nhiệm vụ cản trở đà tấn công của địch, gây trở ngại buộc cho địch quân phải tiến chậm lại để trở thành những mục tiêu tốt cho pháo binh. Iraq sử dụng binh thuyết Liên Xô, dựa vào hỏa lực tối đa của pháo, và pháo binh của Iraq rất chính xác.

Toàn thể lực lượng của Saddam bố trí hướng phòng thủ về phía Đông và phía Nam, với sự dự đoán 3 mũi tấn công của Liên Quân: thứ nhất, từ mặt biển phía Đông của Kuwait; thứ hai, một mũi từ phía chính Nam trên lãnh thổ Saudi tiến lên hướng Bắc; thứ ba, một mũi tấn công vào vùng ba biên giới giữa Kuwait, Saudi, và Iraq.

Như vậy, sườn phía Tây của Iraq hoàn toàn bị bỏ ngỏ và không được chuẩn bị với công sự phòng thủ theo hướng Tây. Saddam đã vô tình quay lưng cho địch đánh. Ông ta đã phải trả một giá rất đắt.

Mấy ngày trước khi nổ súng xung kích, Quân Đoàn 7 của Hoa Kỳ đã bí mật rời 200 dặm về phía Tây Wadi al - Batin, đến một vùng sa mạc hoang vu của Saudi Arabia, mang theo hàng trăm ngàn gallons nhiên liệu, vũ khí, bộ phận rời, nước uống, lương thực...Và Quân Đoàn 18 thì đi xa hơn nữa, từ địa điểm 200 dặm tới 400 dặm về phía Tây. Nhiệm vụ của hai Quân Đoàn này là phóng ra hai gọng kìm đánh vào sườn phía Tây của lực lượng phòng thủ Iraq. Đây là mũi dùi quan trọng nhất nhằm tiêu diệt lực lượng Vệ Binh Cộng Hòa.

Lực lượng tấn công của Liên Quân được chia thành 5 mũi chính (gọi là sector) theo thứ tự từ Đông sang Tây, mỗi mũi phụ trách một phòng tuyến dàn hàng ngang có bề rộng từ 50 dặm tới 200 dặm, và tất cả hướng về phía Đông Bắc.

Mũi thứ nhất tại phía cực Đông giáp Vịnh Ả Rập phụ trách một phòng tuyến dàn theo hàng ngang rộng khoảng 50 dặm, gồm một Lữ Đoàn Bộ Binh Cơ Động của Saudi và một Sư Đoàn Chiến Xa của Lực Lượng Hợp Tác Vịnh Ả Rập (Gulf Cooperation Council). Mũi này có nhiệm vụ giải phóng Thủ Đô Kuwait City.

Mũi thứ hai phụ trách một phòng tuyến rộng khoảng 100 dặm ở phía Tây của mũi thứ nhất, gồm có Sư Đoàn 1 và Sư Đoàn 2 Thủy Quân Lục Chiến Hoa Kỳ. Mũi này có nhiệm vụ chọc thủng phòng tuyến phía Nam của Kuwait, sau đó cứ thẳng tiến lên phía Bắc để giải phóng càng nhiều đất đai càng tốt.

Mũi thứ ba phụ trách phòng tuyến rộng khoảng 150 dặm phía Tây của mũi thứ hai, gồm Sư Đoàn 3 Cơ Động của Ai Cập, Sư Đoàn 4 Chiến Xa Ai

Cập, Lữ Đoàn 20 Cơ Động và Lữ Đoàn 4 Chiến Xa của Saudi Arabia, một Lữ Đoàn duy nhất của Kuwait, và Sư Đoàn 9 Chiến Xa của Syria. Nhiệm vụ của mũi này là đánh vào lực lượng Iraq tại vùng Ba Biên Giới.

Mũi thứ tư có một phòng tuyến rộng gần 150 dặm do Quân Đoàn 7 Chiến Xa được mang từ Âu Châu sang, gồm có Trung Đoàn 2 Thiết Kỵ của Hoa Kỳ, Sư Đoàn 1 Thiết Giáp Hoa Kỳ, Sư Đoàn 3 Thiết Giáp Hoa Kỳ, Sư Đoàn 1 Bộ Binh (Cơ Động) Hoa Kỳ (Big Red One), Sư Đoàn 1 Thiết Giáp của Anh Quốc, và Sư Đoàn 1 Thiết Kỵ Hoa Kỳ. Theo Truyền thống của Bộ Binh Hoa Kỳ, Sư Đoàn 1 bao giờ cũng là sư đoàn tinh nhuệ nhất và gương mẫu nhất, mang cờ đỏ, nên được gọi là "the Big Red One" Trong cuộc Chiến Tranh Việt Nam, Việt Cộng gọi tên sư đoàn này là "Anh Cả Đỏ." Nhiệm vụ của mũi này là vượt biên giới Saudi và tiến sâu theo hướng Đông Bắc vào sa mạc của Iraq để đánh vào sau lực lượng Vệ Binh Cộng Hòa.

Mũi thứ năm phụ trách một phòng tuyến rộng khoảng 200 dặm phía cực Tây, gồm có Sư Đoàn 6 Thiết Giáp Nhẹ của Pháp, Sư Đoàn Không Vận 82 của Hoa Kỳ, Sư Đoàn Không Kỵ 101 của Hoa Kỳ, Sư Đoàn 24 Bộ Binh Cơ Động của Hoa Kỳ, và Trung Đoàn 3 Thiết Kỵ Hoa Kỳ.

Nhiệm vụ của mũi này là thọc sâu vào sa mạc phía Tây Nam của Iraq, và tiến thẳng theo hướng Đông Bắc lên tận Sông Euphrates rồi bọc theo hướng Đông để chặn đánh tàn quân của Iraq trên đường rút lui.

Như trên đã nói, mũi thứ tư và mũi thứ năm là hai gọng kìm mạnh nhất gồm có những lực lượng Bộ Binh tinh nhuệ nhất của Hoa Kỳ nhắm tiêu diệt lực lượng Vệ Binh Cộng Hòa của Saddam.

Nếu dựa vào tương quan thuần túy về quân số hai bên để dự đoán thành bại thì ta thấy Liên Quân chưa có đủ ưu thế quân số áp đảo (supériorité écrasante) để chiến thắng. Nhưng nhờ có sự yểm trợ rất mạnh của Không Quân, Hải Quân, cộng thêm với hỏa lực của Bộ Binh, Liên Quân đã có một ưu thế rõ rệt.

Mặc dầu Iraq có một lực lượng pháo binh chính xác và hùng hậu, nhưng khả năng phản pháo của Hoa Kỳ rất ồ ạt và chính xác khiến cho những khẩu pháo của Iraq hoặc bị tiêu diệt ngay tức khắc sau khi nhả đạn, hoặc nếu chưa bị tiêu diệt thì vội vã ngưng bắn và lính pháo thủ thì đành "bỏ của chạy lấy người".

Khả năng phản pháo của Hoa Kỳ gồm có những cỗ Firefinder "counterbattery" radar để dò ra nguồn gốc luồng đạn của địch và chuyển ngay tin tức cho dàn pháo để phản kích rất trúng đích. Một loại vũ khác là những cỗ phóng hoả tiễn MLRS (Multi Launch Rocket System) có tầm xa 20 dặm và khả năng tiêu diệt trải thảm một diện tích 50 acre, tung ra một lúc 8000 trái bom nhỏ. Hệ thống hỏa tiễn này rất hữu hiệu đối một nhóm nhiều cổ pháo của Iraq tập trung vào một chỗ vì những cổ pháo này hoặc không có bọc sắt, hoặc có bọc sắt nhưng quá mỏng không chịu đựng nổi sức xuyên phá của các trái bom.

Loại chiến xa M -1 của Hoa Kỳ sử dụng hệ thống tìm mục tiêu bằng laser và phối hợp với máy điện toán để điều khiển nòng súng ca - nông nhắm đúng mục tiêu và nhả đạn trong lúc đương di động nhanh, bất cứ theo hướng nào và trúng mục tiêu cách xa 2 dặm.[53] Với tầm xa này, nhiều khi chiến xa Iraq chưa kịp nhìn thấy địch mà tự nhiên bị trúng đạn bốc cháy.

Đúng như sự dự đoán của Tướng Schwarzkopf, lực lượng bộ chiến của Iraq đầu hàng quá nhanh chóng, vì họ quá mỏi mệt, chán nản, đói khát, lạnh, và mất hết tinh thần. Họ sẵn sàng đầu hàng bất cứ lúc nào có cơ hội và đầu hàng bất cứ ai, đầu hàng cả phóng viên báo chí đang săn tin trên chiến trường. Những hình ảnh sống trên màn ảnh truyền hình cho thấy những người lính Iraq xì xụp lạy phóng viên báo chí để xin đầu hàng. Những quân nhân nói trên là những nông dân nghèo của Iraq bị cưỡng bách đi lính, nhưng trải qua nhiều tháng trường bị bom đạn mưa xuống trên đầu, lại bị hết lương thực, cạn tiếp tế, vừa đói lại vừa rét, rất là thảm hại. Họ không sẵn sàng liều chết cho Saddam Hussein.

Điều này giải thích được tại sao lực lượng Saudi Arabia và quân bản bộ của Kuwait đã dễ dàng tiến vào giải phóng một giải đất phía Nam và tiến được một nửa quãng đường tới Thủ Đô Kuwait City mới trong nửa ngày đầu. Hai Sư Đoàn Thủy Quân Lục Chiến của Hoa Kỳ cũng tiến qua được tuyến phòng thủ của Iraq trong một khoảng thời gian ngắn hơn là dự tính, với số tổn thất rất thấp, và đe dọa cắt đứt đường rút lui của lực lượng phòng thủ Kuwait City.

Kỹ thuật pháo của Iraq tuy chính xác, nhưng lính pháo binh lại không được huấn luyện thuần thục. Một điều ngạc nhiên và may mắn cho Liên Quân là lính Iraq đã không sử dụng võ khí Hoá Học, vì chính họ sợ không kiểm soát được chiều hướng tác dụng của hơi độc, khiến cho chính họ có thể trở thành nạn nhân. Điều ngạc nhiên thứ hai là quân Iraq đã không sử dụng kế hỏa công, có lẽ vì công tác này không dễ thực hiện, nhất là trong tình trạng đã mất tinh thần chiến đấu.

Và vấn đề khó khăn nhất mà Thủy Quân Lục Chiến phải đối phó lại là vấn đề thu thập hàng binh Iraq vì con số này lên quá đông trong một khoảng thời gian ngắn. Việc thu thập hàng binh đã làm việc tiến quân chậm lại phần nào.

Cuộc Chiến Tranh Trung Đông 1991

Tới buổi trưa của ngày 24 tháng 2, lực lượng Iraq cho phá hủy nhà máy chế biến nước biển thành nước ngọt (desalinization). Đây là cơ sở duy nhất để cung cấp nước ngọt. Khi nghe được báo cáo qua hệ thống radio truyền tin về biến cố trên, Tướng Schwarzkopf kết luận rằng nếu Iraq không cần nước ngọt thì điều đó có nghĩa là họ quyết định rút lui khỏi Kuwait. Muốn bao vây và tiêu diệt lực lượng quân sự của Iraq, Liên Quân phải gấp rút đánh chặn ở phía Bắc.[54]

Vì thế, Tướng Schwarzkopf phải vội vàng ra lệnh cho Quân Đoàn 7 chiến xa di chuyển mau đến địa điểm đã định sớm hơn dự tính. Quân Đoàn 7 do Thiếu Tướng Fred Franks được lệnh khởi sự tiến vào sáng ngày 25. Tướng Franks vốn được luyện tập nhiều năm tại Âu Châu nhằm đối phó với một cuộc xâm lăng của Liên Xô trên chiến trường Âu Châu thay vì đối phó với quân đội Iraq trên chiến trường sa mạc tại Trung Đông.

Thiếu Tướng Franks vì thế đã hành quân quá dè dặt giống như trong một cuộc chiến tranh với Liên Xô. Theo đúng sách vở, mỗi lần vượt qua một lằn ranh, Ông lại cho dừng quân, đợi cho các sư đoàn khác cùng vượt qua, tập hợp lại, rồi mới tiếp tục tiến. Điều này đã khiến cho Quân Đoàn 7 thụt lùi lại sau, trong khi Sư Đoàn 24 Thiết Giáp có nhiệm vụ bảo vệ bên tả dực của ông ta đã tiến xa hơn cả trăm dặm, mặc dầu phải vượt qua vùng sa mạc có nhiều trở ngại hơn.

Khuyết điểm nghiêm trọng nhất của Tướng Franks là không biết khai thác trận địa, không biết lợi dụng động lượng của cơ giới và hỏa lực (hardware and firepower momentum), phối hợp với vận động chiến (manouvering warfare) để giáng những đòn sấm sét lên đầu một đối phương đang mất trớn (off-balance). Bí quyết để chiến thắng của các danh tướng xưa và nay là làm cho địch bị mất trớn liên tục cho đến phút chiến thắng cuối cùng. Tướng Franks cần học nhiều về nghệ thuật dùng binh của các ông Tướng Patton (tại Âu Châu trong Đệ Nhị Thế Chiến), Tướng Sharon (trong Trận Chiến Tranh Yomkipur), và Tướng McArthur (tại Đại Hàn trong cuộc chiến tranh Triều Tiên).

Tâm trạng của Tướng Schwarzkopf lúc đó giống như tâm trạng của một người đương cưới trên một chiếc xe vận tải kéo bằng mấy con lừa. Sự chậm trễ của Tướng Franks trong khoảng thời gian hơn một ngày đã cho phép nhiều toán quân Iraq chạy thoát về phía Bắc.

Mặc dầu những khuyết điểm chiến thuật nói trên, Trận Bộ Chiến nói chung đã diễn ra như một cuộc "thu dọn chiến trường" vì nó kết thúc quá nhanh chóng với mức tổn thất rất thấp cho Liên Quân. Vào Khoảng 80,000 tù binh Iraq bị bắt. Phía Liên Quân có 41 người bị bắt làm tù binh. Riêng phía Hoa Kỳ có 148 binh sĩ bị thiệt mạng trong toàn bộ Trận Không Tập và Bộ Chiến, không kể một số người bị chết trong một vài vụ nổ kho đạn.

Theo tài liệu của Bộ Quốc Phòng Hoa Kỳ, vào khoảng 4, 000 chiến xa Iraq bị tịch thu hoặc bị phá hủy. Trong số 42 sư đoàn bộ binh của Iraq, 40 sư đoàn đã bị tiêu diệt hoặc vô hiệu hóa. Mặt khác 22,000 dân Kuwait đã bị bắt đem đi mất tích, nhiều ngàn người khác bị tra tấn và bị giết trước khi quân Iraq rút lui. Tại Nhà Thương Mubarak, các bác sĩ và y tá đã phải điều trị những nạn nhân bị quân Iraq khủng bố bằng cách cắt tai, hoặc bị đốt cháy hết da. Một bà mẹ tên là Rasha Kabundi, có ba đứa con, và bà ta đã bị bắn bốn phát đạn vào ngực và quai hàm, sau đó lính Iraq còn lấy cưa điện để xẻ sọ bà ta.[35]

Tướng Schwarzkopf đã khôn ngoan dành vinh dự cho lính Kuwait và Saudi vào giải phóng Thủ Đô khiến cho người dân Kuwait vừa hãnh diện vừa cảm thấy nỗi ngọt bùi sau sáu tháng sống trong cảnh khủng bố kinh hoàng dưới "chế độ cách mạng" của Saddam Hussein.

Trận Bộ Chiến để giải phóng Kuwait được mệnh danh là "Cuộc Chiến tranh 100 Tiếng Đồng Hồ", một cuộc chiến tranh quy ước hiện đại lớn nhất, ngắn nhất, đầu tiên, và cuối cùng của thế kỷ 20. Nhật Báo Sao Đỏ (Red Star) của Liên Xô ngày 1 tháng 3, 1991, đã trích dẫn lời tuyên bố của Bộ Trưởng Quốc Phòng Dimitri Yazov: ..."những diễn tiến tại Kuwait và Iraq đòi hỏi chúng ta phải cứu xét lại thái độ đối với lực lượng phòng không của Bộ Binh cũng như toàn bộ hệ thống phòng không của quốc gia." (..."*What happened in Kuwait and Iraq necessitates a review of the attitude to army air defense and the country's entire air defense system"...*)

Tướng Yazov nói rằng cuộc chiến tranh cho thấy hệ thống phòng không của Liên Xô "có những điểm yếu", và quân đội phải tổ chức một hội nghị để thảo luận những kỹ thuật tiền tiến do Hoa Kỳ và Liên Quân sử dụng.[36]

4.4.2.4. Saddam Biết Gì Về Hoa Kỳ?

Một trong những câu nói thời danh của Tôn Ngô Binh Pháp mà nhiều người thường nhắc tới là: "Biết mình, biết người, trăm trận trăm thắng" (Tri kỷ, tri bỉ, bách chiến, bách thắng). Trong Trận Chiến Tranh Trung Đông 1991, có nhiều câu hỏi về sự hiểu biết của Saddam Hussein đối với đối phương của ông ta. Trong hoàn cảnh nào Hussein đã vô tình hay cố ý đẩy Hoa Kỳ và Quân Đội Liên Minh vào cuộc chiến? Hussein có nghĩ rằng Hoa Kỳ thực sự sẵn sàng tấn công để trục xuất Iraq ra khỏi Kuwait không? Nếu Hussein biết rằng cuộc chiến sẽ đem lại thảm bại cho Iraq, liệu ông ta sẽ làm gì trước ngày 15 tháng 1, 1991?

Thực sự Hussein biết gì về đối phương của ông ta là Hoa Kỳ?

Có rất nhiều điều về Hoa Kỳ mà Hussein nghĩ là biết rất rõ:

Thứ nhất: Với hơn 500,000 quân và vũ khí tối tân, Hoa Kỳ đã tham chiến tại Việt Nam và đã thất bại với nhiều tổn thất về nhân mạng trong nhiều năm chiến đấu.

Thứ hai: Giới truyền thông và phong trào phản chiến làm tê liệt ý chí chiến đấu của Hoa Kỳ và làm cho nhiều chính khách cũng như nhiều nhà lãnh đạo quân sự của Hoa Kỳ bị thân bại danh liệt do cuộc Chiến Tranh Việt Nam.

Thứ ba: Cũng do hậu quả của cuộc Chiến Tranh Việt Nam mà một nhóm con tin Hoa Kỳ bị bắt giữ tại Teheran đã đủ để làm cho chính quyền Hoa Kỳ tê liệt, và một ông Tổng Thống bị thất cử kỳ 2. Cuộc hành quân giải cứu con tin Hoa Kỳ bị tan rã chỉ vì mấy hạt cát bay quá nhanh trên sa mạc làm rớt mấy chiếc trực thăng.

Thứ bốn: Một nhóm khủng bố đặt chất nổ giết hại 241 lính Mỹ cũng đủ để buộc Hoa Kỳ phải rút khỏi Lebanon.

Thứ năm: Mặc dù những loại phim mission impossible của Hoa Kỳ hết sức giật gân, nhưng cho tới năm 1990, những vũ khí tối tân và khả năng không quân của Hoa Kỳ chưa đủ để làm Saddam Hussein lé con mắt. Trong trận tấn công Lybia vào năm 1986, chín chiếc phi cơ F-111 của Hoa Kỳ ném bom laser mà chỉ có hai chiếc thả gần trúng đích. Năm 1981, khi Do Thái tấn công lò nguyên tử của Iraq, 16 trái bom laser trúng đích trăm phần trăm.

Những điều mà Hussein biết về Hoa Kỳ như đã trình bầy ở trên là những dữ kiện đúng trăm phần trăm, nhưng đều là những kiến thức đã lỗi thời và không trọn vẹn. Không may cho Hussein, ông ta đã dựa vào những dữ kiện nói trên để suy diễn những tin tức chính trị tại Hoa Kỳ trong giai đoạn cuộc khủng hoảng đang diễn tiến, và dự đoán về khả năng cũng như kế hoạch của Hoa Kỳ.

Theo lời Bà Đại Sứ Glaspie của Hoa Kỳ tại Iraq thì Hussein rất khoái nghe những lời khấu tấu của đám cán bộ Việt Cộng quản đốc những công nhân Việt Nam xuất khẩu tại Baghdad. Theo sự mô tả của đám cán bộ này thì Hoa Kỳ chỉ là con cọp giấy, và có lẽ Hussein nghĩ rằng mấy anh "răng đen mã tấu" mà có thể đánh cho Mỹ cút Ngụy nhào thì người anh hùng Baghdad chắc chắn thổi bay được Mỹ khỏi Trung Đông như thổi ngọn lửa đèn cầy.[37]

Với quá khứ xuất thân từ giới anh chị đao búa, lại không ra ngoài nhiều để học hỏi về thế giới Tây Phương, Hussein chỉ thích nghe những lời đường mật bùi tai của một đám cận thần nịnh hót, và sẵn sàng bắn bỏ những ai nói lời trái ý. Một trong những học giả có thẩm quyền nhất về Iraq, Giáo sư Amatzia Bar'am của Đại Học Haifa nói rằng Hussein "hiểu về nước Iraq, nhưng ông ta không biết gì về cách suy nghĩ của các chính quyền Hoa Kỳ, Do Thái, và Ba Tư. Những cố vấn của ông ta đều sợ không dám nói điều gì trái tai… và ông ta rất dễ bị nhầm lẫn vì không am hiểu nhiều chuyện của thế giới bên ngoài".[58]

Chính vì thế, những tin tức chính trị tại Hoa Kỳ trong giai đoạn khủng hoảng Trung Đông, nếu muốn lọt vào tai Hussein, thì phải là những tin tức thuận lợi và đầy phấn khởi do đám cận thần khẩu tấu.

4.4.2.4. Những Tin Tức Thuận Tai Hussein

Những tin tức của đài CNN về cuộc khủng hoảng chính trị trong nội bộ Hoa Kỳ, đối với Hussein, nghe rất khoái tai. Những cuộc điều trần của các tướng lãnh trước Ủy Ban Quân Lực Thượng Viện, hình ảnh những cuộc biểu tình phản chiến, những cuộc hội thảo chống chiến tranh tại một số trường đại học ở Hoa Kỳ, đã khiến cho Hussein nghĩ rằng ông ta nắm vững được tình hình của địch.

Nhiều học giả cũng như bình luận gia quân sự của Hoa Kỳ cho rằng nếu Hussein có thể đánh nhau 10 năm với Ba Tư, thì quân đội Iraq cũng có thể theo đuổi một cuộc chiến tranh lâu dài với Hoa Kỳ để làm người dân Mỹ nản lòng. Đối với Hussein, lập luận này nghe thật khoái con ráy.

Ngày 12 tháng 12, cựu Thống Đốc của Tiểu Bang Texas, ông Connally, đi điều đình ở Iraq về mang theo 21 con tin được Hussein thả. Trong không khí phấn khởi với thành tích 21 con tin, ông Connally tiên đoán Mỹ sẽ kẹt vào Chiến Tranh Trung Đông và ông Bush sẽ bị thân bại danh liệt như cựu Tổng Thống Johnson.

Những hành động trống đánh xuôi kèn thổi ngược là hiện tượng tương đối bình thường trong nền chính trị Hoa Kỳ. Nhưng qua tài xào nấu của đám cận thần nịnh hót, có thể Hussein đã suy diễn rằng, nếu chiến tranh xẩy ra, Hoa Kỳ cũng sẽ vừa đánh vừa run như mấy chục năm về trước tại Việt Nam.

Hussein càng có lý do mạnh để phấn khởi khi tin tức quân sự Hoa Kỳ cho biết lực lượng Hoa Kỳ tại Saudi Arabia đã nhận được 60,000 bao plastic để đựng xác chết lính Mỹ trong trường hợp chiến tranh xẩy ra. Nghe sợ ơi là sợ!!!

Những tin tức nghe khoái lỗ tai mà Hussein nhận được phần lớn là những tin tức có thật trên …trăm phần trăm. Nhưng dựa vào những tin tức đó mà xây dựng chiến lược đối phó với Hoa Kỳ thì có ngày phải đổ thóc giống ra mà ăn. Và Hussein đã phải ăn thóc giống vì những điều mà ông ta chưa biết về Hoa Kỳ, trong khi những điều ông ta biết về Hoa Kỳ thì lại không giúp ích cho ông ta được mấy tý.

Một điều làm cho Hussein thêm hoa mắt chuyển thành loạn chiêu là ông Bush lại tiếp tục có những hành động tỏ ra tiến thoái lưỡng nan: Sau khi Hội Đồng Bảo An LHQ biểu quyết vào cuối tháng 11 cho phép dùng võ lực để giải phóng Kuwait, Tổng Thống Bush lại gửi Ngoại Trưởng Baker đi gặp đại diện của Hussein để tìm kiếm giải pháp hòa bình. Nếu Hussein nghĩ rằng đó là hành động của một "con gà nuốt giây thun" thì đích thị ông ta đã bị vào xiệc.

Nhiều chính trị gia và bình luận gia chủ hòa trách móc rằng ông Bush đã gửi cho Hussein những tín hiệu nửa nạc nửa mỡ (muddled signals) khiến cho ông ta hiểu sai và lừng lững tiến vào chiến tranh.[39] Dường như những nhân vật này coi Hussein như một em bé vị thành niên còn ngây thơ trong trắng, và ông Bush là một huynh trưởng có nhiệm vụ phải trình bầy lời hơn lẽ thiệt một cách chân tình để hướng dẫn em bé Hussein.

Hussein đã đe dọa cho Hoa Kỳ một trận tắm máu. Ông ta cũng mơ tưởng kéo dài chiến tranh. Nhưng cuối cùng cuộc chiến tranh không kéo dài như ý ông ta muốn, mà cũng không gây được cuộc tắm máu nào cho lính Mỹ. Cuộc "Thánh Chiến" do Hussein hô hào có gây được tiếng vang trong đám dân Palestine lưu vong nhưng không có một đoàn quân Thánh Chiến nào thành hình. Nếu chẳng may một đoàn quân Thánh Chiến có thành hình, thì vấn đề lúng túng nhất là vị Nguyên Soái của đoàn quân đó lại là một anh chàng vô thần Saddam Hussein.

Cuộc Chiến Tranh Trung Đông 1991 đã để lại nhiều câu chuyện khôi hài cho lịch sử về huyền thoại "cây đèn thần" Saddam Hussein. Hoa Kỳ đã học được một bài học về cuộc chiến tranh Việt Nam để thắng trong cuộc Chiến Tranh Trung Đông một cách mỹ mãn. Giới báo chí và truyền thông cũng học được một bài học để đời, đó là một bài học về lòng khiêm tốn và tinh thần lương thiện.

4.4.2.5. Giới Truyền Thông Và Chiến Tranh Trung Đông

Chưa bao giờ quần chúng có thể ngồi tại nhà mà nhìn thấy những diễn tiến ngoài mặt trận một cách trực tiếp và nhanh chóng như trong trận chiến tranh Trung Đông 1991. Khán giả truyền hình nhìn thấy những trái bom laser tấn công một cách chính xác những mục tiêu quân sự và thán phục sức mạnh của khoa học kỹ thuật hiện đại. Khán giả truyền hình cũng nhìn thấy những đoàn quân xa của quân Iraq rút lui về hướng Basra và tiếc hùi hụi tại sao lực lượng chiến xa của Tướng Franks có thể để những chuyện đó xẩy ra như vậy.

———

Chương VI

Tóm lại, giới truyền thông đã cho người dân những giây phút rất hồi hộp và người dân cũng biết ơn. Nhưng theo bình luận gia Mortimer B. Zuckerman, người dân Hoa Kỳ ngày nay trưởng thành và khi theo dõi tin tức của truyền thông, họ đã tự rút lấy kết luận chứ không nhắm mắt nghe theo ý kiến của giới truyền thông.[60]

Đa số người dân Hoa Kỳ bất bình và có ác cảm với truyền thông khi giới này tìm cách tuyên truyền cho một lập trường chính trị thay vì duy trì tinh thần loan tin khách quan. Và họ càng bất bình hơn khi giới truyền thông áp lực giới quân đội nhằm moi thêm nhiều tin tức, nhất là những tin tức có phương hại tới an ninh.

Mặt khác, Peter Arnett, một phóng viên CNN tại Baghdad, đã gây nhiều ác cảm cho người dân Hoa Kỳ. Người ta đồng ý rằng truyền thông cần phải loan tin từ phía địch, nhưng trong trường hợp của Peter Arnett, CNN chỉ được phép loan những tin tức đã bị Hussein kiểm duyệt, và bắt buộc phải loan những tin mà Hussein muốn loan. Như vậy, CNN đã biến thành cái loa tuyên truyền của Iraq chứ không còn làm nhiệm vụ loan tin trung thực và khách quan.

Trong một bức tranh hí họa về Chiến Tranh Trung Đông 1991, một họa sĩ đã vẽ giới truyền thông là một thương vong bự con của trận Chiến Tranh Trung Đông. Trong cuộc Chiến Tranh Việt Nam, lần đầu tiên giới truyền thông được tự do đi lại và loan những tin có thể bất lợi về phương diện an ninh cho Đồng Minh. Nền Dân Chủ của Hoa Kỳ trong giai đoạn Chiến Tranh Việt Nam tỏ ra tự tin và hy vọng rằng những người làm nhiệm vụ thông tin đã trưởng thành.

Trên thực tế, trong cuộc Chiến Tranh Việt Nam, có nhiều phóng viên chưa trưởng thành và cũng có nhiều phóng viên loan tin với mục đích chính trị (advocacy media) thay vì làm nhiệm vụ loan tin trung thực.

Trong cuộc Chiến Tranh Trung Đông, giới truyền thông không còn được hưởng quy chế quá cởi mở như trong cuộc Chiến Tranh Việt Nam. Họ chỉ được tham dự những cuộc họp báo tại những địa điểm nhất định do Bộ Tư Lệnh chiến trường tổ chức, được nghe về những tin tổng quát và không có cách gì khai thác những tin giật gân cho mục đích cạnh tranh thương mại. Giới truyền thông than phiền và chỉ trích chính sách nói trên. Nhưng đa số người dân Hoa Kỳ hoan nghênh chính sách của Bộ Tư Lệnh vì họ quan niệm giới truyền thông cũng như dân chúng không cần biết về những chi tiết có tính cách an ninh mà nếu được phổ biến thì có thể có lợi cho địch.

KẾT LUẬN

Cuộc Chiến Tranh Trung Đông 1991 là một cuộc chiến tranh quy ước sử dụng vũ khí hiện đại nhất từ trước tới nay. Hoa Kỳ đã có một ưu thế quân sự tuyệt đối nhờ sử dụng tối đa kỹ thuật tin học trong việc tổ chức, hoạch định, hậu cần, kiểm soát không lưu, và điều khiển oanh kích chính xác.

Đây là lần đầu tiên người ta đã chứng minh được rằng lực lượng không quân đóng một vai trò cực kỳ quan trọng, nếu không nói là quyết định sự thắng bại. Tuy nhiên, Không Quân không thể tự nó giải quyết cuộc chiến một mình như nhiều giới quân nhân trong binh chủng Không Quân (trong đó có Tướng Dugan) thường chủ trương. Muốn giải quyết rứt khoát cuộc chiến, người ta phải đổ lực lượng Bộ Binh vào để thực sự thu thập địch quân. Quan niệm về sự tổng hợp Không Quân và Bộ Binh trong hình thái chiến tranh mới này được các nhà quân sự gọi là "AirLand Battle Concept".

Có nhiều người chỉ trích rằng ông Bush đã bỏ lỡ cơ hội tiến thẳng vào Baghdad để thanh toán Saddam Hussein, và dứt mầm hậu họa. Trên thực tế, có ba lý do rất mạnh khiến Hoa Kỳ không thể làm được điều đó.

Thứ nhất: Nghị Quyết 678 của Hội Đồng Bảo An chỉ cho phép các nước Hội Viên Liên Hiệp Quốc dùng võ lực để giải phóng Kuwait, chứ không cho phép đem bộ binh vượt biên giới Kuwait để chiếm đóng Iraq. Các nước Ả Rập trong Liên Minh cũng chống hành động xâm lăng Iraq trong trường hợp này. Nếu Hoa Kỳ không tôn trọng điều trên thì chẳng những Hoa Kỳ vi phạm những quy định pháp lý của Liên Hiệp Quốc mà Liên Minh còn bị tan vỡ. Hậu quả là chẳng những Hoa Kỳ không còn được sử dụng những căn cứ bộ binh cũng như căn cứ không quân tại các nước Ả Rập, mà còn phải đứng vào thế thù địch với đa số các nước Ả Rập.

Thứ hai: Nghị Quyết của Lưỡng Viện Quốc Hội Hoa Kỳ cũng chỉ cho phép Hành Pháp sử dụng vũ lực để trục xuất Iraq ra khỏi Kuwait. Hành pháp Hoa Kỳ không thể vượt quá giới hạn trên nếu không muốn gây ra một cuộc khủng hoảng nội bộ lớn.

Thứ ba: vấn đề đem quân vào Iraq để thanh toán Saddam Hussein không phải là một vấn đề quá khó khăn trên phương diện quân sự. Nhưng giả sử Hoa Kỳ tiến quân vào Iraq và thanh toán được Saddam Hussein, thì theo công ước Genève và Le Hague, đạo quân chiếm đóng có trách nhiệm bình định, tái thiết, và làm công việc "Nation building", nghĩa là xây dựng lại định chế chính trị, xã hội, giáo dục, y tế, v.v... cho một chế độ mới. *Tóm lại*, nhiệm vụ đó đòi hỏi những chi phí vĩ đại mà ngân sách Hoa Kỳ không thể gánh nổi một mình.

Vậy, trong khung cảnh Chiến Tranh Trung Đông 1991, không có vấn đề chiếm đóng Iraq để thanh toán Saddam Hussein.

Để đánh giá mức độ thành công của Hoa Kỳ trong cuộc Chiến Tranh Trung Đông 1991 ta có thể nói rằng Hoa Kỳ đã đạt được gần hết những mục tiêu lớn nhất. Kế hoạch nghi binh và lừa địch đã đạt được những kết quả rất xuất sắc. Tuy nhiên Saddam Hussein cũng chơi lại Hoa Kỳ một cú đau bằng một màn nghi binh lừa địch khiến Không Quân Hoa Kỳ đã ném bom vào một cơ sở quân sự của Iraq trong đó Saddam Hussein đã cho nhiều thường dân trú ẩn.

Một sự tính nhầm khác của Hoa Kỳ là đã cố ý để cho một phần cánh quân Vệ Binh Cộng Hòa chạy thoát về nước, với hy vọng cánh quân này sẽ nổi lên lật đổ Saddam Hussein. Niềm hy vọng này hoàn toàn bị bốc hơi trên sa mạc mênh mông.

Sự thành công của Hoa Kỳ và Liên Quân là ở chỗ đã đánh quỵ được Saddam Hussein khiến ông ta, tuy còn đó, nhưng bị nhốt trong hộp, và không còn là một de dọa đáng sợ trong vùng Trung Đông. Vậy sự thành công này tương đối còn bị hạn chế vì chưa giải quyết dứt khoát được cái ung nhọt Hussein.

Bí quyết thứ nhất đưa đến sự thành công của Hoa Kỳ trong cuộc Chiến Tranh Trung Đông là đã nắm bắt được đúng nhu cầu và thời cơ chính trị quốc tế, và đã đánh giá đúng được khả năng của ta và địch, để đi đến một quyết định chiến lược đúng lúc.

Bí quyết thứ hai là ông Bush và bộ tham mưu tại Bạch Cung đã phối hợp đúng mức và đúng lúc từng bước những hành động quân sự và ngoại giao để tạo được sự hỗ trợ chính trị cần thiết cho cuộc chiến tranh. Chưa bao giờ Hoa Kỳ quy tụ được một liên minh quân sự 28 nước như vậy để tạo sức đẩy chính trị trong nước.

Bí quyết thứ ba là ông Bush đã có gan dùng sức mạnh quân sự để giải quyết cuộc khủng hoảng khi nhìn thấy đây là sự lựa chọn duy nhất. Một khi đã quyết định dùng biện pháp quân sự, ông Bush đã biết ủy nhiệm cho những người có thẩm quyền quân sự để họ toàn quyền quyết định những vấn đề thuộc phạm vi chiến trường để đạt chiến thắng.

Trận Chiến Tranh Trung Đông 1991 để lại nhiều bài học đáng suy ngẫm cho các nhà nghiên cứu về quân sự, về chính trị, cũng như về vấn đề bang giao quốc tế. Trận chiến tranh đó còn đưa lại nhiều thay đổi quan trọng trong tương quan lực lượng tại Trung Đông. Và sau hết, nó để lại một ảnh hưởng khá sâu đậm trên cuộc Chiến Tranh Chống Khủng Bố cũng tại Trung Đông đúng 10 năm sau đó.

CHƯƠNG VII:
QUAN NIỆM PHÒNG THỦ CHIẾN LƯỢC SDI

Bối cảnh quốc tế

Ngay sau khi Đệ Nhị Thế Chiến chấm dứt, Cuộc Chiến Tranh Lạnh đã diễn ra giữa hai khối Tự Do và Cộng Sản do việc Liên Xô thôn tính mấy nước Đông Âu và dựng lên một "Bức Màn Sắt" bao quanh Liên Xô và các nước chư hầu (satellite) mới bị thôn tính. Những lãnh thổ bên trong Bức Màn Sắt ban đầu bao gồm Đông Âu, Liên Xô, và sau đó bành trướng sang vùng Đông Á, bao gồm Trung Hoa Lục Địa, Bắc Hàn và Bắc Việt Nam.

Cuộc Chiến Tranh Lạnh diễn ra trên ba phương diện căn bản: Chính Trị, Kinh Tế, và Quân Sự. Trong lãnh vực Quân Sự, một chủ đề tối quan trọng là Hệ Thống Vũ Khí Chiến Lược để tấn công (offense) cũng như phòng thủ (defense). Hệ thống Phòng Thủ Chiến Lược là đề tài được phân tích một cách chi tiết để giúp cho sự hiểu biết được đầy đủ hơn về mối tương quan chặt chẽ giữa Cuộc Chiến Tranh lạnh và cuộc Chiến Tranh Việt Nam 1954-1975.

1.   ĐẠI CƯƠNG VỀ QUAN NIỆM PHÒNG THỦ CHIẾN LƯỢC

Ngày 23 tháng 3 năm 1983, Tổng Thống Hoa Kỳ Ronald Reagan công bố một đường lối mới về chiến lược quốc phòng của Hoa Kỳ: đó là quan niệm Phòng Thủ Chiến Lược trên thượng tầng không gian mệnh danh là Strategic Defense Initiative, viết tắt là SDI.[1]

Quan niệm Phòng Thủ Chiến Lược SDI tự tên gọi của nó không có ý nghĩa tấn công mà có ý nghĩa phòng thủ tự vệ. Để nhấn mạnh ý nghĩa Tự Vệ, trong một bài diễn văn đọc tại Milwaukee, WI, tháng 10, 1985, ông Reagan đã giải thích rõ hơn về SDI: Đây là một chiến lược trên không gian, sử dụng võ khí không làm chết người vì nó chỉ tiêu diệt hỏa tiễn chứ không nhằm giết con người trên mặt đất.[2]

Sở dĩ Reagan phải giải thích như thế vì những phe nhóm chống đối SDI đã lợi dụng danh hiệu bóng bẩy Star War (Chiến Tranh Liên Hành Tinh) để nhấn mạnh vào tính cách gây chiến đồng thời ám chỉ rằng quan niệm này có tính chất giả tưởng của loại phim Star War mà con nít rất ưa thích.

Quan niệm phòng thủ chiến lược SDI vào lúc đó đang là một vấn đề thời sự nóng bỏng được đề cập đến rất nhiều nhân dịp Hội Nghị Thượng Đỉnh giữa Reagan và Trùm Cộng Sản Liên Xô là Gorbachev tại Geneva. SDI cũng là đề tài Khoa Học Kỹ Thuật và Quân Sự hiện đại được đem ra tranh luận gay go giữa phe tả và phe hữu tại Hoa Kỳ.

1.1.   Thực Chất Của Quan Niệm SDI

Quan trọng hơn cả, SDI là một quan niệm chiến lược, mà nếu thực hiện được, sẽ khởi đầu một kỷ nguyên mới trong đó vũ khí hạch tâm không còn là vô địch, vì có thể bị chế ngự bằng một loại vũ khí ưu việt hơn. Loại vũ khí được dự tính vào lúc đó có mấy đặc điểm rất quan trọng sau đây:

a.   Nó sẽ khiến cho hỏa tiễn mang đầu đạn hạch tâm (nuclear warhead) trở nên vô hiệu và lỗi thời.

b.   Nó không gây nguy hại phóng xạ, và vì thế không có hậu quả diệt chủng như vũ khí hạch tâm.

c.   Nhưng nó cũng là một loại vũ khí cực kỳ tốn kém và phức tạp so sánh ngay với cả hệ thống vũ khí hạch tâm đang có vào lúc đó.

Thực vậy, tổng số hỏa tiễn liên lục địa (ICBM viết tắt của Inter-Continental Ballistic Missiles) vào lúc đó trị giá vào khoảng 10 tỷ mỹ kim.[3] Trong khi đó, chỉ riêng ngân sách nghiên cứu dành cho hệ thống SDI đã lên tới 29 tỷ.[4] Để thực hiện toàn bộ hệ thống SDI, phí tổn tổng cộng có thể lên tới mấy trăm cho tới cả ngàn tỷ (trillion) mỹ kim.

1.2.   Tiên Hạ Thủ Vi Cường – Liên Xô Cướp Thế Thượng Phong

Quan niệm Phòng Thủ Chiến Lược SDI không phải mới xuất hiện từ năm 1983. Ngay từ năm 1966, khoa học gia Kantrowitz cùng một số đồng nghiệp khác của công ty Avco Everett đã thí nghiệm thành công kỹ thuật phát động tia sáng Laser để được sử dụng như một vũ khí. Cuộc biểu diễn thành công trước sự chứng kiến của các chuyên viên Bộ Quốc Phòng Hoa Kỳ cho thấy tiềm năng của vũ khí Laser trong chiến tranh để chống lại hỏa tiễn liên lục địa.

Điều xẩy ra trên đây cho thấy kỹ thuật Phòng Thủ Chiến Lược đã có thể thực hiện ít ra là 15 năm trước, nhưng bị McNamara gạt bỏ vì lý do chính trị. Năm 1978, cựu Trung Tướng tình báo của Không Quân Hoa Kỳ là George Keegan[5] đã tích cực mở một chiến dịch vận động công khai để thúc đẩy việc nghiên cứu một loại vũ khí không gian có khả năng phóng ra những tia "thiên lôi" gồm một số lượng điện tử âm hoặc điện tử dương ở điện thế cực cao trên cả triệu Volts. Loại vũ khí này được mệnh danh là "Particle Beam Weapon" hoặc "Killer Beam". Keegan đồng thời cũng báo động rằng Liên Xô có thể đã vượt qua được khó khăn kỹ thuật trong lãnh vực này, và như thế có khả năng dựng một lá mộc để vô hiệu hóa vũ khí hạch tâm của Hoa Kỳ.

Vận dụng tất cả các phương tiện tình báo điện tử, vệ tinh, kể cả điệp viên trong nội địa Liên Xô, Keegan đã khám phá và công bố rằng Liên Xô đã sử dụng khoảng 2000 khoa học gia ưu tú nhất của đế quốc này, làm việc toàn thời gian trong 350 phòng thí nghiệm để nghiên cứu và chế tạo loại vũ khí này.

Chẳng bao lâu sau,[6] tuần báo Aviation Week & Space Technology ngày 24-10-1979 tiết lộ rằng Liên Xô đã thành công trong việc thí nghiệm những vũ khí Particle Beam sử dụng tia điện tử để hủy diệt các mục tiêu quân sự như: hỏa tiễn liên lục địa, đầu đạn nguyên tử, v.v...

Biến cố này được coi là làm đảo lộn tương quan chiến lược giữa Hoa Kỳ và Liên Xô vì nó chứng tỏ khả năng chống lại các loại hỏa tiễn và máy bay ném bom nguyên tử.

Đầu tháng 6-1985, Bộ Trưởng Quốc Phòng Hoa Kỳ C. Weinberger, trong một cuộc họp báo, xác nhận rằng Liên Xô đã bắt đầu phát triển loại vũ khí không gian từ 16, 17 năm trước đó.

Những sự phát giác ở trên đã làm cho nhiều người lạnh gáy. Tài liệu[7] của Bộ Quốc Phòng Hoa Kỳ liệt kê khả năng vũ khí không gian của Liên Xô khiến nhiều người lên cơn "nóng lạnh". Điều khiến người ta lên cơn nóng lạnh không phải vì khả năng khoa học kỹ thuật của Liên Xô (mượn và đánh cắp khá nhiều của Tây Phương), nhưng vì thủ đoạn lẳng lặng mưu đồ đánh quỵ Mỹ trên một ưu thế quân sự tuyệt đối. Và trong khi đó thì rất nhiều người Mỹ còn nhởn nhơ, chủ quan, hoặc là ồn ào chạy theo phe Ngụy Hòa.

Trong 10 năm trước đó, số lượng vệ tinh được Liên Xô đưa lên quỹ đạo trái đất nhiều gấp 5 lần số lượng vệ tinh của Mỹ. Trọng lượng của tổng số vệ tinh Liên Xô bắn lên không gian đã cao gấp 10 lần của Mỹ. Sự kiện nói trên cho thấy tầm quan trọng của vấn đề quốc phòng trên không gian. Vệ tinh quân sự đầu tiên của Liên Xô là vệ tinh thám thính bằng không ảnh được phóng lên vào năm 1961. Trong suốt 20 năm trước đó, kế hoạch quân sự của Liên Xô được tiến hành một cách có hệ thống. Bộ Chính Trị (Politburo) của Xô Viết trực tiếp kiểm soát và điều khiển các chương trình không gian. Hội Đồng Quốc Phòng (National Defense Council) chịu trách nhiệm trên các lãnh vực nghiên cứu, chế tạo, phát triển, và sản xuất. Quân Ủy Hội (Military Committee Council) Đặc Trách Kỹ Nghệ lo quản lý các chương trình.

Vào khoảng năm 1985, bất cứ lúc nào trên không gian cũng có khoảng 100 vệ tinh của Liên Xô, và trên 50% những vệ tinh này hoàn toàn có tính cách quân sự. Ngoài các vệ tinh quân sự, kể từ năm 1971, Liên Xô đều đặn phóng lên quỹ đạo các trạm không gian (space stations) có khả năng nghiên cứu, tiếp vận và hoán chuyển nhân sự.

1.3. Những Điều Liên Xô Thực Hiện Trong Phạm Vi Vũ Khí Không Gian Gồm Có:

Thứ nhất: phóng lên không gian một loạt những vệ tinh chống vệ tinh (anti-sattelite sattelites viết tắt là ASAT) được chế tạo và hoạt động với khả năng và mục đích tối hậu là triệt hạ các vệ tinh của Hoa Kỳ ở quỹ đạo thấp, cách mặt đất mấy trăm cây số, bằng cách cho nổ những hạt đạn nhỏ hướng về phía vệ tinh của đối phương. Các vệ tinh này của Liên Xô không có khả năng triệt hạ các vệ tinh viễn thông của Mỹ ở quỹ đạo cao, cách mặt đất khoảng 37,000 cây số.

Thứ hai: một chương trình nghiên cứu rất lớn nhằm phát triển các hệ thống vũ khí sử dụng tia sáng Laser, có thể được đặt trên lãnh thổ Liên Xô, hoặc trên các vệ tinh hay các căn cứ không gian sẽ được phóng lên trong tương lai.

Dự án đặt lên quỹ đạo một hệ thống vệ tinh diệt vệ tinh có thể được hoàn tất trong khoảng cuối thập niên 1990.

Chương VII

1.4.   Trễ Còn Hơn Không

Về phía Hoa Kỳ, cho tới năm 1979 mới có một ngân khoản nhỏ vào khoảng 10 triệu Mỹ kim cho việc nghiên cứu loại vũ khí "Tia Thiên Lôi" (Particle Beam). Mặt khác Bộ Quốc Phòng Hoa Kỳ đã chi phí hàng tỷ Mỹ kim trong việc nghiên cứu tia sáng Laser. Mãi cho tới năm 1981,[8] Hoa Kỳ vẫn loay hoay chưa tìm ra được một chiến lược có hệ thống để đối phó với nguy cơ tấn công của Nga Xô, trong khi ưu thế chiến lược càng ngày càng nghiêng về phía Mạc Tư Khoa.

Chiến Tranh Lạnh: Hệ thống phòng thủ chống phi đạn liên lục địa

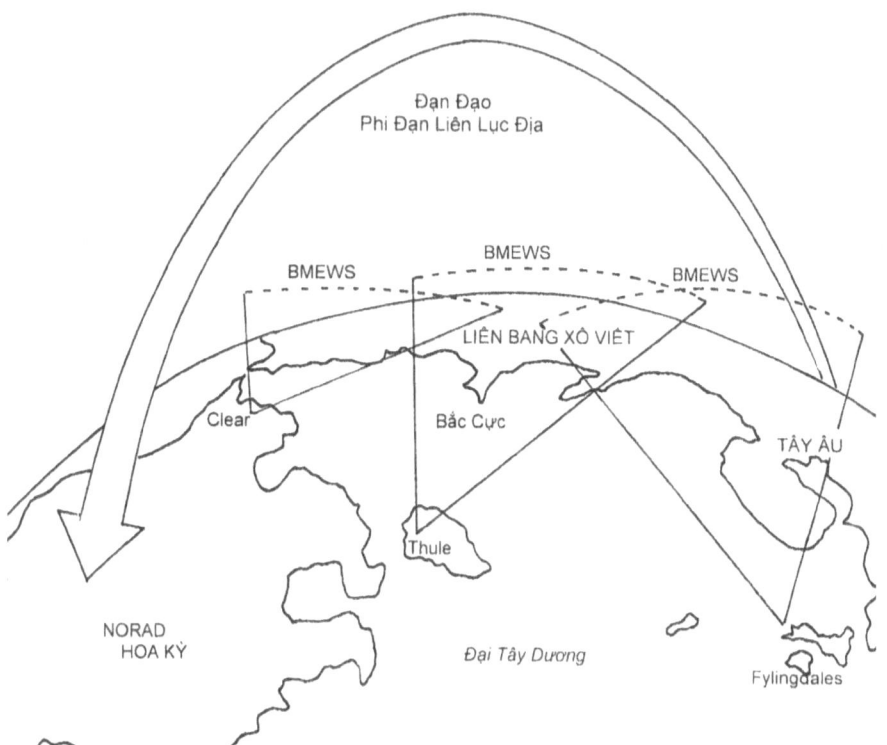

NORAD: Hệ Thống Chỉ Huy Phòng Không Bắc Mỹ
BMEWS: Hệ Thống Báo Động Tiền Phương Chống Phi Đạn Liên Lục Địa (Ballistic Missile Early Warning System)
ICBM: Intercontinental Ballistic Missiles
Clear: Căn Cứ Không Quân tại Alaska
Thule: Căn Cứ Không Quân tại Greenland
Fylingdales: Căn Cứ Không Quân Hoàng Gia tại Anh Quốc

Quan Niệm Phòng Thủ Chiến Lược SDI

Trước khi Tổng Thống Reagan công bố vào năm 1983, có thể Hoa Kỳ đã hình thành Quan Niệm Phòng Thủ Chiến Lược, mà phải lặng thinh vì nhiều lý do. Lý do quan trọng nhất là tinh thần Ngụy Hòa chủ bại còn quá mạnh trong Quốc Hội, trong giới truyền thông và giới trí thức cũng như đại học, v.v...

1.5.   Hối Hả Chạy Đua

Dù sao đi nữa, trong khoảng thời gian sau khi ông Reagan đắc cử Tổng Thống, Hoa Kỳ đã ráo riết trong việc thí nghiệm các loại vũ khí của chương trình SDI. Tháng 2-1984, công ty Cray Research Inc.[9] ở Wisconsin đã thiết trí một máy điện toán Cray – XMP trị giá 12 triệu Mỹ Kim. Tổng hợp bởi hai máy siêu điện toán khác, hệ thống máy tối tân này có thể giải 200 triệu bài toán trong một giây đồng hồ. Máy này được thiết trí tại phòng thí nghiệm quốc gia Lawrence Liverpool ở California và được dùng trong việc nghiên cứu vũ khí không gian.

Tháng 7-1985, Không Quân Hoa Kỳ thí nghiệm thành công[10] một dụng cụ Laser để theo dõi một mục tiêu di chuyển nhanh trong không gian. Mục tiêu này là Phi Thuyền Discovery, lúc đó đương bay cách trái đất khoảng 350 cây số.

Trong khoảng tháng 7 và tháng 10-1985, Không Quân Hoa Kỳ[11] đã nghiên cứu các đề án của một số công ty nghiên cứu và sản xuất nhằm chế tạo loại vũ khí Laser gọi là Excimer Laser có khả năng triệt hạ một hỏa tiễn liên lục địa (ICBM) vừa lên quỹ đạo, trước khi nó phóng ra các đầu đạn nguyên tử. Cũng trong mùa Thu 1985, Bộ Quốc Phòng Hoa Kỳ đã thực hiện một số thí nghiệm có tính cách quảng cáo.[12] Riêng đặc biệt về vũ khí chống vệ tinh của Không Quân là đáng lưu ý. Ngày 13-9-1985, một hỏa tiễn ASAT (hỏa tiễn chống hỏa tiễn) phóng từ một phi cơ F-15 đã tiêu hủy một vệ tinh trên một quỹ đạo cách mặt đất khoảng 370 cây số, và đang bay với một vận tốc khoảng 28,200 cây số một giờ.

1.6.   Thắng Bại Tùy Sự Quyết Tâm

Những cố gắng của Hoa Kỳ trong giai đoạn thập niên 1980-1990 trên lãnh vực Phòng Thủ Chiến Lược mới chỉ là một phần cực nhỏ so với toàn thể dự án có thể kéo dài 15 năm.

Có những khó khăn về khoa học kỹ thuật đòi hỏi một thời gian 2 năm, 5 năm, hoặc 10 năm hoặc hơn thế nữa để vượt qua, nếu không gặp những trở ngại chính trị vì sự thay đổi đảng phái lãnh đạo trong hệ thống chính quyền Hoa Kỳ. Những thành công được nêu lên ở trên chỉ là những thành công nhỏ trên một số khía cạnh phiến diện. Có những bài toán khó khăn và lớn lao hơn trên bình diện chiến lược tổng quát, hoặc phương diện tổ chức và điều khiển kỹ thuật, phối hợp kỹ thuật sử dụng siêu điện toán. Đó là chưa kể sự chậm trễ hàng mười mấy, hoặc hai mươi năm sau Liên Xô.

Và một trong những khó khăn lớn nhất mà Hoa Kỳ phải đối phó là tư tưởng Ngụy Hòa được phe tả cổ võ trong chiều hướng phụ họa với chiến lược của Liên Xô. Tình trạng lép vế về chiến lược của Hoa Kỳ cho tới giai đoạn 1985 không bắt nguồn từ sự bất lực về Khoa Học Kỹ Thuật của Hoa Kỳ. Trái lại nó bắt nguồn từ sự suy thoái trong ý chí đấu tranh, sự suy thoái trong quyết tâm chính trị, sự ấu trĩ trong suy tư chiến lược, và ảo tưởng mơ hồ về bản chất và thủ đoạn của Cộng Sản Liên Xô cũng như Trung Cộng. Những hiện tượng trên đã được biểu lộ rõ rệt trong suốt 25 năm trước đó nhất là trong giai đoạn Chiến Tranh Việt Nam, có sự tham dự của Hoa Kỳ, Liên Xô và Trung Cộng.

Người ta đã được chứng kiến những cuộc tranh luận và bút chiến xoay quanh những đề tài về vũ khí hạch tâm, tài giảm vũ trang, hệ thống phòng thủ chống hỏa tiễn liên lục địa (ABM), bom Trung Hòa Tử (Neutron Bomb), v.v... Qua những cuộc tranh luận nói trên, người ta đã điểm mặt được khá nhiều chiến lược gia xa-lông, chiến lược gia vừa đánh vừa run, những khoa học gia bị thiên kiến chính trị che lấp mất tinh thần suy luận khoa học, và đầy đủ những lập luận mâu thuẫn thiếu lương thiện của phe Ngụy Hòa.

Trong những phần kế tiếp, chúng ta sẽ lần lượt mổ xẻ đề tài phòng thủ chiến lược trong tương quan rộng lớn của vấn đề quân bình chiến lược toàn cầu trong giai đoạn 1960-1985. Và chúng ta cũng sẽ lần lượt duyệt qua những lập luận ủng hộ cũng như chống đối chủ trương an ninh quốc phòng của Hoa Kỳ để thấy rõ mối tương quan giữa an ninh chiến lược của Hoa Kỳ với phần còn lại của thế giới nói chung, và Việt Nam nói riêng.

2. CĂN BẢN KỸ THUẬT CỦA QUAN NIỆM PHÒNG THỦ CHIẾN LƯỢC SDI

Ngày 19 và 20 tháng 11, 1985, Tổng Thống Reagan và Tổng Bí Thư Gorbachev đã họp Hội Nghị Thượng Đỉnh giữa hai siêu cường tại Genève để bàn về tài giảm vũ khí chiến lược. Mặc dầu không giải quyết được vấn đề gì, nhưng hai bên quyết định họp lại vào năm 1986 tại Hoa Kỳ và tại Liên Xô năm 1987.

Tại Genève, Gorbachev đã không thuyết phục được Reagan bỏ rơi kế hoạch SDI. Mặc dầu vậy, tay sai của Liên Xô trên khắp thế giới dùng mọi biện pháp để chống phá kế hoạch đó. Ngay sau khi Hội Nghị Thượng Đỉnh kết thúc, những cây viết Ngụy Hòa đã liên tiếp đả kích kế hoạch của Reagan. Jim Fain, một bình luận gia Ngụy Hòa đã tích cực hô hào đem kế hoạch SDI ra mổ xẻ trước Quốc Hội và nhân dân Hoa Kỳ. Tom Wicker viết trên tờ New York Times lên án rằng quan niệm Phòng Thủ Chiến Lược của Reagan là trở ngại chính trong việc cắt giảm 50% vũ khí chiến lược của hai siêu cường.

Những lập luận của phe Ngụy Hòa làm người ta nhớ lại những cuộc bút chiến khoảng 20 năm trước đó, đưa đến hậu quả là Hoa Kỳ xóa bỏ hệ thống ABM (Anti-Ballistic Missiles), nghĩa là hệ thống hỏa tiễn chống phi đạn liên lục địa, một quyết định có ảnh hưởng sâu đậm trên mối tương quan chiến lược toàn cầu giữa Liên Xô và Hoa Kỳ.

Trước khi đi sâu vào tương quan chiến lược đó, ta hãy phân tích và tìm hiểu căn bản kỹ thuật của hệ thống phòng thủ chiến lược trên hai phương diện sau đây:

- Phương diện phòng ngự chủ động (Active Defense)

- Phương diện gián chỉ thụ động (Passive Deterrence)

2.1. Những Điểm Then Chốt Của Phương Diện Phòng Ngự Chủ Động

Trong bất cứ hình thái chiến tranh nào, từ cổ điển cho đến hiện đại, cuộc phòng thủ hữu hiệu bao giờ cũng phải đáp ứng những điều kiện then chốt sau đây:

- Khả năng phát hiện sự tấn công của địch càng sớm càng tốt.

- Khả năng phản kích để bẻ gẫy mũi tấn công của địch.

- Khả năng phân biệt giữa hư và thực để tránh rơi vào cái bẫy "giương Đông kích Tây" trá ngụy của địch.

Ta hãy lần lượt phân tích 3 khả năng kỹ thuật trên của hệ thống phòng ngự hiện đại để đối phó với các mũi tấn công chính yếu là các phi đạn liên lục địa (ICBM), có tầm bay từ 5000 tới 16,000 cây số.

2.1.1.   *Khả Năng Phát Hiện Mũi Tấn Công Của Địch*

Để có thể phát hiện mũi tấn công của địch một cách hữu hiệu, lực lượng phòng ngự phải hội đủ một số điều kiện sau đây:

Thứ nhất: Biết trước được khả năng tấn công của địch.

Thứ hai: Biết được địa điểm phát xuất mũi tấn công.

Thứ ba: Theo dõi và quan sát liên tục để phát hiện đúng lúc đường đi của địch quân.

Tất cả những chi tiết trên đây nằm trong phạm vi tình báo gián điệp. Trong hình thái chiến tranh vào lúc đó, ngoài những tin tức tình báo do các điệp viên mang lại, các dụng cụ điện tử như radar, vệ tinh không thám cũng đóng một vai trò tối quan trọng, đôi khi còn có tính cách quyết định như sẽ trình bày sau này.

Trong cuộc đấu trí về tình báo gián điệp, Liên Xô có một số lợi thế rõ rệt trên địa bàn hoạt động của điệp viên. Các điệp viên Liên Xô xâm nhập dễ dàng vào Hoa Kỳ và các nước đồng minh Tây Phương là những chế độ dân chủ tự do, mở rộng và nhân đạo đối với gián điệp của địch tới mức độ nhu nhược và khờ dại. Để bù lại, mặc dầu điệp viên của Hoa Kỳ rất khó xâm nhập vào Liên Xô, nhưng Hoa Kỳ được Do Thái chia sẻ khá nhiều tin tức tình báo tối quan trọng, nhờ Do Thái có một hệ thống gián điệp rất hữu hiệu ngay trên đất Liên Xô.

Mặt khác, Hoa Kỳ lại có một lợi thế rõ rệt trên phương diện tình báo điện tử, nhờ đó có thể theo dõi các cuộc thử nghiệm vũ khí chiến lược trong nội địa Liên Xô[13] và biết được khả năng kỹ thuật của các vũ khí này cũng như địa điểm bố trí và hệ thống điều khiển, v.v... Nhờ các phương tiện tình báo cực kỳ tối tân, Hoa Kỳ đã lượng giá khả năng tấn công của các vũ khí chiến lược của Liên Xô[14] như phi đạn SS-9, SS-11, SS-13, SS-14, SS-16, SS-17, SS-18, SS-19, SS-20, v.v...

Hoa Kỳ đã khám phá và theo dõi sự bố trí các hệ thống phi đạn chiến lược nói trên và dự đoán về mưu đồ chiến tranh của đối thủ. Quan trọng hơn hết là nhiệm vụ của tình báo điện tử để phát hiện các phi đạn của địch khi chúng xuất phát để tấn công, và phát hiện càng sớm càng tốt.

Hai mươi năm trước đó (khoảng năm 1965), vấn đề phát hiện ra sự xuất phát phi đạn liên lục địa của Liên Xô chưa đến nỗi khẩn trương như vào giai đoạn 1985 của Tổng Thống Reagan. Với số lượng quá nhiều và với vận tốc quá nhanh của phi đạn về sau này, sự phát hiện chỉ cho phép Hoa Kỳ một khoảng thời gian 35 phút hay ít hơn để phản ứng. Thời gian này còn thu ngắn hơn nếu phi đạn của Liên Xô được phóng lên từ tàu ngầm nguyên tử đi gần bờ biển Hoa Kỳ.

Chính vì khoảng thời gian báo động đã rút lại quá ngắn nên vai trò của kỹ thuật điện tử và nhất là máy siêu điện toán, càng trở nên tối quan trọng. Cho tới lúc ông Reagan còn tại chức, Hoa Kỳ còn nắm được ưu thế kỹ thuật trong lãnh vực này.

Khả năng phát hiện phi đạn của địch phải được phối hợp với nhiệm vụ theo dõi và bám sát đường bay của phi đạn địch (tracking) và gửi các dữ kiện cần thiết tới hệ thống chỉ huy trung ương để kịp thời có những quyết định phản kích từng giai đoạn của đạn đạo.

2.1.2. Khả Năng Phản Kích Phi Đạn Của Địch

Sự phối hợp giữa nhiệm vụ phát hiện và nhiệm vụ theo dõi bám sát là công việc của lực lượng phản kích. Sự phối hợp này đòi hỏi khả năng giải quyết những bài toán phức tạp trong thời gian cực kỳ ngắn ngủi khoảng một phần triệu của một giây đồng hồ (micro second), điều này có nghĩa là cần có nhiều hệ thống siêu điện toán làm việc song song cùng một lúc.

Cho tới lúc đó, hệ thống phòng ngự của Hoa Kỳ chưa đủ điều kiện trên. Đó là khuyết điểm thứ nhất. Khuyết điểm thứ hai của hệ thống phòng ngự vào lúc đó là có nhiều khuyết điểm trên phương diện phát hiện và bám sát (tracking).[15]

2.2. Khuyết Điểm Trên Phương Diện Phòng Ngự Chủ Động

a.   Khuyết điểm thứ nhất: vệ tinh không thám của Hoa Kỳ trên Ấn Độ Dương (Indian Ocean) chỉ có khả năng phát hiện phi đạn Liên Xô khi mới được phóng lên và báo động cho đài kiểm soát ở Guam (Thái Bình Dương) và Alice Spring (Úc Đại Lợi) để hai nơi này chuyển tin thẳng tới Bộ Chỉ Huy Phòng Không Bắc Mỹ NORAD (North American Air Defense Command). Vào thời gian đó, vệ tinh không thám kể trên chưa có khả năng lượng định đường bay của phi đạn (đạn đạo) cũng như khu vực đại cương của mục tiêu.

b.   Khuyết điểm thứ hai: hệ thống Viễn Báo (BMEWS, Ballistic Missiles Early arning System) đảm nhiệm việc bảo vệ mặt Bắc của Hoa Kỳ,[16] trên con đường ngắn nhất để phi đạn Liên Xô bay tới Hoa Kỳ, qua Bắc cực, Alaska và Gia Nã Đại. Khuyết điểm của hệ thống viễn báo này là nó chỉ phát hiện một phần cuối của đạn đạo khi phi đạn chưa phóng ra nhiều đầu đạn khác nhau (MIRV: multiple independently re-entry vehicles, tức là loại phi đạn mang nhiều đầu đạn hạch tâm phóng ra nhiều hướng khác nhau). Hệ thống này không có khả năng theo dõi những đầu đạn sau khi đã rời phi đạn.

Vì thế, ba giàn radar viễn báo ở 3 địa điểm Clear, Thule và Filingdales Moore phối hợp với hệ thống PARCS ở North Dakota[17] chỉ kiểm soát và bám sát được đoạn sau đường bay của phi đạn địch từ phía Bắc đi tới.[18] Tình trạng kiểm soát này đã được bổ túc bởi 2 giàn radar, một là căn cứ không quân Otis, tiểu bang Massachussettes, và một ở căn cứ không quân Beale, tiểu bang California.[19]

c.   Khuyết điểm căn bản nhất của hệ thống phòng ngự lại là "không phòng ngự", bắt nguồn từ quan điểm chiến lược của những người ký kết thoả ước SALT I và SALT II. Quan niệm đó được gọi là MAD, viết tắt của Mutual Assured Destruction (tạm dịch là "Cả hai cùng chết", hay nói một cách lãng mạn là "thiếp cùng chết với chàng"). Với quan điểm này hai bên thoả thuận với nhau rằng nếu một bên tấn công trước, bên kia sẽ mang hết lực lượng vũ khí hạch tâm ra để trả đũa và cùng... dẫy chết với nhau.

Kể từ khi "chỉ non thề biển" với Hoa Kỳ trong việc ký thoả ước trên, Liên Xô đã bội ước nhiều lần, ráo riết tăng cường khả năng phản kích của lực lượng phòng thủ cũng như khả năng tàn phá của lực lượng tấn công. Trong khi đó, dưới áp lực của phe Ngụy Hoà, Hoa Kỳ đã tự trói tay mình và lui xuống vị trí yếu thế. Những người thuộc phe Ngụy Hoà dường như có một triệu chứng của bệnh tâm lý gọi là Masochism, tức là "tự thống", thích làm mình đau, thích bị đánh đập hành hạ mới cảm thấy khoái lạc! Nói một cách khác, họ thích được Liên Xô đánh đập, hành hạ thì mới khoan khoái.

Hậu quả của hành động tự trói tay là Hoa Kỳ không có khả năng phản kích, một điều kỳ lạ nhất trong lịch sử chiến tranh của loài người từ trước tới nay. Trong một phần khác ta sẽ phân tích kỹ về đề tài này, ở đây điều cần nêu lên là chính vì sự phi lý nói trên mà ông Reagan đã đưa ra quan niệm phòng thủ chiến lược SDI.

2.3.   Đảo Lộn Tương Quan Giữa Thế Công Và Thế Thủ

Khả Năng Phản Kích trong hệ thống phòng thủ chiến lược sẽ sử dụng vệ tinh không thám, các loại vệ tinh dùng tia sáng laser, loại vũ khí kích đạn (Kinetic Energy Pellets) hoặc các tia điện thế cao và các hỏa tiễn chống vệ tinh, các loại vũ khí này sẽ làm đảo lộn tương quan lực lượng.

Tại sao khả năng này làm đảo lộn tương quan lực lượng?

Thứ nhất: Nó giúp cho phía phòng ngự phản ứng sớm hơn, gia tăng tối đa thời gian và khả năng phản kích.

Thứ hai: Quan trọng hơn, nó giúp lực lượng phòng ngự có thể tiêu diệt phi đạn đa đầu (MIRV, Multi Independently Targetable Reentry Vehicle) ngay từ lúc bắt đầu lên quỹ đạo và chưa kịp phóng ra các đầu đạn (warhead) theo nhiều hướng khác nhau. Một phi đạn, với 10 đầu đạn chẳng hạn, sau khi phân tán đầu đạn theo 10 hướng khác nhau sẽ khiến cho việc truy kích của phe phòng ngự trở nên khó khăn, ít nhất là gấp 10 lần.

Thứ ba: Lực lượng phòng ngự có thể phóng ra nhiều đợt phản kích, mỗi đợt nhắm vào từng giai đoạn đường bay của phi đạn. Nói một cách khác, số lượng phi đạn của địch sẽ phải xuyên qua nhiều tầng phòng thủ và chỉ một số rất nhỏ tới được đích. Điều này có nghĩa là khả năng phản kích nhằm bảo toàn được đa số lực lượng trả đũa ào ạt (Massive Retaliation). Đó chính là ý nghĩa Giản Chỉ Thụ Động (Passive Deterrence): Làm cho địch phải e ngại không dám "xuống tay trước" (First Strike Attempt).

2.4. Giản Chỉ Thụ Động

Tháng 11 năm 1985, Bộ Quốc Phòng Hoa Kỳ tiết lộ chi tiết về Khả Năng Phản Kích của hệ thống phòng thủ chiến lược trong tương lai gồm có 7 tầng hoả lực[20] để gia tăng khả năng phản kích đến mức tối đa, có thể bảo vệ hầu hết 3500 mục tiêu quan trọng trên toàn lãnh thổ Hoa Kỳ.

Bảy tầng hoả lực nói trên chia làm 4 đợt truy cản:

- Đợt một: Gồm hai tầng hoả lực sử dụng các loại vũ khí như tia laser, tia điện tử có năng lượng cao, và loại kích đạn bay với vận tốc cực cao để tiêu diệt phi đạn liên lục địa của đối phương ngay từ khi chúng được phóng lên.

- Đợt hai: Gồm hai tầng hoả lực kế tiếp cũng sử dụng những loại vũ khí như trên nhằm tiêu diệt các đầu đạn sau khi chúng đã rời khỏi phi đạn để đi theo các đạn đạo riêng biệt. Các đầu đạn này gồm cả đầu đạn thực sự cũng như đầu đạn trá nguỵ (decoy warhead).

- Đợt ba: Gồm một tầng hoả lực sử dụng những đám mây mù có các hạt đạn nhỏ hoặc những vật cản hình nan quạt có khả năng tiêu diệt các đầu đạn trá nguỵ. Tác dụng của tầng hoả lực này là để gạn lọc ra số đầu đạn nguyên tử thực sự còn sót lại, sau đó các vũ khí laser dưới đất sẽ thanh toán nốt các đầu đạn này.

- Đợt bốn: Gồm hai tầng hoả lực cuối cùng sử dụng các hoả tiễn địa không để triệt hạ các đầu đạn nguyên tử tới gần khí quyển hoặc lọt vào bên trong bầu khí quyển.

Nếu mức độ hữu hiệu của mỗi đợt truy cản trên là 80%, đối phương có thể phóng ra 10.000 đầu đạn qua 4 đợt truy cản sẽ chỉ có 16 đầu đạn đi thoát hàng rào cản trong đó có cả những đầu đạn trá ngụy. Con tính nhỏ dưới đây cho thấy điều đó một cách đơn giản:

Tác dụng của 4 đợt truy cản

Đối phương phóng ra: 10.000 đầu đạn.

Đợt một truy cản 80%. (10.000 - 8000)   Còn lại: 2000

Đợt hai truy cản 80%. (2000 - 1600)   Còn lại: 400

Đợt ba truy cản 80%. (400—320)   Còn lại: 80

Đợt bốn truy cản 80%. (80—64)   Còn lại: 16 đầu đạn tới đích.

Kết quả của con tính số học đơn giản nói trên chính là yếu tố làm cho đối phương chùn tay. Bắn ra 10.000 đầu đạn, chỉ có 16 đầu đạn hy vọng tới được đất địch. Dù là tay đại bợm như Cộng Sản Mạc Tư Khoa cũng không muốn đánh một canh bạc nhiều rủi ro như thế vì nguy cơ trả đũa của lực lượng hạch tâm của Hoa Kỳ.

Đó là tác dụng Gián Chỉ Thụ Động của hệ thống phòng thủ chiến lược hạch tâm. Tác dụng gián chỉ thụ động sẽ còn mạnh mẽ hơn nhiều nếu nó được hỗ trợ bởi một tác dụng Gián Chỉ Chủ Động (Active Deterrence) của một hệ thống trả đũa ào ạt để chặn đứng khả năng tấn công đợt hai của đối phương. Mặt khác, nếu không có hệ thống phòng thủ chiến lược, khả năng trả đũa ào ạt có thể bị đối phương làm tê liệt ngay từ đợt tấn công thứ nhất.

Vào giai đoạn 1985, trong khi Hoa Kỳ chưa hoàn tất hệ thống phòng thủ chiến lược, tại sao Liên Xô không dám xuống tay trước? Đó là một trong nhiều câu hỏi lý thú mà ta sẽ có dịp phân tích trong phần kế tiếp.

2.5. Câu Hỏi Thứ Nhất: Tại Sao Liên Xô Không Dám Xuống Tay Trước?

Trong phần phân tích ở trên, ta có dịp nói tới quan niệm chiến lược "MAD" gói ghém trong thỏa ước SALT I và SALT II. Quan niệm đó đã trói tay Hoa Kỳ vì không dự trù khả năng truy cản và tiêu diệt mũi tấn công hạch tâm của Liên Xô. Theo quan niệm MAD, giữa Liên Xô và Hoa Kỳ, nếu một bên tấn công trước bằng vũ khí hạch tâm thì bên kia sẽ đem hết lực lượng hạch tâm của mình ra đánh trả và cả hai bên cùng bị tiêu diệt.

Quan niệm nói trên tượng trưng cho một sự phi lý trong lịch sử chiến tranh của loài người.

Nó phi lý ở chỗ nào?

Nó phi lý vì đã phạm phải ba lỗi lầm nghiêm trọng sau đây:

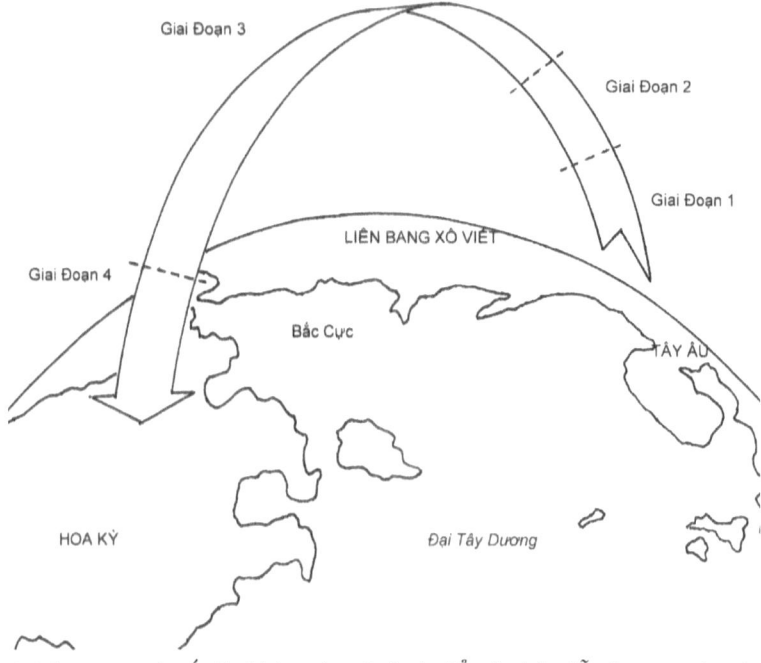

Bốn giai đoạn của đạn đạo (trajectory)

Giai đoạn 1: *Gia tốc lên không gian dưới sức đẩy của hỏa tiễn (booster phase)*
Giai đoạn 2: *Tiếp tục vượt qua bầu khí quyển sau giai đoạn gia tốc (postbooster phase)*
Giai đoạn 3: *Bay tự do dưới ảnh hưởng của trọng lực ("midcourse" ballistic trajectory)*
Giai đoạn 4: *Kết thúc đường bay của đạn đạo (terminal phase)*

Điểm Sai Lầm thứ Nhất: Hoa Kỳ tự trói tay trên phương diện chiến lược. Nếu vì một lý do nào đó, Liên Xô quyết định tấn công bằng vũ khí hạch tâm, Hoa Kỳ sẽ chỉ có hai sự lựa chọn, hoặc là trả đũa để cùng bị tiêu diệt, hoặc là đầu hàng vô điều kiện.

Cả hai hành động trên đều là hành động tự sát. Cả hai sự lựa chọn trên đều đặt Hoa Kỳ ở thế bị động, thế bị trói tay và giao cho Liên Xô quyền chủ động chiến lược, quyền sinh sát đối với Hoa Kỳ. Dưới áp lực của phe Ngụy Hòa và các chiến lược gia xa lông (armchair strategists), Hoa Kỳ đã chấp nhận thế bị động chiến lược hạch tâm (nuclear passive posture). Từ thế bị động đó trong suốt 15 năm từ 1965 tới 1980, các nhà thương thuyết Hoa Kỳ luôn luôn cười cầu tài với Liên Xô, cầu xin thiện chí hòa bình của đối phương. Hậu quả của thế bị động hạch tâm là thế giới Tự Do đã lùi dần từng bước trên phương diện địa dư chiến lược (geopolitics) từ Đông Dương tới

Angola, A Phú Hãn (Afganistan), rồi Nicaragua.

Kể từ khi ông Reagan làm Tổng Thống, Hoa Kỳ mới sửa chữa được quan niệm sai lầm nói trên nhờ sự xuất hiện của quan niệm Phòng Thủ Chiến Lược SDI. Với một hệ thống Phòng Thủ Chiến Lược hữu hiệu, nếu Liên Xô phóng ra một cuộc tấn công bằng vũ khí hạch tâm, phản ứng tự vệ đầu tiên của Hoa Kỳ là tiêu diệt mũi tấn công đó để bảo toàn chủ lực hạch tâm trả đũa của mình, thay vì đòi tự sát. Sau khi đã tiêu diệt mũi tấn công của địch, Hoa Kỳ còn có nhiều sự lựa chọn, hoặc là mở cuộc thương thuyết trên thế mạnh, hoặc là phản ứng vũ trang có giới hạn, hoặc trả đũa ào ạt để trừng phạt và tiêu diệt hệ thống gây chiến của Liên Xô. Cung cách hành động như vậy mới đúng với tư thế của một Siêu Cường. Trái lại, phản ứng tự sát theo quan niệm "hai ta cùng chết cả" (MAD) của Thoả Ước SALT chỉ đúng với tư thế tầm thường của một thiếu nữ bị tình phụ mà thôi. Một chiến lược gia mà chủ trương phản ứng như vậy là một chiến lược gia có bộ óc bệnh hoạn (đúng với danh từ MAD).

Điểm Sai Lầm Thứ Hai: Quan niệm "cả hai cùng chết" (MAD) chủ trương rằng trong một cuộc chiến tranh hạch tâm không thể có bên nào thắng mà cả hai bên đều bị tiêu diệt. Sai lầm hơn nữa, quan niệm này còn cho rằng, vì sợ bị tiêu diệt trong một cuộc chiến tranh hạch tâm mà không có ai là kẻ chiến thắng, nên Liên Xô sẽ không gây chiến trước.

Thực tế đã cho thấy Liên Xô không lý luận giống như các chiến lược gia sa-lông của phía Hoa Kỳ và thế giới Tự Do. Liên Xô chủ trương rằng: với một hệ thống phòng thủ hữu hiệu, và một ưu thế rõ rệt về khả năng tấn công hạch tâm, Liên Xô có thể đánh thắng mà không sợ bị tiêu diệt. Với chủ trương đó, Liên Xô đã ráo riết tăng cường khả năng tấn công bằng các loại vũ khí hạch tâm cực mạnh hy vọng làm tê liệt khả năng trả đũa của Hoa Kỳ,[21] đồng thời xây dựng hệ thống phòng thủ dân sự, nhất là nghiên cứu nhằm chế tạo các loại vũ khí phòng thủ hiện đại chống phi đạn liên lục địa như đã trình bày trong tiết mục đầu tiên.[22]

Nếu đi ngược lại thời gian thì ngay từ tháng 1-1959, nhân Đại Hội Đảng lần thứ 21, Khrushchev đã tuyên bố chủ trương rằng "tương quan lực lượng đang nghiêng về phía Xã Hội Chủ Nghĩa, vì Tây Phương sẽ càng ngày càng rụt rè trong những phản ứng chống lại sự tấn công của phe Liên Xô". Trong một bài diễn văn khác đọc trước Hội Đồng Tối Cao Xô Viết, ngày 14-1-1960, Khrushchev xác nhận Liên Xô có thể thắng trong một cuộc chiến tranh toàn cầu trong tương lai.

Mặc dầu sau đó Khrushchev đã bị Brezhnev thay thế, chủ trương chiến thắng trong một cuộc chiến tranh hạch tâm vẫn là tư tưởng nòng cốt của các chiến lược gia Liên Xô trong hơn 20 năm (1960-1980).[23] Trong chủ trương này, Liên Xô đã chế tạo các phi đạn liên lục địa SS-18 và SS-19 có sức nổ mạnh và mức độ chính xác đủ để tiêu diệt các phi đạn Minuteman của Hoa Kỳ giấu trong các hầm phóng phi đạn (Silo). Điều này cho thấy chủ trương "tiên hạ thủ vi cường" trong binh thuyết hạch tâm của Liên Xô, vì kẻ ra tay trước bao giờ cũng nhằm triệt hạ khả năng trả đũa của đối phương.

Trong khi đó, bản chất của lực lượng hạch tâm Hoa Kỳ là để đe dọa trả đũa chứ không phải để "xuống tay trước" vì sức nổ của một đầu đạn hạch tâm của Hoa Kỳ không được dự trù để triệt hạ một hầm phóng phi đạn của Liên Xô. Hoa Kỳ đã không nhắm vào lực lượng trả đũa của Liên Xô, mà chỉ nhắm vào các cơ sở nổi.

Vậy, cho rằng Liên Xô không chủ trương "xuống tay trước" là một giả thuyết ngây thơ đáng yêu của các chiến lược gia xa-lông thuộc phe Ngụy Hòa.

Điểm Sai Lầm Thứ Ba: Quan niệm "cả hai cùng chết" (MAD) dựa trên giả thuyết cho rằng lực lượng trả đũa của các siêu cường sẽ mãi mãi có khả năng gián chỉ, tức là khả năng đe dọa đối phương đừng tấn công. Đó là một giả thuyết sai lầm như sẽ được giải thích dưới đây.

Trong tiết mục 2.5 ta đã nêu lên một câu hỏi lý thú: [24] "Trong khi Hoa Kỳ chưa xây dựng xong hệ thống Phòng Thủ Chiến Lược SDI, liệu Liên Xô có dám xuống tay trước hay không?"

Vào giai đoạn 1985, những phi đạn liên lục địa của Liên Xô có đủ khả năng làm tê liệt những phi đạn đặt trên lục địa Hoa Kỳ. Tại sao trùm Cộng Sản tại Mạc Tư Khoa còn ngồi yên và kêu gọi hoà đàm? Phải chăng vì lòng yêu chuộng hoà bình? Phải chăng vì lòng nhân từ bác ái? Hay là chưa giết được thì "tha làm phúc"?

Câu trả lời cuối cùng là câu trả lời đúng. Thực vậy, một cuộc xâm lăng bằng vũ khí hạch tâm vào giai đoạn 1985 chưa chắc sẽ đem lại phần thắng cho Liên Xô, dựa trên những sự tính toán sau đây của Mạc Tư Khoa:

Hệ thống trả đũa bằng vũ khí hạch tâm của Hoa Kỳ lúc đó là một hệ thống ba chân (TRIAD): lực lượng phi đạn phóng từ mặt đất (land based), lực lượng phi đạn phóng từ phi cơ (air launched) và lực lượng phi đạn phóng từ tiềm thủy đĩnh (submarine launched). Mặc dù những phi đạn của Liên Xô có đủ khả năng làm tê liệt hệ thống phi đạn đặt trên đất liền của Hoa Kỳ, nếu tấn công bất ngờ, và nếu Hoa Kỳ ngồi ì ra để bị tấn công, nhưng đó mới chỉ là một phần của hệ thống ba chân. Liên Xô chưa đủ khả năng tìm ra tọa độ của hai lực lượng phi đạn phóng từ phi cơ và tiềm thủy đĩnh.

Các phi cơ mang vũ khí hạch tâm của Hoa Kỳ là loại phi cơ B-52 cải tiến, và sau này được thay thế bằng thế hệ phi cơ B-1. Đó là oanh tạc cơ chiến lược vô hình.

Lực lượng B-52 vào lúc đó luôn luôn thay nhau bay lên trời, và không có tọa độ nhất định. Do đó, lực lượng này không thể bị tiêu diệt bằng phi đạn liên lục địa là loại phi đạn chỉ bay theo đạn đạo đã định sẵn và nhắm vào các mục tiêu có tọa độ được tính sẵn. Vào thời điểm đó, lực lượng phi cơ mang phi đạn hạch tâm của Hoa Kỳ, tuy vậy, không phải là khả năng trả đũa đáng sợ đối với Liên Xô. Với vận tốc chậm, các phi cơ này không có khả năng xâm nhập sâu (deep penetration) vì tương đối dễ bị phát hiện bởi radar địch và dễ bị tiêu diệt bởi các hoả tiễn địa không (surface to air missile) hoặc hỏa tiễn không-không (air to air missile) của địch.

Lực lượng tiềm thủy đĩnh mang phi đạn hạch tâm của Hoa Kỳ mới là sự đe dọa trả đũa đáng cho Liên Xô e sợ. Mặc dù có một vài khuyết điểm về mức độ chính xác và phương tiện liên lạc vô tuyến điện (phải sử dụng tần số rất thấp VLF, viết tắt của Very Low Frequency, nên rất chậm trong sự liên lạc thông tin) nhưng cho tới lúc đó còn là một chân vững nhất của hệ thống ba chân TRIAD vì hai lý do chính:

Thứ nhất: Liên Xô chưa đủ khả năng kỹ thuật để dò ra vị trí các tiềm thủy đĩnh này.

Thứ hai: các tiềm thủy đĩnh này có thể tới gần hải phận Liên Xô và bất ngờ tấn công vào đất liền trong khoảng thời gian chớp nhoáng.

Lực lượng tiềm thủy đĩnh này, vào lúc đó, có 31 chiếc mang phi đạn POSEIDON với khoảng 5000 đầu đạn hạch tâm.[25] Chỉ cần một số tiềm thủy đĩnh loại này ở vùng Địa Trung Hải và một số ở vùng Hải Sâm Uy, cũng đủ để phá thành bình địa tất cả các đô thị lớn và trung bình trên đất Liên Xô.

Trong giai đoạn này, Liên xô đã thử nghiệm loại máy bay Bartini Beriev VVA-14 có khả năng bay là là trên mặt nước hoặc đậu trên đại dương để tìm kiếm những tầu lặn dưới đáy biển. Chiếc phi cơ loại trên được bay thử ngày 4 tháng 9, 1972, và được chế tạo bởi một kỹ sư Ý Đại Lợi tên là Bartini Beriev. Sau khi thử nghiệm hai chiếc máy bay loại này, Liên Xô đã xóa bỏ dự án nói trên.[26]

Muốn tiêu diệt một hầm phóng phi đạn của Liên Xô vào lúc đó, Hoa Kỳ cần phải sử dụng nhiều đầu đạn hạch tâm cùng một lúc vì các hầm phóng phi đạn của Liên Xô được xây dựng rất kiên cố.

Cũng vào thời điểm đó (1985) năm tiềm thủy đĩnh Trident được tăng cường cho lực lượng tiềm thủy đĩnh Poseidon. Tiềm thủy đĩnh Trident có hỏa lực hạch tâm mạnh hơn, có khả năng lặn sâu hơn, chạy nhanh hơn, gây ít chấn động hơn và có địa bàn hoạt động an toàn hơn. Do đó lực lượng tiềm thủy đĩnh Trident còn đáng sợ hơn lực lượng tiềm thủy đĩnh Poseidon.

Như vậy, vào thời điểm nói trên Liên Xô chưa đủ khả năng tiêu diệt toàn bộ lực lượng trả đũa của Hoa Kỳ bằng một đòn "cắn trộm". Nhưng trong tương lai thì chưa có gì bảo đảm điều đó nếu Liên Xô cải tiến kỹ thuật chống tiềm thủy đĩnh[27] (ASW viết tắt của Anti Submarine Warfare). Lúc đó, khả năng gián chỉ của cái chân cứng nhất trong lực lượng trả đũa hạch tâm sẽ bị vô hiệu hoá. Đây là điểm sai lầm thứ ba của quan niệm "MAD" (cả hai cùng chết) về phía Hoa Kỳ mà ta đề cập ở trên. Điểm sai lầm mà ta muốn nêu lên ở đây là: nếu một siêu cường có thể làm tê liệt khả năng trả đũa của đối phương trong một cuộc tấn công chớp nhoáng thì kẻ xuống tay trước là kẻ thắng, làm gì có chuyện "cả hai cùng chết với nhau."

Đó chính là lý do tại sao cần có một hệ thống Phòng Thủ Chiến Lược hữu hiệu, trước là để bẻ gẫy mũi tấn công của đối phương và sau là để bảo vệ khả năng trả đũa tới mức tối đa. Đó cũng là một điều giản dị mà một người khôn ngoan bình thường có thể hiểu được, trừ các chiến lược gia sa-lông của phe Ngụy Hòa, mắc bệnh "tự thống".

Tóm lại, bao lâu mà Hoa Kỳ còn che dấu và bảo vệ được lực lượng tiềm thủy đĩnh mang vũ khí hạch tâm để trả đũa thì Liên Xô sẽ còn e sợ, chưa dám xuống tay trước, ngoại trừ một vài hoàn cảnh rất đặc biệt khiến cho Liên Xô chớp thời cơ. Một tỷ dụ là Hoa Kỳ có một vị Tổng Thống "nuốt dây thun" như đã từng có hai lần trong quá khứ gần, hoặc một chính quyền bị "đông lạnh" vì sợ hãi trước áp lực hạch tâm của Liên Xô. Vào giai đoạn 1985, một cuộc chạy đua ráo riết nhưng âm thầm đã diễn ra dưới đại dương giữa hai siêu cường trong nỗ lực khám phá ra các bí mật của đối phương về kỹ thuật chống tiềm thủy đĩnh. Đó là một đề tài lý thú đáng cho ta tìm hiểu thêm ở nơi khác.

Trên đây ta đã phân tích ba sai lầm căn bản của quan niệm "chàng và thiếp cùng chết với nhau" (MAD). Một câu hỏi lý thú mà chắc chắn nhiều người trong chúng ta muốn nêu lên là: "Không lẽ một siêu cường như Hoa Kỳ lại có thể ngu khờ dại dột tới mức phạm phải những sai lầm nghiêm trọng như vậy trên phương diện chiến lược hạch tâm?"

Câu trả lời là: "Cái khó nó bó cái khôn". Chúng ta cần đặt mình trong hoàn cảnh của chính quyền Hoa Kỳ năm 1972 khi thương thảo và ký kết Thỏa Ước SALT I (Strategic Arms Limitation Treaty, dịch là: Thỏa ước Giới Hạn Vũ Khí Chiến Lược). Và đây là một trong những đề tài mà ta sẽ thảo luận trong tiết mục dưới đây.

Chương VII

3. PHONG TRÀO NGỤY HÒA VÀ CHÍNH SÁCH QUỐC PHÒNG CỦA HOA KỲ

Sau khi theo dõi sự phân tích trong tiết mục 3, câu hỏi đầu tiên mà nhiều người sẽ nêu lên là: "Tại sao một siêu cường như Hoa Kỳ lại có thể ngây thơ dại dột đến nỗi phạm phải những sai lầm nghiêm trọng khi chấp nhận quan niệm MAD?"

Để tìm ra câu trả lời, chúng ta sẽ lần lượt nghiên cứu hai chủ điểm dưới đây:

- Hoàn cảnh khai sinh ra Thỏa Ước SALT I.

- Cốt lõi của Phong Trào Ngụy Hòa.

3.1. Hoàn Cảnh Khai Sinh Ra Thỏa Ước SALT I

Thỏa Ước SALT I (Strategic Arms Limitation Treaty) đã được khai sinh trong giai đoạn cực thịnh của tư tưởng Ngụy Hòa (Fake Pacifism). Trước khi đi sâu vào vấn đề, ta cần định nghĩa danh từ "Ngụy Hòa" mà ta đã sử dụng khá nhiều từ trước đến giờ.

Khuynh hướng Ngụy Hòa là một khuynh hướng chính trị chủ trương đạt tới một nền hòa bình "thiên vị", nghĩa là có lợi cho một phe, nhằm diệt một phe đối lập để một mình một cỗ hưởng "hòa bình" theo chủ trương chính trị của họ "Ngụy". Khuynh hướng Ngụy Hòa dùng nhãn hiệu "Hòa Bình" hay "Chống Chiến Tranh Xâm Lược" làm bình phong để ngụy trang cho kế hoạch chiến tranh thôn tính của Liên Xô, tức là bản chất tự nó không hòa bình chút nào.

Trên lãnh vực bang giao quốc tế, khuynh hướng Ngụy Hòa cũng đồng nghĩa với khuynh hướng thiên tả tại Hoa Kỳ và nhiều nơi trên thế giới, hiểu theo ý nghĩa là các chủ trương thiên tả đều muốn trói tay Hoa Kỳ và thế giới Tự Do để cho Khối Cộng Sản dễ dàng "mần thịt".

Kể từ khi Tổng Thống Franklin Roosevelt lên cầm quyền thì tư tưởng khuynh tả đã bắt đầu xâm nhập sâu rộng vào trong các cấp lãnh đạo của các ngành hành pháp, lập pháp, các tổ chức khoa học, giáo dục, truyền thông, và ngay cả các tổ chức tôn giáo tại Hoa Kỳ. Nhưng phải nói rằng thời kỳ 1960-1980 là thời kỳ cực thịnh của tư tưởng thiên tả Ngụy Hòa đưa đến nhiều hậu quả chiến lược tệ hại một cách nghiêm trọng, trong đó có cả việc sụp đổ của Việt Nam, Miên, Lào, Angola, A Phú Hãn, Nicaragua, v.v... vào tay Cộng Sản Quốc Tế.

Thời Kỳ Chiến Tranh Việt Nam là một cơ hội bằng vàng để phe Ngụy

Hòa "rèn cán chỉnh quân", xây dựng cơ sở, phát triển đoàn viên và thừa thắng xông lên để đạt được nhiều thành công trong việc phân hóa xã hội Hoa Kỳ, làm Hoa Kỳ mất uy tín trên thế giới và đưa Hoa Kỳ xuống vai trò cường quốc hạng nhì, sau Liên Xô.

3.1.1. *Những Cao Trào Phản Chiến*

Trước hết, ảnh hưởng của phe tả bắt đầu xâm nhập vào giới trí thức và đại học. Cuối tháng 12, 1965, Slaughton Lynd, giáo sư Sử Học giảng dậy tại Đại Học Yale cùng với hai người bạn đồng hành là Herbert Aphtheker và Thomas Hayden tới Hà Nội trong một sứ mạng đỡ đòn cho Cộng Sản Bắc Việt. Cốt lõi của sứ mạng này là khơi mào cho phong trào Phản Chiến. Thomas Hayden, một thành phần tả phái sau này cưới cô đào phản chiến Jane Fonda làm vợ. Trên đường về, ghé tại phi trường Mạc Tư Khoa ngày 8-1-1966, Lynd lên tiếng chỉ trích Hoa Kỳ đã không tìm cách liên lạc trực tiếp với chính quyền Hà Nội để tìm kiếm Hòa Bình. Theo lời Lynd thì có nhiều yếu tố để thực hiện một giải pháp danh dự.

Hành động của Lynd không phải là hành động đơn độc của một "khách phiêu lưu giang hồ" mà nằm trong một kế hoạch có mục đích khơi mào cho một phong trào rộng lớn. Ngay sau đó ảnh hưởng của phe tả lan rộng ngoài đường phố. Nhằm ngày Quân Lực của Hoa Kỳ, 21 tháng 5, 1966, trong khi 10,000 quân binh chủng Hoa Kỳ diễn hành tại Nữu Ước, một nhóm phản chiến đã đến phá phách, đánh dấu những chuyển động đầu tiên của phe Ngụy Hòa.[28] Ngày 15 tháng 6, 1967, hơn 100,000 người biểu tình ở trước Tòa Nhà Liên Hiệp Quốc với sự dẫn đầu của Mục Sư Martin Luther King, Bác Sĩ Benjamin Spock, và Ca Sĩ Harry Belafonte.[29]

Trong lãnh vực vũ khí hạch tâm và chiến lược quốc phòng vào lúc đó, các nhà trí thức thiên tả cố vấn cho chính quyền Johnson đã khai sinh ra quan niệm "MAD", và ông Nixon đã phải lãnh cái di sản này khi ông nhậm chức Tổng Thống và ký kết Thỏa Ước SALT I. Trong số những trí thức thiên tả này có những khoa học gia như Hans A. Bethe, Richard L. Garwin, đã trình bầy lập luận của họ trong tạp chí Scientific America số tháng 3, 1968.

Ngày 5 tháng 3, 1969, nhiều nhà khoa học và trí thức Hoa Kỳ đình công và họp mít tinh tại trường Đại Học MIT đòi dẹp bỏ vũ trang. Một chương trình tương tự như vậy diễn ra tại 30 đại học khác trên nước Mỹ.[30]

Ảnh hưởng của Ngụy Hòa còn xâm nhập vào tôn giáo. Tháng 10 năm 1971, Linh Mục James Gropi là một trong những người bị bắt giữ vì biểu tình phản chiến.[31]

Tầm quan trọng của tiềm thủy đĩnh nguyên tử

Phi Đạn Hạch Tâm
Phóng lên từ Tiềm Thủy Đĩnh Poseidon hoặc Trident

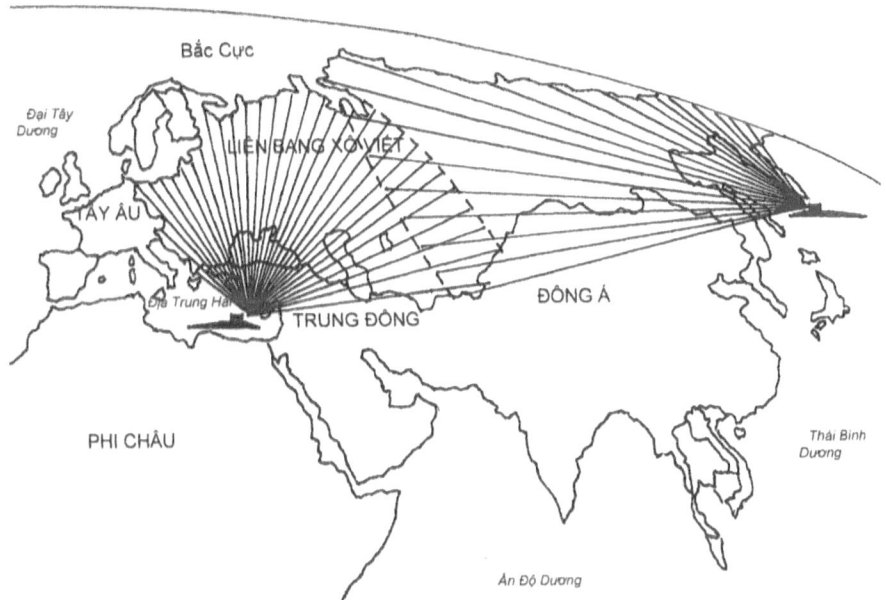

Vào năm 1979, Hoa Kỳ đã có 31 tiềm thủy đĩnh Poseidon. Mỗi tiềm thủy đĩnh này được trang bị 16 phi đạn (missile) liên lục địa, mỗi phi đạn có 14 đầu đạn hạch tâm, tổng cộng 224 đầu đạn. Mỗi đầu đạn (warhead) có sức nổ bằng 40 đến 50 ngàn tấn TNT, gấp hai lần trái bom nguyên tử ném xuống Hiroshima.

Với sự bố trí một tiềm thủy đĩnh Poseidon tại Địa Trung Hải, và một tiềm thủy đĩnh tại Tây Thái Bình Dương nhắm vào Liên Xô, như họa đồ cho thấy, hỏa lực này đủ sức tàn phá 400 đô thị lớn trên toàn thể Liên Bang Xô viết. Những đô thị lớn này có ít nhất 100,000 người.

Phản Chiến trở thành một "mốt thời trang" trong cả cơ quan Lập Pháp và Hành Pháp. Thị Trưởng Nữu Ước là Lyndsay, mấy Thượng Nghị Sĩ Charles Goodell, Jacob Javits và Eugene Mc Carthy cũng thi nhau xuống đường.[32] Tiếp theo đó, 250 viên chức Bộ Ngoại Giao Hoa Kỳ viết thư phản đối cuộc hành quân vào đất Miên. Ngày 13 tháng 6, 1971, nhật báo New York Times khởi đăng một tài liệu mật của Ngũ Giác Đài do Daniel Ellsberg tiết lộ. Đối với thế giới, uy tín của Hoa Kỳ bị suy giảm nghiêm trọng vì những vụ tiết lộ bí mật quốc gia liên tiếp xẩy ra. Đối với vấn đề vũ khí chiến lược, trong khóa họp Ngân Sách Quốc Phòng vào tháng 5, 1968, lần đầu tiên trong thời gian 20 năm, đường lối quốc phòng và ngân sách quốc phòng bị đả kích gay gắt tại Thượng Viện. Nhiều Thượng Nghị Sĩ đòi bỏ ngang chương trình bố trí Hỏa Tiễn Chống Phi Đạn ABM (Anti-Ballistic Missiles).[33]

3.1.2. Liên Xô Phát Triển Vũ Khí Hạch Tâm

Trong không khí ngột ngạt của Phản Chiến Ngụy Hòa đòi Hòa Bình đang lan rộng đó, ngày 20 tháng 1, 1969, ông Nixon chính thức tuyên thệ nhậm chức Tổng Thống. Ngay sau đó, Hoa Kỳ gửi một phái đoàn đi Helsinki họp sơ bộ với Liên Xô để thương thuyết về Thỏa Ước Giới Hạn Vũ Khí Chiến Lược SALT I.

Năm 1969 là một cái mốc quan trọng đánh dấu một thay đổi trong tương quan vũ khí chiến lược giữa Liên Xô và Hoa Kỳ. Bảng so sánh lực lượng Phi Đạn Liên Lục Địa của Liên Xô và Hoa Kỳ cho thấy vào năm 1969, Liên Xô đã rời bỏ vị trí thứ yếu và bước lên ngang hàng với Hoa Kỳ trên lãnh vực Vũ Khí Chiến Lược Hạch Tâm.

Tới năm 1971, Liên Xô rõ ràng vượt xa Hoa Kỳ về số lược phi đạn liên lục địa ICBM (Intercontinental Ballistic Missiles). Đó cũng là năm Liên Xô cải tiến 100 phi đạn SS-9, gia tăng tầm chính xác của mục tiêu trong phạm vi một nửa hải lý (0.5 nautical mile). Liên Xô lúc này chỉ thua Hoa Kỳ trong kỹ thuật phi đạn đa đầu (MIRV: multiple independent re-entry vehicles) nhắm nhiều mục tiêu, và nhất là tiềm thủy đĩnh mang vũ khí hạch tâm.

Bảng so sánh số lượng phi đạn liên lục địa từ năm 1960-1971

Năm	1960	1961	1962	1963	1964	1965	1966	1967	1968	1969	1970	1971
Soviet	35	50	75	100	200	270	300	460	800	1050	1300	1510
USA	18	63	294	424	834	854	904	1050	1054	1054	1054	1054

Tài liệu: The Military Balance 1969-70, và tài liệu nghiên cứu World Power Assessment, của học giả Ray S Cline, Center for Strategic and International Studies, 1975, p. 57 (Washington D.C.)

Tổng Thống Nixon lúc đó nhìn thấy hai viễn tượng rõ rệt:

Thứ nhất: Liên Xô quyết tâm và đang tiến tới dành ưu thế tuyệt đối về vũ khí hạch tâm.

Thứ hai: Dân khí Hoa Kỳ đang "xuống dốc không phanh" và đang gây áp lực mạnh đối với Quốc Hội trong vấn đề võ trang chiến lược, và vấn đề chiến tranh Việt Nam. Mặt khác, Quốc Hội thì mỵ dân và cũng "tụt dốc theo ý dân". Do đó, ngân sách quốc phòng liên tiếp giảm bớt tính theo tỷ lệ Tổng Sản Lượng Quốc Gia (GNP). Hành Pháp hoàn toàn bị trói tay vì áp lực của phe Ngụy Hòa.

Trong hoàn cảnh đó, ông Nixon không có cách gì lật ngược thế cờ, và chỉ có cách "câu thời giờ".[34] Và cơ hội đã đến.

3.2. Mâu Thuẫn Nga Hoa - Cơ Hội "Câu Thời Giờ"- Hay Là "Chết Đuối Vớ Được Phao"

Ngày 4, tháng 3, 1969, qua mục quan điểm của hai nhật báo lớn nhất của chính quyền, Trung Cộng tố cáo Liên Xô chiếm đóng đất đai của Trung Cộng giống như thời Nga Hoàng.[35] Nhiều cuộc biểu tình sôi động chống Liên Xô diễn ra tại các đô thị lớn của Trung Cộng. Ngày 8 tháng 7, 1969, Trung Cộng lại tố cáo Liên Xô dùng tàu chiến, máy bay và quân đội vượt sông Amur tấn công vào đất Trung Cộng.

Trong khi tình hình tranh chấp Nga-Hoa ngày càng trở nên nghiêm trọng thì ngày 10 tháng 4, 1971, một phái đoàn bóng bàn của Hoa Kỳ sang Trung Cộng đấu giao hữu theo lời mời của Chính Phủ Bắc Kinh. Sau đó một năm, để đáp lễ, ngày 19 tháng 4, 1972, một phái đoàn bóng bàn Trung Quốc sang Hoa Kỳ đấu giao hữu theo lời mời của chính phủ Hoa Kỳ.

Trong khoảng thời gian giữa hai cuộc trao đổi bóng bàn ngoại giao đó, ngày 21 tháng 2, 1972, Tổng Thống Nixon đặt chân lên Thượng Hải trong một cuộc thăm viếng Trung Cộng làm chấn động lịch sử ngoại giao.

Trong khung cảnh quốc nội và quốc tế nói trên, thỏa ước SALT I đã được khai sinh vào năm 1972, cùng một thời kỳ với Bản Thông Cáo Chung tại Thượng Hải giữa Hoa Kỳ và Trung Cộng, đánh dấu sự thân thiện, nếu không nói là một liên minh, giữa Bắc Kinh và Hoa Thịnh Đốn.

Với Thỏa ước SALT I, ông Nixon thực sự chỉ đạt được một số mục tiêu giai đoạn:

Thứ nhất: tạo một thành tích ngoại giao quốc tế để lấy lại uy thế cho Hành Pháp Hoa Kỳ, mặc dù thành tích này không có thực chất.

Thứ hai: "câu thời giờ" bằng cách liên kết với Trung Cộng để hù Liên Xô đừng làm ẩu trong khi Hoa Kỳ đang ở trong hoàn cảnh "tang gia bối rối" (a big mess).

Thứ ba: thỏa mãn những yêu sách của phe Ngụy Hòa để tạm thời "vỗ yên trăm họ", và chờ tới khi dân khí Hoa Kỳ phục hồi.

Thỏa Ước SALT I thực sự chỉ xác nhận một nguyên trạng (status quo) mà không hề chặn đứng được đà tiến của Liên Xô, và đó chính là điều mà phe Ngụy Hòa mong muốn. Như ta đã thấy, khuyết điểm quan trọng nhất của Thỏa Ước SALT I là quan niệm chiến lược "thiếp chết theo chàng" (MAD). Một khuyết điểm thứ hai khiến thỏa ước đó hoàn toàn vô giá trị là Liên Xô mặc sức vi phạm thỏa ước mà Hoa Kỳ không có cách gì để kiểm soát chính thức và ngăn chặn.[36]

Dù sao đi nữa, nó là mảnh giấy vụn mà nhiều triệu người Hoa Kỳ "sùng bái" và nhiều người nhờ nó mà có lương sống hàng ngày ở Bộ Ngoại Giao Hoa Kỳ. Và bởi vì nhiều người sùng bái nó nên phe Ngụy Hòa đã dựa vào mảnh giấy vụn đó để chống phá các nỗ lực canh tân quốc phòng của Hoa Kỳ.

3.3. Cốt Lõi Của Phong Trào Ngụy Hòa

Đạo quân Ngụy Hòa được xây dựng từ những tổ chức bình phong và những nhân sự bình phong.

Một tổ chức bình phong (front organization) là một tổ chức có tên gọi và chủ trương bề ngoài không nhất thiết đúng với mục đích thầm kín ở bên trong. Phe Ngụy Hòa hoặc phe tả dùng những tổ chức bình phong có tên gọi và chủ trương vô thưởng vô phạt hoặc tranh đấu cho Dân Sinh, Dân Quyền, Sự An Lạc của Con Người, Sự Bảo Vệ Thiên Nhiên, Bảo Vệ Môi Sinh, v.v...

Có những tổ chức bình phong do phe Ngụy Hòa tạo nên, và cũng có những tổ chức tự nó có sẵn và phe Ngụy Hòa xâm nhập vào để giật giây và lèo lái nó theo kế hoạch riêng của họ. Việc lợi dụng những tổ chức bình phong có những mục đích quan trọng sau đây:

Thứ nhất: xâm nhập sâu vào nhiều tầng lớp quần chúng một cách dễ dàng nhờ các mục tiêu đa dạng, tôn chỉ đẹp, và tên gọi hiền lành.

Thứ hai: xách động sự chú ý cũng như sự bất mãn của quần chúng đối với những vấn đề nhỏ như hạt cát làm cay mắt, để họ dễ dàng quên đi những nguy cơ to như trái núi ở sau lưng (ví dụ: cái nguy cơ bị Liên Xô thôn tính).

Thứ ba: tạo một hệ thống quy mô lớn theo hàng ngang để biểu dương lực lượng khi cần thiết, đồng thời để phá nát một xã hội dân chủ đa nguyên (pluralistic democratic society).

3.3.1. *Thành Phần Quần Chúng Lương Thiện*

Nếu nhìn vào các tổ chức bình phong của phong trào Ngụy Hòa ta sẽ thấy thành phần đông đảo nhất là quần chúng ngây thơ vô tội và có ý hướng tốt. Những quần chúng đó có thể là một nhà khoa học yêu hòa bình không muốn Hoa Kỳ sử dụng khoa học vào mục đích chiến tranh. Nhưng nhà khoa học này không biết gì về hàng ngàn nhà khoa học Liên Xô lúc đó đang ráo riết sản xuất phi đạn liên lục địa tại Trung Tâm Tyuratam nhằm tiêu diệt Hoa Kỳ. Nhà khoa học yêu chuộng hòa bình của Mỹ này có thể không để ý tới số phận của một nhà khoa học Liên Xô là Andrei Sakharov đã bị cầm tù vì không muốn làm công cụ cho chính sách phi nhân của Liên Xô.

Chương VII

Những quần chúng ngây thơ nói trên có thể là một bà nội trợ muốn dành thì giờ rảnh rỗi để hoạt động cho việc cải thiện môi sinh. Bà nội trợ đó có thể dễ dàng tin rằng nếu Hoa Kỳ vứt bỏ vũ khí thì sẽ không thể đánh nhau được và như vậy sẽ có hòa bình. Nhưng bà ta không biết rằng dân Ba Lan vì không có vũ khí trong tay nên đã được sống trong một nền "hòa bình" dưới chế độ vô sản chuyên chính của nền thống trị Liên Xô. Và dân A Phú Hãn, nhờ được tiếp tế vũ khí nên đã đánh bại lực lượng xâm lăng của Liên Xô.

Những quần chúng đó có thể là một thành phần lãnh đạo tôn giáo có một trái tim tốt nhưng có một bộ óc thiếu dinh dưỡng vì thiếu những kiến thức cần thiết. Họ tốt như em bé Samantha Smith trao đổi thư "hòa bình" với Tổng Bí Thư Andropov,[37] và họ thiệt là ngây thơ trong trắng, nhưng không hay biết gì về những sự đàn áp tôn giáo có hệ thống tại Liên Xô, Tiệp Khắc, hay Việt Nam.

Những quần chúng đó có thể là một thiếu nữ nhà giàu sống trong nhung lụa tháp ngà, giàu lòng thương để tranh đấu cho những con cá voi bị đe dọa diệt chủng, mà không biết gì về hàng triệu con người đang chết dần chết mòn trong những trại cải tạo, những nông trường tập thể tại Việt Nam, hoặc Tây Bá Lợi Á của Liên Xô.

Những quần chúng nói trên khi hăng hái xuống đường theo sự giật giây của những thành phần xách động đã không nhìn thấy những âm mưu phức tạp ở đằng sau, không nhìn thấy những đầu giây mối nhợ chạy từ Mạc Tư Khoa qua các đường giây tổ chức của Đảng, của KGB ở Ba Lê, Bonn, Nữu Ước, Hà Nội, Hoa Thịnh Đốn, v.v...

Đó là những quần chúng được Lenin mệnh danh là "The Useful Idiots", tức là "những kẻ ngu xuẩn hữu ích". Họ hữu ích cho sự xách động và lợi dụng của bộ máy Ngụy Hòa, một công cụ của Mạc Tư Khoa.

Những quần chúng Hoa Kỳ nói trên cũng ngây thơ như bất cứ người Việt Nam nào khi chưa hiểu được những mưu mô phức tạp của Cộng Sản, và họ dễ dàng bị xách động vì một hạt cát làm cay mắt, đến nỗi không nhìn thấy trái núi sừng sững sau lưng.

3.3.2. Thành Phần Cơ Hội Chủ Nghĩa

Ngoài những thành phần đông đảo nói trên, còn một số nhỏ cũng được liệt vào hàng ngũ những kẻ ngu xuẩn hữu ích của Lenin, đó là những nhà trí thức và chính trị gia có tham vọng cá nhân và dễ bị mua chuộc, những phóng viên truyền hình được trả lương để hoàn tất một thiên phóng sự "theo mẫu đặt hàng" của ông chủ bút thiên tả, thay vì tường thuật một cách trung thực.

Nhiều người Việt Nam còn nhớ tới những nhân vật trí thức khoa bảng hoặc chính trị gia vào giai đoạn suy sụp của Việt Nam Cộng Hòa. Đó là những nhân vật xu thời như Lý Chánh Trung, Lý Quý Chung, Hồ Ngọc Nhuận, Vũ Văn Mẫu, Dương Văn Minh, Ngô bá Thành, trong các tổ chức bình phong như "Phong Trào Hòa Hợp Hòa Giải Dân Tộc", và "Phụ Nữ Đòi Quyền Sống". Những thành phần tương đương như vậy không thiếu gì ở Hoa Kỳ, và họ có mặt trong khắp các phong trào Ngụy Hòa, và họ xuống đường rầm rập theo hiệu lệnh của hệ thống giật giây vô hình. Có những người không hiện diện công khai trong các cuộc biểu tình, xuống đường chống chiến tranh, nhưng giữ địa vị then chốt trong chính sách quốc phòng, chính sách ngoại giao.

3.3.3.   *Thành Phần Đầu Não Của Phong Trào Ngụy Hòa*

Đây là thành phần thực sự đứng đàng sau giật giây, chỉ đạo và phối hợp. Mức độ liên lạc và phối hợp trên phương diện tiền bạc, tài liệu, chỉ thị giữa họ và KGB của Liên Xô lên tới mức nào, có lẽ chỉ có cơ quan FBI của Hoa Kỳ mới biết được. Dù cơ quan FBI có biết được, nhưng nhiều khi không giám phổ biến công khai vì sẽ bị chụp mũ là "đàn áp giới thiểu số", hoặc "kỳ thị da màu", hoặc "cực hữu quá khích theo khuynh hướng Mc Carthyism", hoặc "vi phạm nhân quyền".

Hệ thống chụp mũ của phe Ngụy Hòa rất lớn và mạnh nhờ họ nắm được các tờ báo quan trọng như Washington Post, New York Times, Los Angeles Times, v.v... và các hệ thống truyền hình (Network TV) như CNN, CBS, ABC, PBS, v.v...[38]

Một trong các chiến lược hàng đầu của các thành phần Ngụy Hòa chủ chốt là nhào nặn, nhồi sọ, và bóp méo nếp suy tư và dư luận quần chúng. Đó là vai trò của các giáo sư sử học, chính trị học, các công ty xuất bản sách sử học, chính trị học (để sử dụng tại các trường học Hoa Kỳ từ bậc Tiểu Học lên đến Đại Học). Các phóng viên báo chí truyền hình cũng đóng một vai trò quan trọng trong công tác nhồi sọ nói trên.

Các giáo sư sử học và chính trị học Ngụy Hòa có công tác bóp méo lịch sử trong khi giảng dậy, và nhất là khi viết sách lịch sử, với mục đích lái tư tưởng tuổi trẻ Hoa Kỳ theo chiều hướng giai cấp đấu tranh và "chống Mỹ cứu nước" (!!!). Slaughton Lynd là giáo sư sử học ở Đại Học Yale mà ta đã đề cập tới ở phần đầu. David Abraham, giáo sư sử học ở Đại Học Princeton bóp méo lịch sử trong khi viết sách bằng cách cắt xén, thêm bớt và thay đổi ngược hẳn nội dung của các tài liệu dẫn chứng và đã bị giáo sư Henry Turner tố giác trước công luận của giới giáo dục.

Turner là một sử gia ở Đại Học Yale.[39] Cuốn sách của Abraham nhan đề "Sự sụp đổ của nền Cộng Hòa Weimar" (The Collapse of the Weimar Republic) có mục đích ngụy tạo tài liệu để chứng minh giới tư bản đã hậu thuẫn chế độ Đức Quốc Xã, và từ lập luận này đi đến lập luận cổ võ sự hợp pháp của chế độ Cộng Sản Độc Tài chống Tư Bản. Abraham đã được trường Đại Học Princeton cho nghỉ việc vì "tài ngụy tạo" nói trên, nhưng sau đó được học bổng của trường The New School of Social Research in New York. Chắc chắn trong tương lai, Abraham sẽ ngụy tạo tài liệu một cách khôn khéo và tinh vi hơn.

William Sensiba, giáo sư chính trị học tại Stockton State College, New Jersey, đã cùng 20 sinh viên đi Nicaraga với danh nghĩa giúp chính quyền Sadinista gặt hái mùa màng, nhưng mục đích là nhồi sọ chính trị nhóm sinh viên đó và thâu thập tài liệu tuyên truyền cho Cộng Sản Nicaragua.[40]

Margaret Randall, một phụ nữ Hoa Kỳ đã từ bỏ quốc tịch Hoa Kỳ để đi hoạt động với các đảng Cộng Sản Cuba, Nicaragua và Mễ Tây Cơ. Cô ta đã viết sách để tranh đấu cho Cộng Sản Việt Nam, và gọi Hoa Kỳ là con quái vật. Năm 1975, Randall viết rằng "chủ nghĩa đế quốc Hoa Kỳ đã bị một hậu quả thảm bại lớn nhất..." Randall đã được Tom Farer, Viện Trưởng của Đại Học New Mexico tiếp tay, bênh vực, và cho giảng dậy để tuyên truyền cho chủ thuyết Mác Xít tại Đại Học New Mexico, mặc dù lúc đó Randall đang bị Sở Di Trú Hoa Kỳ tìm cách trục xuất vì cô ta đã nhập cảnh Hoa Kỳ với "ý đồ gian lận".[41]

Về mặt viết sách thiên vị, xuyên tạc và bóp méo tài liệu, Thứ Trưởng Giáo Dục Hoa Kỳ vào giai đoạn đó là Gary Bauer đã phê bình rằng các sách lịch sử của Hoa Kỳ đã làm ngơ đối với những hành vi xâm lăng, tàn bạo và vi phạm nhân quyền của Cộng Sản, và trái lại đã chỉ trích chế độ của Hoa Kỳ một cách quá khắt khe.[42]

Trên phương diện báo chí và truyền hình, David Halberstam và Harrison Salisbury là hai người nổi bật trong số những thành phần phản chiến chủ chốt. Salisbury viết cho tờ báo The New York Times, được cử đi Bắc Việt đã viết một loạt những bài báo xuyên tạc về chiến tranh Không Tập (the Air War) ở Bắc Việt có ảnh hưởng bất lợi nhất cho Hoa Kỳ. Salisbury có công châm mồi thuốc súng cho phong trào phản chiến. Sự xuyên tạc của Salisbury đã bị một nhà ngoại giao Anh phanh phui như độc giả sẽ thấy trong Chương 3 & 5 của cuốn sách "American Attempt to Save South Vietnam" (cùng một tác giả) khi bàn về Cuộc Chiến Tranh Không Tập tại Miền Bắc Việt Nam.

Những nhà báo tương lai sau Salisbury sẽ còn có khuynh hướng thiên tả mạnh hơn. Theo tài liệu nghiên cứu của Stanley Rothman và Robert Lichter, được trích đăng trên tạp chí The American Spectator tháng 8, 1983,[43] thì những sinh viên theo học ngành báo chí vào lúc đó còn thiên tả hơn đàn anh của họ đang hành nghề báo chí. Đa số những nhà báo tương lai này thiên tả trên những phương diện chính yếu sau đây: quan điểm luân lý, quan điểm đấu tranh giai cấp, quan điểm Mác Xít về cơ cấu xã hội Hoa Kỳ và về vấn đề tự do kinh doanh.

Có một điều chắc chắn mà ta có thể biết được là những sinh viên thiên tả này hấp thụ rất nhiều ảnh hưởng của các giáo sư sử học và chính trị học thiên tả, cùng những sách thiên tả của các giáo sư này viết ra.

Có một sự phù hợp lạ lùng giữa phe Ngụy Hòa và phe Cộng Sản trên phương diện bệnh trạng tâm lý. Chế độ Cộng Sản có bản chất tàn bạo và những người thi hành chính sách tàn bạo của chế độ tìm thấy niềm thống khoái trong hành động tàn bạo. Hành động khủng bố là một trong những hành động đấu tranh căn bản của Cộng Sản (khuynh hướng Sadism). Mặt khác, nhà soạn kịch Eugene Ionesco, sau một cuộc viếng thăm Hoa Kỳ đã viết rằng giới trí thức thiên tả của Hoa Kỳ có khuynh hướng "tự thống", (machochism) tức là thích được đau và họ thích chỉ trích Hoa Kỳ vì bất cứ "mọi chuyện xấu xảy ra trên thế giới". Và ông kết luận rằng muốn được ưa thích ở Hoa Kỳ đừng bao giờ nên nói rằng người Hoa Kỳ không phải là những kẻ đại ác nhất của nhân loại.[44] Những người Ngụy Hòa thiên tả thích công kích tổ quốc mình, dân tộc mình và thích tự trói tay mình để được làm nô lệ cho những kẻ theo khuynh hướng tàn bạo.

Vì có sự phù hợp lạ lùng đó, nên phe Ngụy Hòa tiến lui rất nhịp nhàng với chính sách và lập trường của Liên Xô trong vấn đề Phòng Thủ Chiến Lược. Và người ta có thể quan sát những hành động và lập trường của phe Ngụy Hòa để suy đoán ra ý đồ và chính sách của Liên Xô. Để diễn tả tình trạng trên, người ta có thể nói tóm tắt: "nhìn tớ mà biết chủ".

Trên đây chúng ta đã phân tích các thành phần chính yếu của phong trào Ngụy Hòa, và đã tìm hiểu bệnh trạng tâm lý của những phần tử cốt cán giật giây đứng đằng sau những cuộc vận động chính trị trên chính trường, ngoài đường phố hay trên màn ảnh vô tuyến truyền hình mà ta sẽ có dịp phân tích kỹ hơn ở những phần kế tiếp.

Khi đã hiểu được căn nguyên tâm lý, người ta hiểu dễ dàng hơn cái nguyên động lực cơ bản, đường lối chiến lược, và những lập luận chính mà Phe Ngụy Hòa đưa ra để ảnh hưởng đến chính sách quốc phòng của Hoa Kỳ, nhất là vấn đề phòng thủ chiến lược SDI. Và người ta sẽ dễ dàng hiểu được tại sao những nhà trí thức, những nhà khoa học thông minh cao độ lại có thể có những lý luận sai lầm và ngu xuẩn, tại sao những nhà tu hành đạo cao

Chương VII

đức trọng lại cấu kết với nhau để bênh vực cho một siêu cường có một lý lịch tàn bạo và nguy hiểm như Liên Xô.

Đó chính là đề tài mà ta sẽ phân tích trong tiết mục 4 và 5.

4. NHỮNG LẬP LUẬN ẢO TƯỞNG CỦA PHE NGỤY HÒA

Trong tiết mục này, trước hết ta sẽ duyệt qua những lập luận của phe Ngụy Hòa có ảnh hưởng tới tương quan chiến lược giữa Hoa Kỳ và Liên Xô.

Theo binh thuyết của Tôn Võ Tử, việc đem quân đánh vào thành quách của địch theo lối "lấy mạng đổi mạng" là chiến lược hạ đẳng. Trái lại, một chiến lược thượng đẳng đòi hỏi đánh bại địch bằng cách trước hết làm tê liệt ý chí chiến đấu của đối phương, sau đó có thể lấy một đánh mười mà vẫn nắm được phần thắng.

Trong suốt hai thập niên 1960-1980, Liên Xô đã sử dụng nhiều ngón đòn lừa bịp tâm lý và làm đảo lộn tương quan chiến lược đối với Hoa Kỳ. Liên Xô có thể làm được như vậy nhờ biết lợi dụng cơ chế chính trị dân chủ của Hoa Kỳ vốn tự do, mở thoáng (mở tung ra thì đúng hơn) và do đó đã dung túng những phần tử Ngụy Hòa để họ xâm nhập vào thượng tầng lãnh đạo chính trị, đồng thời xách động quần chúng tạo áp lực ảnh hưởng đến chiến lược quốc phòng. Họ đã trở thành đạo quân thứ năm (fifth column) của Liên Xô mà hoàn toàn hợp pháp và được hiến pháp Hoa Kỳ che chở.

Những hoạt động của phe tả đưa đến những thay đổi sau đây:

Thứ nhất: làm suy yếu tư tưởng dân tộc và truyền thống yêu nước của người dân qua các chiêu bài "hưởng thụ" và các trào lưu tư tưởng phóng túng "tiến bộ" đòi tự do sử dụng cần sa, ma túy, tự do phá thai, khoan hồng đối với tội phạm bằng những đạo luật có tính cách bảo vệ tội phạm hơn là bảo vệ những nạn nhân của tội phạm.

Thứ hai: làm suy yếu tiềm năng đấu tranh của dân Hoa Kỳ bằng cách làm tan rã nền tảng gia đình của xã hội Hoa Kỳ. Khai thác các mâu thuẫn nội bộ, thúc đẩy các cuộc đấu tranh vì những quyền lợi riêng, quyền lợi thiển cận, và làm lu mờ quyền lợi chung, quyền lợi quốc gia.

Thứ ba: làm suy yếu ý chí đấu tranh của Hoa Kỳ trong tương quan chiến lược đối với Khối Liên Xô bằng cách khai thác tâm lý sợ hãi và đưa ra những chủ trương đòi "hòa bình với bất cứ giá nào" (Peace at any Price), hoặc "giải giới đơn phương" (unilateral disarmament), và "tự chế đơn phương" (unilateral restraint).

Sở dĩ phe tả có thể làm được như vậy vì họ đã thổi phồng một cách hữu hiệu những ảo tưởng về Liên Xô, đánh bóng bản chất của chế độ Xô Viết và đề cao lòng yêu chuộng hòa bình của Mạc Tư Khoa.

4.1.   Thà Bị "Nhuộm Đỏ" Còn Hơn Là Chết

Có những người ngả theo quan niệm Ngụy Hòa vì tâm trạng sợ hãi trước sự phát triển vũ khí hạch tâm ở cả hai phía, Ngụy Hòa và chống Ngụy Hòa. Một phần khá lớn những người này thuộc thế hệ thanh niên phụ nữ Hoa Kỳ sinh ra sau Đệ Nhị Thế Chiến. Thời kỳ này được mệnh danh là thời kỳ "Baby Boom", do người Hoa Kỳ tự nhiên thi nhau đẻ (vì mừng hòa bình và vì các chiến binh hồi hương).

Những tầng lớp tuổi trẻ Hoa Kỳ này được hưởng một nền hòa bình "chùa" (gratuitous), không phải do xương máu họ đổ ra nên họ không ý thức được cái giá phải trả bằng xương máu của hàng triệu người đã chết hoặc bị thương trong Đệ Nhị Thế Chiến. Vì thiển cận, hoặc không được dậy dỗ tốt, họ không ý thức được nhu cầu phải bảo vệ cái tự do, thịnh vượng mà họ đang hưởng.

Tâm lý này cũng giống hệt tâm lý của đa số người Việt chúng ta trong cuộc chiến đấu trước 1975, đã giao khoán nhiệm vụ đấu tranh cho người chiến binh Việt Nam Cộng Hòa, và tự cho mình quyền hưởng thụ và buôn bán làm giàu. Về phía Hoa Kỳ, đa số người dân lúc đó có khuynh hướng hưởng thụ, muốn bấu víu, bám chặt lấy cái hiện tại trù phú, rực rỡ màu hồng, nhiều khi có cả sa đọa trong ma túy cần sa. Giai đoạn này cũng trùng với thời kỳ giải phóng tình dục, giải phóng phụ nữ.

Trong không khí hưởng thụ đó, cách dễ nhất để có thể bám chặt lấy cái hiện tại đầy hưởng thụ là nhân danh "chống chiến tranh" để trốn chạy cái viễn ảnh phải đấu tranh trong khắc khổ và hạn chế hưởng thụ.

Vì thế, khẩu hiệu "thà bị nhuộm đỏ còn hơn là chết" (better Red than Dead) đã được phe Ngụy Hòa khai thác triệt để và có khả năng xách động quần chúng. Một khẩu hiệu thứ hai chống đầu quân đánh giặc là "make love not war" (hãy làm tình thay vì đánh nhau).

Thái độ quần chúng Hoa Kỳ do phe Ngụy Hòa nhào nặn đã ảnh hưởng một cách quyết định lên đường lối chiến tranh của Hoa Kỳ trong cuộc xung đột vũ trang tại Triều Tiên, Việt Nam, cũng như chính sách đối ngoại của Hoa Kỳ trong vụ Liên Xô đàn áp cuộc nổi dậy ở Poznan và Budapest.[45] Chế độ Dân Chủ của Hoa Kỳ là chế độ hành xử dựa trên ý kiến của đa số (concensus), nhiều khi không phải ý kiến đa số dân chúng mà là đa số những người to tiếng, ồn ào (vocal), dễ tạo áp lực tâm lý và chính trị. Khi phong trào "thà đỏ còn hơn là chết" trở thành mốt thời trang thì Liên Xô biết rằng thời cơ đã đến. Cộng Sản Mạc Tư Khoa cao tay hơn Hoa Thịnh Đốn lúc đó nhờ nghệ thuật "mềm nắn, rắn buông". Điều này giải thích tại sao chủ thuyết "trả đũa ào ạt" (massive nuclear retaliation) trong binh thuyết Chiến Tranh Toàn Diện (Total War) của Eisenhower và Dulles[46] đã không bao giờ trở thành một vũ khí đối ngoại hữu hiệu có khả năng đe dọa Liên Xô đừng làm ẩu. Liên Xô đã "nắn những điểm mềm" của Hoa Kỳ và khối Tự Do tại các nơi như Triều Tiên, Ba Lan, Hung Gia Lợi, mà Kissenger gọi là vùng "xôi đậu" (Grey Areas)[47] vì những vùng này không tượng trưng cho quyền lợi thiết thân của quần chúng Hoa Kỳ. Những vụ "lộn xộn" nói trên bị coi như những sự "quấy rầy" cuộc vui hưởng thụ của quần chúng Hoa Kỳ thuộc thế hệ "baby boom". Khẩu hiệu "make love, not war" hãy còn thịnh hành cho tới giai đoạn 1970-1980.

4.2. Quyền Lợi Đổi Chác Với Ý Thức Hệ

Chính áp lực Ngụy Hòa vào thập niên 1950-1960 đã có ảnh hưởng giây chuyền và mở đầu cho thời kỳ suy thoái chiến lược của Hoa Kỳ trong giai đoạn 1960-1980. Dưới áp lực của phe Ngụy Hòa, Chủ Thuyết "Trả Đũa Ào Ạt" của Eisenhower và Dulles không còn là một vũ khí chiến lược để đe dọa Liên Xô. Trận Chiến Tranh Triều Tiên là một cơ hội để Liên Xô "nắn được điểm mềm" của Hoa Kỳ, đó là: mặc dầu có vũ khí nguyên tử trong tay, nhưng Hoa Kỳ không sẵn sàng sử dụng, một phần vì lý do nhân đạo, một phần vì "dân khí Hoa Kỳ trói tay giới lãnh đạo chính trị. Đó là một thế bí chiến lược về phía Hoa Kỳ. Để tìm lối thoát cho thế bí chiến lược này, có hai giải pháp đối nghịch nhau: Giải pháp cứng rắn và giải pháp Ngụy Hòa.

Giải pháp cứng rắn mà đại diện lúc đó là Henry Kissinger và Tướng Maxwell Taylor[48], ngay từ năm 1955 đã chủ trương thay thế chiến lược "Trả Đũa Ào Ạt" bằng chủ thuyết "Chiến Tranh Hạch Tâm Hạn Chế" (Limited Nuclear War) để đối phó với những cuộc xâm lăng của phe Liên Xô tại những vùng "xôi đậu". Theo chủ thuyết Chiến Tranh Hạch Tâm Hạn Chế, khi quyền lợi của Hoa Kỳ ở những vùng "xôi đậu" bị Liên Xô vi phạm thì Hoa Kỳ chỉ sử dụng vũ khí hạch tâm chiến thuật để tấn công phe Liên Xô ở vùng xôi đậu, và sẽ tránh một cuộc chiến tranh hạch tâm toàn diện giữa Liên Xô và Hoa Kỳ.

Lúc đó, giải pháp chiến tranh hạch tâm hạn chế là giải pháp duy nhất dùng kỹ thuật khoa học hiện đại để chống lại ưu thế quân số tuyệt đối của phe Cộng Sản Liên Xô và Trung Quốc. Nhưng kể từ thập niên 1960-1970 ngay cả khả năng đe dọa của Chiến Tranh Hạch Tâm Hạn Chế cũng mất sự hữu hiệu. Lý do là: trong khi khối Cộng Sản Liên Xô và Trung Quốc vẫn duy trì ưu thế quân số quy ước, thì Liên Xô lại bắt kịp Hoa Kỳ trên phương diện phi đạn liên lục địa chiến lược trong một cuộc Chiến Tranh Hạch Tâm Toàn Diện. Và chủ thuyết Chiến Tranh Hạch Tâm Hạn Chế cũng chưa bao giờ trở thành một vũ khí đối ngoại hữu hiệu, không phải vì khả năng kỹ thuật của Hoa Kỳ thấp kém, mà chỉ vì Liên Xô biết dân khí Hoa Kỳ không cho phép giới lãnh đạo chính trị sử dụng khả năng kỹ thuật của Hoa Kỳ.

Một lần nữa, lập trường Ngụy Hòa lại thắng thế. Sau khi đã thành công trong việc ngăn ngừa chiến lược Trả Đũa (Retaliation), phe Ngụy Hòa tiến thêm một bước nữa với lập luận "dùng quyền lợi để đổi chác ý thức hệ". Điểm căn bản của lập luận này là: Liên Xô không còn cuồng tín như thời Stalin, trái lại, họ đã trở nên mềm dẻo hơn, "nhân bản" hơn, và yếu tố ý thức hệ trong chính sách đối ngoại của Liên Xô không còn quan trọng như quyền lợi thực tiễn của siêu cường. Vậy muốn duy trì hòa bình với Liên Xô, có thể dùng quyền lợi vật chất để ràng buộc Liên Xô trong khuôn khổ bang giao quốc tế. Lập luận này của giới trí thức Ngụy Hòa đã tạo áp lực trên quan niệm "Linkage" (ràng buộc) của Tổng Thống Nixon[49] trong khi thương thuyết và ký kết Thỏa ước SALT I. "Ràng Buộc" ở đây có nghĩa là "có đi có lại", hoặc "bánh ít đi, bánh quy lại": nếu Liên Xô tỏ ra biết điều trong những hành vi quân sự và chính trị trong bang giao quốc tế, thì Hoa Kỳ sẽ dành những quyền lợi đặc biệt cho Liên Xô.

Với quan niệm "ràng buộc" ở trên, Hoa kỳ đã "tự cảm thấy an tâm" để cắt giảm ngân sách vũ khí chiến lược của mình, và dành những ngân khoản vĩ đại tài trợ[50] khối Liên Xô dưới hình thức cho vay, trao đổi ngoại thương, trao đổi kỹ thuật hiện đại. Riêng số tiền các ngân hàng Hoa Kỳ cho Khối Liên Xô Vay đã lên tới 80 tỷ mỹ kim vào giai đoạn 1980. Hậu quả là khối Cộng Sản Liên Xô đã có thể rảnh tay, sử dụng tiền bạc "chùa" và kỹ thuật "chùa" của Hoa Kỳ để khai thác tài nguyên trong nước và xây dựng một hệ thống vũ khí khổng lồ nhằm tiêu diệt Hoa Kỳ trong khi lấn chân khắp nơi trên thế giới. Một số thành phần tư bản tài phiệt Hoa Kỳ đã hí hửng bán sợi giây thòng lọng để treo cổ mình, theo đúng câu nói đầy khinh miệt của Lenin. Cùng với giới trí thức Ngụy Hòa, họ là "những kẻ ngu xuẩn hữu ích" cho kế hoạch thôn tính của Liên Xô.

Ảo tưởng "Hòa Dịu" (Detente)[51] đã ăn sâu vào tâm khảm người Hoa Kỳ và ngay cả chính phủ Hoa Kỳ. Năm 1975, Văn Hào Alexander Solzhenitsyn, một người Nga chống đối chế độ chuyên chính Liên Xô và nổi tiếng trên thế giới, rời Nga để đến định cư tại Mỹ. Tổng Thống Ford nhận được đề nghị mời Solzhenitsyn tới hội kiến tại Tòa Bạch Ốc. Ông Kissinger đã phủ quyết ý kiến đó có lẽ vì sợ rằng một cuộc hội kiến như vậy sẽ làm tổn thương tình hữu nghị giữa Liên Xô và Hoa Kỳ, nhất là cuộc thương thuyết SALT thứ hai đang tiến hành. Lúc đó Hoa Kỳ và Liên Xô đang "làm ăn lớn" với nhau.

Ngay sau đó, cuối năm 1975, Liên Xô mang phi cơ để không vận quân tác chiến Cuba cùng vũ khí nặng tới Angola (Phi Châu) để đàn áp lực lượng chống Cộng và giúp chính quyền Mác Xít tại Angola. Mặc dù vậy, Quốc Hội Hoa Kỳ cũng không cho Hành Pháp có một phản ứng trực tiếp nào chống lại Liên Xô. Ảo tưởng Hòa Dịu do phe Ngụy Hòa tô vẽ, đề cao, và vận động cũng như do "cơ cấu hòa bình trường cửu" mà thỏa ước SALT I mang lại, vẫn còn sâu đậm cho tới cuối năm 1979 khi Liên Xô ào ạt mang quân xâm lăng A Phú Hãn. Năm 1980, một bức tranh hý họa[52] vẽ Tổng Thống Carter ngồi một mình trong Tòa Bạch Ốc ngây ngô than thở: "Té ra chính sách Hòa Dịu đã chết... mà người ta còn nói rằng ngay cả truyện Tấm Cám cũng không có thật" (!!!).

4.3. Tương Nhượng Và Tự Chế Để Ổn Định Tương Quan Chiến Lược

Giới trí thức Ngụy Hòa luôn luôn "phát minh" ra những lập luận ảo tưởng để bán cho các chiến lược gia xa lông trong Quốc Hội và Hành Pháp Hoa Kỳ. Một trong những lập luận ăn khách đối với các chiến lược gia xa lông là đề nghị "Tương Nhượng và Tự Chế để tiến tới Ổn Định Chiến Lược". Lập luận này chủ trương rằng Liên Xô chỉ muốn đuổi kịp Hoa Kỳ chứ không muốn qua mặt Hoa Kỳ. Nếu Hoa Kỳ tự chế (self restraint) và chấp nhận sự tương nhượng (mutual concession) thì Liên Xô sẽ biết điều và hòa hoãn trong tương quan quốc tế. Trái lại, nếu Hoa Kỳ cố duy trì ưu thế chiến lược của mình thì Liên Xô sẽ có mặc cảm bị đe dọa, và dễ có khuynh hướng "cắn trộm" để tiên hạ thủ vi cường (đánh trước để cướp thế tay trên). Lập luận này vừa nghe qua rất bùi tai, đến nỗi một chiến lược gia xa lông là Robert McNamara cũng tưởng thật. Tháng 4-1965, Mc Namara, lúc đó là Tổng Trưởng Quốc Phòng, đã tuyên bố một cách lạc quan như chú chuột trong truyện Ngụ Ngôn La Fontaine: "Nga Xô đã quyết định chịu thua trong cuộc chạy đua trong việc sản xuất vũ khí hạch tâm, và họ sẽ không tìm cách kéo chúng ta gia nhập cuộc đua nữa. Không có dấu hiệu gì chứng tỏ Nga Xô đang tìm cách phát triển một lực lượng hạch tâm chiến lược vĩ đại như của chúng ta".[53]

Chẳng những Mc Namara lầm lẫn một cách đau đớn, mà ngay cả cơ quan tình báo Hoa Kỳ là CIA trong suốt 11 năm trời đã "ngủ gật" và lượng định quá thấp những chi phí Quốc Phòng của Liên Xô (trong cơ quan CIA dĩ nhiên cũng có nhiều trí thức Ngụy Hòa và những thành phần gián điệp nằm vùng hoạt động cho Liên Xô). Từ năm 1968 đến năm 1978, trong khi Hoa Kỳ "tự chế" và giảm ngân sách quốc phòng từ 9% xuống 5% Tổng Sản Lượng

Quốc Gia, thì chi phí Quốc Phòng của Liên Xô được duy trì ở mức 14% tới 15% và riêng năm 1980 lên tới 18% Tổng Sản Lượng Quốc Gia.[54]

Kể từ năm 1965 đến 1975, trong khi "chiến lược gia" McNamara khởi sự chính sách tự chế đơn phương thì Liên Xô đã đơn phương "tự chế" từ 270 lên 1599 phi đạn liên lục địa (!!!). (xem bảng so sánh ở tiết mục 3).

Tổng Trưởng Quốc Phòng Hoa Kỳ Harold Brown, trong bản tường trình của Bộ Quốc Phòng năm 1980, đã viết:

"Khi ngân sách quốc phòng của chúng ta tăng, Nga Xô cũng tăng theo. Khi ngân sách Quốc Phòng của chúng giảm thì Nga Xô lại tăng nữa. Khi Lực lượng Hoa Kỳ tại Tây Âu giảm vào cuối thập niên 1960-1970 thì Nga Xô bành trướng ở Đông Âu..."

4.4. Cười Muốn Tắt Thở

Năm 1978, một nhà ngoại giao cao cấp của Liên Xô là Arkady Shevchenko đào ngũ qua phe Tự Do. Lúc đó Shevchenko đương giữ chức Đại Sứ kiêm Phó Tổng Thư Ký Liên Hiệp Quốc và quyết định ly khai Liên Xô. Ngày 25 tháng 1, 1980, Shevchenko đã điều trần trước Ủy Ban Tình Báo Quốc Hội Hoa Kỳ về âm mưu thôn tính thế giới của Liên Xô. Điều tiết lộ dưới đây của Shevchenko không hiểu có tác dụng thế nào đối với các "chiến lược gia xa lông" của Hoa Kỳ. Theo lời Shevchenko thì các nhà lãnh đạo Liên Xô "cười muốn tắc thở" vì sự ngây thơ ấu trĩ của Hoa Kỳ đối với vấn đề giới hạn và tài giảm vũ khí chiến lược...[55] "Trong khi cuộc thương thuyết đương tiến hành thì Liên Xô xúc tiến một chương trình võ trang vĩ đại. Sống chung hòa bình chỉ là một câu chuyện giỡn. Giai đoạn khởi đầu của thời đại Hòa Dịu (Détente) đã xẩy ra đồng thời với việc thiết lập một bộ máy chiến tranh kinh khủng trong lịch sử nước Nga".

Nhiều người có cảm tưởng rằng "người Hoa Kỳ là một dân tộc thích ký hiệp ước... để rồi bị lường gạt. Sau mỗi lần bị lường gạt, Hoa Kỳ vẫn khăng khăng tôn trọng các điều khoản của hiệp ước đối với chính kẻ vừa mới lường gạt mình". Nguyên nhân của tình trạng kỳ cục nói trên một phần lớn do áp lực của phe Ngụy Hòa trong giai đoạn cực thịnh của tư tưởng tả phái.

Ngoài việc thêu dệt ra những ảo tưởng để ru ngủ quần chúng, trong khi ngấm ngầm bán đứng quyền lợi của Hoa Kỳ cho Liên Xô, phe Ngụy Hòa còn lợi dụng những nhân vật có uy tín trong tôn giáo và khoa học để xách động quần chúng một cách có lợi cho Liên Xô và chống lại kế hoạch Phòng Thủ Chiến Lược của Hoa Kỳ.

Đó là phần nghiên cứu mà chúng ta sẽ đề cập tới trong tiết mục 5 dưới đây.

---

5. CUỘC TRANH LUẬN KHOA HỌC KỸ THUẬT VỀ SDI

Cuộc tranh luận Khoa Học Kỹ Thuật xẩy ra trước đây hơn 7 thập niên, khi đế quốc Liên Xô còn hùng mạnh và còn ôm mộng thôn tính thế giới. Sau khi quan niệm phòng thủ chiến lược được công bố, Liên Xô phản ứng rất mạnh mẽ, qua những lời phát ngôn liên tiếp của mấy ông Tổng Bí Thư Đảng.

Ta còn nhớ đế quốc Liên Xô đạt tới giai đoạn cực thịnh khi Brejnev đem quân xâm lăng A Phú Hãn vào cuối năm 1979 và đầu năm 1980. Một phần vì cuộc chiến tranh A Phú Hãn, một phần vì cuộc thi đua võ trang, và một phần vì cấp lãnh đạo già nua, nên thoái trào của Liên Xô bắt đầu diễn ra song song với sự qua đời của ba ông Tổng Bí Thư: Brejnev, Andropod, và Chernenko.

Ngược lại với thoái trào của Liên Xô, thì tại Hoa Kỳ tình trạng suy yếu chiến lược trong hai thập niên 1960-1980 đã gây một chấn động chính trị qua hiện tượng Ronald Reagan, một chính khách bảo thủ, đã đắc cử Tổng Thống hai nhiệm kỳ. Cử tri Hoa Kỳ đã cho thấy khuynh hướng Ngụy Hòa bị thua trong cuộc bầu cử Tổng Thống tại hầu hết các tiểu bang. Mặc dầu vậy, ảnh hưởng Ngụy Hòa còn rơi rớt trong giới truyền thông, trong Quốc Hội, và giới giáo dục từ đại học trở xuống. Đó là ba diễn đàn chính trị lớn để phe Ngụy Hòa đưa ra lập luận chống lại quan niệm Phòng Thủ Chiến lược của Reagan.

Trong cuộc tranh luận Khoa Học Kỹ Thuật mà chúng ta sẽ phân tích dưới đây, điểm lý thú nhất mà chúng ta sẽ khám phá ra là:

- Liên Xô phản ứng chống lại quan niệm SDI như thế nào? và

- Các Khoa Học Gia Ngụy Hòa lập luận ủng hộ Liên Xô ra sao?

Nhân đó ta sẽ có dịp điểm mặt những khoa học gia đã để thiên kiến chính trị lấn át tinh thần khoa học chân chính và tinh thần trung thực khách quan. Ta sẽ thấy một số lý luận lừa bịp bị vạch trần. Ta sẽ thấy những sự thông đồng lộ liễu giữa Liên Xô và những thành phần khoa học gia Ngụy Hòa.

5.1. Lập Lờ Đánh Lận Con Đen

Phe Ngụy Hòa đã sử dụng một số khoa học gia của tổ chức Union of Concerned Scientists (UCS) và Federation of American Scientists để trình bầy những lập luận chống lại việc nghiên cứu những vũ khí chiến lược của Hoa Kỳ. Đồng thời những lập luận nói trên được sử dụng làm tài liệu căn bản cho các chính trị gia Ngụy Hòa điều trần trong Quốc Hội hoặc xuyên qua Văn Phòng Lượng Định Kỹ Thuật (Congress Office of Technology Assessment).

Tổ chức UCS là một Liên Đoàn các khoa học gia quan tâm đến sự tồn vong của Liên Xô hơn là sự tồn vong của Hoa Kỳ. Dưới đây là danh sách những khoa học gia được nói đến nhiều nhất và xuất hiện nhiều nhất của tổ chức bình phong Ngụy Hòa:

Hans Bethe, Giáo Sư Danh Dự (Professor Emeritus) tại Đại Học Cornell, lãnh giải Nobel về Vật Lý năm 1967 [56].

Richard Garwin, Giáo Sư Vật Lý Học tại Đại Học Columbia.

Henry Kendal, Giáo Sư Vật Lý Học tại Đại Học MIT, Chủ Tịch Liên Đoàn UCS.

Herbert Lin[57], thuộc Trung Tâm Nghiên Cứu Quốc Tế (Center for International Studies) của Đại Học MIT.

John Pike, Giám Đốc Phụ Trách Chính Sách Không Gian của Tổ Chức Federation of American Scientists.

Sydney Drell, Giám Đốc Trung Tâm An Ninh Quốc Tế và Kiểm Soát Võ Trang (International Security and Arms Control) của Đại Học Stanford.

Carl Sagan, Giáo Sư Thiên Văn và Khoa Học Không Gian, Đại Học Cornell.

Hans Bethe đã đóng vai trò cố vấn cao cấp cho Quốc Hội Hoa Kỳ trong giai đoạn khai sinh ra quan niệm MAD (cả hai cùng chết với nhau) đã thuyết phục Quốc Hội và Hành Pháp Hoa Kỳ đơn phương gỡ bỏ hệ thống Phòng Thủ Chống Phi Đạn Liên Lục Địa (ABM) tại Grand Fork, Dakota[58].

Suốt trong giai đoạn cực thịnh của tư tưởng Ngụy Hòa, Hans Bethe và Richard Garwin đã lợi dụng nhãn hiệu khoa học gia của mình để che mắt các chiến lược gia xa lông trong chính quyền Hoa Kỳ và sử dụng những lập luận bề ngoài có vẻ khoa học kỹ thuật để ảnh hưởng đến đường lối chiến lược hạch tâm của Hoa Kỳ có lợi cho Liên Xô.

Nhưng công việc "làm ăn bất chính" của các khoa học gia này đã bị các khoa học gia đứng đắn khám phá ra và bị vạch trần trước diễn đàn khoa học và diễn đàn Quốc Hội.

Những con số gian lận

Năm 1984, bản báo cáo của tổ chức Union of Concerned Scientists nhan đề "The Fallacy of Star War" (Sự dối gạt trong kế hoạch Star War) đã được sự lưu ý của một khoa học gia chính hiệu, Robert Jastrow[59]. Điều đáng nực cười là Jastrow đã khám phá ngược lại 40 bài toán dối gạt trong lập luận "sửa sai" của Ngụy Hòa (Hans Bethe và Richard Garwin).

Theo những bài toán của Hans Bethe và Richard Garwin, muốn chống trả một cuộc tấn công bằng phi đạn hạch tâm của Liên Xô, hệ thống SDI của Hoa Kỳ phải phóng lên quỹ đạo 2400 vệ tinh chống phi đạn[60]. Sau khi Jastrow vạch ra những con toán sai lầm, một tháng sau nhóm khoa học gia Ngụy Hòa rút bớt con số vệ tinh xuống 800. Và sáu tháng sau, họ tự động rút xuống 300. Con số thực tế nhất là vào khoảng 50 tới 100 vệ tinh.

Phí tổn trung bình để phóng một vệ tinh chống phi đạn là 1 tỷ mỹ kim. Thổi phồng con số từ 100 lên 2400, các khoa học gia Ngụy Hòa đã tăng tổng số phí tổn gấp 24 lần. Đó là một thủ thuật đổi trắng thay đen nhằm thuyết phục Quốc Hội Hoa Kỳ rằng phí tổn của dự án SDI quá cao, đừng bao giờ nên cứu xét tới nó.

Một khám phá thích thú khác của Robert Jastrow là sự gian lận về sức nặng của một loại vũ khí không gian để bắn ra tia "trung hòa tử" (Neutral Particle Beam Weapon)[61]. Các khoa học gia Ngụy Hòa tính rằng sức nặng của loại vũ khí này lên tới 40,000 tấn. Đưa một vũ khí nặng như vậy lên quỹ đạo không gian là một điều phi lý. Nhưng Jastrow đã sửa sai bằng những con toán chính xác và chứng minh rằng vũ khí đó chỉ nặng 25 tấn, tức là các khoa học gia Ngụy Hòa đã thổi phồng con số lên 1600 lần!!! Phát ngôn viên của "Liên Đoàn Khoa Học Gia Thổi Phồng" đã công nhận những sai lầm trên trong một buổi điều trần tại Quốc Hội, nhưng vẫn cố lấp liếm ẩn ý gian lận của mình.

Bằng nhiều cách khác nhau, các khoa học gia Ngụy Hòa cố tình lượng định quá lố những khó khăn và phí tổn của hệ thống SDI trong những bản báo cáo gửi tới Văn Phòng Lượng Định Kỹ Thuật của Quốc Hội Hoa Kỳ. Trong một thí dụ khác, họ cố chứng minh rằng hệ thống SDI là một ảo tưởng vì Liên Xô dễ dàng đè bẹp hệ thống SDI của Hoa Kỳ bằng cách tăng thêm số phi đạn. Những bài toán của họ cho thấy rằng hệ thống SDI sẽ phải gia tăng số vệ tinh cùng tỷ lệ với số phi đạn địch[62], nghĩa là theo như bảng đối chiếu A dưới đây.

Bảng Đối Chiếu A

Nếu số phi đạn địch tăng	4 lần	9 lần	16 lần
Thì số vệ tinh phải tăng lên	4 lần	9 lần	16 lần

Những con số trên đã bị chứng minh là sai. Gregory Canavan[63], một khoa học gia tại Phòng Thí Nghiệm Quốc Gia tại Los Alamos chứng minh rằng số vệ tinh cần gia tăng ít hơn theo như bảng đối chiếu dưới đây:

Bảng Đối Chiếu B

Nếu số phi đạn địch tăng	4 lần	9 lần	16 lần
Thì số vệ tinh phải tăng lên	2 lần	3 lần	4 lần

Canavan nói: "Tôi giải bài toán này trong một tiếng đồng hồ và sau khi uống cạn vài lon la-de". Canavan ngụ ý ám chỉ phe khoa học gia Ngụy Hòa hoặc là quá dốt, hoặc cố tình ngụy tạo bài toán để bịt mắt các chiến lược gia xa lông.

Robert Jastrow cũng dùng những lời lẽ nhẹ nhàng để than phiền về những đồng nghiệp không lương thiện: "Dần dần, tôi ý thức được rằng có rất nhiều lập luận khoa học nửa mùa (pseudo-science) đã được trình bày trước Quốc Hội, quốc dân, và báo chí, mà mọi người tưởng là những phân tích khoa học đứng đắn chính xác. Tác giả của những lập luận (khoa học nửa mùa) đó là những kẻ đi bán dạo một kế hoạch chính trị".

Ta có thể hiểu ngầm rằng kế hoạch chính trị nói trên có bằng sáng chế tại Mạc Tư Khoa.

Sử dụng dữ kiện một cách không lương thiện

Dùng những dữ kiện thiếu chính xác để ngụy tạo ra những con số được thổi phồng lên cả ngàn lần là siêu tác phẩm của các khoa học gia Ngụy Hòa.

Chưa hết. Một số khoa học gia Ngụy Hòa còn sử dụng những dữ kiện một cách không lương thiện để cho vào máy điện toán và sản xuất ra một lý thuyết làm chấn động thế giới.

Năm 1983, Carl Sagan[64] và bốn nhà khoa học khác đã dùng một mô hình điện toán của trái đất với những dữ kiện mà họ dự đoán sẽ có trong trường hợp một cuộc chiến tranh hạch tâm để tính ra những hậu quả đối với trái đất. Theo kết quả của cuộc nghiên cứu này, chắc chắn một cuộc hỏa thiêu vĩ đại sẽ xảy ra do chiến tranh hạch tâm, đưa đến cảnh đen tối mù mịt vì khói bao trùm trái đất, chặn đứng hoàn toàn ánh sáng mặt trời. Hậu quả là trái đất bị đông lạnh và tất cả sinh vật cũng như loài người sẽ bị tận diệt vì một "Mùa Đông Hạch Tâm" (Nuclear Winter).

Thuyết Mùa Đông Hạch tâm dĩ nhiên đã gây chấn động thế giới. Tại sao không? Những khoa học gia cỡ bự mà dùng máy điện toán hiện đại để đưa ra một lý thuyết khoa học, thì lý thuyết này chắc chắn phải có giá trị.

Thực tế không đúng như vậy. Trong ba năm (1984-1986),[65] Trung Tâm Quốc Gia Nghiên Cứu Khí Quyển (National Center for Atmospheric Research) tại Boulder, Colorado, đã dùng một máy điện toán hiện đại hơn và dùng các dữ kiện thực tế hơn để đi đến một kết luận khác xa với lý thuyết

Mùa Đông Hạch Tâm của Carl Sagan.

Mô hình nghiên cứu của Carl Sagan đã vô tình hoặc cố ý thiếu sót một số dữ kiện rất quan trọng như sức hấp thụ khói của những đám mây và nước mưa, sức gió thổi làm tan khói, khối lượng nước của các đại dương có khả năng trao đổi nhiệt, khối lượng đất đai của các lục địa có khả năng hâm nóng và tạo ra mưa, v.v...[66]

Trên đây là những dữ kiện căn bản mà bất cứ một công trình nghiên cứu đúng đắn nào về thời tiết cũng phải lưu ý tới. Carl Sagan đã hơi hấp tấp và quên không xài đến những dữ kiện nói trên vì có ẩn ý chính trị riêng. Carl Sagan thích có một Mùa Đông Hạch Tâm.

Với những dữ kiện đầy đủ và khách quan trung thực của mô hình nghiên cứu tại Boulder, Colorado, thay vì một Mùa Đông Hạch Tâm của Carl Sagan bao quanh trái đất, người ta thấy một kết quả hoàn toàn khác. Ở ngay tại vùng có giao tranh như Hoa Kỳ, Liên Xô, và Gia Nã Đại, người ta chỉ thấy một Mùa Thu Hạch Tâm (nhiệt độ có hạ thấp, nhưng không nhiều quá sức chịu đựng của con người). Ở vùng xa hơn như Mễ Tây Cơ, nhiệt độ có thể giảm bớt khoảng 8 độ F. Ở xa hơn nữa, sự giảm bớt nhiệt độ không đáng kể.

Tại sao Sagan thích có một Mùa Đông Hạch Tâm?

Theo sự suy đoán của một nhà phân tích chiến lược Âu Châu, Albert Wohlstetter, thì nhóm Carl Sagan có ý ru ngủ Hoa Kỳ với ảo tưởng rằng Liên Xô cũng ngán một Mùa Đông Hạch Tâm nên không thể chủ trương gây chiến tranh hạch tâm với Hoa Kỳ. Dù Hoa Kỳ không đánh trả, hậu quả của Mùa Đông Hạch Tâm lan khắp hoàn cầu vẫn tiêu diệt cả Liên Xô.

Nếu các nhà lãnh đạo Hoa Kỳ ngủ mơ theo lý thuyết của Sagan, chắc chắn Liên Xô sẽ ôm bụng cười tắc thở mà chết trong một Mùa Xuân Hạch Tâm!

5.2. Những Lập Luận Mâu Thuẫn Thiếu Lương Thiện

Dùng uy tín khoa học để đề ra những con số gian lận, sử dụng các dữ kiện khoa học một cách không lương thiện để "gò" ra một lý thuyết hợp với ẩn ý chính trị riêng, các khoa học gia Ngụy Hòa đã làm mất đi giá trị của những lập luận chống lại chính sách Phòng Thủ Chiến Lược.

Hậu quả là luận cứ của họ có nhiều khuyết điểm nghiêm trọng.

Chủ quan một cách mù quáng

Ngay từ năm 1977, trong khi Liên Xô đang ráo riết nghiên cứu để phát triển loại vũ khí "Tia Thiên Lôi" (Lightening Weapon, còn được gọi là Electron Beam Weapon, và sau được cải tiến thành Neutral Particle Beam

Weapon, tạm dịch là Tia Trung Hoa Tử), các khoa học gia Ngụy Hòa vẫn ào ào nói rằng loại vũ khí đó không thực hiện được, và chỉ có giá trị trên lý thuyết.

Ta nên nhớ rằng công dụng của vũ khí Trung Hòa Tử cũng giống như công dụng của tia Laser, nhằm tiêu diệt những phi đạn liên lục địa.

Tổng Trưởng Quốc Phòng Hoa Kỳ lúc đó là Harold Brown cũng bị ảnh hưởng lây khi ông tuyến bố:

"Những định luật vật lý dù ở Hoa Kỳ hay ở Liên Xô cũng giống nhau... Tôi tin rằng Liên Xô không thể thực hiện được vũ khí đó trong tương lai gần".[67]

Ngay sau đó, cựu Trung Tướng Tình Báo của Không Quân Hoa Kỳ khám phá ra rằng Liên Xô đã huy động từ lâu 2000 nhà khoa học thượng thặng làm việc ngày đêm trong 350 cơ sở thí nghiệm để thực hiện vũ khí Trung Hòa Tử. Và cuối năm 1979, tạp chí Aviation Week & Space Technology loan báo Liên Xô đã thử nghiệm thành công loại vũ khí này trên mặt đất.[68]

Sự mù quáng chủ quan của khoa học gia Ngụy Hòa có chủ ý rõ rệt: ngăn cản Hoa Kỳ để Liên Xô chiếm ưu thế chiến lược. Richard Garwin (cũng vẫn là nhà khoa học gian lận) lý luận rằng dù vũ khí trung hòa tử có thực hiện được, đối phương vẫn có thể hóa giải bằng cách phóng thêm nhiều phi đạn hạch tâm với đầu đạn giả để tràn ngập hệ thống phòng thủ.

Điểm sai lầm của lập luận này là giá tiền để phóng ta một tia Trung Hòa Tử rẻ hơn giá tiền để sản xuất và phóng lên một phi đạn đa đầu.

Robert Jastrow đã chứng minh sự sai lầm của lập luận Ngụy Hòa trong cuốn sách nhan đề "How to Make Nuclear Weapon Obsolete" (tạm dịch là: "Làm Thế Nào Để Khiến Vũ Khí Hạch Tâm Trở Thành Lỗi Thời"). Jastrow trích dẫn các thí nghiệm của Cơ Sở Khoa Học Lawrence Livermore, cho thấy một vũ khí Trung Hòa Tử (phí tổn khoảng 1 tỷ mỹ kim) có thể tiêu diệt 23 phi đạn đa đầu SS-18 của Liên Xô (trị giá tổng cộng từ 2 tới 3 tỷ mỹ kim). Như vậy là phòng thủ có lời,[69] trái với lập luận của Ngụy Hòa.

Ấu trĩ và nông cạn

Theo lập luận của Carl Sagan, Hebert Lin, Richard Garwin và các khoa học gia Ngụy Hòa, hệ thống SDI phải đối phó với những vũ khí hiện đại có vận tốc cao và số lượng rất lớn, nên phải hoàn toàn lệ thuộc vào một hệ thống siêu điện toán, mà riêng phương diện phối hợp bằng ngôn ngữ riêng của máy điện toán cũng đã phức tạp ngoài khả năng con người sử dụng nó.

Trước khi đi sâu vào vấn đề, ta cần xác định ba yếu tố căn bản để một máy điện toán có thể hoạt động:

Yếu tố thứ nhất: các cơ phận điện tử (hardware)

Yếu tố thứ hai: các dữ kiện, tức là những chi tiết, tài liệu, những con số (data) mà người sử dụng phải cung cấp cho máy điện toán làm việc.

Yếu tố thứ ba: những chỉ thị được viết thành một chương trình (program) cho một công tác mà máy điện toán phải hoàn thành.

Những chỉ thị viết thành một chương trình điện toán tổng hợp với các dữ kiện được gọi là software (phần mềm), để phân biệt với hardware.

Máy điện toán là một sản phẩm của con người và rất biết vâng lời con người qua những chỉ thị và chương trình do con người thảo ra. So với con người, máy điện toán có một ưu điểm vượt bực, và một nhược điểm cũng tối quan trọng. Ưu điểm vượt bực là máy điện toán có thể giải một bài toán nhanh gấp triệu lần một nhà toán học, với điều kiện nó được thảo chương (programmed) đúng cách.

Ngược lại, nhược điểm tối quan trọng của máy điện toán là nó rất "khờ" nếu nó không được thảo chương đúng cách. Để hoàn thành một công việc, nó hoàn toàn tùy thuộc vào những dữ kiện người ta cho vào máy, cộng với chỉ thị do người thảo chương. Nó sẽ không biết làm gì cả nếu con người không viết những chỉ thị thành chương trình và chứa sẵn trong "bộ óc" của nó.

Khi đã được "thảo chương", một máy điện toán có thể làm những chuyện động trời, như điều khiển một phi thuyền không gian, đi thám sát các hành tinh của Thái Dương Hệ, chụp các hình ảnh khoa học trong không gian, ghi nhận các dữ kiện về mức độ phóng xạ trong không gian, các dữ kiện về từ trường, nhiệt độ v.v... và gửi về trái đất. Công Ty Thinking Machine Corp, chẳng hạn, cách đây mấy chục năm, đã chế tạo một máy siêu điện toán tên gọi Connection Machine[70], có khả năng thi hành một tỷ chỉ thị trong một giây đồng hồ. Mặt khác, nó có thể làm việc với 64 ngàn dữ kiện song song cùng một lúc. Nó có một công dụng lớn trong hệ thống SDI.

Nhưng, sự hữu hiệu và sự trung thực của một máy điện toán dù có khả năng cao tới đâu vẫn tùy thuộc vào cách thảo chương trình của người sử dụng và tùy thuộc vào những dữ kiện mà người ta cho vào máy. Nếu người ta sử dụng máy một cách không lương thiện, máy có thể để ra một Mùa Đông Hạch Tâm một cách gian dối như trường hợp của Carl Sagan.

Để thỏa mãn nhu cầu lớn lao của hệ thống SDI, người ta cần có nhiều máy siêu điện toán phối hợp với nhau. Đó không phải là một chuyện dễ dàng. Nhưng các khoa học gia Ngụy Hòa đã sai lầm khi họ "phán" rằng chuyện phối hợp là một chuyện không thực hiện được.[71] Có ba lý do chính mà họ đưa ra:

Lý do thứ nhất: dễ có trở ngại và lầm lẫn khiến máy chạy tầm bậy trong một hệ thống quá lớn. Ta đồng ý là có thể có những trở ngại (danh từ chuyên môn gọi là "production problem" hoặc "bugs"), như đã từng xẩy ra quá bình thường trong quá khứ, và người ta cũng đã vượt qua. Nhưng không phải vì thế mà không thực hiện được.

Một hệ thống điện toán phối hợp nhiều máy điện toán giống như một bộ tham mưu gồm nhiều người châu đầu vào lo một công tác chung. Mỗi cá nhân trong bộ tham mưu có thể có nhiều khuyết điểm và có thể có sai lầm (bugs), vì không ai toàn thiện 100%. Ngay cả bộ tham mưu của một đạo quân bách chiến bách thắng vẫn có thể phạm phải những lỗi lầm đây đó. Nhưng ý kiến tổng hợp của một bộ tham mưu sẽ bổ túc cho những thiếu sót và sai lầm cá nhân. Không bao giờ vì sự bất toàn của một cá nhân mà người ta lý luận rằng bộ tham mưu là vô dụng. Trừ phi người ta muốn phế bỏ bộ tham mưu để đầu hàng giặc cho đỡ mệt.

Những máy siêu điện toán trong một toàn bộ hệ thống điện toán cũng vậy. Chúng có khả năng phối hợp và kiểm chứng để tránh những sai lầm nếu chúng được con người thảo chương trình làm việc như vậy.

Có hai loại trở ngại, sai lầm chính có thể xẩy ra. Loại thứ nhất là những trở ngại bên trong thuộc phạm vi bộ phận điện tử (hardware) hoặc phạm vi software nội bộ. Đối với loại trở ngại này, Herbert Bennington, Giám Đốc Kỹ Thuật của Công Ty System Development Corp, Virginia, nói rằng theo kinh nghiệm, dù có tới 100,000 trở ngại nhỏ không được phát hiện (100,000 undetected errors) một hệ thống software vẫn có thể hoạt động hữu hiệu.[72]

Loại trở ngại thứ hai thuộc phạm vi giải đoán các dữ kiện chiến sự (battle field data). Richard Garwin đưa ra một thí dụ: vệ tinh không thám phát hiện một ống dẫn dầu đang phát hỏa ở Tây Bá Lợi Á, và máy điện toán giải đoán nhầm là phi đạn liên lục địa đang tấn công. Cả hệ thống SDI liền phản công và gây nên đại chiến thế giới.[73] Herbert Lin cũng dùng một hình ảnh tương tự: những hỏa pháo (hot flares) thay vì những ống dẫn dầu đang phát hỏa.[74]

Cả hai lập luận trên của Garwin và Lin đều ấu trĩ và sai lầm vì hai lý do:

Thứ nhất: một hệ thống SDI, ngoài khả năng phát hiện những vật giống như phi đạn, còn có khả năng theo dõi sự di động của vật đó, bám sát đường vận chuyển của vật đó để xác nhận xem mục tiêu có phải là phi đạn đang bay hay không. Do đó, một ống dẫn dầu dù đang phát hỏa cũng không thể giống như một phi đạn liên lục địa vì nó không bay lên trời với vận tốc và gia tốc của một khi đạn liên lục địa. Dù có một ngàn ống dẫn dầu tình cờ phát hỏa ở Tây Bá Lợi Á thì chúng cũng không giống như một ngàn phi đạn liên lục địa của Liên Xô đang bay lên để tấn công.

Thứ hai: giả sử hệ thống SDI có ngây thơ và ấu trĩ như Richard Garwin và Herbert Lin, tưởng lầm ống dẫn dầu phát hỏa là phi đạn của địch, và phản công bằng vũ khí Laser và Trung Hòa Tử, thì hậu quả tệ lắm cũng chỉ làm hư hỏng ống dẫn dầu đã hư hỏng vì phát hỏa, làm chi mà gây nên Đại Chiến Thế Giới? Nhất là nó không gây nên những vụ nổ hạch tâm phát ra phóng xạ có khả năng hủy diệt nhiều triệu con người.

Có lẽ những sinh viên đại học chịu khó theo dõi những vấn đề khoa học cũng không lý luận ngây thơ và ấu trĩ như Garwin và Lin.

Đúng là Richard Garwin và Herbert Lin quá lo xa cho Liên Xô nên đã nghĩ quẩn lo quanh một cách ngây thơ.

Nhưng họ có ngây thơ thực sự hay không?

Có lẽ không. Có lẽ họ chỉ giả bộ "ngây thơ cụ" theo chỉ thị của Mạc Tư Khoa.

Một câu hỏi khác được đặt ra là: Nếu không có hệ thống SDI theo như ý họ mong muốn, và nếu thực sự Liên Xô phóng lên 1000 phi đạn liên lục địa để tấn công Hoa Kỳ, thì Garwin và Lin sẽ đối phó ra sao?

Câu trả lời là: có lẽ họ sẽ mua vé máy bay "non stop" sang Mạc Tư Khoa lánh nạn, vì ngoài giải pháp SDI, họ chưa từng đưa ra giải pháp nào cụ thể và "nghe được" để chống lại 1000 phi đạn Liên Xô.

Lý do thứ hai khiến các khoa học gia Ngụy Hòa phản đối hệ thống SDI là: với vận tốc quá nhanh của máy siêu điện toán trong hệ thống SDI, trong trường hợp chiến tranh xẩy ra, máy điện toán sẽ giành quyền quyết định ngoài chiến trường và con người không còn quyền chủ động.

Trước hết, chưa chắc các nhà khoa học Ngụy Hòa nghĩ được tới mức này, nhưng vì Liên Xố nói thế, nên họ vội nói theo.[75]

Vấn đề đặt ra là: Hoa Kỳ có hai sự lựa chọn khi phải đối phó với sự tấn công của Liên Xô.

Lựa chọn thứ nhất: với máy siêu điện toán và hệ thống SDI, Hoa Kỳ có khả năng phát hiện sự tấn công hạch tâm của Liên Xô trong một thời gian ngắn nhất, để có thêm thời giờ và khả năng để quyết định những biện pháp thích ứng nhằm bảo toàn tối đa chủ lực chiến lược của mình, cũng như bảo toàn mạng sống của mình.

Lựa chọn thứ hai: Nếu không có máy siêu điện toán và hệ thống SDI, Hoa

Kỳ đành ngồi khoanh tay chờ phi đạn hạch tâm của Liên Xô mưa lên đầu.

Trong hai sự lựa chọn trên, sự lựa chọn nào tốt hơn? Dĩ nhiên những kẻ ủng hộ Liên Xô sẽ thích sự lựa thứ hai.

Lý do thứ ba khiến các nhà khoa học Ngụy Hòa chống hệ thống SDI: các nhà khoa học này lý luận rằng hệ thống điện toán của SDI không thể giải quyết được những bài toán bất ngờ (vạn nhất chiến tranh xảy ra) mà con người không dự trù trước được để có giải pháp ứng phó. Những tỷ dụ được đưa ra là: làm sao dự trù trước được ý đồ của Liên Xô, cách tấn công Liên Xô, những biện pháp nghi binh nghi trang của Liên Xô? Và như vậy, thì làm sao "thảo chương" trước cho máy điện toán ứng phó?

Điểm sai lầm nghiêm trọng của các khoa học gia Ngụy Hòa là họ đã đi lạc khỏi vấn đề căn bản và quên mất rằng:

Thứ nhất: với tất cả khả năng sẵn có của con người để dự trù và ứng phó với chiến tranh, nếu cộng thêm với kỹ thuật hiện đại của hệ thống vũ khí SDI, khả năng con người chỉ có tăng chứ không giảm bớt, trừ trường hợp dưới đây:

Thứ hai: bị phe Ngụy Hòa nói khích, những người chỉ huy hệ thống SDI phơi bày hết gan ruột về những biện pháp đối phó với ý đồ bất ngờ của Liên Xô. Trong trường hợp này, phe Ngụy Hòa chắc chắn sẽ thành thực khai báo cho Mạc Tư Khoa biết hết kế hoạch của Hoa Kỳ.

Nhưng có điều chắc chắn Hoa Kỳ dưới thời Reagan không đến nỗi ngây thơ như Ngụy Hòa hy vọng.

5.3.   Dọn Đường Cho Bọn Ăn Cắp Kỹ Thuật

Những cuộc tranh luận về SDI do các khoa học gia Ngụy Hòa khơi mào đã cho thấy những sự gian lận, những lập luận thiếu lương thiện, ấu trĩ, chủ quan của họ nhằm một số những mục tiêu sau đây:

Thứ nhất: làm quần chúng hiểu sai lạc về khía cạnh kỹ thuật và phí tổn của hệ thống SDI, và nhờ đó tạo áp lực chính trị chống đối.

Thứ hai: tạo một màn hỏa mù để bịt mắt và lừa bịp các chiến lược gia xa lông, gây hậu thuẫn cho các chính trị gia Ngụy Hòa tại Quốc Hội Hoa Kỳ.

Thứ ba: tạo áp lực tranh luận công khai khiến Bộ Quốc Phòng Hoa Kỳ phải tiết lộ những bí mật kỹ thuật có tầm quan trọng chiến lược mà Liên Xô cần biết.

Vấn đề bảo mật là một sơ hở quan trọng của hệ thống an ninh Hoa Kỳ và là mối quan tâm hàng đầu ngay khi Ronald Reagan lên làm Tổng Thống. Sự sơ hở trong vấn đề an ninh bảo mật đã xảy ra trên bốn lãnh vực:

Lãnh vực pháp lý

Đạo luật Freedom of Information Act từ gần hai chục năm trước đó (bắt đầu giai đoạn cực thịnh của Ngụy Hòa) đã mở một kẽ hở lớn để những bí mật an ninh quốc gia lọt ra ngoài. Ngày 21 tháng 7, 1981, trong một buổi điều trần trước Quốc Hội Hoa Kỳ, Ông Bobby Ray Inman, Phó Giám Đốc CIA, cho biết: theo đạo luật Freedom of Information Act, ngay cả nhân viên mật vụ KGB cũng có quyền đòi biết những tài liệu mật, và nếu cơ quan CIA từ chối cung cấp, mật vụ Liên Xô có quyền truy tố cơ quan CIA trước tòa án Hoa Kỳ.[76]

Truyền thống tự do của Hoa Kỳ

Điều trình bày của Ray Inman không phải là câu chuyện giả tưởng. Nó là những câu chuyện ngớ ngẩn có thật trong nền tự do của Hoa Kỳ. Ngày 19 tháng 1, 1979, một tùy viên Hải Quân Liên Xô đến cơ quan GAO (General Accounting Office) đòi hỏi một số tài liệu mật chưa hề bao giờ được công bố cho quần chúng.[77] Vậy mà y lại có một danh sách những tài liệu đó. Đầu tháng 2-1982, Thượng Nghị Sĩ Orrin Hatch của Tiểu Bang Utah xác nhận rằng tùy viên Hải Quân Liên Xô nói trên, tên là Vladimir Kvasov, ít nhất đã lấy được 5 bản báo cáo mật, trong đó có cả tài liệu về hệ thống vũ khí và khả năng sẵn sàng đối phó của Quân Lực Hoa Kỳ!

Lề luật an ninh tắc trách của các cơ quan làm việc với Bộ Quốc Phòng

Ngày 18 tháng 4, 1985, cuộc điều trần của Christopher Boyce trước Quốc Hội Hoa Kỳ cho thấy việc ăn trộm tài liệu mật dễ như thò tay vào túi lấy đồ vật.

Boyce làm việc cho hãng TRW, một nhà thầu cho Bộ Quốc Phòng Hoa Kỳ. Theo lời khai của Boyce, nhà thầu không hề điều tra về lý lịch, lối sống cũng như thái độ của Boyce. Và chỉ cần kiểm soát sơ sơ về sự giao du của Boyce, họ cũng sẽ biết bạn bè của Boyce toàn là thành phần hip-pi, ghiền bạch phiến, Ngụy Hòa, và chính Boyce là người có ác cảm với chính quyền Hoa Kỳ và cơ quan CIA. Cũng theo lời khai của Boyce, việc ăn trộm tài liệu mật thật là quá dễ dàng vì nhân viên an ninh của công ty quan tâm bảo vệ những bình hâm nóng cà phê hơn là bảo vệ những tài liệu mật. Trong suốt hai năm trời của thập niên 1970-1980, Boyce đã bán cho Liên Xô những tài liệu về vệ tinh tình báo của Hoa Kỳ.

Nghe mà lạnh gáy.

Lãnh vực nghiên cứu và trao đổi khoa học kỹ thuật

Những bí mật về khoa học kỹ thuật có tầm quan trọng đối với nền an ninh của Hoa Kỳ đã lọt vào tay Liên Xô qua hai ngả chính: sự trao đổi tin tức giữa các khoa học gia Hoa Kỳ và Liên Xô; và những kỹ thuật được bán cho Liên Xô dưới hình thức máy móc trang bị trong giai đoạn Hòa Dịu.

Ngày 7 tháng 1, 1982, Phó Giám Đốc CIA nói với các khoa học gia và kỹ sư Hoa Kỳ rằng họ phải tự kiểm soát việc xuất cảng các tài liệu kỹ thuật, nếu không thì pháp luật sẽ phải can thiệp để chấm dứt tình trạng nguy hiểm trong đó kỹ thuật hiện đại về quân sự và kinh tế của Hoa Kỳ lọt vào tay kẻ thù[78]. Ông Inman muốn nói tới một Chỉ Thị Hành Pháp (Executive Order) của Tổng Thống Reagan đối với vấn đề an ninh bảo mật.

Đứng trước những biện pháp cứng rắn của chính quyền Reagan đối với vấn đề bảo vệ bí mật quân sự Quốc Phòng, Liên Xô sẽ có ít hy vọng ăn cắp kỹ thuật hiện đại của Hoa Kỳ để trang bị cho hệ thống SDI của họ.

Trong cuộc chạy đua về kỹ thuật SDI, nếu Liên Xô không còn các nguồn tài liệu kỹ thuật của Hoa Kỳ, và nếu Hoa Kỳ quyết tâm theo đuổi việc nghiên cứu và phát triển hệ thống SDI, thì chắc chắn Hoa Kỳ sẽ vượt xa Liên Xô trong khả năng Phòng Thủ Chiến Lược, và Liên Xô sẽ khó có hy vọng tiêu diệt Hoa Kỳ trong một cuộc chiến tranh hạch tâm.

KẾT LUẬN

Tài liệu nghiên cứu này đã tóm lược những vấn đề khái quát và căn bản của quan niệm Phòng Thủ Chiến Lược trong giai đoạn gay cấn nhất của cuộc Chiến Tranh Lạnh.

Hệ thống Phòng Thủ Chiến Lược SDI, trên nguyên tắc, sẽ được kéo dài cho tới giữa hoặc cuối thập niên 1990-2000. Trên thực tế, nó không được hoàn tất vì hai lý do chính:

Thứ nhất: Liên Xô bị sụp đổ vào tháng 8 năm 1991 sau khi các chư hầu Đông Âu thay nhau rã ngũ, và sau khi Liên Xô bị phá sản về kinh tế, chính trị và quân sự. Do đó, hệ thống SDI tạm thời mất đối tượng để có lý do phát triển.

Thứ hai: từ năm 1992, Hành Pháp rơi vào tay Tổng Thống Clinton thuộc phe Dân Chủ, do đó luật chơi lại thay đổi hoàn toàn.

Tuy nhiên, khả năng phòng thủ chống phi đạn liên lục địa đã có trớn để phát triển, nên không hoàn toàn bị vứt vào thùng rác của lãng quên.

Đề tài Phòng Thủ Chiến Lược SDI viết lại một trang sử cực kỳ quan trọng kết thúc cuộc Chiến Tranh Lạnh, đánh dấu sự sụp đổ của siêu cường Liên Xô. Nhiều nhà nghiên cứu cho rằng cuộc thi đua giữa Hoa Kỳ và Liên Xô trong kế hoạch SDI một phần nào đã đưa đến sự phá sản kinh tế của siêu cường Cộng Sản trước khi nó bị sụp đổ.

Điều rất đáng tiếc là Việt Nam Cộng Hòa đã không còn tồn tại để được chứng kiến sự sụp đổ này.

CHƯƠNG VIII:
CÁCH MẠNG THÁNG MƯỜI –
LIÊN BANG XÔ VIẾT ĐƯỢC KHAI SINH

Sự đánh giá những vấn đề chính đưa đến sự hình thành Liên Bang Xô Viết chỉ có thể thực hiện được phần lớn sau khi Liên Xô sụp đổ và một phần những tài liệu, dữ kiện quan trọng về Liên Xô được giải mật.

1. BỐI CẢNH CỦA TƯ TƯỞNG XÃ HỘI MÁC XÍT TẠI ÂU CHÂU

Một trong những nguyên nhân gần đưa đến sự xuất hiện của Liên Xô là tình trạng rối loạn vô trật tự ngay sau Đệ Nhất Thế Chiến. Mặt khác, vì những nhà cách mạng Liên Xô tự xưng danh hiệu xã hội chủ nghĩa cho nên muốn tìm ra nguồn gốc sâu xa nhất người ta phải tìm về cuộc Đại Hội của các nhà đại diện xã hội chủ nghĩa (Mác Xít) ngày 14 tháng 7, 1889, tại Ba Lê. Đó là dịp kỷ niệm 100 năm cuộc cách mạng Tư Sản Dân Quyền của Pháp.[1]

1.1. Hứa Hẹn Cuộc Giải Phóng Thợ Thuyền

Theo sự suy nghĩ của các nhà xã hội chủ nghĩa, cuộc cách mạng 1789 của Pháp chỉ giải phóng con người trên phương diện hình thức. Trên thực tế, sự thịnh vượng xã hội và quyền lực kinh tế còn nằm trong tay một thiểu số tư sản (bourgeois) chứ không nằm trong tay đại đa số người dân. Và đa số dân thợ thuyền còn bị bóc lột. Ba Lê Công Xã bị đàn áp đẫm máu năm 1871 vì quyền lực chính trị nằm trong tay giới "tư sản" Pháp. Trong khi chính quyền Pháp ăn mừng thành quả 100 năm của cuộc Cách Mạng 1789, thì đại diện các nhà sáng lập xã hội chủ nghĩa họp kín và ra bản tuyên ngôn của phong trào "Đệ Nhị Quốc Tế" (Second International) đại ý đề cao giới lao động thợ thuyền nghèo đói vì bị bóc lột và hứa hẹn cuộc giải phóng thợ thuyền để đem lại sự thịnh vượng cho mọi giới thợ thuyền không phân biệt nam nữ.

Ở đây ta cần ghi nhớ là Đệ Nhất Quốc Tế (First International) của Marx chưa bao giờ thành hình.

Trong Đại Hội của Đệ Nhị Quốc Tế nói trên, đại diện của các đảng xã hội Mác Xít của Âu Châu đến từ các nước Áo, Ý Đại Lợi, Na Uy, Nga, Thụy Điển, Anh, Bỉ, Hy Lạp, Tây Ban Nha và Bồ Đào Nha. Ngoài ra cần phải nói là người đồng chí của Marx là Engels cũng hiện diện trong Đại Hội.

Đại Hội này trên căn bản đã sáng lập ra các đảng dân chủ xã hội của nhiều nước Âu Châu, tất cả dập khuôn theo lập trường Mác Xít tức là thiết lập một số nguyên tắc cho một trăm năm sau đó: tiếp diễn cuộc tranh đấu trong nền dân chủ, đòi hỏi quyền phổ thông đầu phiếu, tiến tới giành chính quyền một cách hòa bình, điều hành thị trường lao động, chấm dứt mọi kỳ thị, kể cả kỳ thị nam nữ.

Định nghĩa thế nào là thợ thuyền - Thặng Dư Giá Trị - Tư Bản Bóc Lột

Ở đây, trước hết ta cần định nghĩa một số từ ngữ hay được sử dụng trong cuốn sách này. Đó là "thợ thuyền, lao động", "thặng dư giá trị", "bóc lột", và "Tả Phái" (the Left).

Theo sự định nghĩa của người Mác-Xít, từ ngữ "thợ thuyền, lao động" dùng để chỉ những công nhân làm việc trong các xưởng kỹ nghệ sản xuất hàng hóa vật chất và được chủ trả lương cho công việc sản xuất. Theo cách nhìn của Marx, mức lương của người thợ không tương xứng với số lượng lao động mà người thợ đã đóng góp để hoàn thành những sản vật. Mức lương xứng đáng với sức lao động đóng góp đáng lẽ phải cao hơn nhiều. Sự cách biệt giữa hai mức lương đó được Marx gọi là "thặng dư giá trị" (surplus value) mà người chủ đã cướp đi, và kết quả tất nhiên là người thợ đã "bị chủ tư bản bóc lột".

Ngoài ra các cá nhân làm các ngành nghề lao động khác như thợ rèn, thợ mộc, thợ giầy, thợ in, thợ gạch, v.v...được liệt kê vào hàng ngũ "tư sản" (bourgeois) vì họ tự làm chủ, theo định nghĩa của Mác.[2]

Mặt khác, từ ngữ "Tả Phái" là từ ngữ có nguồn gốc tại Pháp, thời Vua Louis 16, trước cuộc cách mạng 1789. Thời đó, mỗi khi nhà vua triệu tập Đại Hội Quốc Gia (Etats Généraux) thì giới Đại Địa Chủ, giới Quý Tộc, và giới Giáo Quyền được xếp ngồi ở bên phải (Phe Hữu) của ghế chủ tọa, trong khi đại diện của Nhân Dân tức là giới trung lưu thì được xếp ngồi ở phía trái (Phe Tả).[3]

Đối với trình độ hiểu biết của giới thợ thuyền lao động vào thời "đệ nhị quốc tế", lý thuyết của Marx rất phức tạp và trừu tượng. Vì thế việc truyền bá lý thuyết Mác-Xit trong giới thợ thuyền nhằm mục đích xách động đấu tranh là một việc cực kỳ khó khăn.

1.1.1.   Lẽ Tất Yếu Lịch Sử (Historical Determinism)

Do đó, các lý thuyết gia xã hội Mác Xít của Âu Châu đã diễn giải và đơn giản hóa lý thuyết Mác Xít để làm cho nó dễ phổ cập trong đại chúng Âu Châu thời đó. Một cách đơn giản, lý thuyết Mác Xít được tóm tắt trong ba luận điểm dưới đây:

Thứ nhất: hệ thống tư bản (vào thời mà Karl Marx có cơ hội quan sát) là một hệ thống bất công, giới tư bản (chủ các xí nghiệp) bóc lột giới thợ thuyền bằng cách chiếm hữu phần lớn những thành quả lao động của giới thợ thuyền. Marx dùng ý niệm "thặng dư giá trị" (surplus value) của lao động để chỉ phần giá trị bị giới chủ tư bản cướp giật của người thợ khiến người thợ biến thành vô sản.

Thứ hai: tình trạng mâu thuẫn giữa giai cấp tư bản và giai cấp vô sản là một "mâu thuẫn biện chứng" qua các giai đoạn của lịch sử. Theo Marx (và Engels) thì mâu thuẫn giữa tư bản và vô sản đưa đến cuộc đấu tranh giai cấp và sự kiện giai cấp tư bản sẽ sụp đổ là một sự kiện "tất yếu" của lịch sử (historical determinism) theo đúng biện chứng pháp (Dialectic) của lịch sử.

Thứ ba: "Tiến trình giai cấp đấu tranh đưa đến sự sụp đổ tất yếu của chủ nghĩa Tư Bản sẽ diễn ra như thế nào?". Tiếc thay, Mác chưa mô tả được thì ông đã vội quy tiên. Vì thế những người đồ đệ của ông ở mỗi quốc gia khác nhau đã tỏ ra lúng túng và đưa ra nhiều chủ trương đường lối tranh đấu không giống nhau.

Trước hết, tại Pháp và Anh, có rất ít tài liệu phổ biến lý thuyết Mác Xít vì những lý do khó giải thích, trong khi ở Đức thì có nhiều lý thuyết gia gạo cội đã phát triển những chủ trương rõ rệt như Kautsky, Lenin, Rosa Luxemburg, v.v...

1.1.2. *Chủ Nghĩa Xã Hội Ôn Hòa Và Xã Hội Quá Khích*

Mặt khác, để thực hiện những thay đổi chính trị trong mỗi quốc gia, các đảng Mác Xít mang nhãn hiệu "Dân Chủ Xã Hội" (Social Democratic) và tất cả đều chủ trương hòa bình và dần dần tham dự vào chính quyền chung với các đảng phái tư sản. Trên nguyên tắc của Đệ Nhị Quốc Tế thì người thợ "vô sản quốc tế" là những người vô tổ quốc, và chọn thái độ chống chiến tranh (pacifist). Điều này cũng dễ hiểu vì trong chiến tranh vô sản nước này sẽ chém giết vô sản nước kia. Tuy nhiên, trên thực tế, khi chiến tranh xảy ra thì mỗi đảng xã hội Mác-Xít tại từng quốc gia Âu Châu không chủ trương giống nhau.

Tại một số nước Âu Châu đảng xã hội đã hợp tác với chính quyền trong hòa bình, trong khung cảnh của chế độ đại nghị (parliamentary environment) do đó cũng hợp tác với chính quyền đương nhiệm khi Đệ Nhất Thế Chiến xảy ra. Riêng tại Đức, những người lãnh đạo của đảng Xã Hội chủ trương phản chiến. Lenin không chủ trương phản chiến một cách cực đoan, vì ông ta nhìn thấy tình trạng khủng hoảng có thể xảy ra trong chiến tranh là cơ hội tốt để làm một cuộc cách mạng cướp chính quyền.

Mặc dầu vậy, Lenin và những người đồng chí cũng chưa có một chương trình rõ rệt về những chuyện sẽ phải làm sau khi cuộc cách mạng thành công.[4]

Trên đây là tóm tắt bối cảnh chính trị của Âu Châu đưa đến cuộc cách mạng Bôn Sê Vích (Bolshevik) tại Nga do Lenin khởi xướng và lãnh đạo trước khi Stalin lên kế nghiệp.

Lenin, tên thật là Vladimir Ilich Ulyanov sinh năm 1970 tại Simbirks trên bờ sông Volga, nước Nga. Lenin đã từng bị án tù 3 năm ở Tây Bá Lợi Á vì bị bắt đang khi mang theo sách vở quốc cấm trên đường di chuyển.

2.   LENIN VÀ CUỘC CÁCH MẠNG THÁNG MƯỜI

Lenin hấp thụ chủ nghĩa Mac-Xít trước khi tròn 19 tuổi, và hoạt động cách mạng ở Âu Châu trước khi quay về Nga. Sinh ra trong một gia đình Thiên Chúa Giáo nhưng Lenin coi tôn giáo là kẻ thù. Nhất là những thầy tu thánh thiện bị Lenin coi là cực kỳ nguy hiểm. Lenin không sợ những thầy tu hư hỏng, tội lỗi, vì những người này là những đối thủ dễ bị đánh bại. Lenin sợ nhất những thầy tu hành đạo trong sứ mạng bênh vực người nghèo khổ, vô sản.[5]

Lenin hành động một cách cuồng tín quá khích và chủ trương bạo lực cực đoan, không tha thứ, mạnh mẽ tin tưởng vào phương cách tổ chức bí mật nhằm đạt mục tiêu của cuộc cách mạng. Mặc dầu cuồng tín trong tư tưởng nhưng, khi nào cần thiết trên mặt chiến lược, ông ta sẵn sàng mềm dẻo uyển chuyển, hy sinh trong ngắn hạn miễn đạt được mục tiêu dài hạn.

Lenin coi tư tưởng Mác-Xít có nền tảng khoa học uyên thâm, nhưng cần phải lợi dụng giới trí thức tiểu tư sản để chuyên chở tư tưởng của Marx tới giới thợ thuyền vô sản.[6]

2.1.   Nền Độc Tài Chuyên Chính Của Lenin[7]

Là một người có khả năng tổ chức, và tin tưởng cuồng tín vào sức mạnh của sự tổ chức, Lenin đã sớm quy tụ một nhóm trong đảng Dân Chủ Xã Hội thành một khối gọi là Bolshevik (khối đa số), tách rời nó khỏi khối Menshevik (khối thiểu số), và tự biến thành lãnh tụ tuyệt đối. Plekanov, người sáng lập ra đảng Mác-Xít Nga tố cáo Lenin "phát triển tinh thần chuyên quyền phe đảng" (có nghĩa là độc tài đảng trị). Theo Plekano, Lenin đã lẫn lộn quan niệm "Nền Độc Tài của giới Vô Sản" với quan niệm "Nền Độc Tài áp đặt trên giới Vô Sản". Cũng trong tinh thần đó, năm 1904, Trotsky gọi Lenin là "Robespierre" của cuộc cách mạng 1789, và là một nhà độc tài khủng bố tìm cách biến giới lãnh đạo đảng thành một thứ ủy ban an ninh công cộng.

Cũng theo lời tố cáo của Trotsky thì Lenin tập trung quyền lực của đảng vào ban tổ chức, rồi từ ban tổ chức tập trung vào Trung Ương Đảng, rồi cuối cùng chuyển quyền lực của Trung Ương Đảng vào tay một nhà Độc Tài. Năm 1910, Bà Krzhizhanovskaya viết: "Ông ta một mình chống lại Đảng. Ông ta sẽ phá hủy Đảng" (ám chỉ Đảng Dân Chủ Xã Hội của Nga).

Đứng trước những lời chỉ trích chống đối, Lenin không quan tâm, không ngừng lại một phút để suy nghĩ. Lenin luôn luôn đề cao chủ nghĩa Mác-Xít là một sự thật khách quan, và chủ trương rằng chủ nghĩa Mác-Xít Chính Thống không cần bất cứ một sự xét lại nào trên phương diện triết lý hoặc chủ thuyết kinh tế chính trị hoặc lịch sử.

Trên thực tế, Lenin không bao giờ là một người Mác-Xít Chính Thống. Lenin chỉ sử dụng phương pháp luận của Mác-Xít và lợi dụng Biện Chứng Pháp để biện minh cho hành động của mình. Lenin hay sử dụng Lẽ Tất Yếu của Lịch Sử để thuyết phục đối thủ nhưng thường không hành động theo Lẽ Tất Yếu của Lịch Sử. Lenin đã nhiều khi lâm cảnh bất ngờ trước một hoàn cảnh Lịch Sử éo le khi Lẽ Tất Yếu lịch sử không thấy xuất hiện.

Cuộc Đệ Nhất Thế Chiến 1914 đã không được Lẽ Tất Yếu Lịch Sử cho phép xảy ra. Lenin càng hoang mang hơn vì hàng ngũ xã hội chủ nghĩa quốc tế đã không đoàn kết lại để chống chiến tranh. Lenin hết sức ngạc nhiên vì sự sụp đổ của chế độ Nga Hoàng không có bóng dáng của Lẽ Tất Yếu Lịch Sử. Lenin tiên đoán chắc chắn Cuộc Nổi Dậy Toàn Thế Giới sẽ xảy ra, và hết sức thất vọng khi nó nằm êm rơ.

Mặc dầu Lenin không hiểu nổi diễn tiến của lịch sử nhưng sự thành công lớn nhất của Lenin là khả năng chớp thời cơ khi diễn tiến bất ngờ xảy ra một cách thuận lợi.

Với khả năng tổ chức, đường lối hành động của Lenin bắt đầu với một nhóm cán bộ có kỷ luật cao và sẵn sàng tuyệt đối tuân theo chỉ thị của một người lãnh đạo. Sau đó nhóm cán bộ phải được huấn luyện thuần thục để hành động cách mạng. Lenin coi trọng hành động cách mạng hơn là lý thuyết cách mạng. Những cán bộ của Lenin được huấn luyện về ý niệm bạo lực, học sử dụng vũ khí của bạo lực để thực hiện những giải pháp bạo lực.

Theo tác giả Paul Johnson trong cuốn Modern Times, Lenin không đủ kiên nhẫn để làm một nhà Mác-Xít chính thống. Lenin chỉ lợi dụng phương pháp luận của Mác. Lenin lợi dụng biện chứng pháp của Engels để biện minh cho hành động. Nhưng khi hoàn cảnh không phù hợp với lý thuyết Mác-Xít về Lẽ Tất Yếu của Lịch Sử thì Lenin sẵn sàng gạt phăng lịch sử sang một bên nếu nhìn thấy cơ hội thuận tiện để làm một cuộc nổi dậy.

Hoàn cảnh nước Nga lúc đó, nếu luận theo sách vở Mác-Xít, thì chưa chín mùi vì xã hội Nga còn nặng về nông nghiệp, lạc hậu về kỹ nghệ và không có một nền tảng tổ chức tư bản như tại Anh và Pháp. Cuộc Cách Mạng Tháng Mười (1917) do nông dân là khối đa số, trong khi thợ thuyền vô sản chỉ chiếm không tới 10% dân số (103.2 triệu nông dân vào năm 1013, và 15 triệu thợ thuyền, trên tổng số 160 triệu).[8]

Do đó, để cướp chính quyền, Lenin đã theo mô hình Phát-Xít của Mussolini mà Lenin đã quan sát ở Ý, và áp dụng mô hình đó vào nước Nga.[9]

2.1.1.   *Chớp Thời Cơ - Cướp Chính Quyền*

Thời cơ xẩy ra vào cuối cuộc Đệ Nhất Thế Chiến, khi chiến tranh bước vào giai đoạn tàn khốc trên mặt trận Đức-Nga. Trong liên minh chống Đức, Nga là mắt xích yếu nhất. Riêng trong năm 1915, Nga đã bị tổn thất 2 triệu quân kể cả bị chết, bị thương và bị bắt làm tù binh.[10]

Sở dĩ nước Nga lâm vào thế yếu trước hết là vì cấp chỉ huy quân sự bất lực (inefficient) và liều lĩnh ẩu (reckless). Lý do thứ hai: quân đội Nga phần lớn là nông dân bị bắt làm lính, thiếu huấn luyện, thiếu trang bị vũ khí, thiếu quần áo ấm, và thiếu lương thực. Hai lý do chính nêu trên đã khiến cho quân Nga thiệt hại thêm một triệu người vào năm 1916. Quân đội Nga thù ghét Nga Hoàng tàn bạo và họ không có lý do để chết cho Nga Hoàng. Do đó chế độ cũng như chính sách của Nga Hoàng đã đi đến chỗ phá sản. Nhiều cuộc biểu tình chống đối lan rộng khắp nơi, quân đội nổi loạn xung quanh Petrograd (trước kia là St. Petersburg). Tháng Ba năm 1916 Nga Hoàng bắt buộc phải thoái vị, nhường quyền cho một chính phủ lâm thời do giới trí thức trung lưu và ông Hoàng Lvov lãnh đạo. Với mục đích tiếp tục chiến tranh chống Đức, cần xoa dịu và mua chuộc nông dân, chính phủ lâm thời đã hứa hẹn cải cách dân chủ và thành lập một chính quyền hợp hiến. Chính phủ lâm thời sau đó đã nhường quyền lại cho một chính phủ mới của luật sư Aleksander Kerenski.

Chính phủ lâm thời Kerenski được thành lập do sự hợp tác giữa hai phe: phe ôn hòa lập hiến (constitutionalist) tạm thời nắm quyền, và phe thứ hai là nhóm xã hội chủ nghĩa Soviet (Soviet theo Anh ngữ là Workers Committee, tạm dịch là Ủy Ban Công Nhân Thợ Thuyền) tại Petrograd đại diện cho giới thợ thuyền và binh lính được dựng lên do quân lính nổi loạn tại thành phố. Hai phe nói trên theo đuổi mục tiêu khác nhau. Nhóm ôn hòa muốn tiếp tục cuộc chiến và muốn mua chuộc nông dân bằng cách chia đất cho nông dân nghèo. Trong khi đó, nhóm xã hội Mác-Xít chủ trương chống chiến tranh và thực hiện cách mạng xã hội chủ nghĩa.

Nhóm thứ ba hiện hữu tại Nga là nhóm Bolshevik thì bị gạt ra ngoài vì những cán bộ lãnh đạo còn đang sống lưu vong. Lúc đó bộ Tư Lệnh Tối Cao của Đức muốn "giúp" cho Chính Phủ Lâm Thời của Nga mau sụp đổ, nên đã cho Lenin được phép an toàn trở về biên giới Nga qua ngả Thụy Sĩ. Lenin ngạc nhiên vì may mắn được Đức giúp, đã lẻn về được tới Petrograd, và tiếp tục sững sờ vì không bị ai bắt giam tại Nga.

Lenin vội vã chớp thời cơ, liên minh với nhóm Soviets để chống lại Kerenski, vì nghĩ rằng nhóm vô sản này là phương tiện tốt nhất để thực hiện cách mạng lâu dài. Tháng 7 năm 1917 lực lượng Bolshevik của Lenin tổ chức cuộc nổi dậy nhưng cuộc khởi nghĩa này bị dập tắt. Lenin phải bỏ trốn qua Phần Lan.[11]

Chính phủ lâm thời của Kerenski không khá hơn trong nỗ lực chiến tranh với Đức. Cũng trong tháng 7, quân Nga mở cuộc tấn công mới nhưng bị thiệt hại nặng. Sau nhiều năm chiến tranh kéo dài, dân Nga đói khát khắp nơi, không còn tiếp tục chịu đựng thêm nữa. Quân đội Nga đã rã ngũ nhanh chóng, nhất là hàng ngũ binh lính gốc nông dân càng rã ngũ nhanh hơn khi họ nghe tin sẽ được chia đất để cày cấy.

Lần này, Lenin chờ đợi kiên nhẫn hơn. Ông ta chờ cho tới đúng lúc chính phủ lâm thời sụp đổ rồi mới ra tay, với một chương trình đơn giản:

Thứ nhất: Hòa với Đức

Thứ hai: Chia Đất cho nông dân.

Thứ ba: Nhường quyền tối cao cho khối Soviet.

Khi Kerenski đưa ra đề nghị thành lập một quốc hội lập hiến, Lenin đã đưa ra phản đề nghị thành lập một đại hội Soviet cho toàn dân Nga. Nhờ đó sau khi xâm nhập người Bolshevik vào khối Soviet để nắm đa số khối này, Lenin kêu gọi thủy quân và bộ binh nổi loạn. Một phần ba số quân đội tại Petrograd đã nổi loạn với vũ khí trong tay.[12]

2.1.2. *Nền Độc Tài Chuyên Chính Của Giai Cấp Vô Sản*

Cùng với 20,000 đảng viên và đoàn viên Bolshevik, Lenin đã cướp chính quyền vào ban đêm 6-7 tháng 11, 1917. Nhóm Bolshevik cai quản thành phố Petrograd và quốc hội Soviet (Congress of Soviets) cai trị toàn nước Nga. Sau đó, ngày 3 tháng 3, 1918, hòa ước Brest-Litvosk được ký với Đức. Với hòa ước này, Lenin tạm thời có thì giờ ngắn ngủi để thiết lập và củng cố cái mà ông ta gọi là nền Độc Tài của Giai Cấp Vô Sản (the Dictatorship of the Proletariat). Những nét đại cương về đường lối chính sách của nền độc tài này được Lenin tóm lược trong một tài liệu ngắn nhan đề Nhà Nước và Cách

Mạng:

Thứ nhất: Đảng Bolshevik độc quyền lãnh đạo đất nước.

Thứ hai: Không còn cảnh người bóc lột người.

Thứ ba: Nhà nước là chính quyền tư sản, nhưng không còn giai cấp tư sản (vì toàn dân sẽ biến thành giai cấp vô sản)

Thứ bốn: Nền kinh tế bị đặt dưới chính sách tập trung chỉ đạo.

Vì giai cấp tư bản đã bị thủ tiêu nên không còn giai cấp đấu tranh, và chỉ còn một Đảng duy nhất để lãnh đạo đất nước. Bất cứ một đảng nào chống đối đều không thể tha thứ được.

Hội Đồng các Ủy Viên (The Council of Commisars) do Lenin đứng đầu, với Trotsky phụ trách quốc phòng và ngoại giao. Để quản trị và điều hành việc nhà nước, có các Hồng Vệ Binh tức lực lượng võ trang Cộng Sản. Thêm vào đó là tổ chức mật vụ của Đảng có nhiệm vụ làm tai mắt cho Đảng và bịt mồm những nhóm chống đối. Quốc Hội Lập Hiến được thành lập vào tháng 1, 1918 liền được giải tán, và đảng Bolshevik toàn quyền lãnh đạo nước Nga không cần hiến pháp.

Ngay lập tức sau khi cướp được chính quyền, Lenin tiến hành cuộc cách mạng Cộng Sản bằng cách ban hành chính sách tập thể sản xuất trong ngành nông nghiệp và kỹ nghệ.

2.1.3. *Cách Mạng Xã Hội Chủ Nghĩa – Khủng Bố Đỏ*

Vào tháng 9, 1917, để vận động cho cuộc nổi dậy, Lenin hứa hẹn sẽ đem lại rất nhiều dân chủ, và tự do báo chí như chưa từng thấy. Hai ngày sau khi cuộc nổi dậy thành công, Lenin ra quyết định về "một vài biện pháp đặc biệt và tạm thời" như đóng cửa bất cứ tờ báo nào và đưa chủ báo ra tòa nếu loan truyền kêu gọi chống đối chính quyền của thợ thuyền và nông dân hoặc tuyên truyền xuyên tạc sự thật. Sau đó một ngày, có 10 tờ báo bị đóng cửa, và sau đó một tuần lễ có thêm 10 tờ báo nữa nối gót về vườn. Lúc đó chỉ còn lại tờ báo đảng Pravda và tờ báo Ivestia của ủy ban tối cao Soviet.

Đây là sự mở màn cho làn sóng khủng bố đỏ của Lenin nhằm củng cố quyền lực cách mạng chuyên chính. Để thi hành chính sách khủng bố, trước hết: Lenin tổ chức một cơ cấu đoàn ngũ hóa quần chúng; thứ hai: ấn định những quy tắc làm nền tảng cho chính sách khủng bố; thứ ba: quy tụ bộ máy khủng bố gồm cán bộ đầu não và đoàn viên; thứ bốn: thi hành chính sách khủng bố một cách tinh vi (sophisticated) và tàn bạo, không nương tay.

a.   Cơ cấu đoàn ngũ hóa quần chúng được thực hiện tại tất cả các cơ sở sản xuất từ công nhân viên nhà máy xuống tới các công nhân xe điện với thể thức bầu cử "Soviet" để bảo đảm các đại diện hợp ý với chính quyền cách mạng. Boris Pasternak (tác giả của cuốn tiểu thuyết Doctor Zivago) nhận định như sau:

"Những cuộc bầu cử mới được tổ chức khắp nơi để điều hành các gia cư, ngành nghề, công nghiệp, dịch vụ thành phố. Các Ủy Viên Chính Trị được chỉ định cho mỗi cơ sở, đó là những người mang áo vét da màu đen, và đeo súng lục, để râu xồm và thiếu ngủ...".

Cũng theo Pasternak, những ủy viên chính trị này là những người lo tổ chức mọi việc theo đúng kế hoạch, từ cơ sở này sang cơ sở khác, từ hãng này sang hãng khác, và tất cả được "bôn-sê-vich hóa".

b.   Ấn định những quy tắc làm nền tảng pháp lý cho chính sách khủng bố.

Paul Johnson liệt kê một loạt những quyết định (decree-law) được ban hành làm nền tảng pháp lý để chuẩn bị cho chính sách khủng bố:[13]

"Ngày 10 tháng 11, 1918 bãi bỏ những chức chưởng được Hoàng Đế Peter the Great ban hành; ngày 22 tháng 11: luật cho phép khám xét tư gia; tịch thu áo lông thú; ngày 11 tháng 12: Chuyển giao tất cả các trường học của Giáo Hội Thiên Chúa Giáo cho Nhà Nước; Ngày 14 tháng 12: Nhà Nước nắm độc quyền các hoạt động ngân hàng; tất cả các công nghiệp đặt dưới quyền kiểm soát của "công nhân"; ngày 16 tháng 12: hủy bỏ tất cả các cấp bậc trong quân ngũ; ngày 21 tháng 12: luật mới dùng trong các "tòa án cách mạng"; ngày 24 tháng 12: quốc hữu hóa ngay lập tức tất cả các xưởng kỹ nghệ; Ngày 29 tháng 12: chấm dứt tất cả các khoản lời lãi trong dịch vụ cho vay; hạn chế các dịch vụ rút tiền ngân hàng".

2.1.4. Bộ Máy Khủng Bố

Những quyết định trên kia còn chưa ráo mực đã được yết thị ngoài đường phố mỗi buổi sáng và dân chúng rất quan tâm về những điều được phép làm và những điều bị cấm làm.

Tuy nhiên điều oái oăm là tới lúc đó những bước căn bản để củng cố quyền lực không nằm trong những quyết định được yết thị công khai ngoài đường phố. Chúng nằm trong bộ máy khủng bố của Lenin. Bộ máy này trước hết gồm những nhóm võ trang do Trotsky điều khiển nằm trong khắp các ủy ban "Soviet" trong thành phố Petrograd. Đó là những thành phần đầu trộm đuôi cướp, đâm thuê chém mướn, có mưu cầu chính trị, những kẻ mặc áo vét da mầu đen mang súng lục, hoặc những phần tử đào ngũ, hoặc lính "Cossack". Những nhóm này là phần tử "ưu tú" trong công tác đe dọa làm quần chúng hãi sợ. Nhưng muốn thi hành quốc sách khủng bố, Lenin cần một lực lượng khủng bố tinh vi hơn và tàn bạo hơn. Đó là lực lượng an ninh (hay công an mật vụ).

Paul Johnson cho rằng một trong những điều bi thảm của cuộc cách mạng Lê-Nin-Nít là đã làm sống lại chính sách tàn bạo dã man của Nga Hoàng hầu như đã bị hủy bỏ cho tới năm 1917. Lenin đã chủ động quyết định sử dụng khủng bố và lực lượng mật vụ tàn bạo với sự hỗ trợ của Trotsky. Lenin đã từng nói: "chúng ta sẽ hỏi một người, lập trường của anh thế nào đối với cách mạng? Anh ủng hộ hay chống đối? Nếu hắn chống đối, ta chỉ việc bắt hắn đứng thẳng vô tường" (nghĩa là xử bắn). Từ khi đứng đầu đất nước, những hiệu lệnh Lenin thường ban ra như máy là: "xử bắn", "tiểu đội xử tử" (firing squad), "Đứng sát vô tường" (against the wall).

Karl Marx ngày trước có ủng hộ và đồng ý với phương pháp khủng bố là phương cách duy nhất để thay thế tình trạng đẫm máu của chế độ cũ bằng sự ra đời đẫm máu của chế độ mới.[14] Trên phương diện này, Lenin đã làm đúng ý của Marx.

2.1.5. Thực Hiện Khủng Bố

Khủng bố chống bọn phản cách mạng là nhiệm vụ của Trotsky, phụ trách Ủy Ban Cách Mạng Quân Sự. Một số trong những tội phản cách mạng gồm có: phá hoại, giấu đồ tiếp tế, chặn giữ xe vận tải (của Nhà Nước)... Đoàn khủng bố có danh hiệu là Cheka, cũng là lực lượng an ninh (mật vụ) của Lenin, là một lực lượng được giữ bí mật trong cả mười năm cho tới tháng 12, 1927 (tức là sau khi Lenin chết) mới được công khai hóa. Dưới thời Nga Hoàng, lực lượng mật vụ chỉ có 15,000 người. Trong khi đó lực lượng mật vụ Cheka của Lenin lên tới 250,000 người trước khi Lenin chết (1922). Dưới triều đại Nga Hoàng cuối cùng, trung bình mỗi năm số tội nhân đủ loại bị tử hình là 17 người. Dưới thời Lenin, trong khoảng 1918-1919 riêng số tù chính trị bị giết mỗi tháng là 1,000 người.[15]

Dưới thời Nga Hoàng, lực lượng Mật Vụ chỉ có quyền bắt giam rồi chuyển tội nhân tới cơ quan tư pháp để xử án công khai, và hình phạt được thi hành theo luật định. Dưới thời Lenin, cơ quan Mật Vụ Cheka giao tội nhân cho Tòa Án Đặc Biệt dưới quyền của Cheka và Tòa Án này có quyền tự do xử theo "lương tâm cách mạng". Tòa Án xử án trong vòng bí mật và không có một tài liệu pháp lý nào định nghĩa "lương tâm cách mạng" là cái gì. Hậu quả là Tự Do và Công Lý đã bay hơi chỉ mấy tuần sau khi Nhà Nước Cách Mạng của Lenin thiết lập trật tự kỷ cương mới.

2.1.6. Trại Tập Trung Lao Động – Thanh Trừng Và Thủ Tiêu

Lực lượng Cheka của Lenin điều hành các Trại Tập Trung Lao Động giam giữ các phần tử tiểu tư sản, nam cũng như nữ, bị động viên cưỡng bách đi đào các đường giao thông hào phòng thủ. Các Trại Tập Trung mọc lên nhanh chóng như nấm rơm chung quanh các thành phố và lan tới miền quê, và trở thành hạt nhân của cái mà Solzhenitsyn gọi là "Gulag Archipelago" (Quần Đảo Gulag), vĩ đại như một quốc gia trong nước Nga Cộng Sản.

Dzerzhinsky, người phụ trách hệ thống tập trung cải tạo, là quản giáo đầu sỏ của các quản giáo, trực tiếp dưới quyền chỉ huy của Lenin và sau này hành động độc lập đối với Hội Đồng Ủy Viên Nhân Dân Sovnarkom (Council of People's Commissars). Lenin đích thân chỉ huy chính sách khủng bố. Tháng giêng năm 1918, Lenin đòi hỏi phải "xử bắn tại chỗ" những người chây lười (idling), cứ mười người thì xử bắn một người. Một tuần lễ sau, Lenin công bố với lực lượng Cheka: "Chúng ta sẽ không làm được cái gì nếu không áp dụng chính sách khủng bố - phải bắn tại chỗ những phần tử đầu cơ (speculator)". Ngày 22 tháng 2, 1918, Lenin cho phép cơ quan Cheka ra lệnh cho các ủy ban địa phương "phải truy lùng, bắt giam, và bắn chết ngay tại chỗ" cả một danh sách những "kẻ thù, những kẻ đầu cơ, v.v..."[16]

W.H. Chamberlain, một nhà sử học về cuộc cách mạng của Lenin, và cũng là một nhân chứng, đã ước lượng, cho tới cuối năm 1920, lực lượng Cheka đã thi hành trên 50,000 bản án tử hình.

Tuy nhiên, trên phương diện lịch sử, tác giả Paul Johnson ít quan tâm đối với con số nạn nhân bị xử bắn, mà quan tâm rất nhiều về vấn đề nguyên tắc định tội nạn nhân. Chỉ trong vòng mấy tháng sau khi Lenin nắm quyền lãnh đạo, ông ta đã gạt bỏ hết những ý niệm về trách nhiệm tội lỗi của cá nhân. Ông ta không cần biết một người tội nhân đã làm gì, hoặc tại sao đã làm như thế. Ông ta ra lệnh giết người vì những nguyên do mơ hồ về tội phạm, những loại tội chung chung do chuyền miệng, do tin đồn. Những loại tội phạm chung chung như: mãi dâm, đầu cơ, tích trữ đều được xếp hạng chung là hình sự. Một quyết định do Lenin ban hành tháng 2, 1918 ra lệnh cho các cơ quan Nhà Nước "phải thanh trừng khắp nước Nga cho hết sạch những loài sâu bọ nguy hại". Đây là khởi đầu một chính sách tàn sát tập thể.

Sau này, Solzhenitsyn đã liệt kê một loạt những "loài sâu bọ nguy hại" theo định nghĩa của Lenin: "những người trong phong trào Cooper (?), những người có nhà ở, giáo sư Trung Học, ban hợp ca của họ đạo, linh mục, thầy tu và nữ tu, những người chủ hòa theo khuynh hướng Tolstoy, những viên chức của nghiệp đoàn, v.v...".[17] Sự định nghĩa tội phạm một cách tùy tiện, một cách chung chung, rất được lòng lực lượng Cheka khiến bọn họ vui về hăng hái trong công tác giết người tập thể (có lẽ vì công tác trở nên đơn giản hơn, dễ làm hơn, đỡ tốn thì giờ suy nghĩ).

Cuộc "đấu tranh giai cấp" của Lenin được đơn giản hóa thành "cuộc thủ tiêu giai cấp tư sản" giống như cuộc thủ tiêu một chủng tộc. Lenin đã nêu những gương mẫu để làm tiêu chuẩn hướng dẫn những trận chiến tranh diệt chủng sau này diễn ra trên thế giới.

Trong bối cảnh nói trên, nội chiến đã bùng nổ, song song với nạn ngoại xâm.

2.1.7. Hỗn Loạn - Nội Chiến - Ngoại Xâm

Lenin đã thừa hưởng một quốc gia khánh kiệt, hệ thống giao thông sụp đổ, kỹ nghệ tê liệt, miền nông thôn phải đối phó với nạn đói. Thêm vào đó, những cuộc thanh trừng và thủ tiêu của Lenin cộng với trại tập trung và chính sách tịch thu tài sản và trưng thu thực phẩm một cách tùy tiện đã trở thành mầm mống cho cuộc nội chiến, và miền thành thị hừng hực không khí phản cách mạng. Nông dân chống lại chính sách trưng thu bằng cách cất giấu nông phẩm, hoặc giết hết gia súc để ăn thịt, thay vì nộp cho Nhà Nước. Tại một số tỉnh, những nhóm quân đội "Nga da trắng" chiếm cứ từng vùng như Archangel, Mursmank, Sebastopol, và Vladivostok. Và cuộc nội chiến đã mời gọi ngoại xâm. Một số nước Âu Châu còn hy vọng lôi kéo nước Nga trở về liên minh chống Đức. Sau khi nước Đức thua trận các nước như Anh, Pháp và Phần Lan đã rảnh tay và có dư quân đội và vũ khí để tấn công vào phía Tây của nước Nga như vùng Caucasus, Vịnh Phần Lan, và vùng Ukrain. Trong khi đó, quân Nhật tấn công vào Tây Bá Lợi Á từ phía Đông.

2.1.8. Thành Lập Đệ Tam Quốc Tế

Để đối phó với mũi tấn công quân sự, Lenin trước hết đã củng cố hệ thống kềm kẹp. Năm 1919, Lenin thành lập Đệ Tam Quốc Tế,[18] còn gọi là Comintern (1919), tức Đảng Cộng Sản Đệ Tam Quốc Tế, với hy vọng sẽ làm cách mạng toàn thế giới. Đại Hội Đảng được nhóm họp tại Mạc Tư Khoa, gồm một ít "đảng" tham dự một cách tượng trưng. Những "đảng" này thực sự không có thật hoặc không có thực lực, và chẳng bao lâu sau đó đã im lặng biến đi đâu mất.

Có một số lý do quan trọng khiến Lenin đã quyết định thành lập Đệ Tam Quốc Tế:

Thứ nhất: ngay từ trước Đệ Nhất Thế Chiến, các đảng Dân Chủ Xã Hội của Âu Châu đã bị chia làm hai khuynh hướng ôn hòa và quá khích. Nhóm quá khích (tả khuynh) chủ trương tích cực chống chiến tranh. Khi cuộc Thế Chiến bắt đầu, khoảng 1915-1916, Lenin đã liên kết với nhóm tả khuynh tại

Thụy Sĩ nhằm thúc đẩy chính sách phản chiến một cách quá khích trong âm mưu biến phong trào phản chiến thành một cuộc nội chiến hòng cướp chính quyền. Ngay từ thời đó, Lenin đã có ý định thành lập Đệ Tam Quốc Tế thay thế cho Đệ Nhị Quốc Tế vì phong trào này quá ôn hòa với nhiệm vụ khiêm tốn của một "phòng thông tin". Với tổ chức Cộng Sản Đệ Tam Quốc Tế, Lenin nhằm thống nhất các lực lượng xã hội tả khuynh trên thế giới vào trong một tổ chức duy nhất là Đảng Cộng Sản Nga dưới sự lãnh đạo duy nhất của Lenin và với danh nghĩa Cộng Sản Quốc Tế.

Thứ hai: trong cuộc đấu tranh sinh tồn chống lại liên minh các nước Anh, Mỹ, và Pháp, Nga Soviet cần có một lực lượng đánh vào hậu phương các nước này để tự cứu nguy. Đó là Cộng Sản Đệ Tam nằm ngay tại hậu phương mỗi nước, làm thành đạo quân thứ năm, một lực lượng nằm vùng bí mật. Muốn như thế Đảng Cộng Sản Đệ Tam phải được tổ chức rất chặt chẽ dưới một kỷ luật sắt máu mà Lenin gọi là "Dân Chủ Tập Trung" (Democratic Centralism).

Thứ ba: Lenin coi sự sinh tồn của chính lực lượng Nga Soviet của ông ta là một nhu cầu lớn lao, đòi hỏi phải áp đặt những biện pháp tự bảo vệ qua kỷ luật khắt khe và những biện pháp kiểm soát, thanh trừng, kể cả thủ tiêu. Lenin đã đưa ra một bản Điều Lệ 21 điểm cho tất cả những ai gia nhập đảng Cộng Sản. Trong số những điều lệ, có những khoản như "trục xuất những phần tử theo khuynh hướng "cải cách" (reformists) và "đứng giữa" (centrist), phải chấp nhận kỷ luật của tổ chức quốc tế mới thành hình, ủng hộ nền Cộng Hòa Soviet, sẵn sàng chấp nhận hoạt động chính trị bí mật...".[19]

Thứ bốn: xâm nhập các nước thứ ba (Third World countries) nhất là các nước thuộc địa, kết nạp đảng viên Komintern tại các quốc gia này. Ở đây ta nên ghi nhận đảng viên gốc Việt Nam đầu tiên của Komintern là Hồ Chí Minh. Nhờ sự vận động của Manouilsky, Hồ được tham dự Đại Hội V của Đảng Komintern vào tháng 10 năm 1923 (khi Lenin còn sống) dưới tên Nguyễn Ái Quốc. Hồ đã đọc một bài diễn văn về vấn đề thuộc địa, đả kích sự bất lực của Đảng Cộng Sản Pháp và được hoan hô nhiệt liệt vì Hồ đã khôn khéo nói đúng lập trường và tư tưởng của Lenin. Nhờ có sự hỗ trợ đặc biệt của Manouilsky, Hồ đã được bầu vào Chủ Tịch đoàn của Komintern và bí danh của Hồ trong Đảng Cộng Sản Đệ Tam là Lin.[20] Manouilsky (hoặc Manuilski) là một ủy viên của CEIC tức là Ban Chấp Hành của Đảng Quốc Tế Cộng Sản, nằm vùng tại Pháp và nói thông thạo tiếng Pháp. Sau đó Hồ đã hoạt động đắc lực tại Liên Xô, và nhờ chứng minh được lòng trung thành với Cộng Sản Quốc Tế nên đã thoát qua được các cuộc thanh trừng đẫm máu dưới thời Stalin, mà ngay cả Trotsky và nhiều đảng viên chóp bu khác cũng không thoát khỏi bị trục xuất và ám sát như ta sẽ thấy trong những đoạn kế tiếp.

Mục tiêu thứ bốn của Lenin đã đạt kết quả mỹ mãn như người ta sẽ thấy sau này khi Hồ thực hiện sứ mạng của Lenin và của Đệ Tam Quốc Tế tại Việt Nam.

Cộng Sản Đệ Tam trở thành một tổ chức quốc tế có lãnh đạo tập trung duy nhất của phe Tả trong lịch sử. Sở dĩ nó thực hiện được chuyện đó là vì nó có một quốc gia để bám chặt và sống như một cây tầm gửi trên quốc gia đó. Lúc này, quốc gia đó bắt đầu được gọi là Cộng Hòa Xã Hội Chủ Nghĩa Liên Xô (Union of Soviet Socialist Russia, aka USSR). Tại các nước Âu Châu, khuynh hướng Dân Chủ Xã Hội ôn hòa đã bị yếu đi tại nhiều quốc gia vì sự xuất hiện và thao túng của đảng Cộng Sản Quốc Tế, bàn tay nối dài của Mạc Tư Khoa. Những đảng Cộng Sản nhỏ này chưa đủ mạnh để cướp chính quyền.

2.1.9.　*Chính Sách Tân Kinh Tế - Vũ Khí Chiến Tranh Của Lenin*

Trong giai đoạn chiến tranh còn tiếp diễn với Anh và Pháp, để đối phó với sự bất mãn của nông dân, Lenin đã phải lùi một bước bằng cách đưa ra chính sách Tân Kinh Tế, và tạm ngưng chính sách cách mạng tập thể sản xuất (collectivization). Với chính sách Tân Kinh Tế, Nhà Nước tạm thời ngưng việc trưng thu nông phẩm thặng dư của nông dân, nhưng sẽ đánh thuế một phần những nông sản. Một năm sau đó (1922), nhờ được mùa lúa, nông dân đã tạm thời dễ thở hơn. Ngành thương mại cũng như công nghiệp cũng được hưởng lợi ích của Tân Kinh Tế, và ngành buôn bán đã tạm thời phục hồi.

Lenin và Trotsky phải mất ba năm (1918-1921) mới chấm dứt được các cuộc xâm lăng của mấy nước Tây Âu và Nhật, một phần vì sự thiếu đoàn kết giữa liên minh Anh-Pháp ở phía Bắc và lực lượng Nga Da Trắng chống Bôn Sê Vích (anti-Bolshevik) ở phía Nam. Lực lượng Nga Da Trắng không biết điều hợp với các nước Đồng Minh kể cả các thế lực thiểu số. Vì thế khi lực lượng chống Bôn Sê Vich tiến tới gần Mạc Tư Khoa vào tháng Tám 1919 thì liên quân Anh-Pháp đã rút khỏi Miền Bắc. Do đó Lenin đã có thể đem hết lực lượng ở Miền Bắc xuống Miền Nam để đề kháng. Mặt khác, nhờ vào chính sách "Cộng Sản Thời Chiến" (War Communism), nghĩa là Lenin lấy lương thực của nông dân để nuôi quân đánh giặc, và viết giấy nợ, hứa hẹn sẽ trả nợ cho nông dân khi nào có hòa bình. Các Tướng Nga Da Trắng không giám hứa hẹn như Lenin. Và mặc dầu chiến thắng đã gần kề, nhưng hai vị Tướng Yudenich và Denikin đã để mất cơ hội khi có nội loạn ở hậu cứ vùng Caucasus, và lực lượng Cossak đào ngũ.

Lenin đã thắng và không có bằng chứng nào cho thấy ông ta đã tôn trọng các giấy vay nợ nông dân. Chính sách tập thể hóa nông nghiệp đã biến nông dân thành những người thợ vô sản, làm việc trong điều kiện tồi tệ hơn những nô lệ thời phong kiến. Tất cả những "thặng dư giá trị" của lao động bị tổ chức của trại tập trung bóc lột hết.

2.1.10. Mô Hình Độc Tài Chuyên Chính

Sau khi thanh toán xong vấn đề chiến tranh, Lenin quyết định thiết lập một mô hình độc tài chuyên chính, và mô hình này đã trở thành mẫu mực cho sáu chục năm sau. Đó thực sự là một nền độc tài cá nhân (autocracy). Lenin nắm hết mọi quyền hành tuyệt đối trong tay, và gọi nền độc tài đó là "Dân Chủ Tập Trung" đi qua bốn bước chính:

Thứ nhất: tiêu diệt mọi chống đối ngoài Đảng

Thứ hai: tập trung mọi quyền hành, kể cả chính phủ, trong tay Đảng

Thứ ba: thủ tiêu mọi chống đối bên trong Đảng

Thứ bốn: chuyển giao mọi quyền hành của Đảng vào tay Lenin, và những người được Lenin chọn làm cộng sự viên.[21]

Ngay từ năm 1918, Lenin đã chỉ thị cho Stalin thảo một bản hiến pháp gói ghém nền tảng cho một "nền độc tài của giới vô sản". Với hiến pháp này, Nhà Nước có quyền hành tuyệt đối (dưới Đảng mà thôi) và không có sự phân quyền giữa lập pháp, hành pháp và tư pháp. Nhà nước không chịu trách nhiệm với bất cứ ai, ngoài trách nhiệm với Đảng.

Cơ cấu lãnh đạo Đảng được thành lập bằng cách bầu lên Đại Hội Xô Viết Toàn Dân (All-Russian Congress of Soviets) gồm đại biểu các Xô Viết. Tại vùng đô thị, cứ 25,000 cử tri thì Xô Viết lựa một người đại biểu. Tại vùng nông thôn (nơi Đảng Bolshevik yếu hơn), cứ 125,000 dân thì có một đại biểu.

Với cơ cấu trên, Đảng Bolshevik có vẻ kiểm soát tất cả các cơ quan đại diện kể từ năm 1918. Trên thực tế, những chính trị gia đối lập còn tồn tại, mặc dầu hàng ngàn người đã bị thủ tiêu trong cuộc nội chiến. Nhân vụ viếng thăm Mạc Tư Khoa của phái đoàn Đảng Lao Động Anh Quốc vào tháng 5, 1920, theo sự nhận định của Bertrand Russell thì phái đoàn "hoàn toàn được tự do tiếp xúc với các đảng đối lập". Nhưng sáu tháng sau, Đại Hội Xô Viết Toàn Dân Nga đã chấm dứt sự hiện diện của những chính trị gia đối lập.

Sau vụ nổi loạn được mệnh danh là vụ Kronstadt ngày 28 tháng 2, 1921, Lenin quyết định sẽ không chấp nhận bất cứ sự chống đối nào ở ngoài Đảng. Lực lượng Cheka được sử dụng để đàn áp và chấm dứt tất cả các hoạt động của các nhóm Dân Chủ Xã Hội. Những người không phải là đảng viên của

Đảng Cộng Sản chỉ có ba sự lựa chọn: hoặc là im lặng chấp hành mệnh lệnh, hoặc đi tù hoặc đi đầy biệt xứ.

Kể từ đó, Đảng viên Cộng Sản nắm tất cả các vai trò quan trọng trong chính quyền, và Nhà Nước để ra rất nhiều cơ quan dưới quyền Đảng như hệ thống quản lý của Nhà Nước trong các lãnh vực đường hỏa xa, cung cấp thực phẩm, kiểm soát an ninh, quân đội, tòa án, nghiệp đoàn, các nhà máy, các quán ăn, trường học, các ủy ban gia cư, v.v...

Tóm lại "còn Đảng thì còn mình". Năm 1917 có 23,600 đảng viên và năm 1921, số đảng viên tăng lên 585,000 người. Đảng lớn thì mình lớn theo. Tuy nhiên, đà tăng trưởng của Đảng để ra vấn đề kiểm soát ở trung ương để loại trừ những phần tử thiếu hăng say. Từ đó thể đảng viên trở nên quan trọng và mang ý nghĩa đặc quyền đặc lợi.

Lenin đã thay thế chế độ tàn bạo của Nga Hoàng bằng một chế độ khác, tàn bạo hơn, và khủng khiếp hơn.

2.2.   Củng Cố Đảng

Bước cuối cùng để củng cố Đảng là tiêu diệt mọi mầm chống đối bên trong Đảng. Tại Đại Hội X của Đảng (ngày 9 tháng 3, 1921), Lenin đã tuyên bố rứt khoát sẽ tiêu diệt mọi chống đối trong Đảng bằng "súng". Với tinh thần "còn Đảng còn mình" các đại biểu tập trung tư tưởng để chấp thuận một loạt những nghị quyết theo đúng ý muốn của Lenin. Trung Ương Đảng từ nay có toàn quyền ... áp dụng mọi biện pháp chế tài, kể cả biện pháp trục xuất khỏi Đảng đối với những hành động vi phạm kỷ luật hoặc dung dưỡng "chia rẽ" (Factionalism). Hình phạt trục xuất có thể áp dụng cho cả Trung Ương Ủy Viên nếu hội đủ sự đồng ý của hai phần ba số Ủy Viên, và Trung Ương Đảng khỏi cần lấy ý kiến của Đại Hội Đảng.

Tội "gây chia rẽ" từ nay được coi như trầm trọng như tội "phản cách mạng" và kẻ phạm tội sẽ bị xử lý và kết án trong vòng bí mật.

Rất nhiều người ký vào nghị quyết trên không ngờ chính họ đã ký bản án khai tử cho chính họ.

Trước đó 2 năm (Ngày 9 tháng 4, 1919), Lenin đã thành lập Đoàn Ủy Viên Nhân Dân của Cơ Quan Kiểm Tra Nhà Nước (People's Commissariat of State Control), để thêm vào ba cơ quan có sẵn là Ban Bí Thư Trung Ương Đảng (Secretariat of the Central Committee), Vụ Tổ Chức (Organization Bureau) và Chính Trị Bộ (Politburo) để giải quyết những vấn đề khẩn cấp. Cơ quan mới được lập nên có mục đích đưa ra một lối thoát khi ba cơ quan trên có những mâu thuẫn kẹt cứng đưa đến bế tắc khi cần có một quyết định quan trọng.

Và Lenin đã nhắm đưa Stalin vào cơ quan mới lập ở trên, tức là Đoàn Ủy Viên Nhân Dân, để điều hành bộ máy Đảng và Nhà Nước.[22] Cũng nhân dịp Đại Hội Đảng Kỳ VIII (Mùa Xuân 1919), Lenin đã giao cả Chính trị Bộ và Vụ Tổ chức cho Stalin.

Với những chuẩn bị trên, chế độ đã tạm thời đứng vững khi Lenin đi về với Ông Bà Ông Vải vào năm 1924. Lúc đó, Đảng Cộng Sản của Nga (đảng Bolshevik) đã thành một đảng thuần nhất và "nhất phiến" (monolithic) với tên gọi Comintern (hoặc Komintern).

3. STALIN VÀ LIÊN BANG XÔ VIẾT

Khi Stalin lên kế nghiệp Lenin thì Liên Xô không còn phải lo đối phó với những đe dọa từ bên ngoài. Nhưng đe dọa từ bên trong thì không phải là ít. Stalin được cử làm Tổng Bí Thư và thừa hưởng nền độc tài chuyên chính còn tương đối non nớt. Có ba vấn đề trước mắt mà Stalin phải đối phó:

Trước hết: Stalin chỉ là một trong nhiều đàn em của Lenin, tất cả đều ở vai trò chóp bu và có thể hất cẳng Stalin khi có cơ hội tốt. Đây là mối đe dọa sinh tử đối với Stalin.

Thứ hai: chế độ Dân Chủ Tập Trung đã giết chết khoảng năm triệu nông dân, và còn giam giữ trong những Trại Cải Tạo một con số tương đương. Đây là một mối đe dọa cần được giải quyết.

Thứ ba: Lenin đã thực hiện điện khí hóa nền canh nông của Nga Xô viết. Sự nghiệp của Stalin tối thiểu cũng phải tương đương với sự nghiệp của Lenin.

3.1. Thân Thế Của Stalin[23]

Xuất thân là một thầy tu xuất của đạo Công Giáo, Stalin còn là một tay cách mạng đầu trộm đuôi cướp, đồng thời có khả năng hành chánh. Stalin cao 1 mét 60 phân, gầy ốm và da mặt sần sùi. Tài liệu cảnh sát thời Nga Hoàng ghi nhận rằng ngón chân thứ hai và thứ ba của bàn chân trái dính vào nhau. Do một tai nạn nhỏ, khuỷu tay trái cứng đơ và cánh tay trái hơi ngắn, trong khi bàn tay trái khá dầy hơn bàn tay phải. Vì lý do trên Stalin có khuynh hướng dấu bàn tay phải.

Bukharin nghĩ rằng, vì những khuyết tật nói trên cũng như vì sự thua kém về trí óc, có thật hoặc tưởng tượng, Stalin có mặc cảm nghiêm trọng. "Điều này khiến Stalin muốn trả thù những kẻ nào có khả năng cao hơn... "Đây là một anh chàng nhỏ con nhưng nguy hiểm, như ác quỷ", theo như nhận xét của Bukharin.

Stalin không hề để ý tới một lý tưởng, một chủ nghĩa. Ông ta sử dụng bạo lực không phải vì say mê một ý thức hệ như Lenin, nhưng có thể vô cùng tàn bạo vì một mục đích nào đó, và có khuynh hướng thù dai, để bụng nhiều năm trước khi trả thù. Giống như Lenin, khi cần xử tử hàng loạt nhiều tội nhân, Stalin quen ra lệnh ngắn gọn: "xử bắn!"

3.2.   Cuộc Tranh Giành Quyền Lực Đẫm Máu

Khi Lenin lâm bệnh nặng, và biết rằng Lenin còn tỉnh táo, Stalin giả bộ đóng vai một người ôn hòa, giữ một lập trường trung dung giữa hai phe tả khuynh và hữu khuynh. Mặc dầu Stalin nắm Ban Bí Thư Đảng, tức là nắm vững bộ máy Đảng, và đương trên đường bố trí tay chân bộ hạ vào Trung Ương Đảng, nhưng Ông ta chưa nắm được toàn quyền Chính Trị Bộ là tổ chức gồm nhiều đối thủ nguy hiểm. Trotsky là một nhân vật nổi tiếng nhất và dữ tợn nhất, lại đang nắm quân đội; Zinoviev chỉ huy bộ máy Đảng ở Leningrad mà Stalin thù ghét một cách đặc biệt; Kamenev chỉ huy bộ máy Đảng ở Mạc Tư Khoa, một bộ phận quan trọng nhất; và sau chót: Bukharin là lý thuyết gia của Đảng.

Ba người đầu tiên là phe tả khuynh và người sau chót là nhân vật hữu khuynh. Stalin sẽ phải tìm cách đẩy cho đối phương tiêu diệt lẫn nhau, để mình đứng giữa thủ lợi. Đây là thủ đoạn thông thường của Cộng Sản, mệnh danh là "Lấy Mâu Thuẫn để giải quyết Mâu Thuẫn"

Ta cần nhớ rằng Lenin là tay đại khủng bố, và các đàn em của ông ta cũng là những đại sát nhân cực kỳ nguy hiểm. Những tay sát nhân nguy hiểm này mỗi người có những khuyết điểm khác nhau. Khuyết điểm của Trotsky là khinh mạn các đồng chí của mình, coi thường mưu mô chính trị, và những mánh khóe chính trị mà ông ta coi là nhỏ nhen và buồn chán. Trotsky nắm quân đội trong tay nhưng không bao giờ sử dụng quân đội trong cuộc tranh chấp với các đồng chí, vì coi Đảng là trên hết, nhưng lại không hề xây dựng thế lực và liên minh trong Đảng. Sau hết, Trotsky đã quên không tham dự tang lễ của Lenin, một cái quên rất đắt giá vào giai đoạn mà Stalin đang đề cao việc tôn sùng lãnh tụ và phục hồi nghi lễ phong kiến sau một thời gian lãng quên vì cách mạng vô sản.

Stalin đã lợi dụng sự mâu thuẫn nhỏ giữa Trotsky và Lenin lúc sinh thời trong đó Lenin chỉ trích Trotsky gây chia rẽ trong Đảng. Sau khi đã gây được phe cánh mạnh trong Đảng, cùng với sự ủng hộ của Kamenev và Zinoviev, Stalin đã kết Trotsky vào tội "chệch hướng" và liên kết "tội" này với mối mâu thuẫn nhỏ trước kia với Lenin. Tới tháng Giêng 1925, Trotsky đã bị Đảng truất quyền chỉ huy quân đội. Phe cánh của Stalin trong đám đầu lãnh của Đảng tiến thêm một bước nữa với những "khám phá mới" rằng những công trạng mà Trotsky "rêu rao" trước kia phần nhiều không có thật. Từ đó những hình ảnh của Trotsky trong tài liệu Đảng đều bị bôi đen. Trotsky bị trục xuất khỏi Chính Trị Bộ vào tháng Mười 1926, và một tháng sau bị trục xuất khỏi Đảng và bị đầy đi lưu vong khỏi nước Nga vào năm 1929. Năm 1940, Trotsky bị tay chân của Stalin ám sát ở Mễ Tây Cơ.

Sau khi loại được tên địch thủ đầu sỏ là Trotsky, Stalin đã liên minh với Bukharin và hạ bệ hai địch thủ Tả Phái là Kamenev và Zinoviev trong Đại Hội Đảng tháng Mười 1925. Cũng bằng những thủ đoạn của Al Capone ở Chicago, Stalin vận động và trục xuất Zinoviev và Kamenev ra khỏi Đảng. Sau khi tiêu diệt xong phe Tả, Stalin đã thanh toán nốt đối thủ còn lại bên hữu là Bukharin một cách dễ dàng.

Những đối thủ của Stalin dần dần bị thanh trừng hết, tay chân của họ và những mầm mống chống đối bị thủ tiêu một cách đơn giản hoặc bị đầy vào các trại tập trung. Trung Ương Đảng, Chính Trị Bộ trở thành bộ máy ngoan ngoãn tuân theo chỉ thị của Stalin. Ông ta đã trở thành "Thánh Giáo Chủ" muôn năm trường trị. Những địa danh mang tên Stalin mọc lên như nấm khắp nước Nga.

3.3.   Bài Toán Nông Dân[24]

Qua kinh nghiệm thu nhận được từ khi Lenin còn sống, Stalin tìm cách giải quyết bài toán nông dân theo phương pháp Bolshevik. Đây là bài toán đơn giản của kinh tế học về Cung và Cầu, về để dành và đầu tư, về tích lũy tư bản, về nguyên động lực của một hành động kinh tế. Trong chế độ tư bản, bản năng kinh tế của con người là sản xuất, lấy lời (tức thặng dư giá trị), trao đổi buôn bán, tích lũy tư bản hoặc đầu tư.

Trong giai đoạn chiến tranh khó khăn của kinh tế tập trung, người nông dân không được hưởng thặng dư giá trị của mình dưới chính sách trưng thu cực kỳ thiên tả, và họ đã phản đối bằng cách cất giấu nông phẩm, gia dĩ họ còn đốt nông phẩm, giết gia súc, gây nên khủng hoảng khiến Lenin phải tạm thời nhượng bộ xoa dịu nông dân để tiến hành chiến tranh chống ngoại xâm. Chính sách Tân Kinh Tế của Lenin đã khiến nông dân được dễ thở.

Khi Stalin lên nắm quyền lãnh đạo, chiến tranh không còn, nhu cầu ve vuốt xoa dịu nông dân cũng không còn nữa. Stalin có thời cơ thuận lợi hơn trước và có đủ phương tiện vật chất và quyền hành để thực hiện những điều mình muốn, trên danh nghĩa "tiến bộ xã hội chủ nghĩa". Và cơ hội đã tới: mùa gặt 1927 bị thất thu vì mất mùa. Nông dân cất giấu nông phẩm, không nhận tiền giấy của Nhà Nước vì không có giá trị trong việc trao đổi mua bán.

Tháng giêng 1928, nông phẩm vắng bóng ở thành phố, không có ngũ cốc để xuất cảng, và ngoại tệ bị thiếu hụt. Stalin tung ra 30,000 công nhân võ trang đi về nông thôn, làm người ta nhớ lại chiến dịch tương tự xẩy ra năm 1918. Và dĩ nhiên việc tàn sát nông dân đã xẩy ra. Mikoyan sau này tố cáo rằng nông dân đã bị giới địa chủ (Kulak) xúi dục chống lại công nhân võ trang. Những tài liệu lưu trữ của vùng Smolensk sau này bị Đức Quốc Xã bắt được đã cho bên ngoài thấy được chút đỉnh hình ảnh thật của giai đoạn này, và tình trạng ngắc ngoải của nông dân.

Khi nông dân bị cướp trắng tay, họ sản xuất ít đi, và mùa lúa năm 1928 lại tệ hơn. Stalin thiếu ngoại tệ, phải bí mật đem bán những sản phẩm nghệ thuật của các nhà danh họa Nga đổi lấy 6,654,053 mỹ kim. Tất cả những tác phẩm này đã được gửi đến Phòng Triển Lãm Quốc Gia tại Hoa Thinh Đốn (Washington National Gallery).

Trong khi tình hình khốn đốn đang xẩy ra ở Nga, thì giới trí thức Hoa Kỳ thay nhau ca tụng nền kinh tế kế hoạch của Liên xô đã chạy ngon lành so với sự sập tiệm của nền kinh tế Hoa Kỳ. Những người trí thức Hoa Kỳ vào lúc đó đã tìm hiểu Liên Xô qua "viễn vọng kính", tương tự trò chơi "bịt mắt bắt dê" của con nít. Họ tự bịt mắt để đi "mò" tìm màu sắc của chân lý. Và họ nghĩ rằng đã "mò ra được" mầu sắc đó.

Năm 1928, Stalin nghe nói về nông trại Campbell ở Montana sử dụng máy cầy cho mảnh đất 35,000 hectare và trở thành nhà sản xuất ngũ cốc lớn nhất thế giới. Ông ta bèn lên kế hoạch lớn hơn bọn tư bản, mua một lúc 300 máy cầy để khai khẩn 150,000 hectare ở vùng Caucasus và sử dụng trong các nông trường tập thể. Theo một số nhà quan sát khách quan thì sự thiếu huấn luyện cũng như thiếu bảo trì đã đưa đến tình trạng máy cầy hư hỏng nằm ụ khắp nơi trên vùng Caucasus, với dân số 105 triệu.

Theo lời phê bình của Khrushchev thì Stalin đã "xa rời quần chúng và không bao giờ đi đâu... Lần cuối cùng ông ta đi thăm một xã là vào năm 1928."[25] Tất cả kế hoạch tập thể hóa nông nghiệp được phác họa và lên kế hoạch tại phòng làm việc của Stalin một cách bất ngờ không báo trước, và không hỏi ý kiến ai. Một nhóm người rất nhỏ mang trong đầu một ảo tưởng, và dùng quyền lực để áp đặt ảo tưởng đó lên cả trăm triệu người dân Nga. Họ coi dân Nga như một đàn kiến và họ tha hồ dày xéo.[26]

Nông dân chống đối đã bị cảnh sát và các lực lượng võ trang quây lại một khu, đoạn dùng súng bắn chết, hoặc chất lên xe vận tải đem đi lưu đầy. Hitler đã bắt chước phương pháp của Stalin để giải quyết vấn đề Do Thái. Không có một tài liệu nào cho biết con số đích xác những nông dân bị giết. Năm 1942, trong một buổi họp ở Mạc Tư Khoa, Stalin đã lạnh lùng cho Churchill biết ông ta đã thanh toán "mười triệu" nông dân.[27]

Ngoài số mười triệu nông dân bị giết nói trên, một tài liệu nghiên cứu đứng đắn cho biết có thêm khoảng 10 tới 11 triệu người bị di chuyển lên vùng Bắc nước Nga, vùng Tây Bá Lợi Á và vùng Trung Á; một phần ba số này bị tống vào trại tập trung, một phần ba bị lưu đầy biệt xứ và một phần ba còn lại thì bị giết hoặc chết trên đường di chuyển.

Những nông dân còn lại bị truất hữu hết tài sản, và bị tập trung vào các nông trường sản xuất. Để ngăn ngừa nông dân bỏ trốn, một hệ thống giấy thông hành được sử dụng cho mọi sự di chuyển trong nước để kiểm soát mọi công dân. Khi nông dân không được cấp giấy thông hành thì họ không thể di chuyển tự do. Những ai vi phạm luật trên đều bị bỏ tù.

3.4.   Khủng Hoảng Tinh Thần

Khối nông dân Nga lúc đó chiếm khoảng ba phần tư dân số, và đã phải sống trở lại thời phong kiến Trung Cổ (Medieval). Tấn bi kịch của nông dân đã có ảnh hưởng sâu xa lên giai cấp cán bộ đảng viên thừa hành của chế độ. Bởi vì toàn đảng đều có trách nhiệm nên không ai có thể chối trách nhiệm. Tất cả trở thành đồng lõa của tội ác, đồng lõa với bộ máy đàn áp, hành hạ, đầy ải nhân dân. Bộ máy đàn áp khủng bố đã khiến phần lớn những người đồng lõa biến thành độc ác, vô cảm, tàn bạo, vâng lời như máy.

Có một người không chịu vâng lời. Đó là người vợ thứ hai của Stalin tên là Nadeshda.[28] Bà đã kịch liệt phản đối Stalin về chế độ đối xử với nông dân và đã tự tử bằng súng, ngay trước mặt nhiều chứng nhân. Bà Nadeshda bị khủng hoảng tinh thần hay Stalin là một người loạn thần kinh?

3.5.   Nền Kinh Tế Hoạch Định

Stalin chưa bao giờ phải vào nhà thương điên. Ông ta còn một sứ mạng phải làm để xứng đáng được so sánh với Lenin. Đó là thực hiện nền kinh tế hoạch định cho nước Nga. Thế giới Tây Phương được đọc rất nhiều tài liệu thống kê về những thành công vượt bực trên mặt kinh tế của Nga Xô Viết. Tuy nhiên từ năm 1928 cho tới trước khi Liên Xô sụp đổ, không ai có cách gì để kiểm chứng thực hư.

Nhưng kiểm chứng để làm gì? Những nhà trí thức Tây Phương sẵn sàng nhắm mắt tin, và ca tụng Stalin không tiếc lời, không thắc mắc, không kiểm chứng. Đó là một điều rất khó hiểu.

Có nhiều giới lãnh đạo các nước Á Phi như Nehru ở Ấn Độ và Nasser ở Ai Cập, sốt sắng và ồn ào áp dụng nền kinh tế hoạch định theo kiểu mẫu Liên Xô, một phần vì thiên kiến chống Tư Bản Tây Phương, một phần vì theo "mốt thời thượng". Cho tới sau khi Liên Xô sụp đổ, Ấn Độ mới chợt tỉnh cơn mê và chuyển sang nền kinh tế thị trường, chấp nhận tự do kinh doanh thay cho kinh tế hoạch định.

Sự thực là kế hoạch kinh tế của Stalin phần lớn chỉ có những con số trên giấy tờ. Một thí dụ là kế hoạch kinh tế Ngũ Niên đầu tiên của Liên Xô được Trung Ương Đảng chấp thuận tháng 11 năm 1928, chính thức thực hiện vào tháng 5, 1929 và bỗng nhiên được loan báo đã hoạt động từ tháng 10, 1928. Người loan báo tin này không biết có bị Stalin bắn bỏ hay không, nhưng bỗng nhiên cuối năm 1929 cả nước Nga náo loạn vì quyết định tập thể hóa nông nghiệp, và mọi người quên luôn Kế Hoạch Ngũ Niên 1928.

Tuy vậy, vào tháng Giêng 1933 khi Hitler lên cầm chính quyền thì bỗng nhiên Stalin loan báo Kế Hoạch Ngũ Niên đã được hoàn tất trong thời gian bốn năm rưỡi, với thành quả tối đa trên mọi phương diện.[29]

Thực ra, với tiềm năng tài nguyên thiên nhiên phong phú, nước Nga có dư cơ hội để phát triển hầu đem lại ấm no và tiến bộ cho dân Nga. Mặc dầu những Kế Hoạch Ngũ Niên của Stalin phần lớn là "của giả", nhưng Stalin có thực hiện được một số công trình lớn như Đập Thủy Điện Dnieper, Nhà Máy Stalingrad sản xuất máy cầy, công trình sản xuất thép Magnitogorsk ở dẫy núi Urals, Khu hầm mỏ Kuznetsk Basin thuộc Tây Bá Lợi Á, Kênh Đào Baltic-White Sea, v.v...

Không cần những kế hoạch ngũ niên, Stalin cũng dư sức thực hiện những công trình nói trên nhờ huy động nhiều triệu nô lệ lao động trong các trại cải tạo. Trong giai đoạn 1930-1933, số lao động "cải tạo" lên tới 10 triệu và được duy trì ở mức đó cho tới lúc "Thánh Giáo Chủ" qua đời. Kênh Đào Baltic-White đã được xây dựng với công sức của 300,000 lao nô. Trên toàn nước Nga, trung bình mỗi năm có khoảng 10 phần trăm lao nô bị chết vì lao lực.[30]

3.6.   Komintern - Stalin Và Các Đảng Cộng Sản Ngoại Quốc

Theo sự suy diễn của Stalin thì sự "thành công" của Đảng Cộng Sản Liên Xô cho thấy chủ nghĩa Cộng Sản không cần phải chờ cuộc cách mạng trên toàn thế giới. Và như thế Chủ nghĩa Cộng Sản có thể được xây dựng trong từng quốc gia. Đây là một đề cương mới của Stalin "Socialism in one country", thực ra không có tính cách lý thuyết vì Stalin chỉ là con người thực dụng. Và đề cương này không ngăn cản Stalin nhìn về phía các Đảng Cộng Sản Âu Châu cũng như Á Châu và Châu Mỹ La Tinh.

Riêng tại Á Châu, đề cương nói trên của Stalin đã thành công nhờ sự hoạt động đắc lực của một cán bộ trung kiên là Hồ chí Minh.

3.7.   Chiến Tranh Lạnh Và Chiến Tranh Việt Nam

Hồ chí Minh đã thực hành kế hoạch của Cộng Sản Đệ Tam một cách hữu hiệu với ba đặc điểm nổi bật:

-   Hồ Chí Minh có bản chất tàn bạo và thủ đoạn quỷ quyệt rất thích hợp với bản chất và thủ đoạn của Lenin và Stalin.

-   Hồ Chí Minh rất trung thành và tôn sùng tư tưởng của Lenin và Stalin.

-   Hồ Chí Minh sẵn sàng lợi dụng tinh thần yêu nước của nhân dân và sẵn sàng hy sinh quyền lợi của dân tộc để hoàn thành nghĩa vụ quốc tế của Cộng Sản Đệ Tam.

Chính vì ba đặc điểm nói trên, họ Hồ đã tiến hành Cuộc Chiến Tranh xâm lược Miền Nam trong tinh thần "nghĩa vụ quốc tế". Và cũng chính vì lý do đó, cuộc Chiến Tranh Việt Nam đã trở thành một phần bất khả phân của Cuộc Chiến Tranh Lạnh. Phần phân tích trên đây cho thấy bản chất, khả năng và thủ đoạn của Stalin nói riêng[31], người sẽ trở thành đối thủ của Tây Phương trong cuộc Chiến Tranh Lạnh sắp tới. Ý nghĩa của phần phân tích này rất quan trọng khi ta muốn tìm hiểu và phân tích đường lối chiến lược của Tây Phương để đối phó với Liên Xô trên Mặt Trận Chính Trị cũng như Quân Sự.

CHƯƠNG IX:
CUỘC CÁCH MẠNG 19 THÁNG TÁM 1992 –
LIÊN BANG XÔ VIẾT BỊ KHAI TỬ

Năm 1969, văn hào Nga Andrei Amalrik viết cuốn sách nhan đề "Tới năm 1984, Liên Xô còn hay mất?" Ông không coi cuốn sách là một tài liệu tham khảo mà chỉ là kết quả của những sự nhận xét và suy nghĩ, và cuốn sách đã trở thành một tác phẩm chính trị bất hợp pháp đầu tiên tại Liên Xô. Điều đáng lưu ý về cuốn sách là tác giả nêu lên lý do vì sao Liên Xô sẽ sụp đổ và tiên đoán nó sẽ sụp đổ trong hoàn cảnh nào.

Lý do khiến Liên Xô sẽ đi tới chỗ sụp đổ là vì, theo tác giả, chế độ bảo thủ quyền hành chuyên chế của một thiểu số không có khả năng tự sửa, sẽ đi tới chỗ cô lập, bất biến, xơ cứng và bế tắc, trở thành xung đột với nhu cầu phát triển kinh tế để cuối cùng sa lầy và đi trên chiều hướng suy tàn. Cũng theo tác giả thì trong tình trạng bế tắc và suy tàn đó, giới lãnh đạo phải tìm một giải pháp cho những mâu thuẫn nội tại bằng những cuộc phiêu lưu quân sự, giống như các triều đại Nga Hoàng đã làm trước đây.

Và trong hoàn cảnh với những điều kiện mà tác giả nhìn thấy vào lúc đó, chiến tranh Nga-Hoa sẽ xẩy ra, một phần vì Trung Cộng lúc đó cũng đang phát triển tới giai đoạn có khuynh hướng quân phiệt đế quốc, và một phần thì Trung Cộng có chung một biên giới với Liên Xô, và thực sự lúc đó đương có những xung đột biên giới rất gay gắt giữa hai nước.

Vẫn trong giả thuyết của Amalrik, khi chiến tranh xẩy ra, vì Trung Cộng ở thế yếu về vũ khí, nên sẽ phải phát động chiến tranh du kích trên một quy mô lớn và sẽ buộc Liên Xô phải chuyển bớt quân từ Đông Âu về biên thùy Nga-Hoa. Đây là một cơ hội lý tưởng cho các quốc gia Đông Âu nổi lên giành độc lập và để châm ngòi cho những phong trào quốc gia của những nước vùng Baltic, Caucase, Ukraine và các chủng tộc thiểu số vùng Trung Á ngay trong Liên Bang Xô Viết.

Cuối cùng, tác giả cho rằng đây là một "viễn ảnh" về sự sụp đổ của Liên Xô với hai đặc tính quan trọng: thứ nhất, nó khởi đầu bằng một cuộc chiến tranh bành trướng; thứ hai, nó đưa đến một cuộc xung đột bạo lực đẫm máu làm tan rã đế quốc Liên Xô.

Cũng trong giả thuyết nêu trên, nếu các phong trào dân chủ chưa kịp bén rễ, người ta sẽ chứng kiến một giai đoạn khủng hoảng lãnh đạo vì những khuynh hướng quá khích, bạo động và vô chính phủ lan tràn khắp nơi. Mặt khác, nếu các phong trào dân chủ kịp bén rễ, thì giai đoạn chuyển tiếp sẽ xảy ra, trong đó Liên Bang Xô Viết sẽ biến dạng một cách ôn hòa sang một thể chế như Liên Hiệp Anh hay Cộng Đồng Kinh Tế Âu Châu (tức Liên Hiệp Âu Châu ngày nay). Một giải pháp hòa bình sẽ được ký kết với Trung Cộng vì nước này cũng sẽ bị kiệt quệ vì chiến tranh.

Nếu so sánh giả thuyết của Andrei Amalrik với những gì đã xảy ra ở Liên Xô, người ta thấy một số điểm khác biệt khá quan trọng, nhưng những điểm tương đồng cũng rất nổi bật.

Sự khác biệt về thời điểm 1984 và 1991 không phải là điều đáng cho ta quan tâm lắm, và Amalrik đã không nói tại sao ông ta đã chọn thời điểm 1984 mà không chọn thời điểm khác. Dường như ông ta chỉ coi thời điểm đó là một "phông cảnh" thời gian gần gũi và "tùy tiện", vì cuốn sách của ông ta không có tích cách biên khảo mà chỉ là một sự nhận xét và suy tư.

Điểm khác biệt quan trọng mà ta muốn nêu lên ở đây là tính chất bạo động đẫm máu trong tiến trình tan rã của Liên Bang Xô Viết mà ông Amalrik đã tiên đoán, và có thể nói là phù hợp với sự tiên đoán chung, nhưng lại trái với những gì đã xảy ra trên thực tế. Một điểm khác biệt nổi bật khác là tiến trình tan rã của Liên Xô đã không xảy ra sau một cuộc chiến tranh lớn như Amalrik tiên đoán mà trên thực tế lại xảy đến trong một diễn biến hòa bình.

Ngoài hai điểm khác biệt quan trọng nói trên, ta phải nhìn nhận một số điểm tương đồng giữa sự tiên đoán và những việc xảy ra trong thực tế. Trước hết, tiến trình gỡ bỏ Liên Bang Xô Viết đã xảy ra sau khi một số nước Đông Âu giành lại được chủ quyền và châm ngòi cho các cuộc tranh đấu của các nước vùng Baltic và các cộng hòa thiểu số vùng Trung Á. Thứ hai, Liên Bang Xô Viết sau khi tan rã đã biến dạng sang một hình thức tổ chức lỏng lẻo na ná như Cộng Đồng Kinh Tế Âu Châu.

Mặc dầu Amalrik đã tiên đoán trật một số điểm tương đối quan trọng, ông ta đã có một số lý do chính đáng để đoán trật mà ta sẽ phân tích khi có cơ hội thuận tiện. Và giá trị cực kỳ lớn lao của cuốn sách là vào lúc nó tiên đoán về sự sụp đổ của Liên Xô thì thế giới đang chứng kiến giai đoạn đang lên của Liên Bang Xô Viết (năm 1969). Trái với Andrei Amalrik, các học giả phàm tục chỉ có khả năng tiên đoán những "truyện đã xảy ra" thay vì tiên đoán những "truyện sẽ xảy ra" trong tương lai.

Dù sao đi nữa, biến động tại Liên Xô là một biến cố lịch sử quan trọng bậc nhất của thế kỷ 20, có ảnh hưởng lớn lao đối với tương lai của thế giới trong đó có Việt Nam. Để ghi lại biến cố này trong khung cảnh thế giới của

Chương IX

giai đoạn cuối thế kỷ, chúng ta sẽ lần lượt khảo sát các chủ đề dưới đây:

- Bối cảnh của cuộc chính biến 19 tháng 8, 1992 (Cuộc đảo chính bất thành).
- Những sự kiện nổi bật của cuộc đảo chính bất thành.
- Hậu quả toàn cầu của cuộc đảo chính bất thành.
- Ý nghĩa đối với Việt Nam.

Vì tính chất khá phức tạp của hoàn cảnh lịch sử có khả năng quyết định, trước hết, chúng ta sẽ nghiên cứu bối cảnh của cuộc đảo chính 19 tháng Tám 1992, và sau đó sẽ duyệt xét những hậu quả của cuộc đảo chính bất thành đưa tới sự tan rã của Liên Xô.

1. BỐI CẢNH CỦA CUỘC ĐẢO CHÍNH 19 THÁNG 8, 1992

Cuộc đảo chính bất thành tại Liên Xô tượng trưng cho một kết thúc rất đặc biệt của chủ nghĩa Cộng Sản ngay trên "quê hương của cách mạng Tháng Mười". Có nhiều nguyên nhân xa cũng như nguyên nhân gần đưa đến sự kết thúc của chủ nghĩa đó.

1.1. Những Nguyên Nhân Sâu Xa

1.1.1. Khủng Hoảng Kinh Tế

Không đầy 10 năm sau khi cuốn sách của Amalrik ra đời, những dấu hiệu suy thoái của Liên Xô[1] đã hằn lên rõ rệt trong lãnh vực kinh tế. Năm 1977, lợi tức quốc gia của Liên Xô được ghi nhận có 3.5% so với 5% của mười năm trước đó (1960-1970). Trong những năm kế tiếp, nền kinh tế Liên Xô ngày càng đi xuống, theo như những chỉ số về kinh tế được ghi nhận trong bảng số 1 dưới đây.[2]

Bảng số 1: Chỉ số kinh tế

Thời Gian	Tổng Sản Lượng Quốc Gia	Mức Sản Xuất Kỹ Nghệ	Mức Sản Xuất Canh Nông
1966-1970	Tăng 5%	Tăng 6.3%	Tăng 3%
1971-1975	Tăng 3.1%	Tăng 5.4%	Giảm 0.6%
1976-1980	Tăng 2.2%	Tăng 2.6%	Tăng 0.8%
1981-1985	Tăng 1.6%	Tăng 1.8%	Tăng 2.1%
1986-1990	_	Tăng 1.0%	Tăng 1.0%

Một chỉ số tiêu biểu nhất trong mọi nền kinh tế xã hội chủ nghĩa là sự giảm sút năng xuất trong mọi cơ sở sản xuất quốc doanh. Đó là một trong những nguyên nhân chính gây nên đà suy thoái không chặn đứng được. Ví dụ trong ngành nông nghiệp, những mảnh đất do tư nhân canh tác chỉ chiếm có 3% của tổng số đất đai canh tác, nhưng hoa lợi của những mảnh đất này lên tới 30% tổng số thu hoạch canh nông toàn quốc.[3] Nói cách khác, 97% đất đai được khai thác trong các nông trường tập thể của nhà nước chỉ sản xuất có 70% tổng số thu hoạch.

Một chỉ số khác để đo lường hạnh phúc của người dân Liên Xô là 65% những bệnh viện nông thôn của Liên Xô không có nước nóng, 27% những bệnh viện này không có hệ thống thoát nước và 17% hoàn toàn không có nước để xài. Trong cuốn sách "Một Thất Bại Vĩ Đại", tác giả Brzezinsky, cựu cố vấn của Tổng Thống Carter, viết rằng một phần ba các nóc gia tại Liên Xô, vào cuối thế kỷ 20, vẫn chưa có ống dẫn nước đến nhà.

Mặt khác trong khi nền kinh tế đi xuống dốc một cách thảm hại, hàng năm Liên Xô chi phí 200 tỷ Mỹ Kim cho ngân sách quốc phòng. Chủ nghĩa bành trướng của đế quốc Liên Xô tiếp tục được duy trì với đỉnh cao nhất là cuộc xâm lăng A Phú Hãn vào năm 1979. Có thể nói cuộc xâm lăng A Phú Hãn đánh dấu chiều đi xuống toàn bộ của Liên Bang Xô Viết và khởi đầu cho viễn ảnh tan rã của đế quốc này.

Những thay thế dồn dập của cấp lãnh đạo già nua (Brezhnev năm 1982, Andropov năm 1984, và Chernenko vào năm 1985) là cơ hội để cho chế độ Cộng Sản tự cứu nếu nó có khả năng đặc biệt đó. Và Gorbachev là người tung ra cái phao cho Đảng Cộng Sản Liên Xô tự cứu.

1.1.1.1.   Khả Năng Tự Hủy Của Xã Hội Chủ Nghĩa

Trên thực tế, chế độ Cộng Sản Liên Xô đã không có khả năng tự cứu vì nhiều nguyên nhân dưới đây:

Trước hết, ý thức hệ Xã Hội Mác-Xít đã không theo kịp với trào lưu tiến bộ của thế giới vì thiếu tính chất khách quan và khiến cho Liên Xô đã không giải quyết được những bế tắc căn bản trong khi bị thế giới vượt qua về mọi mặt.

Thứ hai, mặc dầu Lenin và các tín đồ của ông ta dựa trên duy vật sử quan của Mác để giải thích lịch sử trên lý thuyết, nhưng trên thực tế những người này đã hành động hoàn toàn trái ngược với lý thuyết. Theo duy vật sử quan của Mác thì những điều kiện kinh tế sẽ quyết định những điều kiện xã hội và chính trị. Trên thực tế, những chế độ Cộng Sản Mác-Lê luôn luôn dùng sức mạnh sắt thép của chính trị để đóng khung tổ chức kinh tế. Họ đã dùng chính trị để cưỡng hiếp những quy luật khách quan của kinh tế, và như thế hành động của họ đã hoàn toàn mâu thuẫn với lý thuyết.

Thứ ba, cuộc giải thể chế độ Cộng Sản tại Liên Xô đã cho người ta thấy một sự kiện rất ngoạn mục: nó đã bắt đầu bằng sự cởi mở chính trị từ năm sáu năm trước chứ không bằng sự cởi mở kinh tế. Và sự cởi mở về chính trị là cơ hội thuận tiện cho những tư tưởng về tự do và dân chủ bén rễ, nhờ đó sự giải thể chủ nghĩa cộng sản tại đây đã diễn ra ôn hòa không có đổ máu.

Điểm rất ngộ nghĩnh ở đây là: những điều kiện chính trị tại Liên Xô (vào lúc đó) đang quyết định cơ cấu kinh tế tương lai của nước này, trái với sự khẳng định của Mác. Cả cái cơ cấu Mác Xít do Lenin và đàn em dựng nên đã bị một mớ tư tưởng chính trị lật đổ và gỡ bỏ.

1.1.1.2.   *Những Nguyên Nhân Gần*

Chủ trương cởi mở chính trị (Glasnost) của Gorbachev đã tạo những điều kiện chính trị thuận lợi cho tư tưởng tự do dân chủ nẩy mầm.

1.1.1.2.1.   *Những Mâu Thuẫn Giằng Co*

Trong khi tư tưởng tự do dân chủ có cơ hội bén rễ tại Liên Xô, thì càng ngày nó càng trở thành mối đe dọa đối với một thiểu số muốn duy trì chế độ cộng sản để bảo vệ những đặc quyền đặc lợi của cá nhân và phe nhóm. Mối đe dọa càng trở thành cụ thể và to lớn khi những đòi hỏi về quyền tư hữu, quyền tự do kinh doanh và quyền tự trị của các nước cộng hòa thiểu số được đem ra bàn cãi để giải quyết theo phương hướng dân chủ.

Mặt khác, mặc dầu Gorbachev khai sinh ra chính sách cởi mở chính trị, ông ta đã vô tình hoặc cố ý, hoặc không đủ hậu thuẫn để giành lấy quyền kiểm soát quân đội và mật vụ KGB. Nhóm thiểu số đảng viên cực đoan giằng co nắm quyền hành nằm trong cơ cấu đầu não của quân đội và mật vụ KGB tất nhiên đã phản ứng với hy vọng đảo ngược đà suy thoái quyền lực của đảng cộng sản Liên Xô.

Và đây là những nguyên nhân gần đưa đến cuộc chính biến tháng Tám.

1.1.1.2.2.   *Phe Cải Cách Báo Động*

Những sự chuyển động của phe đảng viên cực đoan nhằm đảo ngược tình hình đã bị phe cải cách dân chủ khui ra ánh sáng qua những lời hô hoán của Shevardnadze. Cuối tháng 12, 1990, ngoại trưởng Liên Xô Shevardnadze đã từ chức[+] với những lời cảnh cáo rằng có những thế lực độc tài chuẩn bị một cuộc đàn áp để dập tắt tiến trình dân chủ hóa tại Liên Xô.

Có thể dưới áp lực của phe cực đoan trong đảng, Gorbachev đã trở nên cứng rắn hơn đối với vấn đề điều đình một giải pháp chính trị cho các cộng hòa thiểu số của Liên Bang Xô Viết. Mặt khác, trùm mật vụ KGB là Vladimir Kryuchkov cảnh cáo rằng có những "cơ sở ngoại lai" đang can thiệp vào nội bộ của Liên Xô và cơ quan KGB đang sẵn sàng để chặn đứng đà tan rã của Liên Bang Xô Viết.[5]

Lời cảnh cáo của trùm mật vụ KGB làm người ta nhớ tới lời buộc tội của hãng thông tấn Tass khi hàng ngàn người dân Baltic biểu tình ngày 23 tháng 8 - 1987 để kỷ niệm năm thứ 48 bị sát nhập vào Liên Xô do một hiệp ước ký kết giữa Liên Xô và Đức Quốc Xã. Theo hãng Tass thì Hoa Kỳ đã giật giây cuộc biểu tình này.[6]

Tiếp theo Shavardnadze, hai cố vấn thân cận của Gorbachev là Alexander Yakolev và Yevgeny Primakov bị mất chức.[7] Theo hãng thông tấn Interfax thì việc ra đi của hai ông này cho thấy Gorbachev đang quay trở về khuynh hướng độc tài cộng sản. Yakolev vốn được coi là cha đẻ của chính sách Glasnost (cởi mở), còn Primakov là một chuyên viên thượng thặng về vấn đề Trung Đông. Ngoài ra, Phó Thủ Tướng Leonid Abalkin, người phụ trách việc chuyển đổi nền kinh tế cộng sản sang nền kinh tế tự do cũng rời chức vụ.

Tổng cộng có bảy chuyên gia cao cấp ra đi vì những mâu thuẫn trầm trọng với phe cộng sản cực đoan.

1.1.2.   *Glasnost Bắt Đầu Những Bước Giật Lùi*

Ngày 13 tháng Giêng 1991, lợi dụng cơ hội Hoa Kỳ đương bận bịu với cuộc khủng hoảng Trung Đông, quân đội Xô Viết đã được sử dụng để đàn áp những người biểu tình đòi tự do và độc lập cho Lithuania tại thủ đô Vilnius. Cuộc đàn áp đã làm 14 người chết và nhiều người bị thương. Một tuần lễ sau, lực lượng "mũ đen" của Bộ Nội Vụ Liên Xô tấn công vào cơ sở chính quyền của Cộng Hòa Latvia làm 4 người chết.

Ngày 25 tháng Giêng 1991, Gorbachev loan báo quân đội và cảnh sát sẽ cùng nhau tuần tiểu các đô thị lớn để "ngăn chặn đà gia tăng tội phạm". Pháp lệnh của Gorbachev cho biết rằng lực lượng tuần tiểu này cũng được sử dụng để dẹp những cuộc biểu tình chống chính phủ. Dấu hiệu trên cho thấy những biện pháp đàn áp độc tài đương đe dọa lan rộng ra nhiều nơi và cho thấy những bước lùi nghiêm trọng của Glasnost.

Ngày 26 tháng Giêng 1991, Gorbachev ký một sắc lệnh cho phép mật vụ KGB và cảnh sát có quyền hành vô hạn định để xâm nhập bất cứ cơ sở kinh doanh nào của người Nga hay người ngoại quốc để kiểm soát từ tài liệu kế toán tồn kho cho tới các tài liệu về trương mục ngân hàng. Trong khi đó, Gorbachev đưa ra đề nghị là các cơ quan truyền thông và báo chí sẽ được đặt dưới quyền kiểm soát của Viện Lập Pháp gồm những Đại biểu Cộng Sản.

Đứng trước những bước giật lùi của tiến trình dân chủ hóa tại Liên Xô, Tây Phương đã sử dụng biện pháp áp lực kinh tế. Cộng Đồng Kinh tế Âu Châu quyết định ngưng khoản kinh viện một tỷ mỹ kim và đình chỉ ngân khoản 500 triệu mỹ kim dành cho kế hoạch trao đổi khoa học và kỹ thuật với Liên Xô. Ngày 22 tháng Hai, 1991, ông James Baker, Ngoại Trưởng Hoa Kỳ, đã tiếp kiến phái đoàn dân cử của Cộng Hòa Baltic tại Hoa Thịnh Đốn và lên tiếng chỉ trích việc đàn áp của chính quyền Liên Xô.

Mặc dầu có sự chỉ trích của Hoa Kỳ, ngày 26 tháng Hai, Gorbachev tuyên bố sẽ không chấp nhận đòi hỏi độc lập của các quốc gia Baltic hoặc bất cứ cộng hòa thiểu số nào, vì làm như thế là chấm dứt vai trò siêu cường của Liên Xô.

1.1.3.   Đà Tuột Dốc Quyền Lực Của Cộng Sản Liên Xô

Nỗ lực duy trì vai trò siêu cường của Gorbachev không ngăn được đà xuống dốc của đảng cộng sản Liên Xô. Ngày 9 tháng 3, 1991, Boris Yeltsin lên tiếng kêu gọi nhân dân Liên Xô hãy chối bỏ chính quyền Liên Bang Xô Viết. Ông đề nghị thành lập một chính đảng mạnh dựa trên nền tảng của "Phong Trào Dân Chủ Nga"[8]. Lời kêu gọi của Yeltsin được đưa ra đúng một tuần trước khi Gorbachev tổ chức trưng cầu dân ý về câu hỏi "có nên thống nhất Liên Bang Xô Viết hay không?" Chính lời kêu gọi của Yeltsin phản ảnh tình trạng căng thẳng và chia rẽ tại Liên Xô.

Sáu nước cộng hòa Latvia, Lithuania, Estonia, Moldavia, Armenia và Georgia đã quyết định tẩy chay cuộc trưng cầu dân ý. Bốn nước cộng hòa lớn, trong đó có cộng hòa Nga quyết định thay đổi câu hỏi trong cuộc trưng cầu dân ý và thêm một câu hỏi về sự lựa chọn nền độc lập của các cộng hòa. Hai nước cộng hòa nhỏ không dứt khoát trong vấn đề trưng cầu dân ý và chỉ có ba nước cộng hòa còn lại là Azerbaijan, Turkmenia, và Tadzhikistan chấp thuận cuộc trưng cầu dân ý.

Tình trạng nói trên đã khiến cho cuộc trưng cầu dân ý mất hết ý nghĩa. Hơn nữa nó còn làm cho uy tín của Gorbachev càng thêm suy giảm, đồng thời đe dọa quyền lực trung ương của đảng cộng sản.

Ngày 26 tháng Tư, hội đồng thị xã Leningrad quyết định bỏ phiếu về việc đổi tên thành phố này thành St. Petersburg, tên cũ của thành phố này từ thời Nga Hoàng. Trên thực tế, những bức tượng của Lenin đã bị lật đổ và chỉ còn là vấn đề thời gian khi dân Liên Xô sẽ ủi lăng của Lenin và dẹp cái xác ướp của ông ta đi chỗ khác.

Ngày 30 tháng Tư, xung đột võ trang bùng nổ giữa hai cộng hòa Armenia và Azerbaijan làm chết nhiều quân lính và thường dân tại biên giới giữa hai nước. Trong khi đó tại cộng hòa Georgia, Tổng Thống lâm thời bị ông Phó Tổng Thống bắn và ông Phó Tổng Thống lại bị cận vệ của Tổng Thống bắn chết. Tình trạng mâu thuẫn giữa các nước cộng hòa nhỏ đã gia tăng và cho thấy vấn đề căn bản không phải là nên hay không nên duy trì sự toàn vẹn của Liên Bang Xô Viết. Sự giải thể của Liên Bang Xô Viết đã bắt được trớn ở mức độ không có cách gì cản nổi. Và câu hỏi căn bản là sự giải thể sẽ diễn ra như thế nào? Dĩ nhiên vào lúc đó không ai có câu trả lời được mọi người tin.

1.1.4. *Thực Tế Khách Quan Và Những Khó Khăn Không Vượt Qua Nổi*

Những đảng viên cộng sản cao cấp của Liên Xô lại càng không muốn chấp nhận những điều kiện do hoàn cảnh khách quan đặt trước mắt họ, và họ tiếp tục áp lực Gorbachev cứng rắn hơn. Trong khi Gorbachev đi giật lùi trên tiến trình dân chủ hóa thì ông ta lại đòi Hoa Kỳ chấp thuận một ngân khoản cho vay một tỷ rưỡi mỹ kim để cứu vãn nền nông nghiệp Liên Xô, và kêu gọi giới kinh doanh Hoa Kỳ đầu tư vào thị trường đang giẫy chết của Liên Xô.

Hoa Kỳ tỏ ra lạnh nhạt đối với những đề nghị của Liên Xô vì những cải cách nửa vời, ba hồi tới ba hồi lui của Gorbachev, và vì đảng cộng sản Liên Xô đã không tạo ra được một căn bản cụ thể để giải quyết bế tắc kinh tế. Trong tình trạng kinh tế còn bị chính trị kềm kẹp đó, bao nhiêu tư bản của Tây Phương đổ vào nền kinh tế Liên Xô sẽ rơi vào cái thùng không đáy. Mặt khác, hành động chi viện của Tây Phương sẽ gián tiếp củng cố phe cộng sản thiểu số chóp bu và duy trì khả năng chiến tranh của Liên Xô.

Ngày 5 tháng Năm, hãng thông tấn Tass tường thuật về một cuộc phỏng vấn Gorbachev do giám đốc nhà phát hành Rupert Murdoch, trong đó Gorbachev cảnh cáo rằng thái độ lạnh nhạt của Hoa Kỳ có thể làm cho bang giao giữa hai siêu cường đi lùi trở lại thời kỳ chiến tranh lạnh. Giữa tháng Sáu 1991, ông Yeltsin đắc cử Tổng Thống cộng hòa Nga và một tuần sau đó viếng thăm Hoa Kỳ. Khoảng 4,000 người trương cờ Nga Hoàng và biểu tình tại công viên Gorky, Mạc Tư Khoa, trong khi đại hội đảng Cộng Sản đang họp.[9] Những người biểu tình hô to khẩu hiệu "đả đảo đảng Cộng Sản". Thị trưởng thành phố Mạc Tư Khoa là ông Valery Fadeyev thì hô: "đả đảo bọn cướp đã cướp chính quyền năm 1917", và ông được mọi người vỗ tay cổ võ.

Những biến cố kế tiếp đã đánh những đòn khá nặng lên nhóm đảng viên thiểu số chóp bu. Ngày 26 tháng Bảy, Đại Hội Trung Ương Đảng bác bỏ phần lớn chủ thuyết Mác-Lê và chấp nhận hiến chương mới của Đảng, khuyến khích quyền tư hữu, một nền kinh tế thị trường, một nền dân chủ chính trị và quyền tự do tín ngưỡng. Niềm an ủi duy nhất cho đám đảng viên thiểu số chóp bu vào lúc đó là ông Gorbachev hứa sẽ dùng quyền tổng thống của mình để cho phép đảng cộng sản còn được hoạt động trong các công đoàn thợ thuyền và cơ quan chính quyền. Mặt khác, nhóm đảng viên thiểu số chóp bu còn nuôi hy vọng lật ngược thế cờ vì họ còn nắm quân đội, cơ quan mật vụ KGB, đài truyền hình trung ương, chương trình tin tức buổi tối Vremya. Về kinh tế, tài sản của đảng còn trị giá 7,8 tỷ mỹ kim,[10] và đảng còn nắm được 90% trong số 1,600 ngân hàng "tư doanh" do các cơ sở quốc doanh dựng lên.

1.1.5. Lời Báo Động Cuối Cùng

Vào giai đoạn gần tới cuộc chính biến, mặc dầu phe thiểu số chóp bu còn nắm được đỉnh cao của kim tự tháp, nhưng căn bản quyền lực ở dưới đáy kim tự tháp đã bị xoi mòn tới một mức độ nghiêm trọng. Người ta thống kê được 4 triệu đảng viên đã bỏ đảng trong vòng 18 tháng. Tại cộng hòa Byelorussia, 50% đảng viên xé thẻ đảng. Trên toàn lãnh thổ Liên Xô nhiều đảng viên cao cấp trong đó có cựu ngoại trưởng Shevardnadze đã thành lập một đảng mới cho phong trào dân chủ tự do.

Tình trạng kinh tế trong khi đó càng ngày càng đen tối hơn. Nông dân ở những vùng xa xôi không được tiếp tế thực phẩm đã phải đổ thóc giống ra để ăn. Trong khi tình hình trở nên bi thảm về mọi mặt như thế, ngày 16 tháng Tám, Alexander Yakolev, trước kia là cố vấn cho Gorbachev, đã chính thức ra khỏi đảng cộng sản và lên tiếng báo động về một âm mưu đảo chính của nhóm cộng sản cực đoan. Hãng Associated Press thuật lại lời tuyên bố của Yakolev như sau:

"Tôi muốn báo động cùng mọi người rằng một nhóm người theo khuynh hướng Stalin và có thế lực đã tập họp trong lực lượng lãnh đạo nòng cốt, chống lại chiều hướng cải tổ chính trị từ năm 1985 và trì hoãn những tiến bộ xã hội ở trong nước".

Đó là lời báo động cuối cùng của phe cải cách. Ba ngày sau đó cuộc đảo chính đã bùng nổ.

1.2. Cuộc Đảo Chính 19 Tháng 8 Thất Bại – Hậu Quả: Liên Xô Tan Rã

Cuộc đảo chính đã được giới truyền thông tường thuật rất tỷ mỷ. Trong tài liệu nghiên cứu này, chúng ta sẽ không đi vào chi tiết, và chỉ tập trung vào ba chủ đề dưới đây:

- Những sự kiện nổi bật của cuộc đảo chính không thành công.

- Hậu quả toàn cầu của cuộc đảo chính thất bại.

- Ý Nghĩa đối với Việt Nam.

1.2.1.   *Những Sự Kiện Nổi Bật Của Cuộc Đảo Chánh Bất Thành*

Sau khi ôn lại bối cảnh của cuộc đảo chính tháng Tám, ta thấy rằng cuộc đảo chính là một biến cố tất yếu, tiêu biểu cho những nỗ lực cuối cùng của phe Cộng Sản thiểu số trên đà suy thoái đã cố gắng bấu víu lấy những chỗ vịn không vững chắc trên một sườn dốc trơn trượt.

Những chuyện xảy ra từ hơn nửa năm trước đó đã gióng lên hồi chuông báo động cho người Nga cũng như thế giới bên ngoài biết rằng mọi việc không êm đẹp. Vài ngày trước khi cuộc đảo chính bùng nổ, tình báo điện tử Tây Phương đã bắt được số lượng tín hiệu của liên lạc viễn thông gia tăng đột ngột giữa Phó Tổng Thống Gennady I. Yanayev và phe nhóm của ông ta. Chính vì thế cuộc đảo chính không làm cho giới quan sát ngạc nhiên bằng việc chứng kiến sự thất bại nhanh chóng của nó, vì những nguyên nhân đưa đến thất bại không hiển nhiên bằng những bằng những dấu hiệu báo trước cơn giông tố. Và do đó, điều mà chúng ta quan tâm ở đây không phải là tại sao cuộc đảo chính đã thất bại mà là tại sao biến cố tháng Tám đã thất bại quá nhanh.

Để nhìn thấy rõ những nét nổi bật của biến cố 19 tháng Tám, ta sẽ lưu ý đến những yếu tố chủ quan và khách quan quyết định sự thành bại của cuộc đảo chính.

1.2.1.1.   *Những Yếu Tố Chủ Quan*

Nhóm đảo chính gồm có tám người, đại diện cho một tập hợp thiểu số quyền lực trong Đảng còn nắm giữ những địa vị chóp bu trong cơ quan mật vụ KGB và quân đội. Tuy nhiên, thực tế chứng tỏ nhóm này đã không nắm được thực lực điều động hai thành phần nòng cốt KGB và quân đội vào cuộc chính biến.

Mặt khác, mặc dù làm cuộc đảo chính từ địa vị chóp bu đó, nhóm lãnh đạo đã chứng tỏ họ có một số khuyết điểm nghiêm trọng đưa đến thất bại. Đó là những yếu tố chủ quan.

1.2.1.1.1.   *Những Khuyết Điểm Về Tổ Chức*

Những người làm đảo chính đã phạm phải một số khuyết điểm nghiêm trọng về mặt tổ chức và hành động khiến những nhà quan sát gọi họ là những người làm đảo chính tài tử. Dường như nhóm Tám người không tự xác định được ai là chủ chốt và đứng mũi chịu sào. Nếu Phó Tổng Thống Yanayev là thủ lãnh của nhóm đảo chính thì ông ta chỉ có khả năng một công chức thư lại chứ không có khả năng điều động một cuộc hành quân. Nhưng còn Bộ Trưởng Quốc Phòng thì sao? Có lẽ ông ta chỉ biết chỉ tay năm ngón mà không giúp được ý kiến tham mưu và nhất là ông ta không biết điều động hành quân, hoặc không có ảnh hưởng lớn đối với quân đội dưới quyền. Do đó tình báo của Hoa Kỳ cho thấy chỉ có một số đơn vị của hai sư đoàn thiết giáp can dự vào cuộc hành quân tại Mạc Tư Khoa.

Mặt khác, ngay từ những giây phút đầu, nhóm đảo chánh đã có những sơ sẩy không tha thứ được về chiến thuật điều động. Hai tiếng đồng hồ sau khi loan báo lật đổ Gorbachev, người ta mới thấy các đơn vị thiết giáp tiến ra đường phố Mạc Tư Khoa. Việc điều động này chính ra phải được tiến hành trước khi loan báo ý đồ đảo chánh. Chính sự sơ hở này đã báo động cho ông Yeltsin và giúp ông có thì giờ thoát nguy để quy tụ những phe nhóm trung thành và tổ chức đề kháng. Cũng trong phạm vi tổ chức và điều động, nhóm đảo chánh đã phạm một lỗi lầm cực kỳ nghiêm trọng là đã có những hành động tiền hậu bất nhất trong việc kiểm soát tin tức. Trong khi ra lệnh đóng cửa những cơ quan truyền thông tư nhân, họ vẫn để cho các đài phát thanh ngoại quốc hoạt động tự do. Những cơ quan truyền hình, viễn ký (Telex), điện thư (Fax), và điện thoại viễn liên (long distance telephone) tiếp tục loan báo cho dân Nga và khắp thế giới về diễn tiến của thời cuộc sôi bỏng. Hãng truyền hình CNN đã loan tin khắp nơi trong thành phố Mạc Tư Khoa.[11]

Mặt khác, cơ quan truyền hình Vremya của Nhà Nước, ngay buổi tối đầu tiên của cuộc chính biến đã loan tin khắp nước Nga hình ảnh những người biểu tình tràn ngập xe tăng để ủng hộ Yeltsin và chống lại cuộc đảo chính, nhất là hình ảnh Yeltsin đứng trên chiến xa để kêu gọi toàn quốc đình công. Với 200 triệu dân Nga theo dõi tin tức trên màn ảnh của hãng Vremya, tác dụng tâm lý chắc chắn rất là tai hại cho phe đảo chính. Hoặc là nhóm làm đảo chính quá bình tĩnh, hoặc vì họ coi thường yếu tố truyền thông, hoặc các cấp thừa hành của họ tuy được lệnh khóa miệng truyền thông nhưng đã không thi hành đúng chỉ thị, họ đã hoàn toàn mất thế chủ động tâm lý ngay từ giây phút đầu.

1.2.1.1.2. *Nhắm Sai Đối Tượng*

Khi nhóm đảo chánh bắt giam Gorbachev, có lẽ họ tưởng rằng những chuyện sau đây sẽ xảy ra: Một là, họ được lòng dân chúng Liên Xô vì Gorbachev đã gây ra nhiều khó khăn kinh tế và làm cho đời sống dân chúng ngày càng cơ cực hơn; Hai là, những thành phần cải cách tại Liên Xô sẽ trở nên một đàn rắn không đầu; và Ba là, quân đội sẽ ủng hộ phe đảo chánh.

Trên thực tế, cả ba chuyện trên đều không xảy ra, và nguyên nhân chính chỉ là vì phe đảo chánh đã nhắm sai đối tượng cần phải bắt giữ hay tiêu diệt, cũng như những đối tượng có triển vọng hỗ trợ họ.

Trước hết, dân Liên Xô đã thờ ơ với việc bắt giữ Gorbachev.

Thứ hai, đối với dân Liên Xô, biểu tượng của tư tưởng cải cách là Borris Yeltsin và một lực lượng khá đông đảo những người đang tranh đấu cho phong trào dân chủ tại Nga như Shevardnadze, cựu ngoại trưởng Liên Xô; Gavriil Popov, Thị Trưởng Mạc Tư Khoa; và Anatoly Sobchak. Và chính Yeltsin mới là người lãnh đạo đáng cho phe đảo chánh lo sợ. Nắm được Gorbachev trong tay, không phải là nắm được con bài tẩy.

Thứ ba, quân đội đã không hồ hởi chạy theo phe đảo chánh. Trái lại, từ những cấp chỉ huy cho tới binh sĩ đã có nhiều người đào ngũ theo phe Yeltsin ngay từ phút đầu của cuộc chính biến. Nhóm đảo chính đã quên mất rằng một thành phần khá lớn trong quân đội Liên Xô đã bỏ phiếu bầu Yeltsin vào chức Tổng Thống Cộng Hòa Nga.[12] Nếu chưa quên điều đó mà vẫn đặt niềm tin vào sự hỗ trợ của quân đội, thì nhóm đảo chánh quả là những người đánh bạc tài tử.

1.2.1.1.3. *Những Người Đi Buôn Không Vốn*

Chẳng những là những người đánh bạc tài tử, nhóm người làm đảo chính còn phải được kể là những người đi buôn không có vốn. Có lẽ họ không nhìn ra nguyên nhân căn bản của tình trạng khánh tận của Đảng CS Liên Xô là sự bế tắc và suy đồi về mọi mặt kinh tế, chính trị, xã hội, luân lý và đạo đức. Sức mạnh chính và vô địch của phong trào cải cách là đã đề ra giải pháp tự do dân chủ cho cuộc khủng hoảng không lối thoát của Liên Xô. Khi làm cuộc chính biến, nhóm-Tám-người đã không có một giải pháp nào để giải quyết cái khó khăn cơ bản cho Liên Xô. Trái lại họ tự biến thành mối đe dọa đối với niềm hy vọng tự do dân chủ mới bén rễ trong quần chúng. Họ định làm một cuộc đầu tư mà không có một đồng xu dính túi để làm vốn.

Trên đây là những điểm suy nhược từ trong nội bộ nhóm đảo chánh khiến cho chính họ đã không có niềm tự tin và không dám hành động dứt khoát. Mặt khác, những yếu tố khách quan do hoàn cảnh bên ngoài chi phối đã có ảnh hưởng lớn và quyết định đối với chiều hướng kết thúc của cuộc chính biến.

1.2.1.2. *Những Yếu Tố Khách Quan*

Thái độ của quân đội Liên Xô đối với sự kêu gọi của phe đảo chánh, nhân dân Liên Xô phản ứng như thế nào và thế giới phát biểu lập trường ra sao, đó là những yếu tố khách quan có tầm ảnh hưởng quyết định.

1.2.1.2.1. Một Đạo Quân Rã Rời

Sau khi Liên Xô thất bại trong cuộc chiến tranh tiêu hao tại A Phú Hãn (Afghanistan), và nhất là sau sự sụp đổ của nhiều quốc gia Cộng Sản Đông Âu, thế giới bên ngoài mới bắt đầu có một hình ảnh trung thực về Hồng Quân Liên Xô. Mặc dầu được huấn luyện và nhồi sọ về xã hội chủ nghĩa về tình "yêu nước là yêu Đảng", quân đội Liên Xô là những quân nhân sinh ra trước tiên là để làm người và có những đặc tính giống con người bình thường. Trong giai đoạn thoái trào của Liên Xô, quân đội không phải là một biệt lệ và họ cũng đi xuống dốc. Họ trở thành một đạo quân mất tinh thần, hoang mang về mục đích và sứ mạng của họ. Tỷ lệ đào ngũ trong quân đội Liên Xô lên rất cao, nhất là đối với các đơn vị đồn trú tại Đông Âu.[13] Ngoài nạn đào ngũ, còn thêm tệ nạn bán lậu vũ khí, kể cả súng chống chiến xa và hỏa tiễn.

Hiện tượng suy đồi về kỷ luật đã lan rộng, nạn tự tử hoặc giết lẫn nhau, cũng như những mâu thuẫn chủng tộc, làm cho quân đội Liên Xô chia rẽ và trở thành một đám quân có vũ khí nhưng không có đích nhắm. Quan trọng hơn hết, vào thời điểm của cuộc chính-biến tháng-Tám, quân đội Liên Xô là một tập hợp không còn tin tưởng vào xã hội chủ nghĩa và đảng cộng sản, mặc dầu họ đã tuyên thệ trung thành với đảng.

Với 40% quân đội Liên Xô thuộc thành phần sắc tộc thiểu số,[14] quân đội Liên Xô càng ngày càng có khuynh hướng ủng hộ chủ trương độc lập của các cộng hòa thiểu số, nghĩa là nếu họ có một lập trường chính trị thì họ ngả theo khuynh hướng Yeltsin và chống lại khuynh hướng Gorbachev, mà nhất là chống lại phe đảo chánh. Nói một cách thực tế thì có thể đa số quân đội Liên Xô chán nản, ù lỳ và thờ ơ. Và đó có thể là lý do chính khiến họ không tuân lệnh cấp trên để đàn áp quần chúng theo phe Yeltsin.

Trong hoàn cảnh nói trên, nhóm làm đảo chánh chứng tỏ họ đã đánh giá sai tiềm năng tích cực của quân đội trong vai trò bảo vệ đảng và xã hội chủ nghĩa. Yếu tố khách quan này là một trong những yếu tố then chốt quyết định sự thành bại của cuộc đảo chánh.

1.2.1.2.2. Tác Dụng Của Glasnost Trong Quần Chúng Liên Xô

Một yếu tố thứ hai có tác dụng quyết định đưa đến sự thất bại của chính biến tháng Tám là tư tưởng tự do dân chủ đã có thời giờ và cơ hội bén rễ trong dân chúng Liên Xô kể từ khi Goebachev cởi mở về chính trị. Hơn nữa, kể từ khi các nước Đông Âu lần lượt theo nhau sụp đổ, và hình ảnh về thế giới tự do và thịnh vượng của Tây Phương được phổ biến tại Liên Xô, người dân ở đây đã tự nhìn ra họ có khả năng quyết định cho tương lai và họ đã có đủ dữ kiện để lựa chọn con đường nào tốt hơn cho họ.

Đây là một lý do chính khiến họ lựa chọn thái độ, không cần đảng "lãnh đạo và quản lý" nữa. Và họ đã quyết định mời đảng đi chỗ khác chơi. Khi người dân Liên Xô đã bén mùi tự do dân chủ, họ càng có thái độ dứt khoát hơn trong sự lựa chọn. Trong chính-biến tháng-Tám, vai trò của Borris Yeltsin đã nổi bật vì dân Liên Xô không còn tin tưởng nhiều vào Gorbachev qua những hành động ngập ngừng và chao đảo của ông này. Khi chính những đàn em và tay chân của Gorbachev phản bội ông ta, thái độ của dân Liên Xô tỏ ra lạnh nhạt, và họ quan tâm tới sự tồn vong của Yeltsin và nhóm người đấu tranh cho dân chủ hơn là tính mạng của Borbachev.

Thái độ nói trên của người dân Liên Xô cũng dễ hiểu. Trước hết, mặc dầu Gorbachev là người đề xướng ra chủ trương cởi mở chính trị, nhưng đường lối hành động "ba hồi tới ba hồi lui" của ông ta chứng tỏ Gorbachev muốn sửa đổi đảng cộng sản thành một bộ máy hữu hiệu hơn chứ không phải là giải thể nó. Không may cho Gorbachev, ông ta đã bị thời cuộc và biến cố qua mặt quá xa, khiến ông ta bị kẹt cứng vào trong nanh vuốt của lịch sử.

Trong những yếu tố khách quan quyết định sự thành bại của biến cố tháng Tám, ta còn phải kể tới ảnh hưởng của thế giới bên ngoài.

1.2.1.2.3. Tác Dụng Của Thế Giới Đối Với Chính Biến Tháng Tám

Tác dụng của thế giới bên ngoài đối với cuộc đảo chính bất thành tại Liên Xô có hai khía cạnh trực tiếp và gián tiếp.

Trên khía cạnh trực tiếp, thế giới Tây Phương đã đóng góp tích cực vào những diễn biến sôi bỏng tại Liên Xô. Một nguồn tin tình báo chuyên về vấn đề Liên Xô cho biết Tổng Thống Bush và Tổng Thống Yeltsin chia sẻ với nhau rất nhiều tin tức tình báo về kế hoạch của nhóm đảo chính, về những mâu thuẫn nội bộ, và những tính toán sai lầm của họ.[15] Chính vì thế, hai ông này đã tỏ ra tin tưởng cuộc đảo chính sẽ thất bại. Ông Bush, các chính khách Hoa Kỳ cũng như giới lãnh đạo các nước Tây Phương đã mạnh mẽ chỉ trích phe đảo chính và dùng các áp lực chính trị và kinh tế chống lại họ để đòi sự phục hồi chính quyền hợp pháp đương nhiệm của ông Gorbachev. Thái độ nói trên có tác dụng tích cực làm nản lòng Nhóm Tám-Người và khiến cho cuộc đảo chánh tan rã sớm hơn.

Trên khía cạnh gián tiếp, có thể rất ít người nhìn thấy rằng khung cảnh ôn hòa trong liên lạc Đông-Tây là một trong những yếu tố hóa giải khả năng kiểm soát và xách động của đảng Cộng Sản Liên Xô với quân đội và quần chúng. Truyền thống của các nước cộng sản là luôn luôn lợi dụng lòng yêu nước của người dân và những chiêu bài hòa bình chống lại sự đe dọa của chiến tranh từ bên ngoài tới với mục đích xiết chặt kềm kẹp và củng cố ách thống trị. Kể từ khi nền hòa bình được củng cố bằng sức mạnh quân sự của Tây Phương, đồng thời kể từ khi dân Liên Xô nhìn thấy sức mạnh quân sự của Tây Phương có tính cách tự vệ chứ không phải là một đe dọa xâm lược, thì đảng cộng sản Liên Xô trở thành hết thiêng trong việc hù dọa và xách động nhân dân để quay về kỷ luật chuyên chính.

Khi người dân không tin rằng có những đe dọa từ bên ngoài, đảng Cộng Sản không còn khả năng để xách động một quân đội đã phân hóa, và một dân tộc đầy dẫy mâu thuẫn chủng tộc. Nhất là dân tộc đó đang đói và rét do hậu quả của nền cai trị của đảng. Thất bại chính của Nhóm Tám-Người là sự thất bại trong khả năng tập hợp các thành phần quân đội và quần chúng cơ bản qua một chiêu bài hấp dẫn và có thể tin được. Không có mối đe dọa của một cuộc chiến tranh từ bên ngoài, điều hấp dẫn nhất đối với quần chúng lúc đó là tiến tới theo tiếng kêu gọi của phe tự do dân chủ với hy vọng thực tế là làm no cái bụng trước đã, chứ không phải là bước giật lùi theo phe Tám-Người để trở về con đường phá sản.

2. HẬU QUẢ TOÀN CẦU CỦA CUỘC ĐẢO CHÍNH BẤT THÀNH

Sau khi cuộc đảo chính 19 tháng Tám thất bại, một số người làm đảo chánh đã tự tử, số còn lại bị tống giam chờ ngày ra tòa xét xử. Đảng Cộng Sản Liên Xô bị đặt ra ngoài vòng luật pháp, hàng ngàn nhân viên mật vụ KGB vượt biên trốn sang Trung Cộng xin đào tỵ, các cơ sở đảng Cộng Sản Liên Xô bị niêm phong. Các cộng hòa thiểu số nối đuôi nhau ra tuyên ngôn độc lập, không chịu lệ thuộc vào hệ thống liên bang cũ dưới quyền điện Cẩm Linh. Nhiều nước trên thế giới lên tiếng công nhận nền độc lập của những nền cộng hòa mới này.

Nhóm Tám Người tưởng rằng họ có thể đảo ngược lại lịch sử. Trên thực tế, họ đã đẩy nhanh tiến trình giải thể đảng Cộng Sản Liên Xô. Nhưng đây mới chỉ là những hậu quả ngắn hạn và nhất thời.

2.1. Những Bài Toán Nan Giải Trên Cái Thây Ma Của Liên Xô Cũ

Mặc dầu đảng Cộng Sản Liên Xô bị đặt ra ngoài vòng pháp luật, nhưng trong thể chế dân chủ họ có quyền đổi tên đảng để tiếp tục hoạt động. Đảng Cộng Sản Liên Xô vào lúc cực thịnh có khoảng 19 triệu đảng viên.[16] Trong những năm thoái trào, có thể năm, sáu triệu đảng viên đã bỏ đảng vì mất tin tưởng. Những người còn lại chưa chắc có còn tin tưởng vào đảng hay không, nhưng ít nhất họ còn được hưởng những đặc quyền đặc lợi bao lâu đảng còn nắm quyền. Sau khi đảng cộng sản bị mất hết quyền hành, chắc chắn những người vào đảng vì thời cơ sẽ trở cờ nhanh chóng. Nhưng những người còn ngoan cố tin tưởng vào chủ nghĩa cộng sản sẽ không biến đi ngay tức khắc và khó biết được con số này là bao nhiêu. Ngoài ra, có nhiều triệu nhân viên chính quyền bị mất chức và mất những đặc quyền đặc lợi sau cuộc đổi thay. Họ sẽ trở thành những tiềm năng bất mãn làm cản trở hoặc phá hoại những cố gắng của những nước cộng hòa trẻ trung.

Ông Shevardnadze đã cảnh cáo rằng những người cộng sản còn là mối đe dọa vì họ gồm có những bộ óc nguy hiểm chứ không phải những bọn ngu xuẩn như Nhóm Tám Người. Vấn đề chính ở đây không phải là chỉ là vấn đề tồn tại của những người cộng sản mà là những khó khăn lớn do chế độ cộng sản để lại như những đống rác vĩ đại chờ đợi tân chế độ dân chủ tại Nga và các nước cộng hòa mới độc lập.

Tiến trình đấu tranh giành độc lập của các cộng hòa thiểu số đã tiến một bước nhảy vọt sau cuộc đảo chính bất thành, một điều mà nhóm làm đảo chính không hề mong muốn. Hậu quả trước tiên của tình trạng này là sự giải thể của một liên bang đã từng là một siêu cường. Nhưng số người còn hoài vọng về cái hư danh siêu cường của Liên Xô chỉ là thiểu số. Borris Yeltsin là một trong những người tích cực nhất chủ trương giải thể siêu cường Liên Xô, và ông ta nghĩ đến Cộng Hòa Nga trên hết. Đó là điều tự nhiên đối với mỗi nước cộng hòa mới thành hình.

Nhưng vấn đề không giản dị như vậy. Sau hơn 70 năm thống trị của Đảng Cộng Sản Liên Xô, nền kinh tế hoạch định của xã hội chủ nghĩa đã máy móc phân công kinh tế các cộng hòa khiến cho một nước cộng hòa này phải lệ thuộc vào nước cộng hòa khác giống như những người tù khổ sai bị xích cẳng vào nhau. Một thí dụ đại cương là một chiếc máy giặt gồm có động cơ điện có thể được sản xuất ở cộng hòa Ukraine, với khung sườn sản xuất ở cộng hòa Moldavia, với máy bơm nước sản xuất ở cộng hòa Latvia, và cuối cùng cả chiếc máy giặt được ráp ở một nước cộng hòa nào đó thuộc miền Trung Á.

Trong thí dụ nói trên, tên của các nước cộng hòa chỉ là thí dụ, nhưng sự kiện là có thật và nó cho thấy cơn ác mộng của các nước cộng hòa mới giành độc lập. Riêng cái di sản kinh tế do chủ nghĩa cộng sản để lại ở Liên Xô cũng là một cuộc khủng hoảng khác đối với tân chế độ cộng hòa.[17] Tổng sản lượng quốc gia của Liên Bang Xô Viết trong năm 1991 có thể giảm sút 15%, tức là sụt hai lần lớn hơn so với năm 1990, một mức suy giảm chưa từng có trong các quốc gia kỹ nghệ. Mức sản xuất về kỹ nghệ có thể giảm sút 12% và số lượng đầu tư có thể giảm 12% vì sự lo ngại đối với tình hình bất ổn. Sự e ngại này là một hậu quả trực tiếp của cuộc chính biến tháng Tám.

2.1.1. Kinh Tế Trước Hay Chính Trị Trước

Chương IX

Để giải quyết những khó khăn về kinh tế, giới lãnh đạo phải cấp tốc thi hành một loạt những biện pháp kinh tế khá gắt gao và có thể làm quần chúng rất bất mãn. Mặc dầu Yeltsin đang là thần tượng của quần chúng, nhưng vào lúc đó không ai tiên đoán được ông ta có vượt qua khỏi cuộc khủng hoảng hay không. Nếu những khó khăn kinh tế nói trên không giải quyết được thì cộng hòa Nga và những cộng hòa nhỏ bé khác sẽ trở thành bãi chiến trường của hỗn loạn và làm mồi cho khuynh hướng cực đoan, trong đó có các đồng chí của Yanayev, Kryuchkov và Yazov.

Tây Phương có thể giúp Liên Xô vượt qua cơn khủng hoảng kinh tế hay không, và giúp bằng cách nào? Đây là một cuộc tranh luận kéo dài trước khi ngã ngũ. Hoa Kỳ và Nhật Bản lúc đó chủ trương rằng Liên Xô cần đặt một nền tảng rõ ràng về cải tổ toàn diện thì những sự trợ giúp mới có thể hữu hiệu. Nhưng lúc đó, ba nước Pháp, Đức, và Ý của Tây Âu thì chủ trương rằng phải trợ giúp trước về kinh tế thì mới giúp cho Liên Xô có tiềm năng chính trị và kinh tế để cải tổ. Vấn đề trở thành cuộc tranh luận giữa hai lập trường quả trứng nở ra con gà trước hay là con gà phải đẻ ra quả trứng trước thì mới có trứng để nở ra con gà. Nếu dựa trên kinh nghiệm của sáu năm cải cách nửa chừng xuân của Gorbachev, thì người ta thấy trong quá khứ, Gorbachev chỉ quảng cáo cho những thay đổi phiến diện hầu mượn tay Tây Phương để củng cố cho xã hội chủ nghĩa trong đó đảng cộng sản vẫn nắm vai trò chỉ đạo chính trị. Trong hoàn cảnh như vậy, bao nhiêu tiền bạc Tây Phương đổ vào Liên Xô sẽ rớt xuống một cái thùng không đáy như đã từng xảy ra trước kia.

Dù quan niệm của Hoa Kỳ đúng hay quan niệm của ba nước Tây Âu đúng, cuối cùng viện trợ cũng đã xảy ra. Để cứu nguy hơn 200 triệu dân Nga về kinh tế, Tây Âu đã phải vượt qua những khó khăn chính trị và xã hội vì chưa giải quyết xong cơn chấn động do việc cứu trợ Đông Âu.

2.1.2.   Tầm Vóc Của Vấn Đề An Ninh Chiến Lược

Trong khi cuộc đảo chính đương diễn ra và sau khi nó thất bại, vấn đề lo lắng nhất đối với Hoa Kỳ và Tây Phương là vấn đề an ninh chiến lược được đặt ra vì khối lượng vũ khí hạch tâm của Liên Xô có thể rơi vào tay những phần tử đảo chánh. Ngay sau khi Gorbachev được phục chức, Ngoại Trưởng Hoa Kỳ đã tức tốc bay qua Mạc Tư Khoa để được sự xác nhận từ chính vị nguyên thủ Liên Xô rằng những hiệp ước được ký kết giữa hai nước về vũ khí hạch tâm còn có giá trị, và nhất là khối lượng vũ khí đó còn đương thuộc sự quản trị của một chính quyền trung ương.

Vấn đề trên chưa được chấm dứt ở đó. Liên Xô còn trải qua giai đoạn giao thời trong phạm vi giải quyết các vấn đề hiến định của các tân cộng hòa, trong đó gồm cả vấn đề bố trí các phi đạn hạch tâm liên lục địa. Bao lâu vấn đề chính trị ở trên chưa giải quyết xong và bao lâu Liên Bang Xô Viết còn trong giai đoạn chuyển tiếp, thế giới còn có quyền... phập phồng lo sợ.

Kể từ khi Gorbachev đề ra chính sách "cởi mở" và "tái phối trí", ông ta đã trở thành thần tượng đối với thế giới Tây Phương giống như thần tượng Elvis Presley đối với giới trẻ. Các học giả và chính trị gia có khuynh hướng coi Gobarchev như một vĩ nhân đã để ra lịch sử.

2.1.3.   Vị Trí Đúng Của Gorbachev

Trong những năm đầu của giai đoạn Glasnost, dân Liên Xô cũng coi Gorbachev như một thần tượng. Nhưng sau một thời gian chờ đợi những cải cách, dân Liên Xô đã thất vọng vì chính sách Glasnost (cởi mở) và Perestroika (tái phối trí) chỉ nhằm chỉnh đốn lại hệ thống xã hội chủ nghĩa cho hữu hiệu hơn và củng cố vai trò của đảng Cộng Sản Liên Xô với một bộ mặt mới coi được đối với Tây Phương. Trong nỗ lực sửa sang sắc đẹp này, Gorbachev hy vọng tranh thủ được sự trợ giúp của Tây Phương để nuôi sống và phục hồi xã hội chủ nghĩa Liên Xô.

Nhưng khi thiếu những cải cách cụ thể và quyết liệt, nền kinh tế Liên Xô tiếp tục xuống dốc với một vận tốc không có cách gì kìm hãm nổi. Con đường "hoạn lộ" của Gorbachev bắt đầu đi xuống kể từ khi Yeltsin công khai chỉ trích cuộc cải cách nửa vời của Gorbachev và bị Gorbachev tống ra khỏi Bộ Chính Trị. Nhưng sau khi ra khỏi Bộ Chính Trị, uy tín của Yeltsin vọt lên cao và ngược lại, uy tín của Gorbachev càng ngày càng đi xuống. Tới khi cuộc chính biến tháng Tám xẩy ra và Gorbachev được Yeltsin cứu sống, những hào quang trước đây của Gorbachev rơi rụng gần hết, và ông ta xuất hiện trước công chúng như một con gà mái bị ngấm nước mưa. Lập trường bênh vực đảng cộng sản của Gorbachev ngay sau cuộc chính biến khiến cho chính những người trước kia vẫn ủng hộ ông ta cũng phải thất vọng.

Trong cuộc họp báo có trực tiếp truyền hình ngay sau khi được Yeltsin cứu thoát, Gorbachev tỏ ra hoàn toàn không theo kịp với nhịp độ biến đổi của thời cuộc và tâm trạng nhân dân Liên Xô. Ông ta "nói xuống" các phóng viên báo chí và truyền hình với tác phong của một ông lớn cộng sản "quạt các văn nô". Giữa một cao trào quần chúng đòi xóa bỏ chủ nghĩa cộng sản, ông ta nhận định rằng "cộng sản không có gì tệ". Chẳng những điều này chứng tỏ ông ta chậm lụt, mà nó còn là một yếu tố rất thiết yếu để tách rời ông ta ra khỏi những thành phần chủ trương một chế độ thực sự tự do dân chủ.

Cuộc chính biến tháng Tám đã làm cho Gorbachev mất hết hào khí và thế chủ động đến nỗi các nhà lãnh đạo Tây Phương phải xúm vào thuyết phục Yeltsin nhẹ tay với Gorbachev. Vấn đề đặt ra trong bối cảnh mới không còn là Gorbachev để ra lịch sử hay lịch sử để ra Gorbachev. Nếu cân nhắc tất cả những thành công cũng như thất bại của ông ta để đánh giá một cách chính xác thì Gorbachev chỉ đáng được gọi là một bà-mụ đỡ để vụng về đến nỗi xuýt làm chết cả mẹ lẫn con của lịch sử.

Nếu Yeltsin bị Nhóm Tám Người bắt nhốt và thủ tiêu ngay từ đầu thì lịch sử Liên Xô và phong trào tự do dân chủ sẽ ra sao? Đó là một câu hỏi không ai trả lời được, nhưng người chịu trách nhiệm chính là Gorbachev.

2.1.4.   Ý Nghĩa Đối Với Việt Nam

Sự thành công của phong trào tự do dân chủ tại Liên Xô bắt đầu bằng sự nới lỏng chính trị. Nhờ sự nới lỏng về chính trị, trong cuộc chính biến, quân đội đã lựa chọn không bắn vào dân và phong trào dân chủ đã thắng mà không cần đổ máu. Đối với người cộng sản, đây là một lỗi lầm cực kỳ nghiêm trọng. Sau cuộc chính biến tháng Tám, cả Hoa Lục được học tập. Dĩ nhiên, vào lúc đó toàn ban Đỗ Mười cũng được học tập về kinh nghiệm Liên Xô. Đường lối giải quyết bế tắc của Việt Cộng và Trung Cộng từ trước đến nay vốn khác đường lối của Gorbachev, mặc dầu mục tiêu cũng giống nhau, nghĩa là chỉnh đốn lại đảng và hệ thống xã hội chủ nghĩa cho "hữu hiệu" hơn. Chủ trương của cộng sản Việt Nam cho tới nay vẫn là đưa ra những biện pháp vá víu về kinh tế để xả "xú-páp" và để xoa dịu lòng dân, trong khi xiết chặt chuyên chính để duy trì quyền lực của chế độ.

Sự sụp đổ của chế độ Cộng Sản tại Việt Nam là một truyện không sao tránh khỏi mặc dầu các chế độ Cộng Sản đều có khả năng rất cao để bám chặt quyền hành một khi nó đã cướp được chính quyền. Có những lý do chính sau đây khiến chế độ Cộng Sản Việt Nam sẽ sụp đổ:

Thứ nhất: chế độ đó tự căn bản chỉ là một bọn cướp có súng đạn và có khả năng tổ chức hữu hiệu, nhưng thất nhân tâm vì tính chất bạo ngược và luôn luôn lừa dối. Vì bản chất ăn cướp, chế độ đó luôn luôn phải sử dụng những biện pháp thiếu nhân tính để bám chặt quyền hành. Chế độ sẽ sụp đổ vì con người thiếu nhân tính.

Thứ hai: chế độ đó đã cướp được Miền Nam vì một số tình cờ lịch sử, chứ không phải vì một lẽ tất yếu của lịch sử. Một hoàn cảnh lịch sử tình cờ khác cũng dễ dàng làm sụp đổ chế độ ăn cướp đó, bất cứ lúc nào.

Thứ ba: chế độ ăn cướp đó đã phá nát đất nước Việt Nam tan tành, về văn hóa, kinh tế, xã hội, chính trị, môi sinh. Nhất là về phương diện văn hóa, chế độ ăn cướp đã làm tha hóa con người. Chế độ ăn cướp đó sẽ sụp đổ vì con người tha hóa ngay trong lòng của chế độ.

Một nhóm thiểu số chóp bu vẫn chưa mở mắt để nhìn thấy xã hội chủ nghĩa đã hết thời, và con đường duy nhất mà họ phải theo là nối đuôi Trung Cộng để duy trì quyền lực. Trong chiều hướng đó, họ chỉ có thể đưa ra những biện pháp vá víu về kinh tế để mua thời gian. Hai là, nhóm chóp bu không còn tin vào sự hữu hiệu cũng như thành công của xã hội chủ nghĩa, nhưng vì muốn bảo vệ mạng sống nên tạm thời phải duy trì lòng tin của đám đảng viên cốt cán làm thành trì bảo vệ mạng sống. Muốn thế họ phải tiếp tục mượn cái lẽ chính thống của xã hội chủ nghĩa, mà trên thực tế, chỉ là một chế độ chuyên chính của một đảng cướp có súng đạn.

Dù thế nào đi nữa, đường lối hiện nay của Hà Nội càng ngày càng đi vào bế tắc và tình trạng căng thẳng về chính trị gia tăng trước một nguy cơ thay đổi qua một biến cố bạo động. Chế độ càng xiết chặt chuyên chính bao nhiêu thì cơ may thay đổi ôn hòa càng giảm bấy nhiêu. Tình trạng nói trên cho thấy nhiệm vụ của những người tranh đấu cho tự do và dân chủ càng lớn lao bội phần. Đa số nhân dân trong nước cũng như đa số cán bộ cán binh cần phải ý thức được sức mạnh của tinh thần tự do dân chủ là ở chỗ không biết sợ cường quyền của thiểu số. Nếu ý thức được sức mạnh của mình, khối đa số chỉ cần từ chối thi hành mệnh lệnh của thiểu số và cuộc cách mạng có thể xẩy ra một cách ôn hòa.

Chương IX

CHƯƠNG X:
ĐẠI CƯƠNG VỀ CHIẾN TRANH QUY ƯỚC
VÀ PHI QUY ƯỚC

Kể từ khi biết dựa vào nhau để sinh tồn, con người đã học để kết tụ thành những xã hội có ý thức, có tổ chức và có lãnh đạo từ cấp bộ lạc lên tới cấp bậc quốc gia hoặc liên hiệp các quốc gia. Trong nỗ lực để sinh tồn đó, con người phải giành giật để sống, và oái oăm cũng như bi đát thay, chiến tranh là một tương quan thường trực giữa các lực lượng trong xã hội loài người trong suốt nhiều ngàn năm nay.

Mặc dầu Liên Hiệp Quốc đã được thành lập với mục đích chấm dứt chiến tranh giữa các quốc gia, kể từ năm 1945 khi Đệ Nhị Thế Chiến chấm dứt, cho tới nay đã có hơn 100 cuộc chiến tranh lớn nhỏ diễn ra trên khắp thế giới.[1] Trong vòng nửa thế kỷ vừa qua, con số thương vong do các cuộc chiến tranh quy ước cũng như phi quy ước đã lên tới mức trên 35 triệu, tức là ngang với số thương vong của Đệ Nhị Thế Chiến.[2] Bất chấp các Nghị Quyết của Đại Hội Đồng Liên Hiệp Quốc lên án các cuộc xâm lược, các nước mạnh vẫn tiếp tục thôn tính các nước yếu.[3]

Đa số nhân loại chán ghét chiến tranh vì hậu quả của nó đưa đến thương vong cho con người, tàn phá nhiều công trình xây dựng kinh tế, văn hóa, xã hội và kỹ thuật. Nhưng chiến tranh vẫn diễn ra vì một thiểu số bệnh hoạn muốn dùng chiến tranh làm công cụ xây dựng quyền lực đàn áp, củng cố quyền lợi của một nhóm, hoặc phục vụ cho ý thức hệ của một đảng độc tài thống trị.

Do đó, mặc dầu đa số nhân loại sợ và ghét chiến tranh, nhưng có cả trăm trường hợp trong lịch sử, một tập thể dân tộc yêu chuộng hòa bình đã phải đứng lên chấp nhận giải pháp đổ máu và tổn thất nhân mạng để chống lại các lực lượng khát máu, hiếu chiến và đàn áp để giành lại tự do và quyền làm người, và để chấm dứt vĩnh viễn những bất công, đàn áp và kềm kẹp.

Vì thế, bên cạnh những cuộc chiến tranh phi chính nghĩa mà đa số nhân loại ghê tởm và phỉ nhổ, có những cuộc chiến tranh chính nghĩa được sử sách ghi nhớ và nhân loại tôn vinh.[4]

Vấn đề được đặt ra là làm thế nào để giới hạn tối đa sự tổn thất nhân mạng, sự tàn phá môi trường sinh sống của con người mà vẫn đạt mục tiêu tối hậu là chiến thắng và giành lại tự do và hòa bình. Đó là vấn đề chọn lựa một hình thái chiến tranh thích hợp nhất.

1.   BỐI CẢNH LỊCH SỬ

Có nhiều hình thái chiến tranh khác nhau tùy theo khung cảnh lịch sử, hoàn cảnh văn hóa, kỹ thuật, kinh tế, mức độ tổ chức xã hội và phương tiện chiến đấu, và nhất là tương quan sức mạnh giữa hai hay nhiều lực lượng lâm chiến. Người ta có thể liệt kê các hình thái chiến tranh bộ lạc, chiến tranh phong kiến cổ điển, chiến tranh quy ước, chiến tranh phi quy ước, và chiến tranh nguyên tử, hạch tâm của thời hiện đại v.v...

Trong hai thập niên cuối của thế kỷ 20, người ta nói nhiều tới vũ khí hạch tâm sử dụng hỏa tiễn liên lục địa (Inter Continental Ballistic Missiles) vũ khí không gian sử dụng tia Laser để chống hỏa tiễn, quan niệm Phòng Thủ Chiến Lược SDI (Strategic Defense Initiative). Nhưng, may mắn thay cho nhân loại, trong hơn nửa thế kỷ đã qua, chiến tranh hạch tâm mới chỉ xảy ra trong những truyện giả tưởng. Trong khi đó, chiến tranh quy ước và phi quy ước là hai hình thái chiến tranh mà chúng ta hằng nghe thấy, đọc thấy hoặc trông thấy trên các chương trình truyền hình hàng ngày trên thế giới. Nhất là nhiều người trong chúng ta đã từng sống và chết trong hai hình thái chiến tranh này từ hơn nửa thế kỷ đã qua.

Trong phạm vi của chương này, ta sẽ tìm hiểu những nét khác biệt đại cương giữa hai hình thái chiến tranh nói trên, để làm nền tảng cho những bài nghiên cứu kế tiếp đối chiếu với những biến cố trong cuộc chiến tranh Việt Nam.

1.1.   Đấu Tranh Và Chiến Tranh

Trước khi đi sâu vào vấn đề, chúng ta nên thống nhất về cách dùng từ ngữ Đấu Tranh và Chiến Tranh. Cả hai từ ngữ nói trên đều có nghĩa là sử dụng sức lực và trí óc để đánh thắng những trở lực đối nghịch. Nhưng có hai sự khác biệt quan trọng giữa đấu tranh và chiến tranh.

Khác biệt thứ nhất: Trong chiến tranh, trở lực cần đánh thắng là con người, còn danh từ đấu tranh bao gồm ý nghĩa rộng hơn: ngoài đối tượng con người, nó còn có thể bao gồm các trở lực khác như: bão tố, động đất, hạn hán, lụt lội, bệnh tật, nghèo đói, ngu dốt, tệ đoan xã hội, v.v...

Khác biệt thứ hai: Trong chiến tranh, phương tiện chính để đạt chiến thắng là sử dụng bạo lực đưa đến giết hại sinh mạng con người và triệt hạ cơ sở vật chất của con người. Trong đấu tranh, bạo lực không phải là phương tiện chính hoặc phương tiện duy nhất. Bạo lực trong đấu tranh là phương tiện bất đắc dĩ, cùng lắm mới dùng tới, và được sử dụng đối với những mục tiêu khá chọn lọc. Có những phương tiện khác hay hơn và hữu hiệu hơn

Chương X

được sử dụng trong đấu tranh để đánh thắng mà không gây tổn thất nhân mạng hoặc cơ sở vật chất. Ví dụ, đánh thắng bằng cách chinh phục tư tưởng của kẻ địch phối hợp với sự vận dụng ý thức của quần chúng nhân dân.

Mặc dầu có hai sự khác biệt quan trọng kể trên, trong ngôn ngữ thông thường, người ta hay dùng từ ngữ một cách bóng bẩy như "chiến tranh chống nghèo đói, chống bệnh tật, chống ma túy, v.v..." (War against poverty, diseases, drugs ect...).

Trong những trường hợp vừa kể, nếu từ ngữ đấu tranh được sử dụng thay vì từ ngữ chiến tranh thì có lẽ chính xác hơn.

Mặt khác, trong những phần thảo luận tương lai, chúng ta sẽ dùng danh từ chiến tranh một cách chung để mô tả những xung đột võ trang đã và đang xảy ra trên thế giới. Trong một vài trường hợp cá biệt, chúng ta sẽ dùng danh từ đấu tranh khi cần nhấn mạnh vào tính chất đặc biệt của nó.

1.2.   Chiến Tranh Và Binh Thuyết

Kể từ khi loài người biết đánh nhau và giết nhau cho tới giờ, nhân loại đã chứng kiến cả ngàn cuộc chiến tranh đủ loại, không có cuộc chiến tranh nào hoàn toàn giống cuộc chiến tranh nào.

Và bởi vì chiến tranh đã trở thành một tương quan thường trực giữa các quốc gia và liên quan đến sự sống còn của nhiều dân tộc, nên những người giữ vai trò lãnh đạo đã không thể làm ngơ mà không lưu ý tới nó. Thay vì uống thuốc an thần để quên đi những tác hại bi thảm của chiến tranh, các nhà lãnh đạo buộc lòng phải tìm hiểu về chiến tranh, và từ đó đã phát sinh ra nhiều binh thuyết để luận về chiến tranh.

Một trong những binh thuyết có giá trị nhất và nổi tiếng nhất thời Cổ Đại Trung Hoa là binh thuyết của Tôn Vũ và Ngô Khởi.[5] Hai binh thuyết này được phối hợp lại thành một tác phẩm có tên là Tôn Ngô Binh Pháp. Cuốn Tôn Ngô Binh Pháp tự căn bản là một cuốn sách dạy về phép dùng binh thời Chiến Quốc bên Tàu, và phần lớn những lời chỉ dẫn thuyết minh trong cuốn binh pháp này áp dụng ở những hoàn cảnh kỹ thuật thời cổ. Mặc dầu vậy, một số khá lớn những điểm tinh yếu của cuốn binh pháp này còn được các chiến lược gia và chiến thuật gia hiện đại áp dụng. Các sĩ quan ưu tú của nhiều trường đại học quân sự lớn của Hoa Kỳ ngày nay đều được giảng thuyết về Tôn Ngô Binh Pháp.

Dân tộc Việt Nam, với một lịch sử dài trong đấu tranh chống ngoại xâm và giành độc lập, không thể không suy nghĩ nhiều về chiến tranh và đã có nhiều cố gắng tìm tòi học hỏi về những quy luật để chiến thắng kẻ thù. Đức Hưng Đạo Vương Trần Quốc Tuấn, một danh tướng đời Trần, đã từng hai lần đại thắng quân Mông Cổ xâm lăng nước ta, và để lại cuốn Binh Thư Yếu Lược cho hậu thế. Cuốn binh thư của Ngài đã tổng hợp những kinh nghiệm chiến đấu bản thân cùng với binh thuyết Trung Hoa, kể cả Tôn Ngô Binh Pháp. Nhiều tác giả vô danh đời sau đã đóng góp thêm vào cuốn Binh Thư Yếu Lược, và người ta đã may mắn tìm thấy tài liệu quý giá này sau nhiều thế kỷ đã tưởng là thất truyền.

Ngoài ra, một binh thuyết rất nổi tiếng và thuộc giai đoạn cận đại đã được Clausewitz, (một binh gia người nước Phổ[6] tức là người Đức ngày nay) viết ra trong cuốn "Vom Kriege" (On War).

Mặc dầu binh thuyết của Clausewitz chỉ có giá trị trên phương diện chiến thuật bộ binh, và không thích hợp với hoàn cảnh hiện đại của khoa học kỹ thuật, nhưng một câu nói thời danh của Clausewitz còn được luôn luôn truyền tụng tới ngày nay: "Chiến tranh là một hành vi bạo động để buộc đối phương tuân theo ý muốn của chúng ta".

Câu nói của Clausewitz có ý nghĩa khá rộng rãi và có thể áp dụng cho cả hai hình thái chiến tranh quy ước và phi quy ước. Nhưng, hầu như toàn bộ binh thuyết của Clausewitz không nhằm đưa ra một hệ thống chiến lược như các binh gia thời trước. Tác phẩm "Vom Kriege" (có nghĩa là Bàn về Chiến Tranh) là một tài liệu phân tích cách dụng binh của những thiên tài quân sự như Đại Đế Frederick và Hoàng Đế Nã Phá Luân, đồng thời nêu lên những yếu tố nổi bật có tính cách quyết định chiến thắng. Nội dung của tác phẩm Vom Kriege phần lớn thiên về chiến thuật, và mổ xẻ những nét tinh yếu của các chiến dịch hành quân lớn nhỏ của danh tướng Nã Phá Luân.

Có một điểm duy nhất nổi bật về chiến lược được ông gói ghém trong quan niệm "Chiến tranh chỉ là sự tiếp nối của chính trị bằng những phương tiện khác". Với quan niệm trên, Clausewitz đã đặt trọng tâm vào vấn đề chỉ đạo chính trị trong chiến tranh. Mặt khác, những khảo cứu của Clausewitz bị giới hạn trong phạm vi Bộ Binh và đóng khung trong hoàn cảnh kỹ thuật của trên một thế kỷ đã qua. Vì thế, có nhiều yếu tố của thế kỷ 19 đã bị các phát minh của thế kỷ 20 qua mặt, đặc biệt là những tiến bộ về điện tử, về phi hành không gian, phi đạn liên lục địa và tiềm thủy đĩnh chạy bằng nguyên tử lực, v.v...

Cũng vì những lý do trên, mặc dầu luôn luôn lưu ý đến những điểm tinh yếu của những binh thuyết trong quá khứ, ta cần đặt mình vào trong hoàn cảnh hiện đại với những tiến triển mới về kinh tế, xã hội, chính trị và những tiến bộ tân kỳ về khoa học kỹ thuật, để tìm hiểu những đặc tính căn bản của hình thái chiến tranh quy ước và phi quy ước.

Chương X

1.3.   Chiến Tranh Quy Ước Và Phi Quy Ước

Danh từ "chiến tranh quy ước" là một danh từ mới phổ thông của thế kỷ 20, và nhất là kể từ khi có một hình thái chiến tranh mới gọi là phi quy ước được phát triển với những quan niệm quy mô để chống lại hình thái chiến tranh quy ước.

Thực ra, chiến tranh quy ước đã trải qua một giai đoạn hình thành tiệm tiến gồm mấy thế kỷ cận đại và hiện đại, trong đó cách thức tiến hành cuộc chiến tranh chịu ảnh hưởng sâu đậm của một số quy ước được coi là luật pháp và được quốc tế công nhận.[7]

Để hiểu rõ sự khác biệt giữa chiến tranh quy ước và phi quy ước, ta sẽ lần lượt nhận định về bốn phương diện chính yếu dưới đây:

-   Những quan niệm căn bản
-   Cơ cấu tổ chức và lãnh đạo
-   Nguyên tắc tiến hành cuộc chiến
-   Phương diện chiến lược và chiến thuật

2.   SỰ KHÁC BIỆT TRÊN NHỮNG QUAN NIỆM CĂN BẢN

Hai hình thái chiến tranh quy ước và phi quy ước có sự khác biệt rõ rệt trong những quan niệm căn bản sau đây:

-   Quan niệm về Sức Mạnh Nòng Cốt của chiến tranh
-   Quan niệm về Đối Tượng của chiến tranh
-   Quan niệm về Địa Bàn Giao Tranh trên đó hai lực lượng đối nghịch chiến đấu
-   Quan niệm về Hình Thức Hiện Diện của sức mạnh nòng cốt

2.1.   Sức Mạnh Nòng Cốt Cần Có Để Tiến Hành Chiến Tranh

Trong hình thái chiến tranh quy ước, sức mạnh nòng cốt để áp đảo đối phương là lực lượng quân sự vũ trang chính quy chuyên nghiệp gồm có những chiến binh hiện dịch cũng như bị động viên. Sức mạnh này gồm ba yếu tố chính là: quân số (numerical strength), cơ giới (hardware), và hỏa lực (firepower).

Từ quan niệm này, chính sách chiến tranh dựa vào những đạo binh đông đảo, tùy theo thời kỳ trong lịch sử và tùy theo dân số của một nước. Vào thế kỷ 16 ở Âu Châu, những lực lượng quân sự vũ trang ít khi vượt quá 30,000 quân.

Tới thời vua Nã Phá Luân, quân số cả nước Pháp lên tới 1 triệu người. Ở Á Châu, có những lực lượng quân sự lớn hơn nhiều. Vào thế kỷ 13, riêng một đạo quân Mông cổ sang đánh Việt Nam đã lên tới 300 ngàn người. Vào thế kỷ 18, riêng đạo quân viễn chinh của nhà Thanh sang đánh Việt Nam đã có một quân số khoảng 200 ngàn người.

Ngoài yếu tố quân số, yếu tố cơ giới luôn luôn là mối quan tâm của người dụng binh và nhà lãnh đạo chiến tranh. Kể từ thời Trung cổ, vấn đề vận chuyển và vận tải trong chiến tranh là một yếu tố quyết định sự thắng bại của một đạo quân. Ngày xưa, sự vận chuyển bằng sức ngựa, lừa, trâu bò là một nhu cầu không thể thiếu trong chiến tranh. Dưới thời Đức Quang Trung Nguyễn Huệ, sức vận chuyển bằng người đã thay thế cho ngựa và là một yếu tố bất ngờ cực kỳ quan trọng trong chiến thắng long trời lở đất khi Ngài cất quân chinh phạt quân nhà Thanh.[8]

Trong thời hiện đại, yếu tố cơ giới lại càng trở nên quan trọng nếu không nói là nhu cầu sinh tử của một đạo quân quy ước. Trong cuộc chiến tranh Trung Đông, chi phí riêng lực lượng cơ giới dành cho hậu cần (công tác logistic) của quân đội Hoa Kỳ tham chiến tại Kwait đã lên tới nhiều chục tỷ, nếu không nói là hàng trăm tỷ mỹ kim. Ngoài cơ giới dành cho lực lượng hậu cần còn có cơ giới dành cho lực lượng chiến đấu ngoài mặt trận. Và cơ giới là điều kiện thiết yếu để tạo ra lưu động tính (mobility). Dĩ nhiên như ta đã biết, lưu động tính là điều kiện thiết yếu để duy trì và bảo đảm động lượng (momentum) cho lực lượng chiến tranh quy ước.

Hỏa lực là từ ngữ ngày nay dùng để chỉ vũ khí công phá và hủy diệt. Trong chiến tranh thời cổ, vũ khí chỉ gồm phần lớn là cung tên, giáo mác, gậy gộc. Trong thời cận đại và hiện đại, hỏa lực gồm có bom, đạn, hỏa tiễn, phi đạn, chất nổ tính theo sức mạnh của đơn vị TNT. Tầm quan trọng của hỏa lực càng khiến cho vấn đề hỗ trợ của cơ giới trở nên quan trọng vì hỏa lực nhiều khi đi sát với cơ giới. Càng cần nhiều hỏa lực người ta càng cần nhiều cơ giới.

Quan niệm về sức mạnh nòng cốt trong hình thái chiến tranh phi quy ước, trái lại, không dựa vào lực lượng vũ trang chính quy và chuyên nghiệp. Cái gốc chính của nó là số lượng quần chúng thường dân, hợp với một lực lượng vũ trang rất ít người và được điều khiển bởi một hệ thống cán bộ chính trị được gọi là hạ tầng cơ sở (infrastructure). Lực lượng bán vũ trang không mang quân phục, không mang phù hiệu chỉ rõ cấp bậc trong hệ thống quân giai (military hierarchy), ít khi được tổ chức thành những đơn vị lớn tới quân số 100 người. Đó là những lực lượng du kích sống lẫn trong dân, dựa vào dân mà sống, và chỉ dựa vào dân mới có hy vọng tồn tại.

Chương X

Muốn dựa vào dân mà sống, lực lượng bán vũ trang đó phải nhờ sự tích cực hoạt động của hệ thống cán bộ hạ tầng cơ sở. Hạ tầng cơ sở có nhiệm vụ vận động dân qua sự tuyên truyền, tác động tâm lý để dân tiếp tế thực phẩm, cung cấp chỗ trú ẩn, và nhất là vận dụng dân cho tin tức về tình hình đối phương, vận dụng dân làm tai mắt cho lực lượng vũ trang khi tấn công cũng như khi phòng thủ.

Như vậy, sức mạnh nòng cốt của đạo quân phi quy ước không phải là sức mạnh của một đạo quân theo nghĩa chuyên nghiệp có khả năng tác chiến vũ trang mạnh, mà chính là hạ tầng cơ sở có khả năng tạo đấu tranh tâm lý và chính trị. Vậy, mục tiêu đạt chiến thắng chính trị tối hậu của hình thái chiến tranh phi quy ước cũng không khác mục tiêu của hình thái chiến tranh quy ước, mặc dầu phương tiện được sử dụng thì khác nhiều do ở cách nhìn căn bản về sức mạnh.

2.2. Quan Niệm Về Đối Tượng Của Hình Thái Chiến Tranh Phi Quy Ước

Cách nhìn căn bản về đối tượng cần phải tiêu diệt trong chiến tranh quy ước do đó cũng khác với cách nhìn căn bản của chiến tranh phi quy ước. Đối với chiến tranh quy ước, lực lượng vũ trang của địch và cơ sở vật chất để trang bị và yểm trợ cho các lực lượng vũ trang là những đối tượng cần phải tiêu diệt. Hệ quả trực tiếp là trong Đệ Nhất Thế Chiến, số chiến binh tử trận lên tới 8 triệu 400 ngàn người và tổng số thương binh hai bên là 21 triệu. Trong Đệ Nhị Thế Chiến, số chiến binh trận vong lên tới khoảng từ 35 tới 60 triệu.

Trong hình thái chiến tranh phi quy ước, trái lại, đối tượng chính cần phải tiêu diệt không nhất thiết phải là lực lượng vũ trang của địch. Những đối tương quan trọng nhất gồm có:

- Tâm trạng và tư tưởng của bạn cũng như địch
- Ấn tượng cần phải tạo ra trong đầu óc bạn cũng như địch
- Những phương tiện cần thiết để tạo ra ấn tượng, tạo dư luận quần chúng
- Những đối tượng vật chất có giá trị tuyên truyền

Những đối tượng trên cần được tranh thủ và tạo ảnh hưởng. Điều quan trọng nhất trong hình thái chiến tranh phi quy ước là phải vận dụng được tư tưởng của cán binh địch, quần chúng địch, cũng như giới lãnh đạo của địch. Vấn đề này sẽ được thảo luận kỹ hơn trong phần dưới.

Tôn Tử trong Thiên Mưu Công cũng nói: "Không đánh mà làm khuất phục được quân của người, ấy là người giỏi trong những người giỏi". Đó là mưu lược căn bản trong chiến tranh phi quy ước, nhằm tạo nên một hoàn cảnh tâm lý chính trị làm suy yếu hoặc vô hiệu hóa khả năng tác chiến của lực lượng vũ trang địch, hơn là đánh trực diện vào lực lượng vũ trang của địch.

Một câu hỏi được nêu lên ở đây là: trong hình thái chiến tranh phi quy ước, nếu không tranh thủ vận động được quần chúng thì phải làm gì? Câu hỏi trên được giải đáp trong cuộc chiến tranh Việt Nam. Như chúng ta đã biết, trong cuộc chiến tranh đó, quần chúng thường dân, nhất là khối nông dân chiếm đa số, là đối tượng chính mà Cộng Sản Miền Nam cần phải tranh thủ và tạo ảnh hưởng. Khi những biện pháp tuyên truyền vận dụng không đạt kết quả như ý muốn, Cộng Sản đã áp dụng những biện pháp khủng bố tinh thần để áp lực quần chúng phải tuân theo. Nếu biện pháp áp lực không thành công, Cộng Sản không ngần ngại dùng bạo lực để tiêu diệt những phần tử chủ chốt trong quần chúng. Cộng Sản Việt Nam dùng nhóm chữ "bạo lực Cách Mạng" để chỉ công cụ của chính sách khủng bố.

Tại những địa bàn khác trên thế giới cũng vậy, loại chiến tranh phi quy ước do Cộng Sản Mác Xít điều động cũng gây nhiều thương vong cho thường dân hơn là quân đội. Cuộc chiến tranh do lực lượng Mác Xít El Salvador chủ xướng trong khoảng thập niên 1980-1990 đã gây ra hơn 70 ngàn thương vong mà phần lớn là thường dân. Trong Trận Tổng Công Kích Tết Mậu Thân và Tổng Công Kích 1972 ở Miền Nam Việt Nam, thường dân trở thành đối tượng chính của Cộng Sản. Riêng tại Huế, trên 5000 thường dân đã bị Cộng Sản thủ tiêu trong dịp Tết Mậu Thân 1968.

Giết hại thường dân cũng là một vũ khí của Chiến Tranh Khủng Bố do các lực lượng Hồi Giáo quá khích tiến hành trong khoảng ba bốn thập niên vừa qua.

Khi một lực lượng đấu tranh phi quy ước có chính nghĩa trong tay thì không bao giờ phải sử dụng biện pháp khủng bố, và mặc dầu đối tượng chính vẫn là quần chúng nhân dân, những biện pháp sử dụng không phải là tàn sát khủng bố, nhưng là biện pháp "tâm phục" nghĩa là chinh phục lòng dân.

Đức Lê Lợi gọi hình thức đấu tranh này là "Tâm Công", tức là đánh vào lòng người. Đó là nghệ thuật cao nhất của hình thái chiến tranh phi quy ước, nhằm tạo nên một hoàn cảnh tâm lý chính trị làm vô hiệu hóa khả năng tác chiến của lực lượng vũ trang địch. Trong hình thái chiến tranh quy ước hiện đại, người ta đã ý thức được tầm quan trọng của "tâm công" nên đã tạo nên một ngành "tâm lý chiến" và "chiến tranh chính trị" nhằm cùng một mục tiêu tranh thủ và ảnh hưởng đến sự suy nghĩ của quần chúng, của binh sĩ cũng như cán bộ và giới lãnh đạo của đối phương.

Sự khác nhau trong cách nhìn về sức mạnh căn bản và đối tượng của chiến tranh đã đưa đến sự khác biệt trong cách nhìn đối với địa bàn giao tranh.

2.3. Quan Niệm Về Địa Bàn Giao Tranh

Trong chiến tranh quy ước, địa bàn giao tranh là trận địa trên đó hai lực lượng vũ trang đối nghịch tiến hành cuộc xung độ.[9] Thường thường, một địa bàn giao tranh lý tưởng cần tách rời ra khỏi những vùng có thường dân cư trú.

Địa bàn giao tranh là những chiến lũy, những pháo đài, những thành quách, những vùng bố trí quân có giao thông hào, có đồn bót có hầm trú quân, hoặc một vùng đồng bằng bát ngát, sa mạc mênh mông hoặc đại dương vô tận không có người sinh sống.

Trong khung cảnh của Đệ Nhị Thế Chiến, quan niệm lý tưởng ở trên không còn được hoàn toàn tôn trọng khi các cơ sở chiến tranh, kỹ nghệ chiến tranh được xây cất gần sát hoặc xen kẽ với vùng dân cư sinh sống. Vào giai đoạn chiến tranh cực kỳ ác liệt gay gắt, quân đội Đức Quốc Xã còn bố trí lực lượng xe tăng, thiết giáp và pháo binh ngay trong thành phố nơi có nhiều thường dân sinh sống. Đó là những trường hợp hiếm có và ngoại lệ, được gọi là "urban warfare" (chiến tranh trong thành phố) gây nên những thương vong đáng tiếc cho thường dân.

Trong chiến tranh phi quy ước, địa bàn giao tranh là bất cứ "mục tiêu" hay "địa điểm" nào có liên hệ trực tiếp hay gián tiếp tới nỗ lực chiến tranh, bất cứ chỗ nào có người sinh sống đi lại, dù là lực lượng vũ trang hay thường dân. Trận địa của chiến tranh phi quy ước là tất cả các cơ sở hoạt động của con người, bất kể nó là quân sự hay kinh tế, văn hóa hay tôn giáo, v.v... Trận địa đó là tất cả những địa bàn nào có nhiều người nghe thấy và nhìn thấy sự việc đang xảy ra. Đó là những nơi công cộng đông người qua lại, hoặc trên màn ảnh truyền hình, trên mặt báo, trên làn sóng điện vô tuyến truyền thanh, trên diễn đàn ca kịch văn nghệ, v.v...

Nói một cách vắn tắt, địa bàn giao tranh trong chiến tranh phi quy ước là bất cứ nơi nào mà người ta có thể tạo được ấn tượng có lợi cho mục đích chiến thắng.

Đặc biệt trong cuộc chiến tranh phi quy ước do Cộng Sản Mác Xít hay Hồi Giáo quá khích tiến hành thường chọn địa bàn giao tranh tại những nơi đông thường dân cư trú, hoặc làm việc, hoặc đi lại, để tạo cảnh máu đổ thịt rơi, càng rùng rợn càng tốt, nhằm tạo những ấn tượng giật gân trên màn ảnh truyền hình của giới truyền thông.

Ví dụ trong cuộc Tổng Công Kích 11 ngày tại El Salvador vào tháng 11-1989, quân du kích Cộng Sản đã đem chiến tranh khủng bố đến vùng trung tâm đông dân cư gây nên một trận "tắm máu" làm chết trên 1000 thường dân. Giới truyền thông rất ưa thích những cảnh giật gân như thế.

Trong biến cố 9/11 tại Nữu Ước cũng thế, lực lượng khủng bố Hồi Giáo quá khích cũng nhằm tạo nên một cảnh tượng cực kỳ giật gân làm chết khoảng 3000 thường dân vô tội. Những vụ khủng bố trong chiến tranh Việt Nam hay những vụ khủng bố đang diễn ra ngày nay trên thế giới cũng nhằm những đối tượng thường dân vì ba lý do:

-   Dễ thực hiện

-   Nạn nhân không có khả năng tự vệ

-   Tạo ấn tượng có lợi về chính trị và tâm lý cho phe chủ mưu khủng bố

Lợi như thế nào cho phe khủng bố?

Thứ nhất, tạo tâm lý bất an cho quần chúng khiến họ ngần ngại đi tới chỗ đông người, đưa tới tình trạng bất an kinh tế, chính trị, và tâm lý.

Thứ hai, tác động lên giới truyền thông, dùng họ làm đòn xeo (đòn bẩy) cho công tác tuyên truyền.

Thứ ba, tạo cho quần chúng thói quen phản ứng "có điều kiện" (conditioned reflex) đối với những kích thích "có điều kiện" (conditioned stimulus) do phe khủng bố gây nên. (Xin đọc thêm về những thí nghiệm của Pavlov).

2.4.   Hình Thức Hiện Diện Của Sức Mạnh, Hay Là: Biểu Dương Sức Mạnh (Power Projection)

Sức mạnh của chiến tranh quy ước được phô trương một cách công khai, qua hình thức những căn cứ quân sự, những công sự phòng thủ, đồn bót, những cuộc diễn binh với cơ giới đồ sộ, với kỹ thuật và vũ khí tối tân có hỏa lực tiêu diệt đáng sợ. Sự hiện diện công khai một cách đông đảo và đồ sộ của hình thái chiến tranh quy ước cũng nhằm tạo một ảnh hưởng tâm lý chính trị đối với bạn và địch.

Những cuộc diễn binh, những cuộc thao diễn quân sự, tập trận giả (war game) là thí dụ điển hình của cách phô trương lực lượng quân sự để tạo ảnh hưởng tâm lý.

Chương X

Một trường hợp biểu dương điển hình có tính cách lịch sử là vụ Tổng Thống J.F. Kennedy phong tỏa Cuba vào năm 1960 buộc Liên Xô phải gỡ bỏ những phi đạn nguyên tử được bố trí trên đất Cuba để nhắm vào những mục tiêu trên đất Hoa Kỳ.

Sau đó 19 năm, một cuộc biểu dương lực lượng lần thứ hai vào năm 1979, cũng liên quan đến Hoa Kỳ và Liên Xô. Vào mùa Thu năm đó, những tin tức tình báo cao cấp của Hoa Kỳ cho biết một Trung Đoàn Tác Chiến (Combat Brigade) của Liên Xô, khoảng từ 2000 đến 3000 quân, đang hiện diện trên đất Cuba. Vào tháng 10, chính quyền Carter gửi tối hậu thư đòi Liên Xô phải triệt thoái ngay Trung Đoàn đó khỏi Cuba, nhưng Mạc Tư Khoa thản nhiên bác bỏ lời yêu cầu trên. Để biểu dương lực lượng, Tổng Thống Carter đã gửi 3 chiến hạm chở 1800 Thủy Quân Lục Chiến từ Morehead City, tiểu bang South Carolina, tới vịnh Quantanamo. Liên Xô vẫn lạnh như tiền, và trong bụng thì cảm thấy nhột mà muốn cười vì họ biết rằng bản lãnh của Tổng Thống Carter không có được bao nhiêu.

Tổng Thống Carter muốn bắt chước trò chơi ngoạn mục của ông Kennedy 19 năm về trước, nhưng đã thất bại. Ông Carter là một người đạo đức, trong sạch, nhưng không đủ bản lãnh để làm tổng thống một siêu cường trong giai đoạn dầu sôi lửa bỏng.

Một trường hợp biểu dương lực lượng điển hình khác xẩy ra vào cuối tháng 5-1984. Lần này đến lượt Liên Xô diệu võ giương oai làm áp lực đối với Hoa Kỳ. Thời điểm của biến cố này đáng cho người ta quan tâm vì Hoa Kỳ và Liên Xô đang đi vào khúc quanh của Hội Nghị Tài Giảm Vũ khí Hạch Tâm (Strategic Nuclear Arm Disarmement Negociation) đã kéo dài ba năm rưỡi.

Liên Xô lúc đó đang đi vào giai đoạn suy thoái, nhưng Tổng Bí Thư Đảng Cộng Sản Liên Xô là Konstantin Chernenko và Bộ Chính Trị của ông ta muốn chơi ván bài phé với Tổng Thống Reagan bằng một màn "tố xả láng".

Tại bàn hội nghị, đại diện Liên Xô đòi Hoa Kỳ phải thâu hồi các phi đạn hạch tâm Pershing, là loại phi đạn tầm trung bình (Intermediate Range Ballistic Missiles) khỏi Tây Âu. Để làm áp lực với Tổng Thống Reagan, Bộ Trưởng Quốc Phòng Liên Xô Demitry Ustinov đe dọa rằng một số tiềm thủy đĩnh hạch tâm của Liên Xô đã được tăng cường thêm ở Đại Tây Dương gần bờ biển Hoa Kỳ và những phi đạn hạch tâm của Liên Xô chỉ cần 10 phút để đi đến các mục tiêu trên đất Hoa Kỳ.

Chernenko và Bộ Chính Trị của ông ta đã thua ván bài phé, vì Tổng Thống Reagan chỉ cười xòa mà gạt đi rằng: "Nếu có một lý do nào khiến cho tôi quan tâm về những tiềm thủy đĩnh nguyên tử nói trên thì tôi đã không ngủ tại Hoa Thịnh Đốn đêm nay".[10]

Cuộc biểu dương lực lượng của Liên Xô đã đi vào quên lãng nếu không được nhắc tới trong cuốn sách này.

Trên đây là một số thí dụ về biểu dương lực lượng trong hình thái chiến tranh quy ước.

Trong hình thái chiến tranh phi quy ước, trái lại, sức mạnh nòng cốt hầu như không bao giờ được phô trương công khai. Nguyên tắc bí mật là một đòi hỏi sinh tử để bảo vệ sự toàn vẹn của hạ tầng cơ sở tức là sức mạnh nòng cốt của lực lượng phi quy ước. Hạ tầng cơ sở luôn luôn là một tổ chức bí mật. Mỗi khi cần phô trương sức mạnh, hạ tầng cơ sở luôn luôn dấu mặt, luôn luôn ẩn sau một bình phong. Bình phong đó có thể là một cuộc biểu tình của quần chúng, của một nhóm chính trị, của một số hiệp hội nhân đạo hay tôn giáo do hạ tầng cơ sở lãnh đạo hay gián tiếp giật giây. Bình phong đó có thể là những nhân vật có uy tín trong xã hội, trong chính giới. Dĩ nhiên, những bình phong trên phải được "giật dây" nghĩa là hạ tầng cơ sở phải có khả năng nắm giữ và điều khiển bình phong. Những bình phong đó là những bộ phận chuyển lực (transmission mechanism) trong hình thái chiến tranh phi quy ước. Bộ phận chuyển lực này thường được gọi là "đòn xeo" (đòn bẩy) trong từ ngữ Việt Cộng.

Trong hình thái chiến tranh khủng bố của các lực lượng Hồi Giáo cực đoan, những tổ chức bình phong gồm có những những ngân hàng, những tổ chức từ thiện hay một số giáo đường nằm tại những địa phương hiền lành ngay trên đất Hoa Kỳ. Một trường hợp điển hình là tổ chức Benevolence International Foundation là một tổ chức từ thiện của Hồi Giáo tại Chicago bị truy tố ra trước pháp luật vì đã quyên tiền với danh nghĩa nhân đạo, nhưng sử dụng một phần những khoản tiền quyên được để giúp cho tổ chức Al Qeada của Osama Bin Laden và nhiều nhóm khủng bố khác.[11] Những nhà thờ Hồi Giáo là những tổ chức bình phong hữu hiệu bậc nhất.

Nói tóm lại, việc biểu dương lực lượng trong hình thái chiến tranh phi quy ước gồm có một số điểm cốt yếu sau đây:

- Tạo một ấn tượng tốt về lực lượng phi quy ước qua tổ chức bình phong.

- Qua tổ chức bình phong, tạo một hình ảnh mờ ảo về sức mạnh của lực lượng phi quy ước, và tuyên truyền cho "chính nghĩa" của lực lượng phi quy ước.

- Qua tổ chức bình phong, tạo ấn tượng "chiến thắng" cho lực lượng nói trên

Chương X

- Cái tác dụng đập vào mắt quần chúng do một biến cố nào đó được coi là quan trọng hơn thực chất của biến cố. Và những chiến thuật gia của hình thái chiến tranh phi quy ước phải thuộc nằm lòng quy luật này.

Với quan niệm căn bản ở trên, một hành động biểu dương sức mạnh trong hình thái chiến tranh phi quy ước thường là một hành động gián tiếp chứ không nhất thiết phải là một hành động trực tiếp và có tác dụng đánh vào tiềm thức của đối tượng với tác dụng "uốn nắn" tư tưởng và lập trường của đối tượng mà chính đối tượng nhiều khi không hay biết. Khi những tác dụng này đánh vào tiềm thức của con người, chúng đã "né tránh" khả năng lý luận (logic) của con người và ảnh hưởng tối hậu của những tác dụng này cũng tương đương với ảnh hưởng của kỹ thuật thôi miên.

Vì thế, người ta không ngạc nhiên khi có những nhà khoa bảng trí thức, hay những nhà lãnh đạo chính trị, tôn giáo đã vô tình bị lừa gạt và bị cho vào xiếc vì những ấn tượng do kỹ thuật uốn nắn tư tưởng của hình thái chiến tranh phi quy ước.

Một trong những phương tiện hữu hiệu nhất thường được sử dụng trong chiến tranh phi quy ước là tạo một ấn tượng và "mớm" cho cơ quan truyền thông như báo chí và nhất là truyền hình của đối phương khiến họ vô tình biến thành cái loa tuyên truyền cho chính kẻ địch của họ. Đặc biệt trong chiến tranh Việt Nam, khối Cộng Sản, và nhất là Cộng Sản Việt Nam đã đặt trọng tâm vào công tác khai thác và lợi dụng cơ quan truyền thông làm cái loa để tạo ảnh hưởng một cách hữu hiệu trên dư luận quần chúng Tây Phương và nhất là Hoa Kỳ.

Trong Trận Tết Mậu Thân, một tiểu đội đặc công khủng bố của Cộng Sản lọt vào Tòa Đại Sứ Mỹ tại Sài Gòn đã tạo một ấn tượng cực kỳ gay cấn trên ống kính truyền hình. Walter Conkrite của đài CBS chỉ là một con cừu non và đã rơi vào bẫy của Cộng Sản. Mặc dầu số tổn thất của Cộng Sản trong Trận Tết Mậu Thân cao gấp mười lần số tổn thất của Hoa Kỳ nhưng Conkrite tuyên bố rằng Trận Mậu Thân là một chiến bại của Hoa Kỳ, và chỉ có một giải pháp hợp lý là điều đình...

Sau khi bài phóng sự truyền hình của Conkrite được phát đi trên toàn nước Mỹ, Tổng Thống Johnson biết rằng ông đã mất hết cử tri Mỹ. Với kết luận trên, Johnson đã phải đề nghị mở hòa đàm với Hà Nội và rút lui khỏi cuộc tranh cử Tổng Thống.[12]

Năm 1979, khi lực lượng khủng bố của Ba Tư (Iran) chiếm Tòa Đại Sứ Mỹ và bắt hết nhân viên Tòa Đại Sứ làm con tin, ống kính truyền hình Hoa Kỳ đã hoàn toàn bị thôi miên. Trong hơn một năm trời, khán giả truyền hình Mỹ đêm nào cũng phải nhìn cảnh tượng những tên "sinh viên cách mạng" gào thét, phỉ báng Hoa Kỳ là quỷ sứ (satan). Nhiều viên chức của Tòa Đại Sứ Hoa Kỳ nhận định rằng tác dụng tâm lý của những chương trình truyền hình nói trên đã ảnh hưởng không nhỏ đến nỗ lực giải cứu con tin.

Năm 1985, khi nhóm khủng bố cướp một phi cơ phản lực của Công Ty TWA và bắt cóc 40 con tin Hoa Kỳ, một lần nữa truyền hình Hoa Kỳ lại lạm dụng vai trò truyền thông để biến thành phương tiện tâm lý chiến (psychological warfare facility) cho nhóm khủng bố. Toàn bộ cuộc phỏng vấn bọn khủng bố được tường thuật nguyên văn (unedited), và bọn khủng bố có cơ hội tuyên truyền không có bình luận cũng như không có phân tích phản luận. Và hành động khủng bố trên biến chương trình truyền hình thành cái loa tuyên truyền một chiều cho phe khủng bố.[13]

Một thí dụ khác cho thấy một mánh khóe thông thường của Cộng Sản Hà Nội trong việc lợi dụng những đối tượng ngây thơ cho mục tiêu chính trị. Trong giai đoạn Chiến Tranh Không Tập đang diễn ra ở Miền Bắc Việt Nam, một số phi công Mỹ bị rớt máy bay vùng trời Hà Nội và bị bắt làm tù binh. Để chuẩn bị cho phong trào phản chiến tại Mỹ, Cộng Sản Hà Nội đã đưa tù binh Mỹ đi thăm phố Khâm Thiên và bệnh viện Bạch Mai bị Mỹ dội bom tan nát. Các anh tù binh cảm thấy xấu hổ và hối hận vì đã nghe lời cấp trên dội bom vào những chỗ không phải là căn cứ quân sự. Họ đâu biết rằng ở những nơi ấy có đặt radar và súng cao xạ bắn máy bay. Sau khi đi thăm về, Hà Nội cho mấy anh được ăn uống đầy đủ hơn rồi yêu cầu viết thư về Mỹ để đưa lên báo, lên án chính quyền Hoa Kỳ tàn ác. Truyền thông thiên tả ở Mỹ dĩ nhiên đã khai thác những lá thư này một cách tận tình.

Nói tóm lại, khi phải đối phó với hình thái chiến tranh phi quy ước, những người làm công tác truyền thông trong chế độ dân chủ thường là những con cừu non và vô tình làm tay sai cho đối phương vì sự non nớt và thiếu hiểu biết của họ. Người ta cần hiểu rằng khi đối phương tiến hành chiến tranh phi quy ước, mỗi thế đánh, mỗi trận tấn công nhắm ảnh hưởng tới sự suy tư, tâm trạng quần chúng của phe nạn nhân. Nếu quần chúng đó sống trong một chế độ dân chủ như Tây Phương, và nhất là Hoa Kỳ, tiềm thức của quần chúng được lèo lái, uốn nắn qua ống kính truyền hình sẽ có ảnh hưởng quyết định đến chính sách chính trị của chế độ đương quyền.

Do đó, cốt lõi của quan niệm "vận dụng" (proselyting) trong hình thái chiến tranh phi quy ước bao gồm mọi hình thức hoạt động nhằm khiến cho kẻ địch mất ý chí chiến đấu qua sự "biểu dương sức mạnh" với khả năng thuyết phục, hoặc gây mâu thuẫn trong hàng ngũ địch khiến địch suy yếu, chán nản và bỏ cuộc.

Từ những sự khác biệt trong cách nhìn căn bản đã phát sinh ra những sự khác biệt trên phương diện cơ cấu và nguyên tắc tổ chức trong cách tiến hành cuộc chiến.

3. SỰ KHÁC BIỆT TRÊN CƠ CẤU TỔ CHỨC VÀ LÃNH ĐẠO

Trong hình thái chiến tranh quy ước, sức mạnh nòng cốt dựa trên lực lượng vũ trang chính quy đã đưa đến một số hệ quả về phương diện cơ cấu tổ chức và lãnh đạo. Trước hết lực lượng vũ trang phát triển theo hàng dọc từ cấp tiểu đội, trung đội, đại đội, v.v... ở dưới thấp lên tới cấp cao như sư đoàn, quân đoàn, đại đoàn, hay lộ quân, v.v... thành một lực lượng rất đồ sộ.

Cơ cấu tổ chức nói trên vận hành theo hệ thống lãnh đạo hàng dọc. Sự chỉ đạo, liên lạc, và điều khiển (command, communication and control) đi từ cấp cao nhất là Tổng Tư Lệnh, qua các Tư Lệnh Quân Đoàn, Sư Đoàn,... xuống tới các cấp đơn vị thấp hơn và sau chót tới hàng ngũ của người chiến binh. Hệ thống tổ chức hàng dọc đó là hệ thống chuyển lực (transmission mechanism), và tiêu biểu cho cơ chế vận hành tối cần thiết cho một đạo binh quy ước.

Các nhật lệnh hay chỉ thị hành quân được đưa ra từ cấp cao nhất và được chuyển xuống cấp thấp hơn theo hệ thống quân giai tới tận người chiến binh. Từ những sĩ quan cấp tướng xuống cấp tá, cấp úy, xuống các hạ sĩ quan và binh sĩ, tất cả đều nhắm mắt tuân theo những chỉ thị từ trên đưa xuống một cách máy móc, theo nguyên tắc "chấp hành trước, khiếu nại sau". Đó là tóm tắt một cách đơn giản nguyên tắc lãnh đạo trong hệ thống chiến tranh quy ước.

Trong cuộc chiến tranh Việt Nam, lực lượng tác chiến của Hoa Kỳ gồm khoảng 100 ngàn quân tác chiến (tức là vào khoảng 10 sư đoàn tác chiến hoặc ít hơn), trong khi lực lượng yểm trợ lên tới 400 ngàn quân. Lực lượng vũ trang được tổ chức thành những đại đơn vị cấp sư đoàn gồm nhiều quân chủng và binh chủng khác nhau tùy theo địa bàn cũng như nhu cầu hành quân, kỹ thuật hành quân và tùy theo loại cơ giới và vũ khí được sử dụng.

Trong hoàn cảnh chiến tranh hiện đại, lực lượng tác chiến tùy thuộc rất nhiều vào hậu cần (logistic) để tấn công và thắng địch. Nếu hậu cần không làm đủ nhiệm vụ hỗ trợ thì lực lượng tác chiến không thể hoàn tất sứ mạng theo yêu cầu của cuộc hành quân và dễ đi tới thất bại. Một khía cạnh rất quan trọng của công tác hậu cần là vấn đề tiếp tế nhiên liệu cho lực lượng tác chiến để bảo đảm lưu động tính. Không có nhiên liệu thì quân vận tê liệt, và nếu quân vận tê liệt, lực lượng tác chiến trong một chiến dịch chẳng những không thể di chuyển, mà còn mất cả nguồn tiếp vận quân lương, quân trang và hỏa lực.

Mặt khác, sức công phá của lực lượng vũ trang chính quy tùy thuộc vào hỏa lực của vũ khí và sự áp dụng kỹ thuật cơ giới vào ngành quân vận, và quân trang để yểm trợ cho lực lượng tác chiến. Lực lượng tác chiến càng lớn, thì lực lượng cơ giới và hỏa lực để yểm trợ lại càng phải lớn hơn.

Trong cuộc Chiến Tranh Trung Đông 1991, đầu tháng 8-1990, khi Saddam Hussein xua quân chiếm Kuwait, nhờ có hệ thống hậu cần bố trí trước những tầu chở quân nhu trên các đại dương (Marine Pre-Positioned Ships) mà Hoa Kỳ đã phản ứng kịp thời, đổ quân vào Saudi Arabia trong một thời gian rất ngắn để chặn đứng đà tiến quân của Iraq xuống Vương Quốc Saudi Arabia. (Xin xem "Chiến Tranh Trung Đông 1991" của cùng tác giả).

Trong giai đoạn Liên Quân bố trí và xua quân tấn công lực lượng Iraq xâm lăng và đánh bại đối phương, lực lượng hậu cần đã được tuyên dương công trạng vì thành quả tiếp vận vĩ đại và xuất sắc chưa từng thấy trong lịch sử chiến tranh từ trước tới nay. Những thành công nói trên cho thấy sự áp dụng khoa học kỹ thuật vào cơ cấu tổ chức cơ giới và hỏa lực trong hình thái chiến tranh quy ước.

Trong hình thái chiến tranh phi quy ước, sức mạnh nòng cốt dựa trên hạ tầng cơ sở (infrastructure) để điều khiển lực lượng du kích bán vũ trang cũng như tổ chức và vận động quần chúng, đã đưa đến một số hệ quả hoàn toàn khác biệt trên phương diện cơ cấu tổ chức và lãnh đạo.

Trước hết, sự phát triển và tổ chức của lực lượng du kích bắt đầu với một con số nhỏ như đã nói ở trên. Thứ hai, lực lượng du kích phát triển theo hàng ngang chứ không theo hàng dọc như trong đạo quân quy ước. Trong cuộc Chiến Tranh Việt Nam, chẳng hạn, lực lượng du kích bán vũ trang phân tán mỏng theo địa phương, và lệ thuộc sự chỉ đạo, liên lạc và điều khiển của hạ tầng cơ sở địa phương.

Một ví dụ: tại mỗi xã, đơn vị du kích cơ hữu (cơ hữu = organic: tức là trên nguyên tắc tổ chức) là một trung đội (platoon), được gọi là Xã Đội (Village Unit), dưới sự chỉ huy của Chi Bộ Xã (Village Party Chapter) tức là đơn vị tổ chức của Đảng Cộng Sản ở cấp xã còn gọi là Đảng Ủy xã. Đảng Cộng Sản ở trong Nam được dấu tên và mang danh hiệu Đảng Nhân Dân Cách Mạng. Bí Thư Chi Bộ Xã hoặc Ủy Viên Quân Sự của chi bộ trực tiếp điều khiển Xã Đội.

Ở cấp cao hơn là cấp Huyện (District), đơn vị du kích cơ hữu là Huyện Đội với quân số trên nguyên tắc tương đương với một đại đội, còn được gọi

Chương X

là "Địa Phương Quân" (Local Force), và dưới sự lãnh đạo của Huyện Ủy (cấp Đảng Ủy ở Huyện). Nên nhớ cấp Đảng Ủy, chứ không phải Ủy Ban Hành Chánh ở địa phương, điều khiển đơn vị vũ trang.

Hệ thống tổ chức du kích không được tổ chức cao hơn theo hệ thống dọc, nghĩa là không có tiểu đoàn hoặc trung đoàn du kích. Như vậy, ở cấp Tỉnh và cao hơn là Khu thì sao? Câu trả lời: Ở cấp Tỉnh và Khu thì đơn vị vũ trang cơ hữu có tên là Tiểu Đoàn Chủ Lực Tỉnh (Provincial Main Force Batallion) và Trung Đoàn Chủ Lực Khu (Zone Main Force Regiment). Đó là hai cấp bậc không hành quân theo du kích chiến nhưng được sự hỗ trợ của các đơn vị du kích.

Hệ quả thứ nhất của tổ chức nói trên là lực lượng du kích không phải lo về vấn đề cơ giới. Ngay cả các đơn vị Chủ Lực Tỉnh và của Khu cũng không sử dụng cơ giới. Vấn đề quân nhu và hỏa lực có một tầm quan trọng tương đối thấp, và nhiên liệu dĩ nhiên không còn là yếu tố quyết định cho một cuộc hành quân.

Hệ quả thứ hai là: yếu tố quyết định sự thành công cho một trận đánh (engagement), nhất là một chiến dịch (campaign), là vấn đề hữu hiệu của hạ tầng cơ sở (tức chi bộ xã, huyện ủy, tỉnh ủy, v.v...). Hạ tầng cơ sở có nhiệm vụ cốt yếu là bảo đảm vấn đề hậu cần, cung cấp tin tức tình báo, bảo đảm lương thực, dân công vận chuyển vũ khí, dân công tải thương và thu dọn chiến trường, v.v...

Nguyên tắc lãnh đạo trong chiến tranh phi quy ước do đó hơi khác với lãnh đạo trong chiến tranh quy ước do ở hệ thống tổ chức hàng ngang, và nặng tính địa phương tản quyền (decentralization), do một trong những nguyên nhân chính là sự liên lạc khó khăn.

Vì thế, cung cách thi hành những chỉ thị từ Trung Ương xuống địa phương cũng khác với cách làm việc trong hình thái chiến tranh quy ước. Những chỉ thị công tác của một đơn vị du kích xã không bắt nguồn từ đơn vị du kích cao hơn như cấp Huyện hay cấp Tỉnh, mà đến từ bí thư chi bộ xã. Nói chung, các đơn vị vũ trang địa phương tiến hành các công tác võ trang dựa theo chỉ thị công tác của cơ cấu lãnh đạo chính trị của Đảng Ủy địa phương. Các cấp lãnh đạo chính trị địa phương, tức là tổ chức đảng ủy của chi bộ xã hoặc huyện ủy địa phương, nhận lãnh các Nghị Quyết chính trị của Đảng Ủy cấp cao hơn, đó là những nghị quyết về chính sách do Tỉnh hoặc Khu đưa xuống. Cấp địa phương phải học tập những nghị quyết nói trên để đề ra một nghị quyết công tác hàng năm (Task Resolution) cho địa phương. Dựa trên nghị quyết trên, cấp địa phương đề ra đường lối đại cương cho công tác võ trang, chính trị, hậu cần, nông hội, hội thanh niên, hội phụ nữ, v.v...

Trên phương diện quân sự, ủy viên quân sự địa phương quyết định về những phương án quân sự theo thời biểu cần thiết hoặc thích hợp cho địa phương.

Điều đó có nghĩa là người lính du kích và đơn vị du kích địa phương phần lớn hoạt động khá độc lập và phải dựa vào những sự học tập, nhồi sọ về chính trị để quyết định và thi hành công tác. Nhiều khi họ phải tự quyết định một cuộc phục kích hoặc hành quân dựa trên sự phán đoán về tác dụng chính trị của địa phương thay vì nhận chỉ thị trực tiếp của Tỉnh Ủy hay Khu Ủy.

Nguyên tắc lãnh đạo nặng về cơ cấu chính trị nói trên khiến cho việc học tập và nhồi sọ trở thành công tác tư tưởng quan trọng hàng đầu của các đơn vị võ trang địa phương và có tính cách quyết định sự thành công hay thất bại của một đơn vị.

4. NHỮNG KHÁC BIỆT TRÊN NGUYÊN TẮC TIẾN HÀNH CUỘC CHIẾN

Một hệ quả đối với quy tắc hành động trong cuộc chiến làm nổi bật sự khác biệt giữa hai hình thái chiến tranh quy ước và phi quy ước. Từ quan niệm căn bản về sức mạnh nòng cốt, về đối tượng giao tranh và địa bàn giao tranh trong hình thái chiến tranh quy ước, nhiều quốc gia đã ký kết những quy ước như: Quy Ước Geneve 1864 (Geneva Convention), bảo vệ những thương binh trong chiến tranh, những quy ước The Hague 1899 và 1907 quy định những luật lệ về chiến tranh, Bản Tuyên Ngôn Luân Đôn 1909 (London Declaration) ấn định những khía cạnh của hải chiến, Quy Ước Genève 1929 đối với tù binh chiến tranh, Nghị Định Thư Genève 1925 về chiến tranh hóa học, ngăn cấm việc sử dụng hơi ngạt và vũ khí vi trùng.

Đó là những quy ước ấn định những nguyên tắc tiến hành cuộc chiến được quốc tế công nhận. Những Quy Ước Quốc Tế cũng ấn định đâu là địa bàn của chiến tranh, đâu là những mục tiêu quân sự như: công sự chiến đấu, kho quân trang võ khí, nhà máy sản xuất võ khí đạn dược, máy bay quân sự. Những quy ước này cũng quy định chỉ có quân nhân mới được phép chiến đấu và thường dân không có quyền cầm súng trừ khi phải tự vệ. Mặt khác, quân nhân phải mặc quân phục trong khi cầm súng chiến đấu, phải có số quân, phải mang quân hàm, và phải có cấp chỉ huy trực tiếp.[14]

Những quy ước nói trên khi được áp dụng trong chiến tranh quy ước đã có tác dụng giảm thiểu rất nhiều thương vong cho thường dân, và đã khiến cho cán binh của các phe lâm chiến biết tôn trọng lẫn nhau, biết tôn trọng tính mạng của thường dân và chiến binh địch hơn so với những cuộc chiến tranh của thế kỷ trước. Dĩ nhiên trong chiến tranh cũng có những phần tử không tuân theo luật lệ, nhưng những quy ước về chiến tranh đã giúp kềm chế rất nhiều những hành động lạm dụng của những người có vũ khí và quyền lực trong tay. Những người này không còn được tự do hành động như một đám giặc cướp, và nếu họ vi phạm luật lệ quy định trong quy ước quốc tế, họ sẽ phải trả lời trước pháp luật của chiến tranh.

Điều rất đáng tiếc là những quy ước quốc tế nói trên nhiều khi không được các phe lâm chiến công nhận. Khối Cộng Sản và một số "lực lượng cách mạng" của một số quốc gia kém văn minh lạm dụng hình thái chiến tranh phi quy ước để "xí xóa" những hành động vi phạm quy ước quốc tế về chiến tranh. Và hình thái chiến tranh phi quy ước đã từng gây nên nhiều khó khăn nghiêm trọng cho những phe sử dụng hình thái chiến tranh quy ước như nhiều người đã thấy.

Những cán binh trong hình thái chiến tranh phi quy ước không mang quân trang, quân phục, quân hàm trong khi cầm súng chiến đấu. Đối tượng tấn công của họ thường không phải đối tượng quân sự như được quy định theo quy ước quốc tế. Những đạo quân phi quy ước này tự do tàn sát thường dân vô tội, những người thường dân không mang vũ khí, những đàn bà con nít không có phương tiện tự vệ.

Trong vụ khủng bố tại Paris ngày 9-1-2015, một tên khủng bố Hồi Giáo, trước khi ra tay tàn sát thường dân đã cho biết lý do là vì nạn nhân không chịu cải theo đạo Hồi Giáo.

Ngày nay, nhiều người Tây Phương đã được nếm mùi vị của chiến tranh phi quy ước cùng những phi lý và đau thương đi liền với nó. Nhưng trong cuộc Chiến Tranh Việt Nam, nhiều người Tây Phương đã ngoảnh mặt làm ngơ trước những phi lý và đau thương do chiến tranh phi quy ước cố tình gây ra cho thường dân vô tội gồm rất nhiều đàn bà con nít với mục đích "răn đe". Những phụ nữ và trẻ thơ nói trên không phải là những "thương vong vô tình" theo nghĩa "collateral damages", mà họ là những thương vong có chủ mưu trong hình thái chiến tranh phi quy ước.

Sự ngoảnh mặt làm ngơ của Tây Phương vào lúc đó có thể là do vô tình thiếu hiểu biết. Ngày nay chúng ta hy vọng nhiều người Tây Phương đã hiểu rõ hơn về những chiến binh phi quy ước và phương cách tiến hành chiến tranh của đối phương.

Những chiến binh phi quy ước nói trên, khi họ cố tình tàn sát những thường dân vô tội, vì nhằm đạt một mục tiêu chính trị, thì theo định nghĩa họ là những tên khủng bố.

Trong cuộc Chiến Tranh Việt Nam, những du kích quân tàn sát thường dân bất chấp những quy ước quốc tế. Những vụ nổ mìn xe đò liên tỉnh, những vụ pháo kích vào trường tiểu học, v.v... đã trở thành thường xuyên tại Nam Việt Nam trong cuộc chiến, tất cả đều nhằm mục đích trấn áp đe dọa thường dân, ngăn cản họ quy tụ quanh vùng Quốc Gia kiểm soát.

Một chiến thuật khác được sử dụng nhiều nhất là du kích quân tản mát và len lỏi vào quần chúng thường dân để được che chở. Khi một du kích quân che dấu vũ khí thì họ trông giống như thường dân vì họ không mang quân trang, không đeo phù hiệu chiến binh. Tình trạng này gây ra một hoàn cảnh khó khăn nan giải cho người binh sĩ Việt Nam Cộng Hòa khi phải đương đầu với những du kích quân trông giống như thường dân.

Trong hoàn cảnh nói trên, nếu tuân theo quy ước quốc tế, người chiến binh Việt Nam Cộng Hòa có thể bị tấn công và bị giết trước khi biết người đứng trước mặt là thù hay bạn. Và cơ quan truyền thông Tây Phương có thể khai thác bằng lập luận chê bai những người lính quy ước là bất lực, nhút nhát, hoặc từ chối chiến đấu. Nếu người lính quy ước may mắn kịp thời phản ứng và bắn trả, họ có thể vô tình gây thương vong cho đàn bà con nít vô tội đang có mặt gần đó, và cơ quan truyền thông có thể khai thác sự kiện thành một biến cố chính trị về vi phạm nhân quyền, cực kỳ bất lợi cho chính phủ Việt Nam Cộng Hòa.

Cơ quan truyền thông trong thời kỳ đó thường giúp cho lực lượng khủng bố biến thành kẻ thắng trận trong cuộc Chiến Tranh Việt Nam.

Nói chung những kẻ khủng bố của Cộng Sản trong Chiến tranh Việt Nam luôn luôn lợi dụng quy ước quốc tế mà họ sẵn sàng vi phạm để làm một tấm mộc che chở cho dự mưu khủng bố. Họ bất chấp quy ước quốc tế, nhưng khi bị bắt họ luôn luôn đòi hỏi được đối xử theo quy ước quốc tế.

Chương X

5. SỰ KHÁC BIỆT TRÊN PHƯƠNG DIỆN CHIẾN LƯỢC VÀ CHIẾN THUẬT

Những trường hợp chiến bại trong lịch sử phần lớn tự căn bản bắt đầu từ sự thất bại của hàng ngũ lãnh đạo trong khi áp dụng chiến lược và chiến thuật.

Nói một cách vắn tắt: lãnh đạo chiến tranh là nghệ thuật đạt chiến thắng. Lãnh đạo chiến tranh đòi hỏi phải biết xác định mục tiêu chiến thắng tối hậu, xác định địa bàn giao tranh, đề ra một chiến lược hữu hiệu nhằm đạt được mục tiêu đang theo đuổi, và vận dụng mọi chiến thuật và phương tiện cần thiết nhằm đạt mục tiêu cuối cùng.

Nguyên tắc căn bản nói trên áp dụng chung cho cả hai hình thái chiến tranh quy ước và phi quy ước. Tuy nhiên, vì có sự khác biệt trong lối nhìn đối với Sức Mạnh Nòng Cốt, Đối Tượng của Chiến Tranh, và Địa Bàn Giao Tranh, cho nên đã có sự khác biệt khi áp dụng chiến lược và chiến thuật vào hai hình thái chiến tranh nói trên.

Danh từ chiến lược (strategy) có nghĩa là toàn bộ kế hoạch chiến tranh nhằm theo đuổi một mục tiêu tối hậu và sự vận dụng sức mạnh căn bản để đánh trúng kẻ thù bằng những đòn chí tử cho tới khi nó hoàn toàn gục ngã. Đánh kẻ thù bằng những đòn gãi ngứa hay làm cho nó nhột mà cười thì không phải là bản lãnh của một chiến lược gia. Đó là trường hợp của những chiến lược gia "nuốt giây thun" như chúng ta sẽ thấy trong cuộc Chiến Tranh Việt Nam.

Danh từ chiến thuật (tactic) hiểu theo nghĩa quân sự là quy tắc và nghệ thuật điều động, bố trí và tấn công được áp dụng từng ngày trên trận địa. Phạm vi của chiến thuật được giới hạn trong tay của vị chỉ huy ngoài chiến trường. Những người lãnh đạo chiến lược thường không can thiệp vào phạm vi chiến thuật, chỉ trừ một số trường hợp đặc biệt đã dẫn tới thất bại như người ta thấy lỗi lầm của MaNamara trong cuộc Chiến Tranh Việt Nam.

Mặt khác, chiến thuật nằm trong một phạm vi hoạt động nhỏ nhằm phục vụ cho một chiến lược trên một phạm vi lớn. Do đó chiến thuật dù hay dù giỏi cũng phải phù hợp với những mục tiêu tổng quát của chiến lược, nếu không nó chẳng giúp ích gì để đạt chiến thắng tối hậu cho cuộc chiến. Nếu người ta đạt được nhiều chiến thắng trong phạm vi chiến thuật trong khi theo đuổi một chiến lược sai lầm, thì có nhiều phần chắc chắn người ta sẽ đi đến chiến bại. Cuộc Chiến Tranh Việt Nam đã cho ta một thí dụ điển hình về vấn đề nêu trên.

Trong phạm vi chiến lược của hình thái chiến tranh quy ước, qua lối nhìn về sức mạnh và đối tượng của chiến tranh, thì mục tiêu căn bản của chiến lược là bẻ gẫy ý chí chiến đấu của địch bằng cách truy lùng và tiêu diệt đại bộ phận của quân lực địch, cũng như tiêu diệt tiềm năng chiến đấu lâu dài của chúng. Mặt khác, điểm tinh yếu của chiến lược thắng địch gồm những nguyên tắc sau đây:

- Tập trung cường lực vào mũi tấn công nhằm tiêu diệt địch,

- Tìm cách tấn công trực diện bất cứ khi nào đạt được ưu thế quân số và hỏa lực.

- Tạo nên động lượng (momentum) và thế chủ động (initiative) bằng cách tốc chiến (điều này đòi hỏi khả năng di động nhanh và luôn luôn tấn công).

- Duy trì động lượng và thế chủ động cho tới chiến thắng cuối cùng.

Động lượng của chiến tranh (war momentum) là trọng tâm của mọi sự hoạch định chiến lược và chiến thuật. Muốn đạt chiến thắng, điều kiện tiên quyết là phải tạo ra được một động lượng áp đảo (crushing momentum) để đè bẹp đối phương và duy trì ưu thế đó cho tới khi chiến thắng.

Động lượng trong chiến tranh là một từ ngữ có tính gợi hình, mượn từ khoa Động Lực Học (Dynamics) áp dụng cho một vật đang chuyển động. Trong khoa Động Lực Học, động lượng (momentum = mv) của một vật (object) đang di động bao gồm hai yếu tố: khối lượng m (mass = m), đo bằng kilogram, nhân với vận tốc v đo bằng m/s (meter per second). Một vật không chuyển động thì không có động lượng.

Hiểu theo nghĩa gợi hình ở trên thì động lượng là cái "trớn" của chiến tranh tượng trưng cho tác dụng tổng hợp của cường độ xung kích (sức xung kích mạnh hay yếu) và tốc độ xung kích (theo mức di động nhanh hay chậm) của một cuộc hành quân hay một chiến dịch. Ví dụ một cuộc hành quân tiến nhanh như bão tố đem theo một quân số lấn át địch quân được coi là tạo nên một động lượng áp đảo.

Mỗi khi để mất ưu thế của động lượng là ta để mất một cơ may chiến thắng. Động lượng (momentum) là cái trớn, cái đà chiến thắng. Người xưa thường nói "thế mạnh như chẻ tre" là để chỉ cái đà chiến thắng, tức là cái động lượng của chiến tranh. Trong bản Bình Ngô Đại Cáo có những câu như "Trận Bồ Đằng sấm vang sét dậy, miền Trà Lân trúc phá tro bay" hoặc "đánh một trận sạch không kinh ngạc, đánh hai trận tan tác chim muông"... cũng dùng để diễn tả động lượng của chiến tranh.

Chương X

Trong chiến tranh quy ước, cường độ xung kích thường phụ thuộc vào quân số xung trận và sức mạnh của hỏa lực được sử dụng. Do đó ưu thế quân số luôn luôn là điều ám ảnh các nhà lãnh đạo chiến tranh quy ước.

Năm 1890, Alfred Mahan viết cuốn sách "The Influence of Sea Power Upon History 1660-1783" nói về ảnh hưởng của các cường quốc hải quân trong khoảng thời gian lịch sử nói trên. Mahan là một đô đốc hải quân Hoa Kỳ, và cuốn sách của ông diễn giải một cách hết sức đầy đủ những trận hải chiến của thế kỷ 17 và 18, được rất nhiều người đọc và các nhà quân sự rất lưu ý. Mahan nhận định rằng những quy luật về chiến lược là những định luật có tính cách vĩnh cửu.

Ông viết: "Qua các thời đại, thượng tầng kiến trúc của chiến thuật cần phải thay đổi hoặc vứt bỏ hoàn toàn, nhưng những nền tảng cố xưa của chiến lược vẫn còn tồn tại đến ngày nay như là đã được thiết lập trên một nền tảng bằng đá vững chắc." (De temps à autre, la super structure de la tactique doit être modifiée ou complètement jetée bas, mais les ancient fondements de la stratégie subsistent jusqu'ici comme s'ils avaient été édifiés sur un roc).

Là một chiến lược gia hải quân, Mahan có một quy luật chiến lược như sau: "Hạm Đội Hải Quân không bao giờ được phân tán mỏng"

Cho tới cuối Đệ Nhị Thế Chiến, quan niệm chiến đấu của các cấp chỉ huy Hải Quân Hoa Kỳ phần nhiều tuân theo quy luật của Mahan một cách trung thành và đôi khi tới mức độ mù quáng.

Đối với cuộc chiến trên bộ cũng vậy, quan niệm chiến lược của các nhà lãnh đạo quân sự Hoa Kỳ luôn cố đạt được ưu thế quân số tuyệt đối so với địch quân (supériorité écrasante).

Trong thời Đệ Nhất Thế Chiến, khi Tướng Pershing mang quân đội Hoa Kỳ sang giải cứu Âu Châu thì quan niệm căn bản của Hoa Kỳ là đánh tập trung cường lực với thế công mạnh mẽ. Đầu tháng 7-1917, những đơn vị tiền phương của Hoa Kỳ mới tới Paris thì tới cuối tháng 3-1918 đã có 300 ngàn quân Mỹ đến đất Pháp. Với động lượng của 300 ngàn quân này, đợt Tổng Công Kích tháng Ba của quân Đức nhằm đạt chiến thắng quyết định đã bị khựng lại. Tới tháng 9-1918 khi quân Đức phóng ra đợt công kích cuối cùng thì quân Mỹ đã có 1,200,000 binh sĩ sẵn sàng trong tư thế chiến đấu, và ưu thế quân số của Hoa Kỳ đã làm tiêu tan động lượng của đợt tổng công kích của quân Đức, cuối cùng đưa đến sự bại trận của Đức.

Hồi đó Hoa Kỳ may mắn không có Walter Conkrite và hệ thống truyền hình thiên tả. Nếu không thì sự thất bại của quân Đức sẽ được Conkrite và giới truyền thông biến thành chiến bại của Hoa Kỳ và Đồng Minh, giống như trường hợp của Trận Tết Mậu Thân.

Trong Đệ Nhị Thế Chiến, trên Mặt Trận Bắc Phi, vào khoảng 1942-1943, trong khi quân Anh muốn đổ bộ thẳng lên Bắc Phi và xâm nhập táo bạo vào Bizerte thì Tướng Marshall và Đô Đốc King lại chủ trương hành quân từ xa, tức là đổ bộ lên Maroc, để có đủ khoảng đất dài cũng như thời giờ cho sự điều động những đạo quân lớn trước khi đụng trận với quân Đức. Vấn đề chủ chốt ở đây là Tướng Marshall và Đô Đốc King muốn có cơ hội để tạo một động lượng lớn. Nói một cách khác là tạo một cái "trớn" trước khi đụng địch.

Trên Mặt Trận Nga, vào mùa Hè năm 1942, khi Tướng Timochenko thấy quân Đức tập trung nhiều ở vùng Kharkow, ông ta đã quyết định tấn công trước. Tuy trong trận này quân Liên Xô không thắng và bị thiệt hại nhiều, nhưng đã làm chậm lại kế hoạch tấn công mùa Hè của quân Đức, tức là ngăn chặn không cho Đức có cơ hội xây dựng một động lượng lớn.

Trong cuộc Chiến Tranh Việt Nam, người Mỹ quan niệm rằng muốn thắng một đạo quân du kích thì người ta phải đạt tới một ưu thế quân số là 10 trên 1. Vào mùa Hè năm 1965, quân số Hoa Kỳ tại Việt Nam mới có 23,300 người đóng vai trò cố vấn. Tới cuối năm 1965, mấy tháng sau khi Tổng Thống Johnson quyết định gửi quân chiến đấu qua Việt Nam, Hoa Kỳ đã có 184,000 quân (chiến đấu và hỗ trợ) sẵn sàng đụng trận. Với sự đổ quân ào ạt vào chiến trường tương đối nhỏ bé của Việt Nam, tới năm 1969 Hoa Kỳ đã có 539,000 binh sĩ tại đây. Động lượng lớn của lực lượng Hoa Kỳ với cơ giới, lưu động tính và hỏa lực đã chặn đứng đà chiến thắng gần kề của Cộng Sản vào năm 1965.

So sánh sự tiến hành Chiến Tranh Trên Bộ (Land War), và cuộc Chiến Tranh Không Tập tại Miền Bắc, người ta thấy Tổng Thống Johnson và Bộ Trưởng Quốc Phòng Mc Namara của Hoa Kỳ đã tiến hành cuộc Chiến Tranh Không Tập một cách hết sức vụng về, và đã thất bại vì đã không tạo được một động lượng có tính cách quyết định để đạt chiến thắng.

Mặc dầu cuộc chiến tranh Bộ Chiến (Land War) tiến hành khả quan ở Miền Nam, sự thất bại trong cuộc Chiến Tranh Không Tập đã khiến cuộc chiến kéo dài một cách vô ích làm nản lòng dân Mỹ, tạo ảnh hưởng bất lợi cho toàn bộ cuộc chiến. Đây là đề tài sẽ được trình bầy đầy đủ trong cuốn sách "A Shooting Star" của cùng một tác giả.

Những thí dụ nổi bật ở trên cho thấy ưu thế quân số là một điều quan tâm hàng đầu để tạo nên một động lượng lớn trong chiến tranh quy ước. Nhưng xây dựng ưu thế quân số chỉ là bước khởi đầu trong tiến trình tạo dựng một động lượng lớn, đòi hỏi sự phối hợp cường độ xung kích với tốc độ xung kích, hai yếu tố đi song song và bổ túc cho nhau. Nhiều khi nhịp độ xung kích chớp nhoáng và liên tục có thể bù đắp cho sự thiếu sót trong cường độ tấn công và ưu thế quân số. Điều này có nghĩa là trong trường hợp không có một ưu thế quân số rõ rệt, nhưng một nhịp độ xung kích liên tục như sấm sét vẫn có thể tạo được một động lượng áp đảo đối phương.

Trong trường hợp nói trên, muốn bảo đảm chiến thắng phải liên tục duy trì một động lượng lớn có khả năng áp đảo động lượng của đối phương để luôn luôn ghìm được đối phương ở thế bị động, xô đẩy đối phương vào thế mất trớn liên tục. Những chiến thắng sấm sét phải xảy ra liên tiếp trong một thời gian ngắn mới tạo thành động lượng lớn và có tác dụng quyết định sự chiến thắng.

Những điều đòi hỏi trên không phải là dễ thực hiện, và trong binh sử chỉ có những thiên tài quân sự mới biết khai thác những đặc tính trên của động lượng trong chiến tranh để đạt những chiến thắng phi thường.

Năm 1789, vua Quang Trung của Việt Nam, với khoảng 100,000 quân đã đánh bại khoảng 200,000 quân Tàu, trải qua những trận tấn công sấm sét. Cả một chiến dịch lớn như vậy kéo dài có 6 ngày đã kết thúc một cách cực kỳ ngoạn mục và vẻ vang.

Tướng Paton trong Đệ Nhị Thế Chiến cũng là một thiên tài về hành quân thiết giáp. Mặc dầu không có ưu thế quân số, mặc dầu gặp nhiều trở ngại về tiếp vận vì lý do chính trị, ông luôn luôn biết tạo được động lượng lớn có khả năng áp đảo khiến cho quân Đức luôn luôn mất trớn và chạy dài.[15]

Tướng Mac Arthur trong Đệ Nhị Thế Chiến và trong cuộc Chiến Tranh Triều Tiên cũng là một thiên tài dùng binh vì biết tạo dựng động lượng và sử dụng động lượng của chiến tranh quy ước để chuyển bại thành thắng.

Tướng Sharon của Do Thái, trong Trận Chiến Yom Kippur, cũng cho ta một tỷ dụ điển hình về một danh tướng biết tạo động lượng và khai thác động lượng tới mức tối đa để chuyển bại thành thắng.

Nói tóm lại, động lượng của chiến tranh quy ước thường đi đôi với ưu thế quân số, lấy mạnh đè bẹp yếu, lấy cứng đánh mềm, lấy vận tốc mưa bão làm cho đối phương không kịp trở tay.

Chiến tranh phi quy ước phần lớn do phe yếu sử dụng để đánh kẻ mạnh. Vì có một lối nhìn khác biệt về sức mạnh, nên quan niệm về chiến lược, chiến thuật, và động lượng cũng có nhiều khác biệt. Mặc dầu mục tiêu tối hậu trong chiến lược của chiến tranh phi quy ước cũng nhằm đánh quỵ ý chí chiến đấu của đối phương, nhưng nội dung của chiến lược cho thấy một lối nhìn nặng về mưu lược chính trị và tâm lý hơn là quân sự.

Đó là: làm cho cấp lãnh đạo của địch và quần chúng địch chán nản, hoang mang, và chia rẽ trong nội bộ, để đi đến chỗ thối chí và bỏ cuộc.

Trên phương diện chiến thuật, quan niệm phi quy ước không gạt bỏ ưu thế quân số. Một trong những quy luật chiến thuật của Mao Trạch Đông trong chiến tranh du kích đòi hỏi rằng trong mỗi trận giao tranh phải tập trung cường lực để đạt ưu thế quân số tuyệt đối ít nhất gấp hai lần, gấp bốn lần, hoặc đôi khi gấp năm hay sáu lần quân số đối phương.

Một câu hỏi được đặt ra là: quân du kích là một lực lượng ít người so với đối phương thì lấy đâu ra ưu thế quân số tuyệt đối?

Câu trả lời giản dị là: theo quy tắc lấy đa số áp đảo thiểu số thì một đại đội du kích quân sẽ không đi tìm để tấn công một đại đội hay một tiểu đoàn địch mà chỉ đi tìm để "ăn gỏi" một trung đội hay một tiểu đội của địch. Nếu cứ tiếp tục ăn gỏi từng trung đội hay tiểu đội của địch nhiều lần như thế thì kết quả cũng tương đương với hành động tiêu diệt một đại đội hay tiểu đoàn của địch, tuy hơi mất nhiều thời giờ nhưng tương đối dễ dàng.

Quy tắc ưu thế quân số nói trên nhằm bảo đảm rằng "có ăn chắc thì mới đánh" và ta gọi đó là quy tắc "ăn chắc". Nếu các đơn vị du kích áp dụng quy tắc trên một cách đều đặn, nghĩa là chỉ khi nào chắc ăn mới đánh, điều đó có nghĩa là "hễ đánh là thắng", và không chắc ăn thì không đánh, và không đánh thì không bị mang tiếng là bại. Ta có thể dễ dàng nhận ra mục tiêu và lợi ích của chiến thuật nói trên là tạo nên một tiếng vang cho đạo quân du kích nói trên "chỉ có thắng mà không có bại"

Tiếng vang nói trên là một cái "trớn về tâm lý" và ta gọi nó là "động lượng tâm lý" (spychologic momentum) rất cần thiết cho những đạo quân ít người, phải sử dụng chiến thuật phi quy ước trong giai đoạn sơ khởi cần mua thời giờ bằng những thắng lợi tâm lý và chính trị từng bước một. Điều này cũng dễ hiểu.

Thứ nhất, một lực lượng yếu cần tạo một ấn tượng đang chiến thắng để làm nức lòng cán binh.

Thứ hai, một lực lượng du kích là một lực lượng nhỏ, mỗi một cán binh là một cái vốn quý cần được bảo toàn trước một đối phương có nhiều ưu thế về quân số, cơ giới và hỏa lực. Một du kích quân bị thương vong tương đương với 10 mạng của đối phương trong lực lượng quy ước. (con số 10 chỉ là con số tượng trưng, không có giá trị bất di bất dịch). Nếu cứ chiến thắng hoài mà ít bị tổn thất, mặc dầu trên một quy mô nhỏ, đó cũng là một cách quảng cáo hay, và chính là yếu tố phô trương sức mạnh trong hình thái chiến tranh phi quy ước.

Chương X

Và sau hết, những chiến thắng hoài trên nhiều quy mô nhỏ sẽ tạo thành động lượng tâm lý lớn. Đó là mục tiêu chiến lược chính của đường lối đánh tiêu hao lâu dài làm cho địch quân mệt mỏi và bỏ cuộc.

Mặt khác, nếu không có cơ hội để tạo một ưu thế tuyệt đối, lực lượng phi quy ước sẽ luôn luôn né tránh giao tranh, và đây là trường hợp thường xảy ra khiến cho đối phương trong lực lượng quy ước dễ trở nên kiêu căng, khinh xuất, lơ là trong việc phòng thủ và dễ trở thành một mục tiêu ngon lành cho lực lượng du kích. Vậy né tránh giao tranh không nhất thiết có nghĩa là nằm ì một chỗ hay hèn nhát sợ chiến đấu, mà chỉ là một chiến thuật căn bản để chờ dịp đánh thắng.

5.1. Động Lượng Tiêu Hao Của Chiến Tranh Phi Quy Ước

Những điều thảo luận ở trên dẫn đến một số tóm lược những điểm tinh yếu dưới đây của chiến thuật du kích:

- Phân tán mỏng, lẫn vào với thường dân để né tránh sự tập trung hỏa lực của một đối phương sử dụng quy ước chiến.

- Tránh giao tranh trực diện trước một đối phương mạnh về quân số, cơ giới và hỏa lực.

- Không cho phép đối phương tạo được động lượng và thế chủ động bằng cách né tránh khi đối phương sử dụng lưu động tính.

- Cản trở một đạo quân địch đang tiến, làm địch tiêu hao bằng cách đánh du kích vào hậu quân của địch, đánh vào bên sườn sơ hở của địch và nhất là tìm cách tiêu diệt hậu cần của địch.

- Cản trở một đạo quân địch đang thoái lui bằng cách đánh tiêu hao vào hậu quân của địch, cản trở quân cứu viện của địch bằng cách phục kích vào bên sườn đạo quân cứu viện của địch.

Nói tóm lại, trong chiến tranh phi quy ước, động lượng có tác dụng tâm lý chính trị hơn là thực chất quân sự như cơ giới, hỏa lực. Hơn nữa, động lượng phi quy ước được tạo nên bằng cách né tránh giao tranh trực diện, đặt trọng tâm vào lối đánh tỉa, đánh tiêu hao, lấy xoi mòn để mài dũa cái cứng của địch, lấy né tránh để làm nản cái nhanh vũ bão của địch, lấy mềm đánh cứng, lấy yếu đánh mạnh; đánh vào hậu cần của địch, làm hao mòn quân lương, nhiên liệu, đồ trang bị của địch, làm hao mòn hậu phương địch và cuối cùng làm nản chí chiến đấu của địch.

Lợi dụng sự thiếu kiên nhẫn của lực lượng quy ước là một chiến lược có từ lâu đời. Và Tôn Tử trong Thiên Tác Chiến của Tôn Ngô Binh Pháp có nói: "Đánh lâu mới thắng thì nhụt đồ binh, cùn khí mạnh... cho nên, việc dùng binh nên thà rằng vụng mà chóng, chứ không nên khéo mà lâu." Câu trích dẫn ở trên đã nói lên cái nóng ruột thiếu kiên nhẫn của hình thái chiến tranh quy ước mà ta đã có kinh nghiệm trong quá khứ khi Hoa Kỳ tham chiến ở Việt Nam.

Trong khi động lượng của Chiến Tranh Quy Ước tượng trưng cho khía cạnh "động" của chiến lược, thì một lãnh vực liên quan đến khía cạnh tĩnh của địa bàn giao tranh làm nổi bật sự khác biệt giữa hai lối nhìn quy ước và phi quy ước. Đó là lãnh vực "geopolitics" mà một số tài liệu ngày nay dịch là "địa lý chính trị" hoặc địa lý chiến lược.

5.2. Địa Lý Chiến Lược Và Hình Thái Chiến Tranh

Năm 1904, một nhà địa dư học người Anh tên là Halford Mackinder đã đưa ra một lý thuyết nổi tiếng gồm 24 trang chữ in nhan đề: Geographical Pivot of History", tạm dịch là "Vùng đất Bản Lề của Lịch Sử"

Lý thuyết của Mackinder đã biến thành nền tảng của ngành nghiên cứu geopolitics liên quan đến tầm quan trọng chiến lược của vị trí địa dư có ảnh hưởng đến cục diện chính trị quốc tế.

Mackinder trước hết cho rằng giai đoạn 4 thế kỷ đi thám hiểm trái đất và bành trướng đã chấm dứt vào đầu thế kỷ 20 vì người ta đã hoàn tất được bản đồ của tất cả thế giới. Đồng thời sự lưu thông hầu như vô giới hạn trên bộ và trên không đã khiến Mackinder nghĩ rằng thời đại bá chủ trên biển đã chấm dứt, và thời đại của các cường quốc trên đất liền đã bắt đầu.

Theo Mackinder, trung tâm điểm thiên nhiên của thế giới ngày nay là giải đất mênh mông nối liền lục địa Âu-Á (Eurasie) mỗi chiều khoảng 4000 cây số, và Mackinder gọi vùng này là vùng Bản Lề của Chính Trị Quốc Tế. Vùng này quá rộng lớn khiến các cường quốc hải quân không thể xâm phạm tới vì trung tâm của nó ở quá sâu trong đất liền.

Do đó Mackinder cho rằng: "Ai thống trị được Đông Âu sẽ nắm được Trung Tâm Thế Giới; ai thống trị được Trung Tâm Thế Giới sẽ nắm được Lục Địa Thế Giới; và ai thống trị được Lục Địa Thế Giới sẽ nắm được Toàn Cầu".

Lý thuyết của Mackinder có một số khuyết điểm quan trọng sau đây:

-   *Trước hết*, với hỏa tiễn liên lục địa và tầu ngầm nguyên tử ngày nay, một cường quốc hải quân có thể tấn công dễ dàng và hủy diệt bất cứ nơi nào của Trung Tâm Thế Giới, và Vùng Bản Lề Thế Giới không còn bất khả xâm phạm như Mackinder nghĩ.

-   *Thứ hai*, theo Mackinder, Mỹ Châu chỉ là một phần phụ thuộc của thế giới cũ. Tình hình của hậu bán thế kỷ 20 cho thấy thực tế trái ngược với sự nhận định của Mackinder.

- *Thứ ba*, theo Mackinder, tầm quan trọng về địa dư của Vùng Bản Lề không phụ thuộc vấn đề dân tộc nào cư ngụ ở đó. Nói như vậy tức là Mackinder đã gạt bỏ các yếu tố khác, nhất là yếu tố con người, mà coi yếu tố địa dư là yếu tố quyết định.

Mặc dầu sự nhận định của Mackinder có một số điểm sai lầm nghiêm trọng, nhưng tầm quan trọng của yếu tố địa dư đối với chiến lược và cục diện quốc tế là vấn đề quan tâm của các nhà lãnh đạo thế giới.

Có ba điểm mà ta không thể phủ nhận được:

- *Thứ nhất*, có những vị trí địa dư có tầm ảnh hưởng quan trọng về chiến lược và có thể quyết định kết quả của một cuộc chiến.

- *Thứ hai*, có những ranh giới thiên nhiên làm giảm bớt nguy cơ chiến tranh, và có những ranh giới mời gọi chiến tranh.

- *Thứ ba*, một trong những mục tiêu tấn công đầu tiên trong một cuộc chiến tranh là đánh chiếm những vị trí địa dư trọng yếu.

Ở đây ta hiểu danh từ "địa dư" theo nghĩa trên đất liền cũng như trên đại dương. Như thực tế cho thấy, tầm quan trọng chiến lược của một vị trí địa dư có thể thay đổi tùy theo nhiều yếu tố nhân văn, chính trị, khoa học, kỹ nghệ, v.v...

Vùng Ukraine trong Đệ Nhị Thế Chiến, theo sự tính toán chiến lược của Hitler có tầm quan trọng lớn đối với Đức Quốc Xã vì nếu chiếm được, nó sẽ cung cấp lúa mì và kỹ nghệ cho Đức trong tương lai lâu dài. Nhưng đối với Liên Xô vào lúc đó nó đã kém quan trọng vì Liên Xô đã khôn ngoan dời các cơ sở kỹ nghệ của họ vào sâu trong vùng núi Ural và Tây Bá Lợi Á là những nơi mà quân Đức khó có khả năng xâm phạm tới.

Kênh đào Suez có tầm quan trọng vừa về phương diện kinh tế lẫn phương diện chuyển vận chiến lược vì nó rút ngắn đường đi giữa Ấn Độ Dương và Đại Tây Dương. Kênh Suez là một mục tiêu chiến lược trong Đệ Nhị Thế Chiến. Kênh đào Panama cũng có một tầm quan trọng chiến lược đối với Hoa Kỳ. Cũng vì thế, trong Đệ Nhị Thế Chiến, Nhật Bản đã có một kế hoạch vĩ đại nhằm đánh chiếm kênh đào Panama, nhưng chưa thực hiện được thì đã phải đầu hàng.

Vùng eo biển Hormuz, một số quốc gia Phi Châu, và một số quốc gia Ả Rập được coi là có tầm quan trọng chiến lược trong cuộc Chiến Tranh Lạnh vì đó là những vùng có nhiều nguyên liệu chiến lược như dầu hỏa, cobalt, titanium v.v...

Cao Nguyên Boloven, Đường Mòn Thượng Đạo từ mấy ngàn năm trước không có một giá trị kinh tế, chính trị, nhưng trong cuộc Chiến Tranh Đông Dương đã biến thành những địa bàn chiến lược cực kỳ quan trọng.

Chính vì tầm quan trọng của vị trí địa dư chiến lược mà nhiều cuộc tranh chấp võ trang đã diễn ra chung quanh một mảnh đất, một vùng biển, một con đường mòn, hay một kênh đào.

Nói tóm lại, quan niệm về địa lý chiến lược của Mackinder đã gạt bỏ yếu con người trong khi khoa học hiện đại về địa lý chiến lược đã du nhập thêm các yếu tố có ảnh hưởng rộng lớn hơn như kinh tế, quân sự, nhân khẩu đối với chính trị thế giới và chiến lược chiến tranh.

Mặt khác, giữa hai hình thái chiến tranh quy ước và phi quy ước có một số khác biệt trong lối nhìn đối với vấn đề địa dư chiến lược.

Những nhà lãnh đạo chiến tranh quy ước nhìn vấn đề địa dư chiến lược trong khuôn khổ riêng của họ đối với Sức Mạnh Căn Bản, Đối Tượng của Chiến Tranh, Địa Bàn Giao Tranh, và Cách Biểu Dương Sức Mạnh. Do đó, họ đặt trọng tâm của chiến lược trên những vùng có tài nguyên chiến lược quy ước, ví dụ: những điểm chốt dọc theo đường chuyển vận dầu hỏa, những quần đảo có giá trị điều động quân đội cấp tốc (Rapid Deployment) hoặc một vùng biển ấm cho một hạm đội hải quân trú chân, v.v...

Trong quan niệm chiến tranh phi quy ước, vấn đề địa dư chiến lược xoay quanh "con người" trong chiến lược đánh thắng. Trong cuộc Chiến Tranh xâm chiếm Miền Nam của Việt Nam, Cộng Sản gán cho ba vùng địa dư chiến lược những tầm quan trọng khác nhau tùy theo yếu tố nhân văn, chính trị, văn hóa và kinh tế, nhưng trên hết là con người và mật độ dân số (population density) hơn là yếu tố nhân khẩu (demography).

Đối với Trung Ương Cục Miền Nam,[16] tức là đối với chiến lược gia Cộng Sản Việt Nam nói chung, ba vùng chiến lược đó là Vùng Nông Thôn (The Delta Area), Vùng Thành Thị (The Urban Area), và Vùng Rừng Núi (The Mountainous Area). Vùng đồng bằng nông thôn được coi là quan trọng nhất về phương diện địa dư chiến lược trong kế hoạch thôn tính vì những vùng này đông dân cư nhất và cung cấp nhiều lúa gạo nhất.

Trong hình thái chiến tranh phi quy ước ở Miền Nam Việt Nam, Đồng Bằng Cửu Long (The Mekong Delta) được coi là "vùng bản lề" của Miền Nam và tỉnh Định Tường là "vùng bản lề" của Đồng Bằng Cửu Long. (Xem cuốn sách "A Shooting Star" của cùng một tác giả, chương VIII và 9).

Chương X

Để tổng kết bài nghiên cứu này, sự khác biệt giữa hai hình thái chiến tranh quy ước và phi quy ước bắt nguồn từ hai thế mạnh yếu khác nhau, dẫn đến những khác biệt căn bản. Từ sự khác biệt về quan niệm đã phát sinh ra sự khác biệt trong cơ cấu tổ chức và cách tiến hành cuộc chiến, đồng thời dẫn đến những khác biệt trong đặc tính chiến lược, chiến thuật dùng binh.

Mặc dầu có sự khác biệt căn bản, hai hình thái chiến tranh quy ước và phi quy ước phải được hiểu là hai thế đánh hỗ tương và bổ túc cho nhau, và kẻ biết phối hợp để sử dụng hai hình thái chiến tranh nói trên luôn luôn là kẻ có hy vọng chiến thắng.

Để hiểu sâu hơn và rõ hơn những nguyên tắc căn bản được thảo luận cho tới lúc này, độc giả cần cứu xét toàn bộ những sự kiện cụ thể của cuộc Chiến Tranh Việt Nam được trình bày trong cuốn sách "A Shooting Star" của cùng một tác giả.

CHƯƠNG XI:
TỪ CHIẾN TRANH SANG HÒA BÌNH –
KẾ HOẠCH MARSHALL

Sau khi Đệ Nhị Thế Chiến chấm dứt, quân đội viễn chinh Hoa Kỳ ở Âu Châu và ở Á Châu từng bước rút về nước, cùng lúc với sự rút quân của Anh Quốc, trong niềm hân hoan phấn khởi đón rước hòa bình và nỗ lực hàn gắn vết thương chiến tranh. Hội Nghị Postdam giữa 3 Cường Quốc Anh, Mỹ, và Liên Xô vào đầu tháng 7, 1945 diễn ra tại một vùng ngoại ô của Bá Linh khiến cho dư luận thế giới phấn khởi tin rằng các cường quốc có thể hợp tác chặt chẽ trong hòa bình cũng như đã hợp tác trong cuộc Đệ Nhị Thế Chiến.[1]

Nhưng Hội Nghị Potsdam đã không kết thúc với một hòa ước giữa bên thắng trận và bên thua trận, mà chỉ kết thúc với một bản Tuyên Ngôn "Potsdam Declaration" với nhiều vấn đề không được giải quyết. Trong số những vấn đề cốt lõi không được giải quyết có vấn đề Liên Xô quyết định đóng quân vĩnh viễn để xâm chiếm lãnh thổ các nước Đông Âu và Baltic, đồng thời Liên Xô đã từng bước thủ tiêu các cuộc đầu phiếu tự do như đã "hứa miệng" rằng sẽ thành lập chính quyền dân chủ tại các nước này. Hơn nữa, Liên Xô đã ngăn cấm lưu thông tự do trên những con sông xuyên qua nhiều nước từ Tây Âu qua Đông Âu do họ chiếm đóng, và ngược lại, v.v...

Để đối phó với sự thách thức của Liên Xô và tình hình nguy hiểm nói trên, đầu tháng 3 năm 1946, Tổng Thống Truman mời Cựu Thủ Tướng Churchill họp với ông tại Fulton, Missouri để bàn về những mưu tính của Liên Xô. Trong cuộc hội kiến này, Churchill lần đầu tiên nói đến "Bức Màn Sắt" (Iron Curtain) đã buông xuống và cắt đôi Âu Châu theo đường ranh giới Bắc Nam, phân chia Đông Âu và Tây Âu, bắt đầu ở Stettin của vùng Baltic xuống tới Trieste của vùng Biển Adriatic.[2]

Cũng cần phải nói thêm là ngay khi Hội Nghị Postdam mới bắt đầu, trái bom Nguyên Tử đầu tiên rơi xuống Hiroshima (ngày 6, tháng 8, 1945) và sau đó tại Nagazaki, đã khiến Nhật Bản phải đầu hàng vô điều kiện. Sự toàn thắng của Hoa Kỳ tại Âu Châu và Viễn Đông đưa đến vai trò ưu thắng tạm thời về quân sự của Hoa Kỳ trên thế giới ngay sau Đệ Nhị Thế Chiến.

Với bức màn sắt trực tiếp sát nhập lãnh thổ Đông Âu dưới sự thống trị của Liên Xô, Hoa Kỳ là nước duy nhất có khả năng quân sự để đối phó với một đối thủ khổng lồ về lãnh thổ, dân số và quân số. Sau Đệ Nhị Thế Chiến, quân đội Hoa Kỳ rút về nước và được giải ngũ trong niềm hân hoan "giã từ vũ khí". Từ 1945 đến 1947, quân số của Hoa Kỳ đã rút từ 14.5 triệu xuống 1.8 triệu.[3] Vào lúc đó, không có một chính trị gia Hoa Kỳ nào có thể nghĩ tới việc tái động viên dân Mỹ trong mục đích đối phó với Liên Xô.

Tuy nhiên, với vũ khí nguyên tử trong tay, Hoa Kỳ có một lợi thế trong tương quan chiến lược với Liên Xô. Trước khi Liên Xô đuổi kịp Hoa Kỳ trong cuộc thi đua võ trang, Hoa Kỳ có thời giờ thực hiện một số biện pháp để củng cố thế đứng chiến lược của mình. Ngày 12 tháng 3, 1946, Tổng Thống Truman đọc diễn văn trước Quốc Hội Hoa Kỳ để nói về nhu cầu viện trợ cho Hy Lạp ngõ hầu giúp nước này xây dựng một nền dân chủ tự cường chống lại những lực lượng khủng bố của Cộng Sản.

Đồng thời, Tổng Thống Truman yêu cầu Quốc Hội chấp thuận viện trợ cho Thổ Nhĩ Kỳ, một quốc gia "yêu chuộng tự do", … không kém gì Hy Lạp. Truman lợi dụng cơ hội này để làm bàn đạp đưa ra "Chủ Thuyết Truman" (the Truman Doctrine). Điểm căn bản của chủ thuyết này là Hoa Kỳ sẽ trợ giúp những dân tộc yêu chuộng tự do để họ xây dựng một nền dân chủ thực sự đại diện cho họ, chống lại sự áp đặt của một hệ thống độc tài chuyên chính. Ai cũng hiểu Truman ám chỉ Liên Xô chính là kẻ đang áp đặt nền độc tài chuyên chính lên các nước Đông Âu vào lúc đó.

Cuộc "Chiến Tranh Lạnh" đã thực sự bắt đầu.

1.   BỐI CẢNH CỦA CUỘC CHIẾN TRANH LẠNH

Cuộc "Chiến Tranh Lạnh" là cuộc đại chiến ở tầm vóc quốc tế giữa hai khối Dân Chủ Tự Do (đại diện là Hoa Kỳ) và Cộng Sản (đại diện là Liên Xô) với một số đặc điểm sau đây:

- Chưa bao giờ có tuyên chiến (Declaration of War) giữa hai Khối Tự Do và Cộng Sản trong hơn nửa thế kỷ của cuộc chiến tranh lạnh.

- Chưa bao giờ có nổ súng trực tiếp giữa hai Siêu Cường Liên Xô và Hoa Kỳ

- Không có tài liệu pháp lý nào ấn định chiến tuyến giữa hai phe lâm chiến.

Trong giai đoạn đầu của Cuộc Chiến Tranh Lạnh một số quốc gia nhược tiểu (trong đó có Bắc Việt Nam) đã rơi vào vòng thống trị của khối Cộng Sản Liên Xô.

Khi Cuộc Chiến Tranh Lạnh chấm dứt thì chính Siêu Cường Liên Xô bị sụp đổ và tan rã thành nhiều mảnh, kéo theo sự tan rã của các nước chư hầu

Đông Âu. Và Nam Việt Nam rơi vào vòng thống trị của Cộng Sản.

Trên thực tế, khối Tự Do định nghĩa chiến tuyến giữa hai phe là "Bức Màn Sắt", với một số đặc điểm đáng lưu ý:

Trước hết, "Bức màn sắt" là đường biên giới bao quanh Liên Xô và các nước chư hầu (satellites). Cái danh xưng bức màn sắt ám chỉ rằng đường biên giới đó có tính cách bất khả xâm phạm đối với thế giới bên ngoài, chẳng những "nội bất xuất" mà lại còn "ngoại bất nhập".

Thứ hai, "Bức Màn Sắt" gián tiếp xác định các quốc gia bên trong nó thuộc chủ quyền của Liên Xô và bất cứ những vi phạm nào đối với các quốc gia này có nghĩa là vi phạm chủ quyền của Liên Xô.

Thứ ba, một quy luật bất thành văn rất đáng lưu ý là bức màn sắt có thể "bành trướng lớn hơn" qua những thủ đoạn sử dụng bình phong "Mặt Trận Dân Tộc Giải Phóng" tiến hành tại một số quốc gia Á, Phi và Châu Mỹ La Tinh mà vẫn không gây nổ súng giữa hai Siêu Cường Cộng Sản và Tự Do. Một câu hỏi cần được nêu lên là: ai đã đặt ra quy luật nói trên? Câu trả lời là: Khối Liên Xô và Trung Quốc "ngấm ngầm" đưa ra quy luật đó, và Khối Tự Do hoặc "ngấm ngầm" làm ngơ khi những xung đột võ trang diễn ra ở mức độ thấp, hoặc cơ hội chính trị không thuận lợi.

Trong những trường hợp có thể tạo ra một cơ hội chính trị thuận lợi, nếu Khối Cộng Sản ngấm ngầm bành trướng bức Màn Sắt sử dụng chiến tranh khủng bố và chiến tranh du kích, đi kèm theo những "Mặt Trận Dân Tộc Giải Phóng", thì Khối Tự Do tìm cách phản ứng bằng cách sử dụng chiến tranh chống du kích (counter insurgency) hoặc bằng phương tiện khác, ví dụ hình thái chiến tranh hạn chế trong cuộc chiến tranh Việt Nam.

Nếu cuộc Chiến Tranh Lạnh chỉ có bấy nhiêu thì nó rất nhàm chán (boring) đối với giới truyền thông và giới phân tích chính trị quân sự. Trên thực tế, hai siêu cường không hề "ngủ gật" trong khi ủy nhiệm cho các dân tộc nhược tiểu đánh nhau.

Liên Xô vốn có giấc mộng bành trướng thế giới Đại Đồng trên khắp trái đất để cho nhân loại được hưởng những lợi ích của cuộc Cách Mạng Mác Xít- Lenin nít. Khi Đệ Nhị Thế Chiến chấm dứt, lãnh thổ của Liên Xô bỗng nhiên phình to và từ bức màn sắt Đông Âu cho tới Tây Bá Lợi Á và Mãn Châu, Liên Xô kiểm soát một lãnh thổ gồm 272,947 dặm vuông, trước sự kinh hoàng của thế giới.

Đó là thực tế của thế giới ngay sau Đệ Nhị Thế Chiến. Anh Quốc hoàn toàn kiệt quệ mặc dầu là một cường quốc chiến thắng. Lục Địa Âu Châu là một bãi đất hoang bị chiến tranh tàn phá thành bình địa. Hoa Kỳ là một cường quốc duy nhất có đủ sức mạnh kinh tế và hậu phương của Hoa Kỳ là một Miền Đất Hứa trù phú. Về kinh tế,[4] lợi tức quốc gia của Hoa Kỳ vào năm 1944 đã lên tới 64,000 triệu mỹ kim. Năm 1945, sức sản xuất kinh tế của Hoa Kỳ chiếm một nửa tổng số của toàn thế giới. Hai phần ba trữ kim trên thế giới là của Hoa Kỳ.[5] Ngoài sự giàu có về kinh tế, Hoa Kỳ còn có ưu thế tuyệt đối về quân sự. Với trái bom nguyên tử, Hoa Kỳ tạm thời có thể khiến Liên Xô chùn bước.

Trên đây là bối cảnh của cuộc Chiến Tranh lạnh. Để thấu hiểu hết ý nghĩa của cuộc Chiến Tranh Lạnh, ta cần hiểu rõ bản chất, khả năng, và nhu cầu của hai phe trong cuộc tranh chấp. Điều này đòi hỏi người ta phải nhìn rõ sự khác biệt ý thức hệ giữa hai phe, những con người lãnh đạo, và hệ thống tổ chức của hai phe, ít ra là một cách đại cương. Trong khung cảnh toàn cầu lúc đó, vấn đề khẩn cấp nhất là: Phục Hồi Tây Âu – Cứu Nguy Nền Kinh Tế, để xây dựng một thành trì vững mạnh tại Tây Âu và ngăn chặn làn sóng Đỏ từ Đông Âu tràn sang.

2. NGHÈO ĐÓI: MỘT MẶT TRẬN CỦA CUỘC CHIẾN TRANH LẠNH

Ngay sau khi "Chủ Thuyết Truman" được công bố, Tây Phương nói chung đứng trước một viễn ảnh rất đen tối. Các nước Tây Âu và Bắc Âu mới bắt đầu thiết lập lại hệ thống chính quyền trên mặt hành chính và chính trị. Nhưng vấn đề bi đát và khẩn cấp nhất là nền kinh tế của Âu Châu đang rơi vào tình trạng tuyệt vọng. Các cường quốc kỹ nghệ Âu Châu hoàn toàn bị kiệt quệ do bom đạn tàn phá bình địa các trung tâm kỹ nghệ và giao thông, trong khi đó nền thương mại thì tê liệt.

Đời sống nghèo khổ cùng cực của dân Âu Châu diễn ra song hành với đà bành trướng của phong trào Cộng Sản. Trong khi Liên Xô áp đặt chế độ Cộng Sản lên Đông Âu, thì tại Tây Âu Đảng Cộng Sản phát triển mạnh nhất là ở Pháp và Ý. Tình trạng này bắt nguồn từ thời kỳ trước Đệ Nhị Thế Chiến. Năm 1930, một cuộc tranh luận về chủ nghĩa Tư Bản đã diễn ra tại Cambridge, với chủ đề: "Mạc Tư Khoa đem lại hy vọng cho chúng ta hơn là Detroit (tượng trưng cho thành trì của Tư Bản Hoa Kỳ vào lúc đó).[6]

Nguyên nhân chính của cuộc tranh luận trên là vì các tổ hợp và xí nghiệp tư bản thời đó gồm một số đại công ty và đại gia đình giàu có đã không phục vụ cho đời sống kinh tế của dân chúng Âu Châu. Họ làm giàu trên mồ hôi nước mắt của dân lao động. Nói theo ngôn ngữ Mác Xít, "dân lao động bị chế độ Tư Bản bóc lột". Nhưng khi so sánh Mạc Tư Khoa với Detroit, những người chủ trương xách động rất là ngây thơ không biết gì về tình trạng lao động ở Liên Xô. Họ không hề biết rằng tại Liên Xô, Stalin đã phải mất nhiều

Chương XI

công phu tàn sát, thủ tiêu, hoặc tập trung cải tạo khiến 17 triệu tới 22 triệu công nhân và nông dân mất mạng.[7] Những công nhân và nông dân vô sản còn lại phải "làm ngày không đủ, tranh thủ làm đêm" để có cơm ăn trong tình trạng trắng tay, "không còn gì để bị bóc lột" ngoài bộ áo che thân.

Dù sao đi nữa, Cộng Sản Liên Xô giỏi tuyên truyền đường mật hơn tư bản Detroit, và nhất là trong giai đoạn chiến tranh chống Đức Quốc Xã, đảng viên Cộng Sản đã khôn khéo đứng về phía kháng chiến quân để phục vụ cho mục tiêu của Liên Xô. Trong khi đó một số tập đoàn tư bản như công ty Renault hợp tác với Đức Quốc xã trong kỹ nghệ quân sự. Do đó, thái độ của quần chúng Tây Âu sau chiến tranh có nhiều thuận lợi cho sự tuyên truyền của Liên Xô. Tại Pháp số đảng viên Cộng Sản lên tới 1 triệu người vào năm 1946, trong khi tại Ý, vào cuối năm 1945, tổng số đảng viên Cộng Sản là 1.7 triệu người.[8]

Ngoài thái độ thiên tả nói trên, sau những đau thương, tàn phá vật chất, người dân Âu Châu còn phải gánh chịu những tàn phá tinh thần khiến họ trở nên bi quan với hiện tại, mất tin tưởng ở tương lai, hoang mang trong cuộc khủng hoảng cùng cực của tri thức. Albert Camus đã phải thốt lên: "Dieu est mort!"

Một sử gia ước lượng 36.5 triệu người Âu Châu bị chết từ năm 1939 đến năm 1945. Trong ngày Mừng Chiến Thắng, có 13 triệu người Âu Châu sống trong cảnh di cư tá túc (displacement). Quân đội chiếm đóng của Liên Xô đã cưỡng hiếp 2 triệu phụ nữ Đức.[9] Theo tài liệu Liên Hiệp Quốc, năm 1946 có khoảng 100 triệu người Âu Châu phải ăn đói (ở mức 1,500 calories mỗi ngày).

Trên đây là tình trạng xã hội Âu Châu trong giai đoạn sau chiến tranh, khiến cho dư luận thế giới, nhất là ở Hoa Kỳ lúc đó, coi Tây Âu như trái cây chin mùi đang sẵn sàng rơi vào vòng tay của Liên Xô.

Trong bối cảnh cảnh vĩ mô (panoramic view) nói trên, "Sự Phục Hồi Kinh Tế Của Tây Âu Châu" là một vấn đề căn bản và nổi bật của cuộc Chiến Tranh Lạnh.

2.1. Phục Hồi Tây Âu - Cứu Nguy Nền Kinh Tế

Trong năm đầu tiên sau Đệ Nhị Thế Chiến, mức sản xuất kỹ nghệ của Tây Âu có dấu hiệu tạm thời phục hồi tới khoảng 80% mức sản xuất năm 1938. Tuy nhiên có ba yếu tố kinh tế quan trọng khiến sự phục hồi nói trên không có ý nghĩa lâu dài. Thứ nhất, toàn thể hệ thống máy móc từ thập niên 1930-1940, chưa hề được thay thế hay tân trang do không có đầu tư; thứ hai, tổn thất nhân mạng trong chiến tranh đã làm kiệt quệ khối nhân công cần thiết cho kỹ nghệ và mọi ngành hoạt động kinh tế; thứ ba, vì thiếu cơ hội huấn luyện về kỹ năng (technical know-how), năng xuất lao động của người thợ đã suy sụp rất trầm trọng.

Trong chuyến đi họp hội nghị tại Mạc Tư Khoa, Tướng Marshall, Ngoại Trưởng mới của Tổng Thống Truman, đã ghé qua Pháp và Đức. Ông đã chính mắt nhìn thấy cái thảm cảnh của Âu Châu do chiến tranh để lại.[10] Trên 50% những gia cư tại các đô thị lớn chỉ còn là đống gạch vụn. Tại Luân Đôn, 3 triệu rưởi nhà cửa trong vùng thủ đô bị tiêu tan. Tại Bá Linh 75 phần trăm nhà cửa không còn ở được. Người ta ước lượng khoảng 500 triệu thước khối gạch vụn chất đống ở bên Đức. Hàng ngàn cây cầu và nhiều chục ngàn cây số đường hỏa xa bị phá hủy. Chín mươi phần trăm đường hỏa xa của Đức không còn hoạt động.

Trong hoàn cảnh nói trên, muốn thực hiện tái thiết với mức sản xuất thấp, nhu cầu sản vật và dịch vụ vượt xa khả năng cung ứng của Âu Châu, và hậu quả sẽ đưa đến nạn lạm phát. Trong năm 1946, nạn lạm phát lên tới 80%. Tại Đức, một hộp thuốc lá (một "carton") trị giá 1800 đồng marks, tương đương với 180 mỹ kim theo giá chính thức. Tức là 24 hộp thuốc lá tương đương với giá bán một chiếc xe hơi Mercedes-Benz đời 1939.

Tình hình tệ hơn nữa do những khó khăn gây ra trong khung cảnh mới, các nước cựu đế quốc tạm thời không còn nguồn cung cấp nguyên liệu từ các thuộc địa, nên không còn khả năng sản xuất một số mặt hàng quan trọng, kể cả nhiên liệu.

Đúng vào lúc hoàn cảnh bế tắc to lớn nói trên đang diễn ra, một trận bão tuyết vào dịp Giáng Sinh 1946 là một thiên tai trời giáng xuống Âu Châu. Trong nhiều tuần và nhiều tháng, tuyết rơi và gió thổi mạnh làm tê liệt Âu Châu. Tại Anh, tuyết chất cao 20 feet. Đêm 30 tháng giêng, nước Sông Thames đóng băng. Hệ thống hỏa xa tê liệt. Người ta không thể vận chuyển than để sưởi tới chỗ người tiêu thụ vì hệ thống chuyên chở bị nằm ụ. Nền sản xuất kỹ nghệ của Anh Quốc bị ngưng trong ba tuần lễ, một điều mà trong chiến tranh nước Đức không thể thực hiện được bằng những trận ném bom tàn bạo.

Tại Pháp và Đức tình hình không khá hơn vì lạnh và đói. Tại Pháp, khoảng 3.2 tới 3.8 triệu mẫu ruộng trồng lúa mì bị bão tàn phá. Nông dân giấu thực phẩm, không mang ra bán vì sợ đói.

Sau trận bão tuyết vài ba tuần lễ, một cơn lạnh kế tiếp làm đông đá khối tuyết vừa chảy ra.

Trong tình thế tuyệt vọng, dân Âu Châu nhìn thấy chỉ có Hoa Kỳ mới cứu được Âu Châu qua đại họa này. Mặt khác, đứng từ Hoa Thịnh Đốn trông sang phía Âu Châu, các nhà lãnh đạo Hoa Kỳ cũng nhìn nhận việc khẩn cấp cứu nguy Âu Châu là một việc phù hợp với quyền lợi sinh tử của Mỹ.

2.2. Kế Hoạch Marshall

Ngày 5 tháng 6, 1947, Ngoại Trưởng Marshall của Hoa Kỳ đọc một bài diễn văn ngắn tại Đại Học Harvard, nói về nhu cầu phục hồi Âu Châu bằng một kế hoạch viện trợ kinh tế.[11] Đây là một chủ đề nghiên cứu có chiều sâu của Bộ Ngoại Giao Hoa Kỳ và được Tổng Thống Truman hỗ trợ mạnh mẽ.

Tướng Marshall, trong vai trò Ngoại Trưởng Hoa Kỳ, phác họa kế hoạch viện trợ với một tầm nhìn xa và rộng lớn. Kế hoạch Marshall phải khác với kế hoạch viện trợ "Lend-Lease" trong thời chiến. Kế hoạch Lend-Lease 50 tỷ mỹ kim vừa gồm cho mượn và cho thuê có tác dụng giải quyết những nhu cầu cấp thời. Kế hoạch Marshall cũng không giống kế hoạch viện trợ nhân đạo UNRRA (United Nations Relief and Rehabilitation Administration) trong đó Hoa kỳ đóng góp 4 tỷ mỹ kim, và không có khả năng cũng như tác dụng giải quyết được cơn khủng hoảng vĩ đại của Âu Châu một cách tận gốc và lâu dài.

2.2.1. Mục Tiêu Của Kế Hoạch Marshall

Có hai mục tiêu cực kỳ quan trọng được đề ra khi người ta tích cực vận động cho Kế Hoạch Marshall trong chương trình viện trợ cứu nguy Âu Châu:

Thứ nhất: phải phục hồi nước Đức vì nước Đức sẽ là đầu tàu kinh tế trong mục tiêu tối hậu là tái thiết và phục hưng Âu Châu.

Thứ hai: Âu Châu phải được hợp nhất trong một khối kinh tế chung. Điều đó có nghĩa là phải gỡ bỏ hàng rào quan thuế giữa các quốc gia trong khối. Đó là nội dung chính của Thỏa Ước về Quan Thuế và Mậu Dịch (GATT: General Agreement on Tarrif and Trade).

Nói tóm lại, quan niệm lớn của kế hoạch Marshall là xây dựng Âu Châu thành một thực thể kinh tế có tầm vóc như Hoa Kỳ để làm đối trọng với Khối Cộng Sản Liên Xô tại Đông Âu. Và nước Đức là một phần không thể thiếu trong một Âu Châu hợp nhất.

2.2.2. Nội Dung Của Kế Hoạch Marshall

Để đạt được mục tiêu nói trên, tầm vóc của kế hoạch Marshall phải bao gồm không những viện trợ tài chánh, mà còn phải gồm cả viện trợ kỹ thuật và quản trị nữa.

2.2.3. Điều Kiện Để Được Hưởng Viện Trợ

Với mục đích và nội dung nói trên, nếu Âu Châu muốn được hưởng viện trợ thì:

Thứ nhất: Âu Châu cần phải chủ động (take initiative) trong việc phác họa kế hoạch, đồng thời đưa ra những đề nghị chi tiết và có hệ thống.

Thứ hai: Âu Châu phải hợp tác thành một khối trong việc yêu cầu viện trợ. Không thể có truyện một quốc gia lẻ loi của Âu Châu đứng ra xin viện trợ.

Với hai điều kiện trên được thỏa mãn, Hoa Kỳ sẽ hỗ trợ và cung ứng tài chánh cũng như tài nguyên cho việc hợp nhất và phục hồi Âu Châu. Khi nói đến thực thể "Âu Châu", Hoa Kỳ tỏ ý công khai bao gồm cả Đông và Tây Âu, nghĩa là gồm cả Liên Xô và các nước chư hầu. Dĩ nhiên đây là một "canh bạc" lớn. Cái lợi lâu dài là Hoa Kỳ có cơ hội "tách rời" mấy nước chư hầu ra khỏi vòng kềm tỏa của Liên Xô. Cái nguy trước mắt là Liên Xô có thể nhảy vào trong để "quậy" hoặc xúi các chư hầu phá hỏng kế hoạch phục hưng Âu Châu.

May thay, Stalin đã từ chối tham gia. Nhưng, ban đầu, Stalin khuyến khích các nước chư hầu tham gia vòng hội nghị sơ khởi. Bất ngờ, Ông ta đổi ý và trước khi hội nghị sơ khởi bắt đầu, Stalin đã chỉ thị các nước chư hầu tẩy chay hội nghị. Mặt khác các Đảng Cộng Sản tại các nước Tây Âu đồng loạt đánh phá bằng những cuộc biểu tình, đình công, và bãi thị.

2.2.4. Những Khó Khăn Về Phía Ban Vận Động Của Hoa Kỳ
Tại Tây Âu

Ban vận động của Hoa Kỳ phải đối phó với tình hình phức tạp tại Tâu Âu. Trong số 16 quốc gia trong phạm vi kế hoạch Marshall có hai cường quốc Pháp, Anh, và những nước còn lại là những "tiểu nhược quốc" lớn, nhỏ, hoặc bé tý xíu như Thụy Sỹ. Anh Quốc thì nghĩ rằng mình là "nước lớn", và lại có công giải phóng Âu Châu, cho nên đã mè nheo riêng với đại diện Hoa Kỳ để đòi được đối xử đặc biệt vì tình trạng kiệt quệ nguy ngập sau chiến tranh.

Về đòi hỏi trên, Hoa Kỳ phải nói thẳng rằng không có một nước nào được ưu đãi đặc biệt hơn các quốc gia khác trong kế hoạch Marshall. Nước Pháp thì không quên cơn ác mộng Đức Quốc Xã, cho nên lúc nào cũng ngay ngáy lo sợ nước Đức có thể vùng dậy trong tương lai. Mặt khác, Pháp và Liên Xô vốn có giao hảo ngoại giao, cho nên người Mỹ đã phải khéo léo bảo đảm rằng nước Đức sẽ bị kiểm soát ráo riết để không thể trở thành hùng mạnh về quân sự. Người Mỹ còn phải thuyết phục Pháp rằng về phương diện kinh tế, cần phải có Đức làm đầu tàu để vực dậy Âu Châu.

Chương XI

Mỹ và Anh đã thở phào khi Bộ Trưởng Ngoại giao Bidault của Pháp đã dứt khoát bỏ Liên Xô và sốt sắng gia nhập kế hoạch Marshall.

2.3. Liên Xô Phá Bĩnh – Phong Tỏa Tây Bá Linh – Cầu Không Vận

Như ta đều biết, lực lượng chiếm đóng nước Đức gồm 4 cường quốc: Anh, Mỹ, Pháp và Liên Xô. Ba nước Anh, Mỹ, Pháp đóng quân tại Tây Đức, và Liên Xô chiếm đóng Đông Đức. Điểm oái oăm là thành phố Bá Linh lọt vào trong lãnh thổ Đông Đức, cho nên nửa phía Tây của Bá Linh do ba nước Anh, Mỹ, Pháp quản trị bị cô lập. Do đó muốn tiếp vận hàng ngày cho dân chúng Tây Bá Linh, 3 nước Đồng Minh Tây Phương phải mượn đường của Đông Đức, phải vận tải đồ tiếp tế trên khúc đường 120 dặm từ biên giới Đông Đức tới Tây Bá Linh, tức là phải lệ thuộc vào quyền quyết định của Liên Xô.

Ban đầu, Tây Phương không gặp khó khăn. Nhưng khi Tây Phương bắt đầu trao trả quyền tự chủ cho Tây Đức thì Stalin "tá hỏa tam tinh". Lực lượng chiếm đóng của Liên Xô liền phản ứng bằng cách đe dọa sẽ chấm dứt lưu thông trên trục xa lộ, kênh đào và đường hỏa xa, với lý do cần phải sửa chữa. Đồng Minh Tây Phương vẫn xúc tiến việc cải tổ hệ thống tiền tệ cho Tây Đức để chuẩn bị cho việc hợp nhất Âu Châu. Mặt khác, Liên Xô cũng cải tổ hệ thống tiền tệ của Đông Đức và cho phát hành đơn vị tiền tệ mới lưu hành trong vùng Đông Đức kể cả toàn bộ thành phố Bá Linh. Với hành động nói trên, Liên Xô gián tiếp coi toàn thể Bá Linh thuộc quyền chiếm đóng của họ.

Để phản công, ngày 23 tháng 6, 1948, Tư Lệnh lực lượng Đồng Minh công bố đồng deutschmark lưu hành trên toàn lãnh thổ Tây Đức kể cả Tây Bá Linh. Ngay sau đó, ngày 24 tháng 6, 1948, Tư Lệnh Liên Xô liền cắt đứt mọi liên lạc giao thông trên bộ giữa Tây Đức và Tây Bá Linh. Biến cố này được ghi lại trong lịch sử là "the West Berlin Blockade" (Cuộc Phong Tỏa Tây Bá Linh).[12]

Cuộc chiến tranh không tiếng súng bắt đầu. Có 2,400,000 dân Đức sống tại Tây Bá Linh. Họ chỉ có một số lượng dự trữ lương thực và nhiên liệu trong một tháng. Tư Lệnh lực lượng Đồng Minh biết rằng nếu Tây Phương chịu nhường nhịn ở đây, Liên Xô sẽ tiếp tục lấn tới. Mặt khác, với 6,500 quân Mỹ tại Tây Bá Linh, Tây Phương phải đối phó với 18,000 quân Liên Xô tại Đông Bá Linh và thêm 300,000 quân Liên Xô tại Đông Đức.

Có ba giải pháp đối với vấn đề trên. Một là đối phó bằng quân sự, hai là thiết lập một hệ thống tiếp tế bằng không vận (air lift), và ba là bỏ Tây Bá Linh cho Liên Xô xơi tái. Hoa Kỳ đã chọn giải pháp lập cầu Không Vận. Ngay lập tức, hai ngày sau khi Tây Bá Linh bị cô lập Cầu Không Vận Bá Linh (the Berlin AirLift) lại đi vào lịch sử cùng với kế hoạch Marshall.

2.4. Vận Động Quốc Hội Chấp Thuận Kế Hoạch Marshall

Hành động phá bĩnh của Liên Xô là một khó khăn bắt nguồn từ bên ngoài đối với kế hoạch Marshall. Vấn đề khó khăn kế tiếp bắt nguồn từ ngay bên trong lòng Hoa Kỳ.

Sau khi Tây Âu đã hoàn tất thủ tục xin viện trợ Marshall, thì Hành Pháp, tức là chính phủ của Tổng Thống Truman, phải vận động Quốc Hội, nhất là thuyết phục cử tri Hoa Kỳ ủng hộ kế hoạch này. Điều khó khăn thứ nhất là, sau chiến tranh người dân Hoa Kỳ không sẵn sàng hy sinh thêm cho những mục tiêu xa vời mà họ không hiểu nó là cái gì. Điều khó khăn thứ hai là giới truyền thông và trí thức cũng chưa có cơ hội để được thông báo cặn kẽ về kế hoạch Marshall. Nhất là trong giới chính trị và Quốc Hội có nhiều người theo khuynh hướng cô lập (isolationism) của Chủ Thuyết Monroe.

Vì những lý do nói trên, toàn ban tổ chức và kế hoạch của Tướng Marshall phải làm việc hết thở trong nhiều tháng trời để vận động những chính khách gạo cội, những dân biểu, nghị sĩ có vai vế trong Quốc Hội và Thượng Viện, giới trí thức Đại Học, giới kỹ nghệ và kinh doanh. Họ phải gồng mình lên để tổ chức hàng trăm cuộc hội thảo trên toàn quốc, tại các trường đại học, trung học, các nhà thờ, các xí nghiệp, các tòa thị chính địa phương, v.v...

Mười tháng sau bài diễn văn của Marshall tại Đại Học Harvard, ngày 3 tháng 4, 1948, Tổng Thống Truman đã đạt mục tiêu và ký đạo luật Ngoại Viện cho niên khóa 1948 (Foreign Assistance Act of 1948). Riêng cho Âu Châu (kế hoạch Marshall) nhận được ngân khoản 5.3 tỷ mỹ kim trong tổng số 6.2 tỷ.

Trên thực tế, từ tháng 4, 1948 tới tháng 6, 1952, Chương Trình Phục Hồi Âu Châu (European Recovery Program) của kế hoạch Marshall đã chuẩn chi 17 tỷ mỹ kim qua sự quản trị của Cơ Quan Hợp Tác Kinh Tế (Economic Cooperation Administration). Mục đích tối hậu của Cơ Quan này là giúp Âu Châu phát triển vững vàng về kinh tế và duy trì nền dân chủ tự do chống lại sự khống chế của Cộng Sản Liên Xô và các đảng Cộng Sản địa phương.

3. THÀNH QUẢ CỦA KẾ HOẠCH MARSHALL

3.1. Thành Quả Ngắn Hạn: Thắng Liên Xô Trong Vụ Phong Tỏa Tây Bá Linh

Mười ngày sau khi cầu không vận của Đồng Minh Tây Phương hoạt động đều hòa, Tướng Clay, Tư Lệnh Đồng Minh tại Âu Châu gặp đối phương của ông ta là Tướng Sokolovsky của Nga và hỏi: "Ông sẽ kéo dài phong tỏa bao lâu nữa?" Ông Tướng Xô Viết trả lời: "Cho tới khi các ông bỏ kế hoạch thiết lập chính quyền Tây Đức". Một tháng sau đó, trong một cuộc gặp gỡ với Đại Sứ Hoa Kỳ là Bedel Smith, Stalin nói rằng "nếu các ông bỏ ý định thành lập chính quyền Tây Đức, thì sẽ không có vấn đề gì rắc rối nữa".[13]

Với thái độ nói trên, Stalin gián tiếp thú nhận ông ta rất "ớn lạnh" đối với vấn đề phục hồi nước Đức, và Hoa Kỳ là nước duy nhất đã đánh bại kẻ thù thật "ngon" trong một cuộc đấu sức "thừa sống thiếu chết", sau đó đã vực kẻ thù dậy và cố hết sức giúp cho kẻ cựu thù hồi sinh, thành đồng minh chí thiết. Dĩ nhiên, Liên Xô không bao giờ hiểu được Hoa Kỳ và cũng không bao giờ làm được như Hoa Kỳ. Và cũng vì thế, họ còn làm nhiều chuyện xằng bậy lầm lẫn vì họ quá ghiền mớ lý thuyết Mác-Xít Lenin-nít không phải của họ.

Cuộc phong tỏa Tây Bá Linh kéo dài gần một năm trời (11 tháng) và trong thời gian đó mỗi ngày Anh-Mỹ đã tiếp vận bằng máy bay gấp đôi số lượng tiếp tế cần thiết cho dân chúng Tây Bá Linh. Tổng số chuyến máy bay đáp xuống Tây Bá Linh là 277,804 chuyến và tổng số tiếp tế trong thời gian đó là 2,325,809 tấn thực phẩm, than đốt và các vật liệu cùng nhu yếu phẩm khác.

Ngày 12 tháng 5, 1949, Liên Xô đã bắt buộc phải chính thức bãi bỏ cuộc phong tỏa Tây Bá Linh. Tướng Lucius Clay coi cuộc phong tỏa này là một "hành động cù lần nhất của Liên Xô". Mười một ngày sau đó, lực lượng đồng minh đã chấp thuận việc thành lập nền Cộng Hòa Liên Bang Đức, còn gọi là Tây Đức. Ngày 23 tháng 5, 1949, một hiến pháp mới của Tây Đức đã được ban bố.

Theo hiến pháp mới, Cộng Hòa Liên Bang Đức có trọn vẹn quyền tự trị, mặc dầu có một điều khoản nói rằng Cao Ủy Đồng Minh có thể can thiệp khi thấy cần thiết. Điều khoản này có mục đích trấn an nước Pháp.

3.2. Thành Quả Dài Hạn Của Kế Hoạch Marshall: Phục Hồi Kinh Tế Tây Âu

Trong vòng vỏn vẹn 2 năm, từ 1947 tới 1949, Tây Âu "như một con chim Phượng Hoàng vươn lên từ đống tro tàn của Chiến Tranh", theo lối nói của Tây Phương.

Sự phục hồi của Tây Âu giống như một phép lạ. Mức sản xuất của Anh Quốc lên cao, tỷ lệ thất nghiệp hạ thấp, và hệ thống tiền tệ ổn định. Tại Pháp, ngành canh nông cũng như hầm mỏ được phát triển nhờ cơ khí hóa dụng cụ và phương pháp sản xuất. Hệ thống hỏa xa được điện khí hóa. Nhiều đập nước được xây cất trên các con sông Rhone, sông Rhine, Dordogne và nhiều con sông nhỏ hơn ở vùng núi Pyrenées và Alps để cung cấp thủy điện cho kỹ nghệ và tư gia.

Sức sản xuất thép của Pháp đã giúp gia tăng số xe hơi sản xuất gấp 4 lần từ năm 1947 đến 1949 (20,000 chiếc ô tô). Vì mức thất nghiệp thấp nên số người biểu tình cũng biến đi đâu mất.

Tại Đức, lối sống khắc khổ đã nhường chỗ cho lối sống phong lưu thoải mái. Người ta bắt đầu mặc áo quần lụa-là lịch-sự và đài-các. Thức ăn cũng thay đổi theo chiều hướng đi lên. Các cửa tiệm đã phô trương đồ mỹ phẩm dưới ánh sáng đèn néon lấp lánh. Nền kinh tế Tây Đức phục hồi nhanh chóng khiến một nhà sản xuất phim đã cấu tạo một cuốn phim có nội dung trào phúng. Đại ý cuốn phim nói về một quốc gia nhỏ bé đã quyết định xâm lăng Hoa Kỳ với hy vọng sau khi bị đánh bại sẽ được giúp đỡ để trở nên giàu có hùng mạnh. Peter Seller là tài tử chính của cuốn phim này.

Tây Đức, kẻ thù cũ của Âu Châu và Hoa Kỳ, nhờ kế hoạch Marshall đã nhanh chóng phục hồi từ một nước bại trận và bị tàn phá bình địa thành một nơi phát triển kỹ nghệ phồn thịnh, và dần dần trở thành cường quốc kỹ nghệ hàng đầu của Tây Âu. Sản lượng kỹ nghệ của Tây Đức gia tăng 62% chỉ trong vòng hai năm (1947-1949). Nền ngoại thương của Tây Đức tăng vọt gấp đôi từ năm 1949 tới năm 1950 và tăng thêm 75% trong năm kế tiếp. Sự tăng trưởng của sản lượng thép cũng là một tiến bộ vượt bực của Tây Đức.

Trên đây mới chỉ là những hình ảnh trước mắt và ngắn hạn. Những hậu quả dài hạn có ảnh hưởng quyết định trên tương lai Âu Châu gồm có những biến cố lớn dưới đây:

Thứ nhất: sự hợp tác kinh tế Âu Châu đã khai trương cho nửa thế kỷ phát triển. Sự hợp tác này đã phá vỡ hàng rào quan thuế làm trở ngại cho nền mậu dịch giữa các quốc gia trong khối Tây Âu. Nhờ đó, toàn bộ Tây Âu biến thành một thị trường lớn, giảm giá thành các sản phẩm để có thể cạnh tranh trên thế mạnh trong nền mậu dịch quốc tế.

Thứ hai: Tổ Chức Hợp Tác Kinh Tế Âu Châu (Organization for European Economic Cooperation) được thành lập để phối hợp việc viện trợ với việc phát triển của Âu Châu hợp nhất.

Thứ ba: một Cộng Đồng Than và Thép Âu Châu (European Coal and Steel Community) được thành lập để kết hợp dần dần một số nước tiền phong trên phương diện kinh tế và làm thành một vùng thị trường chung về than và thép, hai nguyên liệu quan trọng nhất cho việc phát triển kỹ nghệ.

Mười năm sau khi kế hoạch Marshall bắt đầu khởi sự, một số nước Âu Châu đã tiến thêm một bước quan trọng tại Hội Nghị Rome qua việc ký kết Thỏa Ước Rome (Treaty of Rome for European Economic Community) để thành lập Cộng Đồng Kinh Tế Âu Châu. Sau này Cộng Đồng đó biến thành một thực thể mà người ta quen gọi là Vùng Thị Trường Chung (the Common Market).

Các nước tiền phong của Cộng Đồng Kinh Tế Âu Châu đã đặt những viên đá đầu tiên cho một công cuộc vĩ đại nhằm kết hợp Âu Châu thành một thực thể thống nhất về kinh tế và chính trị. Có rất nhiều việc phải làm và nhiều khó khăn phải vượt qua kể từ khi đặt viên đá đầu tiên đến khi hình thành một thực thể thống nhất.

3.3.   Thống Nhất Đơn Vị Tiền Tệ

Công việc chính yếu đầu tiên là phải xây dựng một nền tảng vững chãi. Trong lãnh vực tài chánh, các nước trong Cộng Đồng Kinh Tế Âu Châu khởi sự với một hướng đi rõ rệt qua dự án thành lập một hệ thống tiền tệ duy nhất để giúp Âu Châu chống lại sự lấn áp của làn sóng toàn cầu hóa tài chánh (globalization financière). Năm 1979, hệ thống tiền tệ Âu Châu (Système Monétaire Européene) được thành lập.

Tháng 12 năm 1991, Cộng Đồng Kinh Tế Âu Châu họp tại Maastricht để cụ thể hóa việc thành lập Liên Hiệp Âu Châu (European Union) với tầm vóc lớn hơn Liên Bang Hoa Kỳ. Công tác cụ thể và thiết yếu nhất mà các nước hội viên đồng ý với nhau là ấn định ngày giờ thống nhất đơn vị tiền tệ của Liên Hiệp Âu Châu.

Điều đáng ghi nhớ là kế hoạch Marshall được hoàn tất với sự thành lập của Liên Hiệp Âu Châu, ngay sau khi Liên Bang Xô Viết sụp đổ (tháng 8, 1992).

CHÚ THÍCH

Chương I

1   Người Trung Hoa bắt đầu biết kỹ thuật in ấn trên mộc bản từ thế kỷ thứ 2. Tới năm 1313, một người Tàu tên là Wang Chen đã khắc được 60,000 chữ trên những cục gỗ rời. Tại Triều Tiên, vào đầu thế kỷ 14, người ta đã biết đúc chữ "typo" bằng đồng.

2   Thomas Newcomen phát minh ra máy hơi nước tại Anh năm 1705.

3   James Hargreaves phát minh ra máy kéo sợi năm 1765, tiếp theo là Richard Arkwright vào năm 1769, và Samuel Crompton vào năm 1779. Tới năm 1787, một người Anh khác là Edmund Cartwright phát minh ra máy dệt.

4   Xem các cuốn tiểu thuyết Les Trois Mousquetaires, Vingt Ans Après, và Dix Ans Après của Alexandre Dumas.

5   Index Librorum Prohibitorum (Index of Forbiden Books), một danh sách những tài liệu sách vở bị Giáo Hội cấm lưu hành hoặc bắt phải thiêu hủy vì có tính cách chống lại Giáo Hội.

Chương II

1   Louis - Napoleon Bonaparte là cháu của hoàng đế Napoleon I.

2   Truyền thống mua bán chức tước vẫn còn truyền tới ngày nay tại nước Anh. Mới đây, người anh của công chúa Diana, hầu tước Spencer, đã bán lại bốn tước vị của mình trong đó có tước Lordship of Wimbledon -- để đổi lấy $336,000. (Associated Press, June 27, 1996).

3   a/   "Germany's Disease", Newsweek, April 8, 1996.

    b/   "German Jobless Rate Hits High, Fueling Heated Political Debate", The Wall Street. Journal, February 9, 1996.

    c/   "Does Europe Care About Joblessness?", The Wall Street Journal, November 30, 1995.

4   "The Home Office That Was", U.S. News & World Report, February 13, 1995.

---

5   "Thatcher's self-help revolution", U.S. News & World Report, May 9, 1988.

6   a/   "Deutsche Telekom IPO Campaign Aims for Pockets of German Savers", The Wall Street Journal, March 22, 1996.

     b/   "EUROPE PUTS ITSELF ON A CRASH DIET", Business Week, September 8, 1996.

7   a/   "French Strikes Point to Trouble For European Monetary Union", Investor's Business Daily, January 8, 1996.

     b/   "Chirac and the Strikers", World in Brief, The Wall Street Journal, November 27, 1995.

Chương III

1   "America's Parents Fight Back - "Family Value" Changes From Slogan To Action", Investor's Business Daily, August 8, 1994.

2   "God and the South: Southern Life Poll", The Atlanta Journal, May 22, 1994.

3   Andrew Tanzer, "The Bamboo Network", Forbes - July 1994.

4   Mike Wallace, Chương trình truyền hình video "20th Century".

Các sách tham khảo

1.   Triết Học Mác - Lê-Nin, Chủ nghĩa duy vật biện chứng, Nhà xuất bàn sách giáo khoa Mác - Lê-Nin.

2.   Lâm ngữ Đường, Nhân sinh quan và thơ văn Trung Hoa.

3.   Hồ Thích, Trung Quốc Triết Học Sử, người dịch Huỳnh minh Đức.

4.   Nguyễn hiến Lê, Kinh Dịch.

5.   James Legge, The I Ching, the book of Change.

6.   Fritjof Capra, The Tao of Physics.

7.   Arthur Beiser, The Perspective of Physics.

8.   Thu Giang Nguyễn duy Cần, Trang Tử Tinh Hoa.

9.   Thu Giang Nguyễn duy Cần, Phật học Tinh Hoa.

10.   Thích Mẫn Giác, Pháp Bảo Đàn Kinh.

11.   Nguyễn Lang, Việt Nam Phật Giáo Sử Luận.

12. Trần trọng Kim, Nho giáo.

13. Trần trọng Kim, Việt Nam Sử Lược.

14. Sheila Ostrander & Lynn Schroeder, PSI, Psychic discoveries behind the Iron Curtain.

15. Michio Kaku, HYPERSPACE, a Scientific Odyssey through Parallel Universes, Time Warps, and the 10th Dimension.

16. Mark Lilia, New French Thought: Political Philosophy.

Chương IV

Không có chú thích.

Chương V

1   Một thỏa ước mậu dịch được ký kết ngày 6-6-1997 giữa bốn quốc gia Ấn Độ, Sri Lanka, Bangladesh và Thái Lan cùng nằm trên bờ biển Ấn Độ Dương, với một tổng số dân là 1 tỷ 300 triệu, và tổng số mậu dịch giữa các quốc gia này là 1 tỷ mỹ kim.

2   European Union nations reach agreement on expansion, reforms, Associated Press, June 18,1997.

3   Official says the EU's Single Market Is Working Despite Reports of Snags, the Wall Street Journal, May 27, 1994.

4   a/ Equality, fraternity, and inefficiency, U.S. News & World Report, June 23,1997.

     b/ Europe's sell-off to end all sell-off, Business Week, October 21,1006.

5   Reform At Last?, Business Week, September 23,1996.

6   New law allows 20% salary cut, Associated Press, Oct 1, 1996.

7   Germany Inc. and Labor Dig in for War, Business Week, November 18, 1996.

8   The German worker is making a sacrifice, Business Week, July 28, 1997.

9   Is Europe Elbowing the US Out of South America, Business Week, August 4, 1997.

10   One Currency, One Tax? Don't Bet On It, Business Week, July 21,1997.

11   VAT's the Result?, the Wall Street Journal, November 27,1995.

12   Brussels to call for cut in farm support prices, Financial Times, July 8,1997.

13   CAPITAL, N°7, Juillet 1997 - Dossier International.

14   New Twist in Trade Number, Business Week, May 12, 1997.

15   US approval for BT-MCI merger, Financial Times, July 8, 1997.

16   Volvo and Renault expected to merge, Associated press, September 6, 1993.

17   JOBS, JOBS, JOBS, EUROPE'S TOP PRIORITY, Europe, September 1996.

18   France seduces Foreign Investors, Europe, March, 1996.

19   Theo tài liệu của Caribean Textile and Apparel Institute.

20   A CONTINENT AT THE BREAKING POINT - Europeans are rebelling against the demands of global capitalism". Business Week, February 24, 1997.

Tài liệu tham khảo thêm

1. Dani Rodrik, Sense and Nonsense in the Globalization Debate , Foreign Policy, Summer 1997.

2. Stephen J. Kobrin, Electronic Cash and the End of National Market, tldd.

3. Clade Moisy, Myths of the Global Information village, tldd. 4. La Mondialisation de l'économie – Genèse - Problème.

4. Jacques Adda, Edition La Découverte. 1996.

5. Donald Sasson, One Hundred Years of Socialism, Fontana Press, 1997.

6. Keith Middlemas, Orchestrating Europe, Fontana Press, 1995.

7. Europe, Magazine of the European Union, N# 345, 346, 347, 352, 354, 355, 358, 359, 360, 361,364, 365, and 366.

Chương VI

1   Triumph Without Victory, by the Staff of U.S. News, 1992, trang 30 và 45.

2   Lessons from Desert Shield, U.S. News & World Report, Sept 10, 1990, trang 38.

3   The Air War, U.S. News & World Report, Feb 11, 1991, trang 27.

4   U.S. News & World Report, Oct 1, 1990, trang 34.

5   Lawrence F. Kaplan & William Krystol, The War Over Iraq, Saddam's Tyranny and America's Mission, 2003, trang 42.

6   The Man Who Would be King, U.S. News & World Report, August 13, 1990, trang 25.

7   The Soviet Union's Support for the Iraq Invasion, published by the Task Force on Terrorism and Unconventional Warfare, House Republican Research Committeee, Sept 6, 1990.

8   Samir al'Khalil, Republic of Fear, the Inside Story of Saddam's Iraq, 1988.

9   The Man Who Would be King, tlđd trang 22.

10 Triumph Without Victory, tlđd 53.

11 Chương Trình Truyền Hình của Đài CNN ngày 15 tháng 2, 1991, phân tích tâm trạng giới trẻ đương thời của Hoa Kỳ đối với vấn đề chiến tranh.

12 David Gergen, America's New Heroes, U.S. News & World Report, Feb. 11-1991, trang 76.

13 Norman Schwarzkoph, It Doesn't Take A Hero, 1992, trang 276.

14 tlđd, trang 286.

15 Triumph Without Victory, tlđd, trang 73.

16 Norman Schwarzkoph, tlđd, trang 305.

17 Triumph Without Victory, tlđd, trang 99.

18 James Baker, The Politics of Diplomacy, 1995, trang 289.

19 Norman Schwarzkoph, tlđd, trang 346.

20 tlđd, trang 334.

21 tlđd, trang 366.

22   tlđd, trang 370.

23   James Baker, tlđd, trang 303.

24   tlđd, trang 306–308.

25   Triumph Without Victory, tlđd, trang 429.

26   They Also Made History, Time, ngày 7 tháng 1, 1991, trang 34.

27   Sam Nunn becomes politically correct, U.S. News & World Report, December 17, 1990, trang 49.

28   Triumph Without Victory, tlđd, trang 182.

29   tlđd, trang 339.

31   James Baker, tlđd, trang 352.

32   Senator Regrets Opposing Gulf War, The Honolulu Advertizer, December 26, 1996.

33   "The world could wait no longer", Bush declares, The Atlanta Journal, Jan 17, 1991, trang A-7.

34   Norman Schwarzkoph, tlđd, trang 415.

35   Sharing Secrets, Washington Whisper, U.S. News & World Report, Feb 11, 1991.

36   Desert Storm Week 4, U.S. News & World Report, Feb 18, 1991.

37   The Air War, U.S. News & World Report, Feb 11, 1991.

38   Saddam's talk with Hussein, Arafat may have led to Temple Mount unrest, Atlanta Journal, Jan 4, 1991.

39   The Politics of Diplomacy, sách đã trích dẫn, trang 385.

40   The Politics of Diplomacy, tlđd, trang 388.

41   It Doesn't Take A Hero, tlđd, trang 420.

42   Combat in the Sand, báo Time Jan 11, 1991.

43   Triumph Without Victory, tlđd, trang 271.

44   tlđd, trang 276 và 278.

45   tlđd, trang 279.

46   Iraq prefers Soviet plan, calls U.S. move "shameful", The Atlanta Journal, Feb 23, 1991.

47   Stop what you are doing and say a prayer, The Atlanta Journal, Feb 14, 1991.

48   Allied casualty predictions vary widely among experts, The Atlanta Journal, Feb 24, 1991.

49   Victory may come at "high" human cost, The Atlanta Journal, Feb 24, 1991.

50   Tim Weiner, Deception: The path to victory, The State (một nhật báo của Thành Phố Columbia, Thủ đô của South Carolina), Aug 18, 1991.

51   Amphibious units prepare to hit beach in ground war, The Atlanta Journal, Feb 18, 1991.

52   The Air War, Preparing the Battlefield, U.S. News & World Report, Feb 11, 1991, trang 29.

53   Preparing the ground, U.S. News & World Report, Feb 4, 1991

54   Norman Schwarzkoph, tlđd, trang 455.

55   Fear, death reigned in Kuwait's streets, The Atlanta Journal, March 1, 1991.

56   War revealed "weak spots" in technology, general says, the Atlanta Journal March 1, 1991.

57   Washington Whispers - Paper Tiger, U.S. News & World Report, Feb 18, 1991, trang 19.

58   The World's Most Dangerous Man, U.S. News & World Report, June 4, 1990, trang 40.

59   The Public Outsmarts TV, U.S. News & World Report, Feb 25, 1990, trang 72.

60   Tick, Tick, Tick, Time, Jan 7, 1991, trang 54.

Chương VII

1   Atlanta Journal, June 9, 1985

2   Atlanta Journal, Oct. 16, 1985

3   Newsweek, Nov. 24, 1975

4   Atlanta Journal, July 28, 1985

5   US News & World Report, April 23, 1979

6   Aviation Week & Space Technology, Oct. 24, 1979

7   Soviet Military Power, 1983 (Department of Defense)

8   Newsweek, June 8, 1981

9   Atlanta Journal, Feb. 25, 1984

10   Atlanta Journal, July 22, 1985

11   Atlanta Journal, July 28, 1985

12   Atlanta Journal, Oct. 20, 1985

13   Reader Digest, số tháng 10-1985

14   Saint Martin, Russian Military Power, trang 202.

15   Aviation Week and Space Technology, ngày 12-12-1974, trang 18.

16   Annual Report, Tài Khóa 1981 của Bộ Trưởng Bộ Quốc Phòng Harold Brown và NORAD / Adcom.

Ghi Chú: *Clear là phần lãnh thổ thuộc Alaska. Thule là một địa điểm trên Đảo Greenland. Filingdales Moore thuộc lãnh thổ Anh Quốc. Hệ thống PARCS viết tắt của Perimeter Acquisition Radar Characterization System.*

17   Annual Working Papers 1979. Defense Department Report, Tài Khoá 1976 của Bộ Trưởng Bộ Quốc Phòng, James Schlesinger.

18   John Collins, U.S. - Soviet Military Balance 1960-1980, trang 162.

19   John Collins, sđd, tháng 11-1985, và Atlanta Journal, ngày 3, tháng 11, 1985.

20   Sđd, trang 222-223.

21   Xem Tiết Mục I: Đại Cương về Quan Niệm Phòng Thủ Chiến Lược SDI.

22   John Collins, sđd, trang 201-203.

23   Quentin Crommelin, Jr., Soviet Military Supremacy, p. 61.

Quote: "The May 1972 issue of Kommunist, the Soviet Communist Party ideological journal, advised the West (much as similar Nazi publication during the Hitler era:

"The military technical policy of the CPSU [Communist Party of the Soviet Union] is directed toward creating and maintaining military superiority."

And as early as March, 1975, the Soviet Defense Minister, Marshal Grechko stated flatly:

"The correlation of forces has changed in favor of socialism and to the detriment of imperialism". *Unquote.*

24   John Collins, sđd,, trang 141.

25   Atlanta Journal, June 6th, 1985. Cơ quan tình báo CIA đang nghiên cứu khả năng kỹ thuật của Liên Xô trong việc phát hiện tiềm thủy đĩnh Hoa Kỳ.

26.   "The Soviet Union wanted to use this bizarre plane to hunt American nuclear submarines", Xem: http://finance.yahoo.com/news/bizarre-plane-soviet-unions-faiked-163714022.html,   Ngày 1/3/2012,

27.   "The War Beneath the Sea", Newsweek, February 8, 1982.

28   5th Ave. Sitdown Holds Up Parade of Armed Forces, The New York Times, May 22-1966.

29   Many Draft Cards Burned..., The New York Times, April 16, 1967.

30   Scientists Halt Work for A Day..., The New York Times, March 5, 1969.

31   United Press International.

32   Lindsay Leads Protest..., and Protests Staged in Capital, The New York Times, October 19, 1969.

33   Defense Budget and Policy Face Broad Senate Attack, The New York Times, May 14, 1968.

34   Buying Time: Nguyên văn lời tiết lộ của Sir Robert Thompson với nhóm Pacific Institute tại Saigon năm 1972 sau khi ông gặp Tổng Thống Nixon tại Hoa Thịnh Đốn. Sir Robert Thompson là một chiến lược gia người Anh, tác giả cuốn No Exit from Vietnam, xuất bản sau trận Tết Mậu Thân. Nhóm Pacific Institute là một nhóm nghiên cứu chiến lược phát xuất từ Úc Đại Lợi và có chi nhánh tại các thủ đô Đông Nam Á và Đông Á.

35   Soviet and China Clash on Border, The New York Times, July 9, 1969. Nhật Báo Nhân Dân và Giải Phóng Báo tại Bắc Kinh ngày 4 tháng 3, 1969 cũng loan tin đụng độ biên giới.

36   Ngày 22 tháng 10, 1973, Ngoại Trưởng Kissinger đi Mạc Tư Khoa, có đặt vấn đề Liên Xô vi phạm nhiều điểm của Thỏa Ước SALT trong đó

có việc bí mật phát triển hệ thống Phòng Thủ Chiến Lược ABM (Hỏa Tiễn Chống Phi Đạn) chế tạo tại Trung Tâm Sary Shagan gần Hồ Balkhash. Ngoài ra lúc đó Liên Xô đang chế tạo những Phi Đạn Liên Lục Địa SS-16, SS-17, SS-18, và SS-19 có khả năng đa đầu (MIRV) nhắm vào nhiều mục tiêu khác nhau. Bài phân tích nhan đề "How They Cheat Us" đăng trên tạp chí American Opinion, Vol. XXVI, April 1983, nói về những vi phạm của Liên Xô.

37   Paul Howle, Questions for Andropov, , trong một là thư ngỏ gửi Tổng Bí Thư Andropov viết về em bé Samantha Smith và những lời đường mật của Andropov:

"...And you certainly said a lot of fine things in your letter to Samantha Smith... You wrote to Samantha that the Soviet Union is "doing everything so that there will be no war at all on earth... That's what we were taught to do by Vladimir Lenin, the great founder of our state"

"...Sir, is that the same Vladimir Lenin who wrote "We communists must use one country against the other"? Or "We have never renounced, and connot renounce terrorism"? Or "The people have no need for liberty"? Or "Foreign workers must use any subterfuge, shrewdness, illegal methods, deceit, the concealment of truth, anything to penetrate into the trade unions"? Or "Free speech is a bourgeois prejudice"?

"...Forgive me, but sometimes it's a little bit difficult to reconcile the things you people say with what you do".

The Atlanta Journal, May 4, 1983

38   Ngày 22 tháng 1, 1986 Tổ Chức Accuracy in Media (đòi hỏi sự chính xác trong ngành truyền thông) tố cáo hệ thống PBS đã loan truyền "những tài liệu thiên tả và thường là thiên Cộng" và kêu gọi Quốc Hội điều tra Chương Trình Phát Hình của hệ thống này. PBS là hệ thống truyền hình Công Cộng được liên bang tài trợ và không được phép thiên vị về chính trị.

39   Campus Report, January-February 1986, Volume 1, Number 11. Cuốn sách của David Abraham nhan đề "The Collapse of the Weimar Republic" xuất bản năm 1981. David Abraham là một giáo sư thiên tả và được các "sử gia" thiên tả tích cực bênh vực.

40   Campus Report, January-February 1986, Vol 1, Number 11, page 5.

41 Durwood McAlister, She rejected citizenship; now she pays the price, The Atlanta Journal (Opinion), March 20, 1986.

42 The Atlanta Journal, January 16, 1986.

43 Polling the Future, The American Spectator, tháng 8, 1983.

44 Richard Nixon, The Real War, 1980, trang 6.

45 St. Martins, Russian Military Power, trang 202.

46 Marvin Kalb và Bernard Kalb, Kissinger, trang 66.

47 Sđd, trang 66.

48 Maxwell Taylor, Uncertain Trumpet, viết về quan niệm "Phản ứng linh động uyển chuyển" (Flexible Response) New York, Harper and Brothers, 1959, trang 57.

     Quan niệm của Kissinger và Taylor thực ra chỉ phản ảnh một tình trạng "lỡ làng" của các chiến lược gia Hoa Kỳ (Cả nể cho nên hóa lỡ làng, nỗi niềm có biết chửa chăng chàng? Trích: Hồ Xuân Hương). Ngay từ khi Hoa Kỳ còn nắm ưu thế tuyệt đối về võ khí hạch tâm, các nhà lãnh đạo Hoa Kỳ đã không có gan sử dụng ưu thế của mình để chặn đứng làn sóng Cộng Sản. Trong thời Tây Hán, nhân vật Khoái Triệt có khuyên nhân vật Hàn Tín một câu: "Hùm thiêng lần lữa không bằng ong độc đốt liều, Kỳ Ký xo ro không bằng ngựa hèn dấn bước". Hàn Tín, vì tình cảm vặt, không nghe lời Khoái Triệt, và đã để "lỡ thời lỡ vận". Sau đó Hàn Tín bị Hán Cao Tổ giết. Trong thời đại hạch tâm 1960-1980, câu nói của Khoái Triệt vẫn còn áp dụng được cho Hoa Kỳ.

49 Richard Nixon, sđd, trang 167.

50 Quentin Crommelin, Jr., và David S. Sullivan, sđd, do "The Defense and Strategic Studies Program" University of Southern California, Los Angeles, California 90007 xuất bản, trang 43. (Diplomacy and International Trade).

51 Détente, The Atlanta Journal, Jan 24, 1980.

52 "Not only is détente dead,... but now they tell me there is no tooth fairy", tác giả hý họa MacNelly, the Atlanta Journal, Jan 24, 1980.

53 Robert Mc Namara viết trong bàn báo cáo 15th Annual Report to the Congress, US Arms Control and Disarmament Agency, Washington, 1976, trang 7.

54 Ký giả Paul Dacre tường thuật. Nguyên văn của nhân viên tình báo cao cấp của Liên Xô: "...our military chiefs were laughing their heads off over disarmament. While the talks were going on, they were promoting a massive armament program. Peaceful coexistence was a sham. The start of détente was accompanied by the creation of the most ominous war machine in the country's history. It was pure hyprocrisy."

55 Xem Bulletin of the Atomic Scientists, Nov 1985, p. 4, Hans Bethe, một trong nhiều khoa học gia Ngụy Hòa ký kiến nghị chống đối việc bố trí vũ khí không gian và đòi Hoa Kỳ phải tuyên hứa không dùng vũ khí hạch tâm nếu không bị Liên Xô tấn công trực tiếp.

Phe Ngụy Hòa muốn gài bẫy để Hoa Kỳ tự trói tay mình khi Liên Xô đánh tỉa bằng cách tấn công Tây Âu thay vì tấn công Hoa Kỳ. Một khi Hoa Kỳ đã tự trói tay, Tây Âu sẽ không đủ sức đương cự lại Liên Xô bằng lực lượng quân sự quy ước.

56 Scientific American, Oct 1984, p 39.

57 Hans Bethe và Richard Garwin, Antiballistic Missile System, Scientific American, March 1968.

58 Robert Jastrow có bằng Tiến Sĩ về lý thuyết Vật Lý tại Đại Học Columbia, sau đó làm các cuộc nghiên cứu khoa học hậu Tiến Sĩ tại Leiden, Berkley, và tại Viện Nghiên Cứu Cao Học (Institute for Advanced Studies) tại Đại Học Princeton.

59 Tạp Chí Insight, Sept 30, 1985, p. 49.

60 Ballistic Missile Defense – It's Back, IEEE Spectrum, Sept 1985, p. 41 – Số đặc biệt về SDI, IEEE Spectrum, Sept 1997, p. 26

61 CAUSA International Seminar on Nuclear Balance – Dr. Robert Jastrow, Dr. William Van Cleave, Dr. Joseph Churba, Dr. Marselo Olonso. Washington D.C., Dec 9, 1984, p. 15, 16.

62 IEEE Spectrum, Sept 1985, p. 81.

63 Newsweek June 17, 1985, p. 41.

64 Carl Sagan là Giáo Sư Thiên Văn Học và Khoa Học Không Gian, đồng thời là Giám Đốc Phòng Thí Nghiệm Nghiên Cứu Hành Tinh, Đại Học Cornell.

65 Insight, April 21, 1986, p. 20.

66   Những cuộc nghiên cứu những đám cháy rừng cho thấy khói bị mây hút đi hoặc bị mưa quét sạch.

67   US News & World Reports, April 23, 1979, p. 68.

68   Lúc đó, loại vũ khí này còn được gọi là Electron Beam Weapon vì nó sử dụng tia âm điện (electron) được bắn ra với vận tốc gần bằng vận tốc ánh sáng. Sau này, để tránh những khó khăn do ảnh hưởng từ trường trái đất đối với tia âm điện làm cho nó lạc hướng, các nhà khoa học đã thêm vào một bộ phận để thanh lọc số lượng âm điện, và biến nó thành tia trung hòa tử (Neutral Particle Beam).

69   Discover, Sept 1985, p. 38.

70   The Atlanta Journal, May 1, 1986.

71   Development of Software for Ballistic Missile Defense, Scientific Americam, Dec 1985, p. 46.

72   Star War – SDI: The Grand Experiment, Managing the Battle, IEEE Spectrum, Sept 1985, p. 44.

73   Newsweek, June 17, 1985.

74   Discover, Sept 1985, p. 37.

75   William Buckly, Scientists help Soviets, unwittingly or otherwise, Atlanta Journal, Dec 10, 1984. Các khoa học gia Ngụy Hòa bị Buckly gọi là cái "echo chamber" của Ngoại Trưởng Liên Xô Gromyko. Liên Xô nói gì thì lập trường của họ nói theo y như vậy.

76   CIA: Freedom of Information Act may aid KGB, The Atlanta Journal, July 22, 1981.

77   Senate Probing GAO Giving Russian Data, The Atlanta Journal, Feb 9, 1982.

78   Technology Transfer at Issue, IEEE Spectrum, May 1982, p. 69.

      Một Khoa Học Gia Liên Xô, Dmitry Mikheyev (44) viết cuốn "The Soviet Perspective On The Strategic Defense Initiative" và tài liệu này đã được viện nghiên cứu " Institute For Foreign Policy Analysis, Inc." xuất bản (1987) cho chúng ta thấy cái nhìn của Liên Xô ra sao, để ta có thể so sánh với quan điểm do phe Ngụy Hòa trình bày với Chính Phủ, Quốc Hội và dân chúng Hoa Kỳ.

Chương VIII

1   Donald Sassoon, One Hundred Years of Socialism, Introduction, trang XIX.

2   tlđd, trang 8.

3   tlđd, trang XXI.

4   tlđd, trang 20.

5   Paul Johnson, Modern Times - The World from The Twenties to The Nineties, trang 51.

6   tlđd, trang 52.

7   tlđd, trang 52.

8   tlđd, trang 59, 60.

9   tlđd, trang 57.

10 David Thomson, Europe Since Napoleon, trang 561.

11 tlđd, trang 565.

12 Paul Johnson, tlđd, trang 61.

13 tlđd, trang 65.

14 Historisch – Kritische, Gesamtausgabe, Karl Marx – Friedrisch Engels, 1er Teil, VII 423.

15 Paul Johnson, tlđd, trang 68.

16 tlđd, sách đã dẫn, trang 69.

17 Alexander Solzhenitsyn, The Gulag Archipelago, London 1974, 3 vols, I 28.

18 T.E. Vadney, The World since 1945," p. 18 (East West Relations).

19 Donald Sassoon, tlđd, trang 32, 33.

20 Paul Johnson, tlđd, trang 78.

21 tlđd, trang 79.

22 tlđd, trang 83.

23 tlđd, trang 261, 262.

24 tlđd, trang 268, 269.

25 T.H. Rigby (ed), The Stalin Dictatorship: Khrushchev's "Secret Session" Speech and Other Documents (Sydney 1968).

26   Paul Johnson, tlđd, trang 270.

27   "Winston Churchill", The Second World War. 12" vols (London 1964).
      VIII 78.

28   Paul Johnson, tlđd, trang 272.

29   tlđd, trang 273.

30   tlđd, trang 274.

31   "The Conquerors", by Michael Beschloss, trang 256-257.

Chương IX

1   The Coming Crisis in Russia, U.S. News & World Report, December
      12, 1977.

2   The Altar of a Broken Idea, U.S. News & World Report, April 3, 1989,
      tr. 43.

3   U.S. News & World Report, April 3, 1989, tr. 44.

4   A Warning to Ceasar, U.S. News & World Report, December 31,
      1990 tới January 7, 1991, tr. 32.

5   U.S. News & World Report, December 31, 1990 tới January 7, 1991, tr.
      33.

6   United Press International, August 24, 1987.

7   Interfax, January 19, 1991.

8   Associated Press, March 10, 1991.

9   Associated Press, July 4, 1991.

10   U.S. News & World Report, July 29, 1991, tr. 29 và 30, trích dẫn Joel
      Hellman của đại học Columbia.

11   Message # 123 S9/Business Changes 20-Aug-91 03-14-47 from Bob
      C. To All, Tuesday, August 20, 1991. Mẩu tin trên do một người Mỹ
      gửi đi từ Mạc Tư Khoa trên đường giây liên lạc điện toán.

12   Dale Herspring, một cựu cố vấn tình báo hải quân hải quân Hoa Kỳ
      cho rằng 70% quân nhân Liên Xô đã bỏ phiếu cho Yeltsin.

13   Soviet Withdrawing Pain, U.S. News & World Report, January 14,
      1991, trang 38.

14 The Soviet Military, U.S   News & World Report, March 13, 1989, trang 34.

15 Washington Whisper, U.S. News & World Report, September 2, 1991, trang 22.

16 Theo bình luận gia Leonid Zagalsky của tạp chí Literary Gazette của Liên Xô thì có hàng triệu sĩ quan Hồng Quân Liên Xô không ủng hộ chính sách Perestroika (tái phối trí) của Gobarchev và có 1 triệu nhân viên KGB còn nằm trong bộ máy chính quyền.

17 Economy in Crisis, U.S. News & World Report, September 9, 1991, trang 36.

Chương X

1 Theo tài liệu của Trung Tâm Thông Tin Quốc Phòng, Center for Defense Information, Washington, 1987, vào thời điểm phát hành tài liệu trên, có 40 cuộc chiến tranh đang diễn ra tại 164 quốc gia.

2 Bất chấp các Nghị Quyết của Liên Hiệp Quốc đòi chấm dứt xâm lăng và rút quân về, trong suốt nhiều năm, Liên Xô và Cộng Sản Hà Nội vẫn duy trì chiến tranh xâm lược tại A Phú Hãn và Miên, Lào. Cũng trong nhiều năm dài, Liên Hiệp Quốc hoàn toàn bất lực trong việc duy trì hòa bình thế giới.

3 Trong bản Bình Ngô Đại Cáo, sau khi Bình Định Vương Lê Lợi toàn thắng giặc Minh, Nguyễn Trãi đã nêu lên chính nghĩa của cuộc chiến tranh để tiêu diệt bạo quyền qua hai câu dưới đây:

"Việc nhân nghĩa cốt ở yên dân, quân điếu phạt chỉ vì khử bạo",... và "Lấy đại nghĩa để thắng hung tàn, lấy chí nhân mà thay cường bạo",...

4 Tôn Vũ là người nước Tề, thời Chiến Quốc, giỏi về binh pháp, được vua Ngô trọng dụng ban chức Tướng Quân. Cuốn binh pháp của ông gồm có 13 Thiên.

Ngô Khởi là người nước Vệ, đời Chiến Quốc, từng làm quan nước Lỗ, làm tướng nước Ngụy và cuối cùng làm Tướng Quốc nước Sở, giúp vua Sở đánh Nam dẹp Bắc. Ngô Khởi soạn một cuốn binh thư gồm có 6 Thiên.

5 Carl Von Clausewitz sinh ngày 1 tháng 6, 1780 tại Burg, ngày nay thuộc nước Đức. Ông bắt đầu binh nghiệp từ năm 1792 và tới năm

1818 ông lên làm tướng, nhưng phần lớn quá trình quân sự của ông liên quan tới lãnh vực tham mưu. Tác phẩm "Vom Kriege" của ông ("Bàn về Chiến Tranh") được truyền bá trước hết trong giới sĩ quan của các nước Thụy Điển, Hòa Lan, Thụy Sĩ và Áo; và sau đó, được dịch sang tiếng Pháp, Anh (1873), tiếng Nga, Ý, Do Thái, Hung Gia Lợi, Tây Ban Nha. Marx, Engels và Lenin đều có nghiên cứu Clausewitz. Lý thuyết của Cộng Sản về bản chất của chiến tranh đã rút tỉa nhiều quan niệm từ tác phẩm của Clausewitz.

6   Quy ước quốc tế đầu tiên là tác phẩm của Hugo Grotius, nhan đề "De Jure Belli Al Pads" dịch nghĩa là "Luật Lệ về Chiến Tranh và Hòa Bình", được xuất bản năm 1625.

7   Những quy ước quốc tế về chiến tranh ấn định rõ sự phân biệt giữa quân nhân vũ trang và thường dân. Nguyên tắc phân biệt này được liệt vào trong những Quy Ước Geneve 1949.

Những người được gọi là quân nhân chính quy bắt buộc phải có 4 đặc tính: họ có một cấp chỉ huy; họ phải mang quân phục; họ phải mang võ khí một cách công khai; và họ phải tuân theo những luật lệ chiến tranh.

8   Vua Quang Trung đem một trăm ngàn quân đánh bại hai trăm ngàn quân Tàu (Nhà Thanh) trong vòng năm hoặc sáu ngày. Xin xem "Việt Nam Sử Lược" của Trần Trọng Kim hoặc "Quang Trung – Nguyễn Huệ" của Hoa Bằng (1944).

9   Mặc dầu những quy ước quốc tế phân biệt quân nhân với thường dân, cơ sở quân sự với cơ sở dân sự, trên thực tế những nguyên tắc này nhiều khi khó được tôn trọng khi lực lượng quân sự của một bên lẩn trốn hoặc ẩn náu giữa thường dân và từ đó phóng ra các cuộc tấn công.

10   Steven Strass, John Walcot và Eleanor Cliff, The Kremlin's Cold Shoulder – A clumsy Soviet attempt to play hardball politics only help Ronald Reagan, Newsweek June 4, 1984.

11   Eric Lightblau, U.S. Indicts Head of Islamic Charity In Al Qaeda Financing, The New York Times, October 10.

12   Phillip B. Davidson, VIETNAM AT WAR, Presidio, 1988, page 486.

13   The medium and its message, U.S. News & World Report, July 27, 1987.

14   Quy Ước Genève cũng quy định rằng những du kích quân phải tuân

theo 4 tiêu chuẩn áp dụng cho quân nhân chính quy nếu họ muốn được hưởng quy chế của quân nhân chính quy. Nếu không họ sẽ bị xét xử và trừng phạt với tội trạng chiến đấu bất hợp pháp.

15   Robert Allen, Patton's Third US Army Lucky Forward.

16   Trung Ương Cục Miền Nam (Central Office of South Vietnam, viết tắt là COSVN) là cơ chế lãnh đạo nối dài của Cộng Sản Việt Nam có trách nhiệm thi hành kế hoạch thôn tính Miền Nam theo đúng chỉ thị của Chính Trị Bộ ngoài Bắc. Trung Ương Cục Miền Nam được đặt ở trong Nam. Xin xem Chương V, 6 của cuốn sách "A Shooting Star", Volume 1, của cùng một tác giả.

Chương XI

1   Charles L. Mee, Jr., Meeting At Postdam, M. Evan & Company, Inc. New York, N.Y.

2   tlđd, trang 244.

3   Richard Nixon, The Real War, p.169.

4   Greg Behrman, The Most Noble Adventure, The Marshall Plan and the Time When America Helped Save Europe, trang.20.

5   tlđd, trang 15.

6   tlđd, trang 28.

7   tlđd, trang 17.

8   T.E. Vadney, The World since 1945, page 55.

9   Greg Behrman, tlđd, trang 23.

10   tlđd, trang 23.

11   tlđd, trang 68.

12   tlđd, trang 203.

13   tlđd, trang 204.

Liên lạc Tác giả
Vũ Quý Kỳ
kyqvu@yahoo.com

Liên lạc Nhà xuất bản
Nhân Ảnh
han.le3359@gmail.com
(408) 722-5626